சிவப்பு நிற கண்கள்

தி. மனோஜ் குமார்

ISBN 979-888569264-9

“ஆயிரம் தடைகள் வந்தாலும், அதை உடைத்து முன்னேறும் மன வலிமையை கொடுக்கும் இறைவனுக்கும், என்னை துவளும் நிலையில் ஊக்கமளித்து பக்கபலமாக நிற்கும் என் தாய் தந்தைக்கும், அயறாது பாடுபட்டு துப்பறிந்து குற்றங்களை தடுக்கும் துப்பறிவாளர்களுக்கும், காவல்துறைக்கும், இந்த சிவப்பு நிற கண்கள் என்னும் நாவல் கதை சமர்ப்பணம்.”

பொருளடக்கம்

பொருளடக்கம்

நன்றி

"நன்றி என்னும் உணர்வு தன்னைத் தானே அபரிமிதமாக்கிக் கொள்ள உதவும் அட்சயப் பாத்திரம். நன்றி கூற வளரும் நட்பு, வளரும் மனித நேயம்."

நற்சிந்தனைகளையும், நல்ல கற்பனைத் திறனையும் கொடுத்த இறைவனுக்கு என் தலைவணங்கும் நன்றிகள். தன்னை யாரேனும் வாசிக்க மாட்டார்களா என்று ஏங்கிய என் நாவல் கதையை, உலகம் முழுவதும் வெளியிட்டு அந்த ஏக்கத்தைத் தனித்த நோஷன் பிரஸிற்கு என் மனமார்ந்த நன்றிகள். நான் ஒரு நல்ல எழுத்தாளனா என்ற சந்தேகத்திற்கு இடம் கொடுக்காமல் என்னை பாராட்டி ஊக்கம் கொடுத்த என் பெற்றோருக்கும், என் நண்பர்களுக்கும் என் ஆத்மார்ந்த நன்றிகள்.

இந்தப் புத்தகத்தை வெளியிட உதவிய அனைத்து நல்ல உள்ளங்களுக்கும் என் நன்றிகளை சமர்ப்பிக்கின்றேன்.

முன்னுரை

என்னை உயரச்செய்யும் வாசகர்களுக்கு என் கரம் கூப்பிய வணக்கங்கள்!! ஒரு ஆர்வத்தில் கையில் காகிதத்தையும் பேனாவையும் எடுத்து, எழுத துவங்கினேன் ஒரு கதையை. ஒரு கதை என்றால், எப்படி இருக்க வேண்டும் என்று அறியாத பள்ளிப்பருவம் அது. நான் அக்கதையை எழுதி முடித்த பிறகு, அதை வாசித்த என் சகோதரனின் உற்சாக பாராட்டும், என் நண்பர்களின் மதிப்பீடுகளும் என்னை மேலும் மேலும் கதைகள் எழுத தூண்டின. என் பெற்றோரின் தொடர் ஊக்கத்தினால் அன்றிலிருந்து இன்று வரை சுமார் ஆறு நாவல் கதைகளை எழுதி, அதில் ஏற்கனவே ஒன்றை உலகம் முழுவதும் வெளியிட்டு, இப்போது இரண்டாவதாக இந்த சிவப்பு நிற கண்கள் என்னும் நாவலை வெளியிட்டுள்ளேன்.

ஆறு நாவல்கள் தான், அதுவும் இரண்டை தான் வெளியிட்டுள்ளானா? என்று உங்களின் மனக்குரல் புரிகிறது. நான் கதைகள் எழுத ஆரம்பித்து ஏழு வருடங்கள் தான் ஆகின்றன. இப்போது தான் கல்லூரி படிப்பை முடித்து ஒவ்வொறு நாவல் கதைகளாக வெளியிட்டு கொண்டிருக்கிறேன்.

ஆம், நான் ஒரு வளர்ந்து வரும் எழுத்தாளன். ஒரு வாசகர்களாக என்னை வளரச்செய்வது உங்களின் கடமை, சிறந்த கதைகளை படைப்பது என் கடமை. இவன் இப்போது தான் எழுதவே ஆரம்பித்துள்ளான், இக்கதை எப்படி இருக்குமோ? என்ற எண்ணங்களுக்கு இடம் கொடுக்காமல், கதையைப் படித்துப்பார்த்தால் புரியவரும், என் படைப்பாற்றல்.

ஒரு குற்றத்தை துப்பறிந்து கண்டறியும் சுவாரஸ்யத்தை, அனுபவிக்க விரும்பாதவர்கள் உண்டோ... எனவே அனைவரும் விரும்பும் படி, ஒரு திறமையான காவலர் மிகவும் வித்தியாசமாக, மர்மமான முறையில் நடக்கும் தொடர் கொலைகளை துப்பறிந்து கண்டுபிடிக்கும் விதமாக இந்த சிவப்பு நிறகண்கள் என்னும் நாவல் கதை படைக்கப்பட்டுள்ளது.

இக்கதையின் நோக்கம், மருந்தில் தேன் கலந்து கொடுப்பது போல், வாசகர்களுக்கு சில நல்ல கருத்துக்களையும், சில உண்மை தகவல்களையும் மிகவும் சுவாரஸ்யத்துடனும் விருவிருப்புடனும், அதிக மர்மம் கலந்து எடுத்துக்கூறுவதாகும். பல முன்னோட்டங்கள்,

பல மாறுதல்களுக்குப் பிறகு இக்கதை வெளியிடப்பட்டுள்ளது.

"வாழ்க வையகம்!
வாழ்வோம் ஆரோக்கியமாக!
வாழ்க வளமுடன்!
செழிக்கட்டும் விவசாயம்!
சீர்ப்படட்டும் வாழ்வாதாரம்!
எல்லாம் நன்மைக்கே!"

முகவுரை

'உலகில் எவ்வளவு பெரிய இரகசியமாக இருந்தாலும் ஒரு நாள் அது வெளிப்பட்டு தான் ஆகவேண்டும்.' என்பது உலக நியதி, மனிதர்களின் சுபாவமே இரகசியங்களை தேடிச் செல்வது தான். இதனால் விளைந்த விபரீதங்கள் பல.

'ஒவ்வொறுவரின் கடந்த காலத்திலும் அவர்களின் செயல்கள் பதிந்திருக்கின்றன.' இந்த தாத்பர்யம் புரிந்தவர்களே தடயம் இன்றி குற்றம் புரிகின்றனர். அவர்களின் கடந்த கால சுவடுகளை அழித்து-விடுகின்றனர். இதனால் குற்றம் தொடரும் எனில், குற்றத்தை தடுக்க வழி உண்டோ?

துப்பறிவாளர் என்னும் இந்தச் சிறப்புமிக்க பணியில், குற்ற-வாளிகளின் கடந்த கால செயல்களை, கடந்த கால எச்சங்களை கொண்டு துப்பறிந்து கணிக்கும் பக்குவம் சிறப்பு மிக்கதாகும்

'சிவப்பு நிற கண்கள்'- இது முற்றிலும் குற்றம், துப்பறிதல், சாக-சம் நிறைந்த ஒரு நாவல் கதையாகும். இக்கதையில் குறிப்பிட்டுள்ள பெயர்கள், கூறப்படும் அறிவியல் கோட்பாடுகள் அனைத்தும் கற்-பனையே. இக்கதையில் வரும் ஒவ்வொறு சம்பவங்களும், எந்த ஒரு உண்மையான சம்பவத்தையும் அடிப்படையாக கொண்டவை அல்ல. அனைத்தும் கற்பனையே.

ஒரு காவல் துறை அதிகாரி, மிகவும் வித்தியாசமான முறையில் நடக்கும் ஒரு தொடர் கொலைகளை, துப்பறிந்து அதை எவ்வாறு கண்டறிகிறார் என்பதே இக்கதையின் மையக்கருத்தாகும். இக்கதை-யில் ஒவ்வொறு பகுதியும், சுவாரஸ்யத்துடனும், சில நல்ல கருத்து-களை, சில சம்பவங்கள் மூலமும், விருவிருப்பிற்குப் பஞ்சம் இல்-லாமல், எதிர்ப்பாரா திருப்பு முனைகளுடனும் படைக்கப்பட்டுள்ளது. கதை களம், ஆஸ்திரேலியாவில் உள்ள சிட்னியில் நடைபெறுவது போல் அமைக்கப்பட்டுள்ளது.

மனிதனிடம் பொதுவாக காணப்படுவது "சுயநலம்", இது ஒரு-வனின் மனதில் வேரூன்றி விட்டால், பிறர் குறித்து எந்தக் கவலை-யும் இருக்காது. யார் துன்பப்பட்டாலும் அதில் வருத்தமும் இருக்-காது. அப்படி சுயநலத்தால் ஏற்படும் விளைவு நிச்சயம் அவனின் அழிவாகவே இருக்கும். இது கர்மா ஆகும். நாம் செய்யும் தவறுகள் ஒவ்வொன்றிற்கும் நிச்சயம் பலன்கள் உண்டு. அந்தப் பலன்கள்

ஒவ்வொன்றும் இயற்கை, நாம் மீண்டும் அந்த தவறை செய்யக் கூடாது என்று கற்று கொடுக்கும் பாடம். ஆனால் அதை தவறாக புரிந்து கொண்டு செயல்படும் மனிதர்கள் பல... இப்படி சுயநலத்தால் விளைந்த நாசங்களும் பல... அதில் பாதிக்கப்பட்டவர்களும் பலர்...

ஒவ்வொறு காலக்கடத்திலும் ஏதோ ஒரு செயலுக்கான பலன்கள் காத்துக் கொண்டு தான் இருக்கின்றன. அப்படி சுயநலத்தால் ஏற்படும் விளைவுகளை அடிப்படையாக கொண்டு உருவாக்கப்பட்ட, இந்த நாவல் கதை தான் ‘சிவப்பு நிற கண்கள்.’

1

விழி பிதுங்கும் காவலர்கள்

இரவு நேரம், இடி சப்தத்துடன் மிதமான மழை, சாலையில் சில காவலர்கள் மக்களின் கூட்டத்தை கட்டுப்படுத்திக்கொண்டும், அந்த சாலை வழியாக வரும் வாகனங்களை வேறு வழிக்கு திசை திருப்பிக்கொண்டும் இருந்தனர். மேலும் அங்கு, சில பத்திரிக்கையாளர்களின் கேள்விக் குரல்களும், அவர்கள் புகைப்படம் எடுக்கும் சப்தமும் ஒலித்தவாறே இருந்தன.

அப்போது அங்கு சிட்னி சிறப்பு காவல் துறையைச் (Sydney Special Investigation Force) சேர்ந்த, ஒரு காவலர் கார் வந்து நின்றது.

காக்கி நிற கோட் (Coat) மற்றும் பளுப்பு நிற வட்டவடிவ தொப்பியை (Hat) அணிந்த, ஐம்பத்தைந்து வயது நிரம்பிய ஒரு காவல் அதிகாரி, தன் வாயில் சிக-ரெட்டை வைத்துக்கொண்டு, அந்த காரிலிருந்து வெளியே வந்தார். அவர் பார்ப்ப-தற்கு மிகவும் அனுபவம் வாய்ந்த அதிகாரியாக காணப்பட்டார். அவருடன் மூன்று துணை அதிகாரிகளும் வந்திருந்தனர்.

அவர் வந்திருப்பதைப் பார்த்த, அங்கிருந்த உள்ளூர் காவலர்களில் (Local police) ஒருவன், வேகமாக அவரிடம் வந்து, 'இது மூன்றாவது முறை, அதே போல் கொலை செய்துள்ளனர்.' என்றான்.

அவர், 'சரி, மக்களையும், பத்திரிக்கையாளர்களையும் இங்கிருந்து அப்புறப்ப-டுத்துங்கள்.' என்று கூறி ஒரு அடி எடுத்து வைக்க, அங்கு ஒன்றை பார்த்தார்.

அதைப் பார்த்ததும், அவர் தன் சிகரெட்டை வாயிலிருந்து எடுத்து, கீழே போட்டுவிட்டு, அதன் அருகே சென்றார். அது ஒரு மனித சடலங்களை வைக்கும் கருமை நிறப்பை. அங்கு மொத்தம் இரண்டு பைகள் கிடந்தன.

அவர், மெதுவாக அந்த பைகளை திறந்து பார்த்தார். ஒரு பையில் முப்பது வயது நிரம்பிய ஆணின் சடலமும், மற்றொரு பையில், எழுபது வயது நிரம்பிய ஒரு பெண்ணின் சடலமும் இருந்தது.

அவர் சற்று பதற்றத்துடன், அந்த இரு சடலங்களின் கண்களை மட்டும் திறந்து பார்த்தார். அவர், அவர்களின் கண்களைப் பார்த்ததும், சற்று எரிச்சலுடன் வேகமாக எழுந்து, தன் மூன்று துணை அதிகாரிகளிடம், 'உடனே இந்த இரு உடல்களையும் பிரேத பரிசோதனைக்கு அனுப்புங்கள். மேலும் இந்த சடலங்களை வைக்கும் பை எங்கிருந்து வாங்கப்பட்டன என்று விசாரியுங்கள். மேலும், இந்த பகுதியில் உள்ள மக்களிடம், இந்த சடலங்களை இங்கு வைத்ததை யாரேனும் பார்த்துள்ளார்களா, என்றும் விசாரியுங்கள். மேலும் இறந்தவர்களின் முழு தகவலையும் சேகரியுங்கள்.' என்று கூறிக்கொண்டே காரை நோக்க, அப்போது, அங்கு இருந்த ஒரு கைரேகை நிபுணரிடம், 'ஏதேனும் தடயங்கள் கிடைத்ததா?'

அதற்கு அந்த கைரேகை நிபுணர், 'இல்லை, இதுவரையில் ஏதும் கிடைக்கவில்லை. மழையில் சில தடயங்கள் அழிந்துவிட்டன.' என்றார்.

அவர் சரி என்று தலையசைத்து, தன் காரில் ஏறி, அங்கிருந்து சென்றார்.

ஆறு நாட்களுக்கு முன்பு...

சிட்னி நகருக்கு வெளியே உள்ள ஒரு சிறிய நகரம்...

அங்கு, ஒரு சிறிய ரக உணவகத்தில், ஒருவர் ஒரு மேஜையில், சாப்பிட்டுக்கொண்டே செய்தித்தாளை பார்த்துக்கொண்டிருந்தார்.

அப்போது சிறப்பு விசாரணை காவல் துறையை சேர்ந்த ஒரு அதிகாரி அவர் முன் அமர்ந்தார்.

அந்த அதிகாரி, 'மிஸ்டர் மெக்கானே (Mr. McConauhey), நலமா?' என்று சிரித்தமுகத்துடன் கூறினார்.

அதற்கு அவர், சற்று எரிச்சலுடன், 'உங்களுக்கு என்ன வேண்டும்? நான் காவல் பதவியை விடுத்து இரண்டு ஆண்டுகள் ஆகிவிட்டன. அழைப்பு கொடுத்து தொந்தரவு செய்தீர்கள், இப்போது நேரடியாகவும் வர ஆரம்பித்துவிட்டீர்களா?'.

அந்த அதிகாரி, 'மன்னித்துவிடுங்கள். நீங்கள் ஓய்வு எடுத்த பிறகும், இப்படி உங்களை தொந்தரவு செய்யவேண்டும் என்று நாங்களும் விரும்பவில்லை. ஆனால், சிட்னி சிறப்பு விசாரணை காவல் துறைக்கு உங்கள் உதவி தேவைப்படுகிறது. இது மிகவும் சிக்கலான விசாரணை.'.

அவர் சலிப்புடன், 'மன்னித்துவிடுங்கள், என்னால் முடியாது. நான் ஓய்வு பெற்றுவிட்டேன்.' என்றார். அதற்கு அந்த அதிகாரி, 'மிஸ்டர் மெக்கானே, புரிந்து கொள்ளுங்கள், இது மிகவும் அவசியமான ஒன்று. அந்தப் பகுதி மக்கள் பெரும்

பயத்தில் உள்ளனர். மேலும் விசாரணை குழு, இந்த விசாரணையில் தடயங்கள் கிடைக்காமல் மிகவும் தடுமாறிக்கொண்டிருக்கின்றது.' என்று கூறி, சற்று மூச்சை பலமாக இழுத்து விட்டு, 'மிஸ்டர் மெக்கானே, நீங்கள் பல கடினமான குற்றங்களையும், எளிதில் முடித்துள்ளீர்கள். இப்போது உங்களை தான் நாங்கள் நம்பி உள்ளோம்.' என்று கூறி, அவரிடம் ஒரு கடிதத்தை காட்டினார்.

மெக்கானேவும் சற்று சலிப்புடன் அதை வாங்கிப் பார்த்தார்.

அப்போது அந்த அதிகாரி, 'இது சிட்னி அரசாங்கத்திடமிருந்து வந்துள்ளது. உங்களை அங்கு சிறப்பு தலைமை விசாரணை அதிகாரியாக நியமித்துள்ளனர். நீங்கள் இதற்கு ஒப்புக்கொண்டால் போதும், இப்போது உள்ள தலைமை அதிகாரி, அவரின் இடத்தை உங்களுக்கு கொடுக்க தயாராக உள்ளார்.'

அவரும் அந்த கடிதத்தில் உள்ளதைப் பார்த்துவிட்டு, பின்னர் அந்த அதிகாரியிடம், 'இங்கு பாருங்கள், இந்த காவலர் பதவியால் தான், என் குடும்பம் என்னை விட்டு பிரிந்து சென்றுவிட்டது. மேலும் என் தந்தையின் இறுதி சடங்கிற்குக் கூட என்னால் செல்ல முடியாத நிலையை, இந்த பதவி எனக்கு கொடுத்துவிட்டது. உண்மையை கூற வேண்டும் என்றால், நான் எந்த அளவிற்கு இந்த பதவியை நேசித்தேனோ அதே அளவிற்கு, இப்போது நான் இதை வெறுக்க ஆரம்பித்துவிட்டேன்.' என்று வேதனையான குரலில் கூறி, அங்கிருந்து சென்றார்.

இரண்டு நாட்களுக்குப் பிறகு....

மெக்கானே, காலையில் வழக்கம் போல் நடைப்பயிற்சி செய்துவிட்டு, அந்த உணவகத்தில் காலை உணவை சாப்பிட்டுக்கொண்டே, செய்தித்தாளை பார்க்க ஆரம்பித்தார்.

அப்போது, செய்தித்தாளில் ஒன்றை கவனித்தார்.

அதில், 'சிட்னியில் தொடரும் மர்மக் கொலைகள். விழி பிதுங்கும் காவலர்கள். இதுவரையில் ஐந்து சடலங்கள், பிணங்களை வைக்கும் பைகளில் இருந்து கிடைத்துள்ளன.'

அப்போது, அவருக்கு அந்த அதிகாரி கூறிய விசயங்கள் நினைவிற்கு வந்தன. பின்னர், சற்று தெளிவாக அந்தச் செய்தி முழுவதையும் படிக்க ஆரம்பித்தார்.

சிட்னி சிறப்பு விசாரணை காவல் நிலையம்....

அங்கு, தலைமை அதிகாரி தலையில் கை வைத்துக்கொண்டு, பத்திரிக்கையாளர்கள் காவலர்கள் குறித்து எழுதிய செய்தியால் பெரும் கோபத்தில், செய்வது அறியாது அமர்ந்திருந்தார்.

அனைத்து காவல் அதிகாரிகளும் தலை குனிந்தவாறு, அவர் முன் நின்று கொண்டிருந்தனர்.

அப்போது அந்த தலைமை அதிகாரி, கோபத்துடன், 'எந்த தடயமும் இல்லாமல், எப்படி ஒருவனால் கொலை செய்யமுடியும். நிச்சயம் இதில் பலர் ஈடுபட்டி-

ருக்க வேண்டும். நம் சிறப்பு குழு என்ன செய்கிறது?'

ஒரு அதிகாரி, 'அனைவரும் செயல் பட்டுக்கொண்டு தான் உள்ளனர். ஆனால்•••.' என்று கூற, அந்த தலைமை அதிகாரி, தன் கையில் இருந்த காபி கோப்பையை கோபத்தில் தூக்கிவீசினார்.

அவர் மனம் பெரும் கோபத்திலும், குழப்பத்திலும் நிரைந்திருந்தது.

உடனே எழுந்து சன்னல் அருகே வந்து ஒரு சிகரெட்டை எடுத்து பற்றவைத்தார். அங்கிருந்த அதிகாரிகள், தலைகுனிந்து அமைதியாக நின்று கொண்டிருந்தனர்.

அப்போது, 'இனி, இந்த விசாரணை என்னுடையது.' என்ற ஒரு குரல்••• அனைவரும் விழித்தவாறு திரும்பி பார்த்தனர்.

அங்கு காக்கி நிற நீளமான கோட்டும், தலையில் வட்டவடிவ தொப்பியும் அணிந்து கொண்டு, ஒரு சிகரெட்டை பற்றவைத்து நின்று கொண்டிருந்தார், மெக்கானே.

அவரைப் பார்த்ததும், தலைமை அதிகாரிக்கு சற்று நிம்மதி வந்தது.

அப்போது மெக்கானே, அங்கிருந்த அனைத்து காவல் அதிகாரிகளையும் பார்த்து, நடந்து கொண்டே, 'என்னுடன் மூன்று திறமையான அதிகாரிகள் இருந்தால் போதுமானது.' என்று கூறி, தலைமை அதிகாரி முன் வந்து நின்றார்.

இருவரும் கண்களை சுருக்கியவாறு பார்த்து நின்றனர். பின்னர் திடீரென இருவரும் சிரிக்க ஆரம்பித்து, கைகுலுக்கிக் கொண்டனர்.

அந்த தலைமை அதிகாரி, ஏதோ ஒரு பெரிய ஆபத்திலிருந்து மீட்கப்பட்டது போல் மகிழ்ந்து, மெக்கானேவை கட்டிப்பிடித்தார்.

மெக்கானேவும், அந்த தலைமை அதிகாரியும், ஒரு காலத்தில் ஒன்றாக பணிபுரிந்து, பல விசாரணைகளை எளிமையாகவும் விரைவாகவும் முடித்த, அதிக அனுபவம் வாய்ந்த விசாரணை அதிகாரிகள்.''

தலைமை அதிகாரி, 'மெக்கானே, நீ வந்ததில் பெரும் மகிழ்ச்சி, இப்போது நாங்கள் உன்னை தான் நம்பி உள்ளோம்.'.

அதற்கு மெக்கானே, 'இந்த வசனத்தை நீ இன்னும் விட வில்லையா?' என்று கூறி சிரித்தார்.

பின்னர் மெக்கானே, அங்கிருந்த அதிகாரிகளை பார்த்தார். அவர்களுள் மூன்று அதிகாரிகளை மட்டும் தேர்வு செய்து, அவர்களை தன்னுடன் அழைத்துக்கொண்டு, ஆலோசனைப் பகுதிக்கு சென்றார். அவர்களுடன் தலைமை அதிகாரியும் சென்றார்.

அங்கு, தலைமை அதிகாரி, மெக்கானேவிடம் ஒரு கோப்பு (File) ஆவணத்தை கொடுத்து, 'நான்கு நாட்களுக்கு முன்பு, சிட்னி ஒலிம்பிக் பூங்காவிற்கு செல்லும் முர்ரே ரோஸ் (Murray rose) சாலையில், மூன்று சடலங்களை

வைக்கும் பைகள் கிடந்தன. அதில் இரண்டு வயதான ஆண்களும், ஒரு பதினைந்து வயது சிறுமியும் இருந்தாள். அதே போல் நேற்று, மூன்று பைகள் ஆஸ்திரேலியா டவர் அருகே கண்டெடுக்கப்பட்டன. அதில் இரண்டு இளம் பெண்களும், ஒரு வயதானவரும் இருந்தனர்.' என்று கூறி,

அந்த ஆறு பேரின் இறந்த நிலை புகைப்படத்தை மெக்கானேவிடம் காட்டினார்.

மெக்கானே அதைப் பார்த்து கொண்டிருக்கும் போது, தலைமை அதிகாரி, 'இன்று காலை, ஒரு சிறுவன் காணவில்லை என்று புகார் வந்தது.'.

மெக்கானே விழித்தவாறு அவரைப் பார்த்துவிட்டு மீண்டும், அந்தக் கோப்புகளில் இருந்த ஆவணங்களை, கவனமாக பார்க்க ஆரம்பித்தார்...

பின்னர் தலைமை அதிகாரியிடம், 'சரி, இதை நான் பார்த்துக்கொள்கிறேன். இப்போது அந்த சடலங்கள் எங்கே உள்ளன?'

மெக்கானே தேர்வு செய்த துணை அதிகாரிகளில் ஒருவன், 'அவை பிரேத பரிசோதனைக்கு அனுப்பப்பட்டுள்ளன.'.

உடனே அவர், 'சரி, வாருங்கள் செல்லலாம்.' என்று கூறி, அங்கிருந்து சென்றார்.

நால்வரும், அந்த பிரேத பரிசோதனை செய்யும் இடத்திற்கு வந்தனர்.

அங்கு, ஒருவர் வெள்ளை நிற கோட் அணிந்து கொண்டு, ஒரு வயதானவரின் உடலை பரிசோதனை செய்து கொண்டிருந்தார்.

அவர், மெக்கானேயை பார்த்ததும் ஆச்சரியமாக, 'மிஸ்டர் மெக்கானே, நீங்கள் ஓய்வு பெற்றதாக அல்லவா கேள்வி பட்டேன்!'.

அதற்கு அவர், 'ஆம், கட்டாயத்தின் பெயரில், மீண்டும் இங்கு பணியில் சேர்ந்துள்ளேன்.' என்று கூறி, இரும்பு படுக்கையில் படுக்க வைக்கப்பட்டிருந்த, அந்த வயதானவரின் சடலத்தைப் பார்த்தார்.

அப்போது, அந்த பரிசோதனை செய்பவர், 'இவர் எப்படி இறந்தார் என்று இதுவரையிலும் என்னால் கணிக்க முடியவில்லை.'

மெக்கானே விழித்தவாறு, 'ஏன்?'

அதற்கு, அவர், 'ஆம், இவர் உடலில், எந்த ஒரு காயங்களும் இல்லை. அனைத்து உறுப்புகளும் நலமாகவே உள்ளன. இவரை யாரும் துன்புறுத்தவும் இல்லை, கட்டாயப்படுத்தி இழுத்துச்செல்லவும் இல்லை. எந்த ஒரு சந்தேகப்படும்படியான அடையாளங்களும் இல்லை. ஆனால்...' என்று கூறி, சற்று குழம்பியவாறு நின்றார்.

மெக்கானே விழித்தவாறு, 'என்ன ஆனால்?'

அந்த பரிசோதனை செய்பவர், 'இவரின் கண்கள், வித்தியாசமாக உள்ளன.'.

மெக்கானே சற்று ஆர்வத்துடன், அந்த வயதானவரின் கண்களை திறந்து பார்த்தார். அவருக்கு சற்று ஆச்சரியமாக இருந்தது.

அந்த இறந்த வயதானவரின் கருவிழி சிவப்பு நிறத்தில் இருந்தது. அவர் குழம்பியவாறு, 'இவருக்கு சிவப்பு நிற கண்கள்.... இது மிகவும் அறிய கண்ணின் நிறம் அல்லவா?'.

அந்த பரிசோதனை செய்பவர், இல்லை என்று தலையசைத்து, 'இது, இவரின் உண்மையான கண்ணின் நிறம் அல்ல.'

அதைக்கேட்டதும், மெக்கானே குழப்பத்துடன், 'பின்னர், எப்படி சிவப்பு நிறத்தில்...?'.

அதற்கு, அந்தப் பரிசோதனை செய்பவர், 'இவருக்கு மட்டும் அல்ல, மற்ற ஐவருக்கும் இதே போல், சிவப்பு நிற கண்கள் தான் உள்ளன.'.

மெக்கானே பெரிதும் அதிர்ச்சியும், ஆச்சரியமும் கொண்டு, மற்ற சடலங்களின் கண்களையும் திறந்து பார்த்தார். அவருக்கு பெரும் குழப்பமாக இருந்தது.

பின்னர், 'சரி, இவர்கள் உடலில் வேறு ஏதேனும் வித்தியாசமான மாற்றங்கள் அதுவும் அது அனைவருக்கும் ஒரே போல் உள்ளதா என்றும் பாருங்கள். மேலும், இவர்களுக்கு, குளோரோபாம் (Chloroform) கொடுக்கப்பட்டதா, என்றும் பாருங்கள்.' என்றார்.

அதற்கு அந்த பரிசோதனை செய்பவர், 'இவர்களுக்கு, குளோரோபாம் ஏதும் கொடுக்கப் படவில்லை. இவர்களை யாரும் கட்டாயப்படுத்தி அழைத்துச் சென்றது போன்றும் தெரியவில்லை. ஆனால், இவர்கள் நினைவாற்றலை இழந்ததற்கான தடயங்கள் உள்ளன.'

மெக்கானே சற்று யோசித்து, 'அப்படி என்றால், இவர்கள் ஏதேனும், அறிவியல் சோதனைக்கு உட்படுத்தப்பட்டுள்ளார்கள் அல்லவா?'

அவர், சற்று மூச்சை இழுத்து விட்டு, 'அதற்கான எந்த ஆதாரமும் இல்லை. மனிதர்களுக்கு, சோதனை செய்யும் போது, அவர்கள் உடலில் நிச்சயம் மரத்து போகும் மருந்து, அல்லது குளோரோபாம் கொடுப்பர். ஏதேனும் சோதனைக்கான மருந்து உள்ளே செலுத்தியிருந்தாலும், அதற்கான தடயங்கள் இருக்கும். ஆனால் அப்படி ஏதும் இல்லை. கொலையாளி வேறு ஏதோ ஒரு காரணத்திற்காகவே இவ்வாறு செய்கிறான். மேலும், கொல்லப்பட்டவர்கள், தாமாக முன் வந்து, கொலையாளியிடம் சென்றது போல் உள்ளது.'.

அதற்கு மெக்கானே, குழப்பத்தில் சற்று சிரித்தார்.

பின்னர், 'சரி, தொடர்ந்து பரிசோதியுங்கள், ஏதேனும் தகவல் கிடைத்தால் தெரியபடுத்துங்கள்.' என்று கூறி அங்கிருந்து சென்றார்.

பின்னர், அவர் தன் ஆலேசனை அறையில், தன் துணை அதிகாரிகளிடம், சில விசயங்களை கூறி, ஆளுக்கு ஒரு பொறுப்பைக் கொடுத்து, அவர்களின்

பணியை செய்யுமாறு அனுப்பினார்.

ஆஸ்திரேலிய டவர் (Australia tower) அருகே, மாலை 5 மணி,

அங்கு, மெக்கானே அந்தப் பைகள் எடுக்கப்பட்ட இடத்திற்கு வந்து பார்த்தார். அங்கு, காவலர்களின் கிரைம் டேப் (Crime scene tap) ஆங்காங்கே சுற்றிலும் ஒட்டப்பட்டிருந்தன.

அவர், மெதுவாக அங்கு சுற்றி சுற்றி பார்த்தார். அங்கு மக்கள் நடமாட்டம் பெரிதாக இல்லை.

பின்னர், அந்த பைகள் கிடந்த இடத்தைப்பார்த்தார். அங்கு வெள்ளை நிற சாக்பீஸ் மூலம் அந்த பிணங்களின் பை இருந்த இடத்தை வரைந்திருந்தனர்.

பின்னர் அவர் ஒரு சிகரெட்டைப் பற்றவைத்து, சுற்றி சுற்றி பார்த்து, அங்கு என்ன நடந்திருக்கும் என்பதை கணிக்க ஆரம்பித்தார்.

ஆனால், அவருக்கு அங்கு ஏதும் போதுமான தடயங்கள் கிடைக்கவில்லை. எனவே ஏமாற்றத்துடன் அங்கிருந்து புறப்பட்டார்.

சிறப்பு விசாரணை காவல் நிலையம்….

'அந்த காணாமல் போன சிறுவன் குறித்து ஏதேனும் தகவல் கிடைத்ததா?' என்று தன் துணை அதிகாரியிடம் கேட்டார், டிடக்டிவ் மெக்கானே. அதற்கு அந்த அதிகாரி, 'எந்த தகவலும் இல்லை. அந்த சிறுவனைத் தேடும் பணி நடந்து கொண்டிருக்கிறது.'.

மூன்று நாட்களுக்குப் பிறகு, இரவு 9.30 மணி,

மெக்கானே அலுவலகத்தில், அவரும், அவரின் துணை அதிகாரிகளும், பெரும் ஏமாற்றத்துடனும், எரிச்சலுடனும் நின்று கொண்டிருந்தனர்.

மேலும், மெக்கானே மூன்று நாட்களாக முயற்சித்தும், எந்த தடையமும் கிடைக்காததால், பெரும் அதிர்ப்தியில், அடுத்து என்ன செய்யலாம் என்று யோசித்தவாறே நின்று கொண்டிருந்தார்.

அப்போது, அவருக்கு ஒரு அழைப்பு, அதில் வந்த தகவலைக்கேட்டதும், உடனே தன் துணை அதிகாரிகளுடன், அங்கிருந்து புறப்பட்டார்.

அங்கு….

மிதமான மழைக்கு மத்தியில், மூன்றாவது முறையாக, அதே போல் ஒரு கொலை சம்பவம்.

இந்த முறை இரண்டு பைகள் மட்டுமே கிடந்தன.அதில், ஒரு முப்பது வயது நிரம்பிய ஆணும், ஒரு வயதான பெண்ணும் இருந்தனர். மெக்கானே, அவர்களின் கண்களைப் பார்த்ததும், மிகவும் எரிச்சல் அடைந்து, அங்கிருந்து வேகமாக சென்றார்…

2

காணாமல் போன சிறுவன்

சிறப்பு விசாரணை காவல் நிலையம், மெக்கானே அலுவலகத்தில்....

மெக்கானே, தன் துணை அதிகாரிகளிடம், 'இந்த முறை இரண்டு பைகளை மட்டுமே வைத்துள்ளனர். ஆனால் அந்த காணாமல் போன சிறுவன் இதில் இல்லை என்றால், அவனை வேறு யாரேனும் கடத்தியிருக்கலாம், அல்லது அந்த சிறுவன் அடுத்த முறை பையில் கிடைக்கலாம்?' என்று கூறி,

சற்று யோசித்து பின்னர், 'கடந்த, இரண்டு தினங்களில், சிட்னியில் காணாமல் போனவர்கள் எத்தனைப் பேர் என்று பாருங்கள். மேலும் பைகளில் கிடைத்த அந்த ஐவரும், சிட்னியைச் சேர்ந்தவர்கள் என்று உறுதியாகியுள்ளது. எனவே நாம் சிட்னிக்குள்ளேயே தேட வேண்டும். மேலும், கண்காணிப்பு காமிராக்கள் இல்லாத இடங்களிலேயே, இந்த சடலங்களை கொண்ட பைகளை வைக்கின்றனர். இதை ஏன் செய்கிறார்கள் என்று நாம் அறிந்து கொண்டால், நிச்சயம் இதை எங்கிருந்து செய்கிறார்கள் என்பதை அறிய இயலும். இதன் மூலம் குற்றவாளி பிடிபட அதிக வாய்ப்புகள் உள்ளன.'.

அப்போது ஒரு அதிகாரி, 'ஆனால், இவர்கள் எப்படி இறக்கின்றனர்? என்ன காரணம்? என்று எந்த ஒரு மருத்துவராலும் அறிய முடியவில்லையே!' என்று பெரும் குழப்பத்துடன் கேட்டான்.

மெக்கானே, சற்று மூச்சை பலமாக இழுத்து விட்டு, ஒரு சிகரெட்டைப் பற்றவைத்து, பின்னர், ஜன்னல் வழியாக மழைப் பொழிவைப் பார்த்தவாறு, மனதில், 'இவர்கள் எப்படி மரணிக்கின்றனர்? யார் இவர்களை கொலை செய்கிறார்கள்? மேலும், கொலையாளி எப்படி தடயமே இல்லாமல் மக்களை கடத்துகிறான்?' என்று பெரிதும் யோசிக்க ஆரம்பித்தார்.

அப்போது, அவரின் துணை அதிகாரிகளில் ஒருவருக்கு ஒரு அழைப்பு வந்தது. அந்த அதிகாரி பேசிவிட்டு, மெக்கானேவிடம், 'டிடக்டிவ் மெக்கானே, நமக்கு ஒரு சிறு தடயம் கிடைத்துள்ளது.' என்றான்.

அவர் லேசாக திரும்பி, அந்த அதிகாரியைப் பார்த்தார்.

இரவு 11 மணி, விசாரணை அறை,

அங்கு, ஒரு இருபத்து இரண்டு வயது இளைஞன், விசாரணைக்காக அழைத்துவரப்பட்டான். அந்த இளைஞன் பெரும் பதற்றத்துடன், பயத்தில் சற்று உடல் வியர்க்க, ஒரு இரும்பு நாற்காலியில் அமர்ந்திருந்தான்.

சில நொடிகள் செல்ல, அங்கு, மெக்கானேவும் அவரின் அதிகாரிகளில் ஒருவரான டைலர் (Tylor) என்பவனும் வந்தனர்.

மெக்கானே, அந்த இளைஞன் முன் அமர்ந்து, அவனை, தன் கண்களை சுருக்கியவாறு பார்த்தார்.

அவன், சற்று பயத்துடன் அவரைப் பார்க்க, மெக்கானே, 'உன் பெயர் தான் ஜாக்சன் ஸ்மித் ஆ?'.

அவன், ஆம் என்று தலையசைக்க, அவர், 'சரி, அங்கு என்ன பார்த்தாய்?'.

அதற்கு ஸ்மித், 'அப்போது 8.30 மணி இருக்கும், மழை சற்று அதிகமாகவே பொழிந்து கொண்டிருந்தது. இருப்பினும் அவசர தேவைக்காக, நான் வீட்டிற்குத் தேவையான பொருட்களை வாங்க, அந்த சாலைக்குள் நுழைந்தேன். அப்போது ஒருவன் பதற்றத்துடன், வேகமாக ஓடி வந்து என் மீது மோதினான். நான் பெரிதும் ஆத்திரம் அடைந்து அவனை தாக்க சென்றேன். ஆனால் அவன், அதற்குள் அங்கிருந்து ஓடிவிட்டான். பின்னர், நான், அந்த சாலையின் நடைமேடையில் ஏறி நடக்கும் போது, ஒரு சரக்கு கார் (Goods car) மிகவும் வேகமாக என்னை கடந்து சென்றது, நான் விழித்தவாறு அந்த காரைப் பார்த்தேன். பின்னர், குறுகிய தூரம் நடந்து செல்ல, சாலையின் ஓரத்தில், கருப்பு நிறத்தில், இரு நீளமான பைகள் கிடப்பதைப் பார்த்தேன். எனக்கு மிகவும் பயமாக இருந்தது. அதோடு அந்த சாலையில் அப்போது யாருமே இல்லை. மழைவேறு அதிகமாக இருந்தது. எனவே பதற்றத்தில் நான் அங்கிருந்து மீண்டும், வீட்டிற்கே சென்று விட்டேன். பின்னர் செய்தியில், அந்த இடத்தில் சில காவலர்கள் வந்திருப்பதைப் பார்த்தேன். எனவே மீண்டும் அங்கு வந்து காவலர்களிடம், நடந்ததைக் கூறினேன்.' என்று கூறி, பதற்றமான முகத்துடன் இருவரையும் பார்த்தான்.

மெக்கானே, 'உன் மீது மோதியவனை பார்த்தாயா?'

அதற்கு அவன், 'இல்லை, அவன் தலையை, மழை காரணமாக, தலைமறைப்பு மூலம் மறைத்திருந்தான். மேலும் மழை சற்று அதிகமாக இருந்ததால், என்னால் அவனை கவனிக்க முடியவில்லை.' என்றான்.

அவர், சற்று யோசித்து, 'உன்னை கடந்து, அந்த கார் செல்வதற்கு முன், வேறு ஏதேனும் வாகனங்களை பார்த்தாயா?'

அவன், 'இல்லை, அந்த சாலையில், அந்த காரை தவிர, வேறு எந்த வாகனமும் அப்போது செல்லவில்லை.'

அவர், 'நீ அந்த பைகளை அருகே சென்று பார்த்தாயா? அல்லது சற்று தொலைவில் பார்த்துவிட்டு சென்று விட்டாயா?'

அவன், 'ஆம், நான் சற்று அருகில் சென்று தான் பார்த்தேன்.'

சில நொடிகள் யோசனைக்குப் பிறகு, மெக்கானே, 'சரி அது என்ன கார்?' என்று கண்களை சுறுக்கியவாறு கேட்டார்.

அதற்கு அவன், 'அது ஒரு, சரக்கு கார், சாவ்ரெலட் (Chovrolet) கம்பேனி.' என்றான். மெக்கானே கண்களை சுருக்கியவாறு, 'நன்றாக தெரியுமா?' என்று கேட்டார்.

அவன், 'ஆம், நன்றாக தெரியும்.' என்று உறுதியாக கூறினான்.

மெக்கானே, 'அதன் எண் பலகையைப் பார்த்தாயா?' என்று கேட்க, அவன், சற்று மூச்சை இழுத்துவிட்டு, 'அதை கவனிக்காமல் விட்டுவிட்டேன்.' என்று கூறி தலைகுனிந்தான்.

பின்னர் அவர், அங்கிருந்து வெளியே வந்து தன் துணை அதிகாரியிடம், 'இவனின் வீட்டு முகவரியை வாங்கிவிட்டு, இவனை அனுப்பிவிடுங்கள். மேலும் அந்தக் கார் குறித்து விசாரியுங்கள்.' என்று கூறி, அங்கிருந்து சென்றார்.

மறு நாள், விடிந்தது, சிறப்பு விசாரணை காவல் நிலையம்...

மெக்கானே, பிரேத பரிசோதனை செய்யும் இடத்தில், நேற்று இரவு கிடைத்த அந்த இறந்த உடல்களை பரிசோதனை செய்வதைப் பார்த்துக்கொண்டிருந்தார்.

அப்போது அந்தப் பரிசோதனை செய்பவர், 'டிடக்டிவ் மெக்கானே, முன்பு பார்த்த அதே முடிவு தான். இவர்களும் அவ்வாறே கொலை செய்யப்பட்டுள்ளனர்.' என்று ஏமாற்ற முகத்துடன் கூறினார்.

மெக்கானே, அந்த இரு சடலங்களின் கண்களைப் பார்த்தவாறு, மனதில், 'இவர்கள், நினைவாற்றல் இழந்துள்ளனர். ஆனால் எப்போது? கடத்தப்பட்ட பிறகா? அல்லது, கடத்தப்படுவதற்கு முன்பா?'

அப்போது, அவரின் துணை அதிகாரியான நாதன் (Nathan) அங்கு வந்து, 'டிடக்டிவ், சிட்னியில் சுமார், எழுபது சாவ்ரலெட் சரக்கு கார்கள் ஓடுகின்றன. அதில் முப்பத்து இரண்டு கார்கள் நகரத்திலும், மீதம் உள்ள கார்கள், சிட்னியில் உள்ள கிராமங்களிலும் ஓடுகின்றன.'.

மெக்கானே, தன் அருகில் இருந்த அதிகாரி டைலரிடம், 'டைலர், நீ என்ன நினைக்கிறாய். அந்தக் காரில் வந்தவர்கள் தான் கொலை செய்திருப்பார்கள் என்று எண்ணுகிறாயா?'.

அதற்கு அவன், சற்று யோசித்து, 'இருக்கலாம். அந்த பைகளை அங்கு போட்டு விட்டு, யாரேனும் அங்கு வருவதற்குள், சென்று விட வேண்டும் என எண்ணி, அங்கிருந்து வேகமாக சென்றிருக்கலாம்.'

மெக்கானே, சந்தேகத்துடன் அவனிடம், 'அல்லது, அந்த ஸ்மித் ஐ போல், அந்த காரில் வந்தவர்களும், அந்த பையைப் பார்த்து பயந்து அங்கிருந்து வேகமாக சென்றிருப்பார்களா?'.

அதற்கு டைலர், சற்று யோசித்தவாறு, 'அப்படி என்றால், அந்த பையன் மீது மோதியவன் யாராக இருக்கும்?'.

மெக்கானே, 'ஒரு வேலை, அந்த மோதியவன், முதலில் அந்த பைகளைப் பார்த்திருக்க வேண்டும், எனவே அவனும் பயந்து அங்கிருந்து சென்றிருக்க வேண்டும். இது தான் நடந்திருக்கும்..'.

டைலர் சற்று புருவங்களை உயர்த்தியவாறு, ஆச்சரியமாக அவரைப் பார்த்தான். அப்போது மெக்கானே, 'ஸ்மித் கூறிய விசயங்கள், நமக்கு தேவைப்படாது என்றே தோன்றுகிறது.'.

அதற்கு டைலர், தயக்கத்துடன், 'அப்படி என்றால், இந்த கார் பற்றி விசாரிக்க வேண்டாமா?'

அவர், 'இல்லை, அந்த கார் பற்றியும் விசாரியுங்கள். ஒரு வேலை, கொலையாளி அந்த காரின் உரிமையாளனாகவும் இருக்கலாம் அல்லது அந்தக் காரை அன்று ஓட்டி வந்தவன் ஏதேனும் பார்த்திருக்கலாம்.' என்று கூறி, அங்கிருந்து சென்றார்.

மதியம் இரண்டு மணி...

மெக்கானே ஒரு பர்கரை சாப்பிட்டுக்கொண்டே, ஜன்னல் வழியாக பார்த்தவாறு நின்று கொண்டிருந்தார். அப்போது அங்கு அவரின் மற்றொரு துணை அதிகாரியான, நெல்சன் (Nelson), 'டிடக்டிவ், ஒரு முக்கிய தகவல் கிடைத்துள்ளது.'

மெக்கானே மெதுவாக திரும்பி அவனைப் பார்த்தார்.

அவன், 'கடந்த இரண்டு தினங்களில், நான்கு பேர் மர்மமான முறையில் காணாமல் போயுள்ளனர்..'

சற்று சோகமான முகத்துடன், 'மேலும், காணாமல் போனவர்களின் உரிமையாளர்கள்..' என்று கூற, மெக்கானே, 'ஆம், நான் ஜன்னல் வழியாக பார்த்துக்கொண்டு தான் இருக்கிறேன்.' என்று கூறி, மீண்டும் ஜன்னல் வழியாக, வெளியில் நடக்கும் போராட்டத்தைப் பார்த்தார்.

அப்போது நெல்சன், 'டிடக்டிவ், மேலும், நமக்கு நாட்டின் பிரதமரிடம் (Prime minister of Australia) இருந்து தகவல் வந்துள்ளது.'

மெக்கானே, 'அவரிடம், இன்னும் ஒரு வாரத்தில் குற்றவாளியை பிடித்துவிடு-வோம், என்று மட்டும் கூறுங்கள் மற்றதை நான் பார்த்துக்கொள்கிறேன்.'

பின்னர், நெல்சன் அங்கிருந்து செல்லும் போது, மெக்கானே, 'நெல்சன், அந்த காணாமல் போன சிறுவனின் உரிமையாளரை மட்டும் விசாரணை அறைக்கு அழைத்து வர ஏற்பாடு செய்.' என்று கூறி, அவர் கையில் இருந்த பர்கரை சாப்-பிட ஆரம்பித்தார்.

சில நிமிடங்கள் கழித்து….

விசாரணை அறையில், ஒரு பெண், கண்களில் கண்ணீருடன் பெரும் மன வேதனையில் அமர்ந்திருந்தாள்.

அங்கு, மெக்கானே மட்டும் உள்ளே வந்தார். அவர், அந்தப் பெண் அழுது கொண்டிருப்பதைப் பார்த்ததும், தன் பையில் இருந்த திசு காகிதத்தை (Tissue paper), அந்தப் பெண்ணிடம் கொடுத்து, கண்களை துடைத்துக்கொள்ளுமாறு கூறினார்.

அந்தப் பெண்ணும், அதைப் பெற்று தன் கண்களைத் துடைத்துக்கொண்டு, அவரிடம், 'நீங்கள் தான், இந்த விசாரணையை செய்கிறார்களா?'.

அவர், 'ஆம், சரி… அந்தச் சிறுவனிற்கு நீ யார்?'.

அவள், 'அவன் என் தம்பி..' என்றாள்.

அவர் குழப்பத்துடன், 'ஆனால், உனக்கு இருபத்து ஐந்து வயது இருக்கும் போல் தெரிகிறதே?'.

அவள், 'ஆம், அவன் என் தந்தையின் இரண்டாம் மனைவிக்குப் பிறந்தவன்.'

அவர் சரி என்று தலையசைத்து, 'உன் தம்பி, காணாமல் போவதற்கு முன் அவன் மனநிலை எவ்வாறு இருந்தது?'.

அவள் சற்று யோசித்தவாறு, 'அவன், நன்றாக தான் இருந்தான். இரவு வழக்-கம் போல், வீட்டுப்பாடம் எழுதிவிட்டு, பின்னர் இருவரும் உறங்க சென்றுவிட்-டோம்.'.

அப்போது மெக்கானே, 'நீங்கள் தனி தனி அறையில்..' என்றதும், அவள், 'இல்லை, நாங்கள் ஒரே அறையில் தான் உறங்குவோம். அவனுக்கு தனியாக இருந்ததால் பயம். அவனுக்கு பன்னிரண்டு வயது தான் ஆகிறது.'.

மெக்கானே, சந்தேகத்துடன், 'அவன் எப்போது காணாமல் போனான் என்று தெரியுமா?'.

அவள், 'நான், காலை எழுந்து பார்க்கும் போது, அவன், அவனின் படுக்கை-யில் இல்லை…' என்று கூறி, மீண்டும் அழ ஆரம்பித்தாள்.

மெக்கானே நெற்றியை சுழித்தவாறு, 'அப்படி என்றால் நீ கடைசியாக அன்று இரவு தான் பார்த்துள்ளாய் அல்லவா?… சரி, அப்போது வீட்டில், உங்களை தவிர வேறு யாரெல்லாம் இருந்தனர்?'.

அவள், 'இல்லை, வேறு யாரும் இல்லை. என் தந்தை வெளியூரில் வேலைப்-பார்க்கிறார்.'.

அப்போது அவர், 'அப்படியா? சரி, உன் தம்பி, இரவு நேரத்தில், எங்கும் தனியாக செல்வானா?'.

அவள், 'இல்லை, அவன் மிகவும் பயந்த சுபாவம் உடையவன். எப்போதும் அவனுடன் யாராவது இருக்க வேண்டும். இல்லை என்றால் பயத்தில் கத்திக்-கொண்டே இருப்பான்.'.

மெக்கானே சற்று குழப்பமடைந்து, இந்த குற்ற விசாரணை இன்னும் சிக்கலா-வதை உணர்ந்தார்.

பின்னர் அவர் சற்று மூச்சை இழுத்துவிட்டு, ஏமாற்றதுடன் அவளைப் பார்த்-தார்.

அப்போது அவள், 'என் தம்பி தான் எனக்கு எல்லாமே. அவனை எப்படி-யாவது கண்டுபிடித்து தாருங்கள். என் தம்பியை, அந்த பையில் பார்க்க, எனக்கு தைரியம் இல்லை.' என்று கூறி, அழ ஆரம்பித்தாள். மெக்கானே ஏதும் கூறாமல், அவளைப் பார்த்தவாறே இருந்தார்.

பின்னர், அவர் அந்த அறையை விட்டு வெளியே வந்ததும், டைலரிடம், 'டைலர், உடனே காணாமல் போனவர்களின் உரிமையாளர்கள் மற்றும் இறந்தவர்-களின் உரிமையாளர்கள் அனைவரையும் விசாரணை செய்ய ஏற்பாடு செய்.'.

அவனும் சரி என்று தலையசைத்து அதற்கான பணிகளை துவங்கினான்.

3

மேலும் ஏற்படும் சிக்கல்கள்

சிறப்பு விசாரணை காவல் நிலையம், கோப்புகள் பாராமரிப்பு பகுதி (Records maintenance department),

அங்கு மெக்கானே, சில கோப்புகளை தேடிக்கொண்டிருந்தார். அவர் மனதில் பல கேள்விகள், பல யோசனைகள், அவர் மனம் பெரிதும் பரபரப்பாக இருந்தது.

அப்போது அவர், ஒரு கோப்பு ஆவணத்தில் ஒன்றை கவனித்தார். அதைப் பார்த்து சற்று கண்களை சுருக்கியவாறு, குழப்பத்துடன், அதில் உள்ள ஒருவரின் புகைப்படத்தைப் பார்த்தார்.

அப்போது அவருக்கு, பிரேத பரிசோதனை செய்யும் இடத்திலிருந்து, கைப்பேசி அழைப்பு வந்தது.

அவர் பேசிவிட்டு, அழைப்பை துண்டித்ததும், அந்த கோப்பு ஆவணத்தையும் தன்னுடன் எடுத்து கொண்டு அங்கிருந்து சென்றார்.

பிரேத பரிசோதனை செய்யும் பகுதி....

அங்கு, அந்த பரிசோதனை செய்பவர், கணினி முன் அமர்ந்து கொண்டிருந்தார். அவர் மெக்கானே வருவதைப் பார்த்ததும், மிகவும் பரபரப்பாக, 'டிடக்டிவ் மெக்கானே, இதை நீங்கள் பார்த்தே தீர வேண்டும்.' என்று கூறி, அவரை கணினி முன் அழைத்து வந்தார்.

மெக்கானே, சற்று ஆர்வமாக, அந்த கணினி முன் வந்தார்.

அந்த பரிசோதனை செய்பவர், 'இது இறந்தவர்களின், கண்களை பரிசோதித்த போது கிடைத்த தகவல்கள், அவர்கள் கண்களில் ஒருவித இரசாயன மாற்றம் நடந்துள்ளதால், இவ்வாறு கருவிழி, சிவப்பு நிறமாக மாறியுள்ளது. இதை கவனியுங்கள்.' என்று கூறி, அந்த கணினியில் ஒரு புகைப்படத்தை காட்டி, 'இது,

குரோமியம் (Chromium) மற்றும் ஸ்ட்ரான்டியம் சல்பேட் (Strontium sulphate) என்னும் இரு இரசாயனங்களின் கலவையால் உருவான ஒரு கலப்பட இரசாயனம் (Combined chemical), நான் இதை ஆராய்ந்து பார்த்ததில், இந்த இரசாயனம் இவர்களின் கண்களில் மட்டுமே உள்ளது. ஆனால்..' என்று கூறி, குழம்பியவாறு நின்றார்.

மெக்கானே, விழித்தவாறு அவரைப் பார்க்க, அவர், 'அப்படியே இருந்தாலும், கண்ணின் நிறம் மட்டுமே மாறியிருக்குமே தவிர, உயிர் போக வாய்ப்பில்லை.?'.

மெக்கானே, 'சரி, இந்த இரசாயனத்தை எப்படி கண்ணில் மட்டும் செலுத்தியிருப்பர்?'.

அவர், 'அதுவும் யோசிக்க வேண்டிய விசயம் தான். ஆனால், நான் மேலும் சில விசயங்களை கவனித்தேன்.' என்று கூறி, அந்த பிணவறையிலிருந்து, ஒரு சடலத்தை வெளியே கொண்டு வந்தார்.

பின்னர் அவர், அந்த சடலத்தின் வாயைத் திறந்து, டார்ச் லைட் மூலம், மெக்கானேவுக்கு ஒன்றை காட்டினார்.

அவர், 'இவரின், உள் நாக்கை கவனியுங்கள்.'.

மெக்கானே விழித்தவாறு பார்க்க, அந்த இறந்தவரின் உள் நாக்கு நீல நிறத்தில் இருந்தது.

அவர், மெதுவாக நிமிர்ந்து, 'சயனைடு விசயம்..' என்றார்.

அந்த பரிசோதனை செய்பவர், 'ஆம், ஆனால், எப்போது கொடுக்கப்பட்டது, ஏன் கொடுக்கப்பட்டது. என்பது தான் கேள்வி?',

மெக்கானே, 'அப்படி என்றால், சயனைடு மூலமாகவே இறந்துள்ளர்... அல்லவா?',

அவர் சிரித்தவாறு, 'நீங்கள் இங்கு, இந்த சடலங்களை கொண்டு வரும் போது, இந்த நீல நிறம் அப்போது இல்லை. இது நேற்று இரவு தான் தோன்றியுள்ளது.'

மெக்கானே குழப்பத்தில் மூச்சை இழுத்துவிட்டவாறு, அவரைப் பார்த்தார்.

அப்போது அவர், 'டிடக்டிவ் மெக்கானே, நிச்சயம் இது மிகவும் சிக்கலான ஒன்று தான். நிச்சயம் இந்த கொலைகளை, ஒரு பெரும் புத்திசாலியாக இருக்கும் ஆராய்ச்சியாளன் தான் செய்துகொண்டிருக்க வேண்டும்.'

மெக்கானே, யோசித்தவாறு, 'சரி, தொடர்ந்து பரிசோதியுங்கள்..' என்று கூறி, மெதுவாக அங்கிருந்து யோசித்தவாறே, தன் அறையை நோக்கினார்.

அப்போது செல்லும் வழியில், மெக்கானேயின் துணை அதிகாரியான டைலர், 'டிடக்டிவ், ஒரு பெரும் சிக்கல்.... இறந்த எட்டு பேரையும் சேர்த்து, இங்கு மொத்தம், முப்பத்தாறு பேர் காணமல் போனவர்களின் உரிமையாளர்கள் வந்துள்ளனர். அதாவது, மொத்தம் முப்பதாறு பேர் காணாமல் போயுள்ளனர்.'

மெக்கானே, புருவங்களை உயர்த்தியவாறு, பெரும் குழப்பத்துடன் அவனைப் பார்த்து, 'எப்படி? நேற்று நான்கு பேர் காணவில்லை என்று தானே தகவல் வந்தது. அப்படி என்றால்..' என்று யோசிக்க,

டைலர், 'சடலப்பைகள் கிடைப்பதற்கு பல நாட்களுக்கு முன்பே, கொலையாளி மக்களை கடத்த ஆரம்பித்துள்ளான் போல் தெரிகிறது.'

அவர் அதிர்ச்சியான பார்வையில், 'அவர்கள் காணாமல் போய் எத்தனை நாட்கள் ஆனது?'

அதற்கு அவன், 'நாங்கள் உரிமையாளர்களிடம் விசாரித்ததில், இருபத்து ஐந்து நாட்களுக்கு முன்பே, மக்கள் கடத்தப்பட ஆரம்பித்துள்ளனர். மேலும், இந்த இறந்தவர்கள், இருபது நாட்களுக்கு முன்பு காணாமல் போனவர்கள். ஆனால், நேற்று கிடைத்த, அந்த வயதான பெண் மட்டும் நான்கு நாட்களுக்கு முன்பு காணாமல் போனவர்.'

மெக்கானேவிற்கு இப்போது, நூடுல்ஸை கையில் கொடுத்து, அதை தனிதனியாக பிரித்தெடுக்க கூறியது போல் இருந்தது.

பின்னர் அவர், 'சரி, அனைவரின் தகவலையும் என் மேஜைக்கு கொண்டு வாருங்கள். மேலும் இறந்தவர்களின் உரிமையாளரை மட்டும் ஒருவர் பின் ஒருவராக விசாரணை அறைக்கு கொண்டு வாருங்கள்.' என்ற போது, டைலர், 'டிடக்டிவ்...' என்று சற்று தயங்கியவாறு நின்றான்.

அவர், விழித்தவாறு அவனைப் பார்க்க, அவன், 'நீங்கள், பத்திரிக்கையாளர்களிடம் நடப்பதை கூறினால் தான், அவர்கள் ஒத்துழைப்பதாக கூறுகின்றனர்.'

அவர், மூச்சை இழுத்துவிட்டு, பின்னர் சரி என்று தலையசைத்தார்.

வானம், மேகமூட்டத்துடன் காணப்பட்டதால், அந்த மதிய சூழலே, மாலை நேரம் போல் காட்சியளித்து கொண்டிருந்தது.

அப்போது மெக்கானே, காவல் நிலையத்திற்கு வெளியே வந்து, அனைவரையும் பார்த்தார்.

அங்கு, பத்திரிக்கையாளர்கள், புகைப்படம் எடுத்த வண்ணம் இருந்தனர். மேலும், அங்கு மக்கள் கூட்டம் சற்று அதிகமாகவே காணப்பட்டது.

அப்போது பத்திரிக்கையாளர்கள், தங்களின் கேள்விகளை அடுக்க ஆரம்பித்தனர்.

மெக்கானே, 'சற்று பொறுமையாக இருங்கள். நாங்களும் பல முயற்சிகள் எடுத்துக்கொண்டு தான் இருக்கிறோம். எங்களுக்கு சரியான தடயங்கள் கிடைக்கவில்லை. நிச்சயம், ஒரு வாரத்திற்குள், குற்றவாளியைப் பிடித்து விடுவோம்.'

அப்போது, ஒரு பத்திரிக்கையாளர், 'தடயம் கிடைக்காமல் எப்படி குற்றவாளியை பிடிப்பீர்கள். மக்களிடம் இருந்து தப்பிக்க இவ்வாறு கூறுகிறீர்களா?'.

மெக்கானே முறைத்தவாறு, அவரைப் பார்த்து, 'உனக்கு, என் மீது நம்பிக்கை இல்லை என்பதற்காக, மக்கள் என் மீது வைத்த நம்பிக்கையை உடைக்க எண்ணாதே..' என்று கண்களை சுருக்கியவாறு கூறி, பின்னர், அனைவரிடமும், 'யாரும், கவலை கொள்ளாதீர்கள். நிச்சயம் நாங்கள் கொலையாளியை பிடித்துவிடுவோம். அனைவரும் தைரியமாக வீட்டிற்குச் செல்லுங்கள்.'

அப்போது மக்கள், 'ஒரு வாரத்திற்குள் நீங்கள் குற்றவாளியை பிடிக்க வில்லை என்றால்...' என்று கோசம் இட்டனர்.

மெக்கானே, சற்று மூச்சை பலமாக இழுத்துவிட்டு, தன் துணை அதிகாரியான டைலரைப் பார்த்தார்.

பின்னர் அவர், 'இல்லை, நிச்சயம் கொலையாளியை பிடித்துவிடுவோம்.' என்று கூறி, வேகமாக உள்ளே சென்றார்.

மெக்கானே பெரும் கோபத்துடன் உள்ளே வந்தார். அப்போது, டைலர், 'டிடக்டிவ், ஒரு வாரத்தில் எப்படி?' என்று தயங்கியவாறு கேட்டான்.

அவர், ஏதும் கூறாமல், யோசித்தவாறே இருந்தார்.

மாலை 4.30 மணி, மெக்கானே இறந்தவர்களின் உரிமையாளர்களை விசாரித்தப் பிறகு, சில விசயங்களில் தெளிவானார்.

இறந்தவர்களில், இளம் பெண்களும், இளைஞர்களும், வேலைக்குச் சென்று வீடு திரும்பும் போது, காணாமல் போயுள்ளனர்.

மேலும், வயதானவர்கள், கடைக்கோ அல்லது, நடைப்பயிற்சிக்காக செல்லும் போது காணாமல் போயுள்ளனர். அனைவரும் வேறு வேறு நாட்களில், பதினைந்து நாட்களுக்கு முன்பே கடத்தப்பட்டுள்ளனர்.

அப்போது மெக்கானே, தன் அலுவலகத்தில், ஜன்னல் வழியாக வெளியே பார்த்துக்கொண்டே, புகைப்பிடித்தவாறு, பெரும் யோசனையில் இருந்தார்.

அப்போது, நாதன் அங்கு வந்து, 'டிடக்டிவ், அந்த சரக்கு காரில் சென்றவரை பிடித்துவிட்டனர்.'

மெக்கானே, ஆச்சரியமாக அவனைப் பார்த்து, 'சரி, அவனை இங்கு அழைத்து வாருங்கள்.... ஆனால், அவனை, என் அலுவலகத்திற்கு அழைத்து வாருங்கள். விசாரணை அறைக்கு செல்ல வேண்டாம்.' என்றார்.

நாதன் விழித்தவாறு, 'ஆனால்...' என்று கூற, அவர் கண்களை சுருக்கியவாறு அவனைப் பார்த்ததும், அவன், சரி என்று தலையசைத்து, அங்கிருந்து சென்றான்.

மாலை, 6.30 மணி, மெக்கானே தன் அறையில், நாற்காலியில் சாய்ந்து கொண்டு, கண்களை மூடி, பெரும் யோசனையில் அமர்ந்திருந்தார்.

அப்போது, நாதன், 'டிடக்டிவ், அவரை அழைத்து வந்து விட்டனர்.' என்றான். அவர், தான் இருக்கும் நிலை மாறாமல், அப்படியே அமர்ந்து கொண்டு, 'உள்ளே வர கூறுங்கள். மேலும், இங்கு யாரும் இருக்க வேண்டாம். நான் பார்த்துக்கொள்கிறேன்.' என்று அமைதியான குரலில் கூறினார்.

பின்னர், முப்பத்தைந்து வயது நிரம்பிய ஒரு ஆண் உள்ளே வந்தான்.

மெக்கானே, 'அமருங்கள்.' என்று கூறி, சற்று நிமிர்ந்து, தன் இரு கைகளையும் மேஜை மேல் வைத்து, அவனைப் பார்த்தார். அவன், சற்று பதற்றத்துடன் அமைதியாக அமர்ந்தான்.

அப்போது மெக்கானே, 'உங்கள் பெயர்..'.

அவன், 'என், என் பெயர் மைக்... மைக் மெக்மகான்.' என்று தடுமாற்றத்துடன் கூறினான்.

சில நொடிகள் யோசனைக்குப் பின், மெக்கானே, 'அந்த சாவ்ரலட் சரக்கு கார் உங்களுடையது தானே. சம்பவம் நடந்த இடத்திற்கு வந்தீர்களா?'.

அவர் முகம் சற்று வியர்த்தது, மெக்கானே அவரின் நடவடிக்கையை கவனித்தார்.

பின்னர் அவன், 'ஆம், அது என்னுடைய கார் தான். நான் அந்தக் கார் மூலம் தான் காகித தொழிற்சாலைக்கு கரும்புச்சக்கை, வைக்கோல், எல்லாம் கொண்டு செல்வேன். அதோடு வாரம் ஒரு முறை, அந்த வழியாக தான் சென்று, சரக்குகளை, தொழிற்சாலைக்குக் கொண்டு செல்வேன். அப்படி நேற்று, அந்த வழியாக வரும் போது தான், ஒரு விசயத்தை கவனித்தேன்..' என்று கூற, அவன் உடல் முழுவதும் பயத்தில் வியர்க்க ஆரம்பித்தது.

மெக்கானே ஏதும் பேசாமல், அமைதியாக அவனைப் பார்த்துக்கொண்டிருந்தார்.

பின்னர் அவன், 'நான், காரில் சென்று கொண்டிருந்த போது, எனக்கு எதிரே மிதமான வேகத்தில், ஒரு வாகனம் வந்து கொண்டிருந்தது. நான் எதார்த்தமாக பார்க்கும் போது, அந்த வாகனம் சென்று கொண்டிருக்கும் போதே, அதன் பக்கவாட்டு கதவு திறந்து, அதிலிருந்து இரு பிணப்பைகள் சாலையில் விழுவதை கவனித்தேன். ஆனால், அந்த வாகனம் நிற்காமல் சென்று கொண்டே இருந்தது. நான் அதைப் பார்த்ததும் பெரிதும் பயம் கொண்டு, என் காரின் வேகத்தை அதிகரித்து, அங்கிருந்து சென்றுவிட்டேன்' என்று கூறி, மூச்சை பலமாக விட்டு, மெக்கானேவைப் பார்த்தார்.

ஆனால் மெக்கானே, அவனிடமிருந்து இந்த தகவலை எதிர்ப்பார்க்கவில்லை.

அவர், ஆச்சரியத்துடன், 'அது என்ன மாதிரியானா வாகனம்?'

அவன், 'அது, ஒரு எண்பதுகளில் பயன்படுத்திய, பழைய வேன் போல் இருந்தது. அது, வெள்ளை நிறத்தில், சிறிய ஆம்னி வேன்.' என்று யோசித்தவாறே கூறினான்.

பின்னர், மெக்கானே, அவனிடம், ஒரு புகைப்படத்தைக் காட்டி, 'இவரை எங்காவது பார்த்துள்ளீர்களா?' என்று கேட்டார். அவனும் அதைப் பார்த்துவிட்டு, இல்லை என்று தலையசைத்தான்.

பின்னர், மெக்கானே, 'சரி, நீங்கள் செல்லலாம். ஆனால் வெளியூர் எங்கும் செல்ல கூடாது.'

அவனும், சரி என்று தலையசைத்து அங்கிருந்து சென்றான்.

சில நிமிடங்களுக்குப் பிறகு..

அங்கு மெக்கானேயின் மூன்று அதிகாரிகளும், அவர் முன் வந்து நின்றனர்.

அப்போது மெக்கானே, 'இந்த மைக், பற்றி முழுவதுமாக விசாரியுங்கள். அவனை 24 மணி நேரமும் கண்காணியுங்கள்.' என்று கூறி, தன் மனதில், 'தன் மீது ஒருவன் பதற்றத்துடன் மோதியதாக, ஸ்மித் கூறினான். அந்த மோதியவன் மிகவும் பதற்றமாக இருந்தான் என்றால், நிச்சயம் அவன் அந்த பைகளை பார்த்ததாலேயே இருக்க வேண்டும்... ஆனால், ஸ்மிதை, அந்த முகம் தெரியாதன் மோதிய பிறகு, அதுவும் அவன் சில தூரம் சென்ற பிறகு தான் மைக்கின் காரை ஸ்மித் பார்த்துள்ளான். ஆனால், மைக் கூறுவது படி பார்த்தால், அந்த மோதியவன் அந்த பைகளை பார்த்திருக்க வாய்ப்பில்லையே!!! அப்படி என்றால்.. பொய் கூறுவது யார்?' என்று ஒரு சந்தேகத்தை எழுப்பினார்

பின்னர் அவர், 'டைலர், என்னுடன் வா.... நாதன், மற்றும் நெல்சன், நீங்கள் இருவரும், நான் கூறிய பணியை துவங்குங்கள்.' என்று கூறி, டைலரை அழைத்துக் கொண்டு, அங்கிருந்து சென்றார்.

ஒலிம்பிக் போலவர்ட் சாலை (Olympic boulevard road), மாலை 7.15 மணி,

அங்கு, மெக்கானேவும் டைலரும், அந்த இரு சடலப்பைகள் கிடைத்த இடத்திற்கு வந்தார்.

மெக்கானே, ஸ்மித் கூறியது போல், அங்கு என்ன நடந்திருக்கும் என்று கற்பனை செய்து பார்த்தார்.

அவர் மனதில், 'சுற்றிலும் இங்கு எந்த ஒரு கடைகளும் இல்லையே.... ஆனால் ஸ்மித், இந்த வழியாக தான் பொருட்கள் வாங்க வந்ததாக அல்லவா கூறினான்?' என்று, எண்ணும் போது, அந்த சாலையை கவனித்தார்.

அவர் மனதில், 'அந்த சரக்கு காரின் உரிமையாளன், தனக்கு எதிராக ஒரு வாகனம் வந்ததாக கூறினானே. ஆனால்... இது ஒரு வழிப் பாதையாக அல்-

லாவா உள்ளது?' என்று குழப்பத்துடன் இருபக்கமும் பார்த்தார்.

அவர், சந்தேகத்துடன், 'டைலர், இந்த பாதையில், எதிர்ப்புறமாக வாகனங்கள் வருமா என்ன?'.

அவன், 'இது ஒரு வழி சாலை, நிச்சயம் இங்கு வர வாய்ப்பில்லை. ஆனால், ஒரு சிலர் அவசரத்திற்காக, இந்த சாலையை எதிர்ப்புறமாக பயன்படுத்துகின்றனர். அப்படி சில விபத்துகளும் நடந்துள்ளன.'.

பின்னர் அவர், 'டைலர், பழைய காலத்து, வெள்ளை நிற ஆம்னி வேன் குறித்து விசாரி, ஆனால் அது நமக்குள்ளேயே இருக்கட்டும்.' என்றார். அவனும் விழித்தவாறு, சரி என்று தலையசைத்தான்.

அப்போது அவர், 'அந்த மைக், இன்னும் காவல் நிலையத்தில் தானே உள்ளான்?'.

அவனும் ஆம் என்று தலையசைக்க, அவர், 'அவனை, விட்டுவிடுங்கள்... ஆனால், சில நிமிடங்கள் கழித்து, நாதனை, அந்த மைக்கை கண்காணிக்க செல்லுமாறு கூறு.' என்று கூறி, ஒரு சிகரெட்டை பற்ற வைத்தார்.

டைலர், சரி என்று தலையசைத்து, அழைப்பு பேசி மூலம் நாதன் இடம் விசயத்தை கூறினான்.

பின்னர், முழு இருள் சூழ்ந்ததால், இருவரும் காவல் நிலையத்தை நோக்கினர். அப்போது செல்லும் வழியில், மெக்கானே ஒன்றை கவனித்தார்.

உடனே அவர் காரை நிறுத்துமாறு கூறி, குழப்பத்துடன் மணியைப் பார்த்தார் 7.35 என ஓடிக்கொண்டிருந்தது.

மெதுவாக அவர், காரை விட்டு இறங்கி, டைலரிடம் காரிலேயே இருக்குமாறு கூறிவிட்டு, அங்கிருந்த ஒரு பேருந்து நிறுத்தத்தை நோக்கினார்.

அந்த பேருந்து நிறுத்தத்தில், ஒரு பெண் தனியாக அமர்ந்துகொண்டிருந்தாள். அங்கு அமர்ந்திருப்பது, அந்த காணாமல் போன பன்னிரெண்டு வயது சிறுவனின் அக்கா.

எனவே தான், அவர் காரை நிறுத்த கூறியுள்ளார்.

அங்கு, அவள் பெரும் துயரத்தில், அழுதவாறு அமர்ந்திருந்தாள்.

மெக்கானே, மெதுவாக அவள் அருகில் அமர்ந்தார். ஆனால் அவள், யாரோ பேருந்திற்காக காத்திருக்க அமர்கிறார் என்று எண்ணி அமைதியாகவே இருந்தாள்.

அப்போது மெக்கானே, 'ஆள் நடமாட்டம், குறைவாக இருக்கும் இந்த நேரம், ஆபத்தாக தோன்றவில்லையா?'.

அவள், விழித்தவாறு, அவரைப் பார்த்து, யார் என்று உணர்ந்ததும், சற்று மூச்சை பலமாகவிட்டு, தன் கண்களைத் துடைத்துக்கொண்டு, 'நீங்கள் இங்கு என்ன செய்கிறீர்கள்?' என்று கேட்டாள்.

மெக்கானே ஒரு சிகரெட்டைப் பற்றவைத்து, அவளிடம், 'இந்த இருள் நேரத்தில், இங்கு அமர்வது ஆபத்தானதாக உனக்கு தோன்றவில்லையா, என்றேன்.'

அவள், சற்று மன வேதனையுடன், 'அந்தக் கொலையாளி என்னையும் கடத்தி செல்லட்டும் என்று தான் அமர்ந்துள்ளேன்.' என்றாள்.

அவர், சற்று ஆச்சரியமாக அவளைப் பார்த்தார்.

பின்னர் அவள் அழுதவாறு, 'என் தம்பிக்குப் பதிலாக, அவன் என்னை கடத்தி சென்றிருக்கலாம். அவன் இப்போது எப்படி உள்ளான். சாப்பிட்டானா? என்று ஒன்றும் தெரியவில்லை' என்று கூறி, பெரிதும் அழ ஆரம்பித்தாள்.

அவர், சற்று மூச்சை பலமாக இழுத்துவிட்டு, அவள் அழுகையை நிறுத்தும் வரை காத்திருந்தார்.

பின்னர், அவள் சற்று அமைதியாகி, 'என் தந்தையும், சரி இல்லை. அவர் எங்களை கவனிப்பதும் இல்லை. இப்போது, தன் மகனை காணவில்லை. ஆனால் அவர் தன் வேலையே முக்கியம் என்று அங்கேயே உள்ளார்.' என்று வேதனை குரலில் கூறினாள்.

அவர் குழப்பத்துடன், 'உன் தந்தை எங்கே வேலை செய்கிறார்?'.

அவள், 'அவர், அடிலைட்டில் உள்ள ஒரு கம்பேனியில் மேனேஜராக உள்ளார். ஆனால் என்ன கம்பேனி என்று தெரியவில்லை.'.

மெக்கானே சற்று கண்களை சுருக்கியவாறு அவளைப் பார்த்து, 'சரி, உன் தந்தை இரண்டாவது திருமணம் செய்தார் என்று கூறினாயே? இப்போது அவரின் இரண்டாவது மனைவி எங்கே?'.

அவள், 'அவள், இறந்து மூன்று ஆண்டுகள் ஆகிவிட்டது.'

அவர் குழப்பத்துடன், 'அப்படி என்றால், உன் தாய்க்கு (முதல் மனைவி) என்ன ஆனது?'.

அவள், 'என் தந்தைக்கும், என் தாய்க்கும் எப்போதும் கருத்து வேறுபாடுகள் தான். அடிக்கடி சண்டை வரும். ஒரு முறை என் தந்தை, சாப்பிடும் தட்டால், என் தாயின் முகத்தில் அடித்துவிட்டார். மருத்துவமனையில் அனுமதித்தோம். ஆனால், என்ன ஆனது என்று தெரியவில்லை. மருத்துவமனையிலிருந்து அவள் எங்கோ சென்று விட்டாள். அன்று தான் நான் அவளை கடைசியாகப் பார்த்தேன்.'.

அப்போது மெக்கானே, 'அப்படி என்றால், உன்னுடன் இப்போது யாரும் இல்லையா?'.

அவள், 'ஆம்..' என்று கூறி, அவரைப் பார்த்தாள். பின்னர் அவர், 'சரி, இங்கு இருப்பது ஆபத்து.. எனவே, உன்னை வீட்டில் இறக்கி விடுகிறோம்.'

அவள், 'இல்லை, வேண்டாம். நானே சென்று விடுவேன்.' என்று கூற, அவர், 'உன் தந்தை எப்போது வருவார்?'.

அவள், 'தெரியவில்லை. விரைவில் வருவதாக கூறினார்.',

பின்னர் அவர், 'உன் தந்தை வீட்டிற்கு வந்தால், இந்த எண்ணிற்கு அழைப்பு கொடு.' என்று கூறி, அவரின் அழைப்பு அட்டையை (Visiting card) அவளிடம் கொடுத்தார்.

அவளும், அதை வாங்கிக்கொண்டு, சரி என்று கூறி அவரைப் பார்த்தாள்.

அப்போது அவர், 'கவலை கொள்ளாதே, உன் தம்பி கிடைத்துவிடுவான். இப்போது என்னுடன் வா, உன்னை வீட்டில் இறக்கிவிடுகிறேன்' என்று கூறி மெதுவாக எழுந்தார்.

அவளும் சற்று யோசித்து, பின்னர் சரி என்று தலையசைத்து, மெதுவாக எழுந்தாள்.

காரில் செல்லும் போது....

மெக்கானே, 'உன் பெயர்..?' என்று இழுத்தார். அவள், 'என் பெயர், சில்வியா.' என்றதும், அவர், 'ஆம், ஆம், சில்வியா. உனக்கு நணபர்கள், தோழிகள் யாரேனும், உள்ளார்களா?'.

அவள், 'ஆம், ஆனால், இந்தச் சம்பவத்திற்குப் பிறகு, என் வீட்டிற்கு வர பயம் கொள்கின்றனர்.' என்றதும், அவர் சற்று யோசித்தவாறு தலையசைத்தார்.

இரவு 8 மணி, சில்வியாவின் வீடு வந்தது. அவளின் வீடு ஓரளவிற்குப் பெரிதாகவே இருந்தது.

மெக்கானே, 'அழகான வீடு. இந்த வீட்டில் நீ தனியாக இருப்பது ஆச்சரியமான விசயம் தான்.' என்று கூற, அவள், சிரித்தவாறு, 'நன்றி, நான் செல்கிறேன்.' என்று கூறி, மெதுவாக உள்ளே சென்றாள்.

அவள் அங்கிருந்து சென்றதும், மெக்கானேயின் முகமே மாறியது.

செல்லும் வழியில்...

மெக்கானே, 'டைலர், இவளையும் கண்காணியுங்கள். மேலும், இவள் தந்தை குறித்து முழுவதுமாக விசாரியுங்கள். மேலும், நம் ஆட்களில் யாரையாவது, அடிலைட் சென்று இவளின் தந்தை எந்த கம்பேனியில்? என்ன வேலை பார்க்கிறார்? என்பதை முழுவதுமாக விசாரிக்க கூறுங்கள்.' என்று ஒரு வித பரபரப்புடனே கூறினார்.

டைலரும், சரி என்று தலையசைத்து, காரை ஓட்டினான்.

4

குழப்பமாகும் விசாரணை

இரவு, 11 மணி, மெக்கானேயின் தற்காலிக வீடு....

மெக்கானே, இந்த குற்ற விசாரணைக்குத் தேவையான குறிப்புகளை எடுத்துக்-கொண்டிருந்தார். அப்போது, டக், டக் என்று ஒரு சப்தம்.

அவர் தன் வீட்டின் வாசல் கதவை யாரோ தட்டுவதை உணர்ந்தார். அவர் குழப்பத்துடன் எழுந்து, 'இப்போது யார்?' என்று எண்ணி, சற்று வேகமாக சென்று, கதவைத் திறந்தார்.

ஆனால் வெளியில் யாருமே இல்லை.

அவர் குழப்பத்துடன், இரு புறமும் பார்த்துவிட்டு, ஒரு அடி முன்னே எடுத்து வைக்க, அவர் காலில் ஒன்று தட்டுப்பட்டது.

அது ஒரு அட்டைப் பெட்டி. அவர் பெரும் குழப்பத்துடன், உடனே உள்ளே சென்று, தன் கைரேகை அதில் படாமல் இருக்க, ஒரு கையுறையை அணிந்து கொண்டு, வேகமாக வெளியே வந்தார்.

பின்னர் அவர், மெதுவாக அந்த அட்டைப்பெட்டையை திறந்து பார்த்தார்.

அதில், ஒரு புகைப்படமும், இரு கொத்தாக இருக்கும் தலை முடிகளும், ஒரு வெள்ளை நிற மேல் ஆடையும் (White T-Shirt) இருந்தன.

அவர் ஆச்சரியத்துடன், அந்த புகைப்படத்தை மட்டும் வெளியே எடுத்துப்-பார்த்தார்.

அது, அந்த காணாமல் போன பன்னிரெண்டு வயது சிறுவனான, சில்வியா-வின் தம்பியின் புகைப்படம்.

அவர் ஒரு வித பதற்றத்துடன், அந்தப் பெட்டியை வீட்டிற்குள் எடுத்து வந்து, ஒரு மேஜை மேல் வைத்துவிட்டு, உடனே தன் துணை அதிகாரியான டைலருக்-

குத் தகவல் கொடுத்தார்.

பின்னர் அவர், அங்கிருந்த ஒரு சிறிய சோபாவில், அந்தப் பெட்டியைப் பார்த்தவாறு மெதுவாக அமர்ந்தார்.

சில நிமிடங்களில், டைலர், அவரின் வீட்டிற்கு வந்தான். மெக்கானே அந்த பெட்டியையே பார்த்துக்கொண்டிருப்பதை பார்த்து, டைலர் குழப்பத்துடன், அந்தப் பெட்டிக்குள் இருப்பதை கவனித்தான்.

அப்போது மெக்கானே, 'இந்தப் பெட்டியை, அப்படியே காவல் நிலையம் கொண்டு செல். இந்த தலை முடியை DNA பரிசோதனைக்கு அனுப்பிவிட்டு, சில்வியாவை நாளை காலை, காவல் நிலையம் அழைத்து வர கூறிவிடு. மேலும், இந்தப் பெட்டியில் ஏதேனும் கை ரேகை உள்ளதா என்பதையும் அறிய கூறு...'.

அவன் பெரும் குழப்பத்துடன், 'டிடக்டிவ், இது எப்படி கிடைத்தது?' என்றான்.

அவர், நடந்த விசயத்தைக் கூறினார்.

பின்னர் டைலர், 'அப்படி என்றால், அந்த சிறுவன் இறந்து விட்டான் அல்லவா?'

அதற்கு அவர், 'இப்போது விசயம் அதுவல்ல. அந்தக் கொலையாளி, ஏன் இந்தச் சிறுவனுக்கு மட்டும் தனி முக்கியத்துவம் கொடுக்கிறான், என்பது தான் விசயம். இந்தச் சிறுவனில் ஏதோ ஒரு மர்மம் ஒளிந்துள்ளது.' என்று கூறி, டைலரைப் பார்த்தார்.

காலை, 8.30 மணி, சிறப்பு விசாரணை காவல் நிலையம்....

சில்வியா விசாரணை அறையில் பதற்றமாக அமர்ந்திருந்தாள். அப்போது மெக்கானே, அந்தப் பெட்டியுடன் உள்ளே வந்தார்.

அவர், அந்தப் பெட்டியை, சில்வியா முன் வைத்துவிட்டு, அவளிடம், 'இதை திறந்து பார்.' என்றார்.

அவளும், மெதுவாக அதை திறந்து பார்த்தாள். அதில், அவளின் தம்பியின் புகைப்படமும், அந்த வெள்ளை நிற மேலாடையும் இருந்தது.

அவள், விழித்தவாறு, அந்தப் புகைப்படத்தை வெளியே எடுத்து, 'இது என் தம்பி..' என்று கூறி, கண்கலங்கினாள்.

பின்னர் மெக்கானே, 'இந்தப் புகைப்படம், எப்போது எடுக்கப்பட்டது என்று நினைவு உள்ளதா?'.

அவள், 'ஆம், இது மூன்று மாதங்களுக்கு முன்பு, நான் தான் எடுத்தேன். ஆனால்.... இது எப்படி உங்களிடம்?'.

அவர், 'இந்தப் புகைப்படத்தை எங்கு வைத்திருந்தீர்கள்?'.

அவள் யோசித்தவாறு, 'நான் இதை, எங்கள் அறையில் தான்... ஆம், ஒரு ஆல்பமில் வைத்திருந்தேன்.'.

அவர், சற்று நிமிர்ந்து, சந்தேகத்துடன் சில்வியாவைப் பார்த்து, 'சரி, இந்த உடை, உன் தம்பியுடையதா?'.

அவளும், அதை வெளியே எடுத்துப் பார்த்தாள்.

அவள், நன்றாக யோசித்து, 'இல்லை, இது என் தம்பியுடையது அல்ல.' என்றதும், அவர் பெரும் குழப்பத்துடன், 'நன்றாக தெரியுமா?'.

அவள், 'ஆம், ஆம், இது என் தம்பியுடையது அல்ல.' என்றாள். மெக்கானே, 'இது உன் தம்பியின், உடல் அளவிற்குப் பொருத்தமாக இருக்கும் போல் தெரிகிறதே.' என்று சந்தேகத்துடன் கேட்டார்.

அவள், 'ஆம், ஆனால் நிச்சயம் இது என் தம்பியுடையது அல்ல. ஏனெனில், அவனிடம் வெள்ளை நிற உடைகளே கிடையாது.'.

பின்னர் அவர், 'சில்வியா.... உன் வீட்டிற்குள் கொலையாளி வந்து சென்றுள்ளது போல் தெரிகிறது. எனவே உன் வீட்டை இப்போது சோதனை செய்து கொண்டிருக்கின்றனர். அதுவரையில் நீ இங்கு தான் இருக்க வேண்டும்.'.

அவள் புருவத்தை உயர்த்தியவாறு, 'ஏன், அவன் என்னை ஏதும் செய்யவில்லை?' என்று குழம்பியவாறு கூற, அவர், 'எனவே தான், இப்போது உன் மீது சந்தேகம் வருகிறது.'.

சில்வியா அதிர்ந்தவாறு, 'என் மீதா? ஏன்?' என்று கண்களை அகலமாக விரித்தவாறு கேட்க, அதற்கு அவர், 'நேற்று இரவு, நீ வெளியே எங்கும் சென்றாயா?'.

அவள் சற்று தடுமாற்றத்துடன், 'இல்லையே, நீங்கள் என்னை வீட்டில் விட்டதும், உறங்கிவிட்டேனே?'.

அவர், 'அப்படியா? அப்படி என்றால் இது என்ன?' என்று கூறி, அவள் முன், சில புகைப்படங்களை வைத்தார்.

அவள் பெரும் குழப்பத்துடன், மெதுவாக அந்தப் புகைப்படங்களை எடுத்து பார்க்க ஆரம்பித்தாள்.

அவள் ஒவ்வொன்றையும் பார்க்க, பார்க்க, அவளுக்கு பெரும் அதிர்ச்சி, அவளின் கைகள் பயத்தில் நடுங்கி, உடல் முழுவதும் வியர்க்க ஆரம்பித்தது.

அதில், சில்வியா, நேற்று இரவு 10.45 மணி போல், அவள் வீட்டை விட்டு வெளியே வந்தது, அதுவும் அவள் கையில் ஒரு பெட்டியை வைத்துக்கொண்டு, மெக்கானேயின் வீடு இருக்கும் பகுதியில் அவள் நடந்து சென்றது, என்று அனைத்தும் புகைப்படமாக இருந்தன.

சில்வியா, பெரும் அதிர்ச்சியில், எச்சிலை விழுங்கியவாறு மெக்கானேயைப் பார்த்தாள்.

மெக்கானே கோபத்துடன், 'சில்வியா, எங்கே உன் தம்பி? எங்கே மறைத்து வைத்துக்கொண்டு இப்படி நாடகம் ஆடிக்கொண்டிருக்கிறாய்? நீ தான் மக்களை கடத்துகிறாயா?' என்று மிரட்டலான குரலில் கேட்டார்.

அவள் அதிர்ச்சியுடன், 'இல்லை, இல்லை, நீங்கள் என்னை தவறாக புரிந்துள்ளீர்கள். நான் எப்படி என் தம்பியை...?'

மெக்கானே, 'நீ உண்மையை கூறும் வரையில், இங்கு தான் இருக்க வேண்டும். அதுவும், உணவு தண்ணீர் ஏதும் இல்லாமல்.' என்று கூறி, சற்று கோபமாக அங்கிருந்து செல்ல, அவள், 'இல்லை, இல்லை, நான் உண்மையை தான் கூறுகிறேன். உண்மையில் இதற்கும் எனக்கும் எந்த சம்பந்தமும் இல்லை..' என்று கத்தினாள்.

மெக்கானே, மெதுவாக திரும்பி, அவளை முறைத்தவாறு பார்த்தார்.

சில்வியா, அவரின் பார்வையில் சற்று பயம் கொண்டு, அப்படியே அமைதியானாள்.

பின்னர் மெக்கானே ஒரு அடி முன்னே எடுத்து வைக்கும் போது, சில்வியா அழுதவாறு, 'சரி, சரி, நான் அனைத்து உண்மையையும் கூறிவிடுகிறேன்.' என்று கூறியதும், மெக்கானே மெதுவாக திரும்பி அவளை பார்த்தார்.

சில்வியா, சற்று கண்களை மூடி, கண்ணீர் வழிய, 'நீங்கள் என்னை, வீட்டில் இறக்கி விட்ட பிறகு, இரண்டு மணி நேரம் கழித்து, (10.20 மணி) ஒரு செல்பேசி அழைப்பு வந்தது. அதில், ஒருவன் வித்தியாசமான குரலில் பேசினான். அவன் என்னிடம், வீட்டிற்கு வெளியே ஒரு அட்டைப் பெட்டி இருக்கும், அதை பிரிக்காமல், அவன் கூறும் இடத்தில் சென்று வைக்குமாறு கூறினான். அப்போது எனக்கு மிகவும் பயமாக இருந்தது, முதலில் மறுத்தேன். ஆனால் அவன், இதை செய்யவில்லை என்றால் என் தம்பியை கொலை செய்வதாக கூறினான். மேலும் என் தம்பியின் குரலையும் நான் கேட்டேன்.' என்று கூறி, பெரிதும் அழ ஆரம்பித்தாள்.

மெக்கானே, மனதில் சற்று பதற்றம் வர ஆரம்பித்தது. மேலும், இவள் கூறுவதை நம்பலாமா வேண்டாமா என்ற குழப்பம் அதிகமாக இருந்தது.

பின்னர் அவள், 'எனக்கும் வேறு வழி தெரியவில்லை. எனவே நான் அவன் கூறிய இடத்திற்கு அந்தப் பெட்டியை கொண்டு சென்று வைத்துவிட்டேன். இது தான் நடந்தது, என்னை நம்புங்கள்.'

மெக்கானே ஏதும் கூறாமல், சில நொடிகள் அமைதியாக அவளைப் பார்த்தார்.

பின்னர் அவர், 'அந்த அழைப்பு வந்த எண், உன் கைப்பேசியில் உள்ளது அல்லவா?'.

அவள் சற்று ஆர்வத்துடன், 'ஆம், ஆம், நிச்சயம் உள்ளது.' என்று கூறியதும், மெக்கானே மனதில், 'இவள் உண்மையை தான் கூறுகிறாளோ?' என்று

குழம்பினார்.

பின்னர் அவர், ஏதும் கூறாமல், அங்கிருந்து சென்றார். ஆனால், சில்வியா, 'என்னை விட்டுவிடுங்கள். நான் எந்த தவறும் செய்யவில்லை.' என்று கதற ஆரம்பித்தாள்.

மெக்கானே வெளியே வந்ததும், டைலரைப் பார்த்தார். டைலர் அவரிடம், 'டிடக்டிவ், அவள் கூறுவது சரி தான். 10.20 ற்கு அவளின் கைப்பேசிக்கு ஒரு தெரியாத அழைப்பு வந்துள்ளது.' என்று கூறி, சில்வியாவின் கைப்பேசியை காட்டினான்.

அவர், 'கொலையாளி நிச்சயம் பெரிய திட்டத்துடன் தான் இதை செய்துள்ளான். அவன் சில்வியாவை இதில் சிக்க வைத்து, நம் நேரத்தை கடத்தப் பார்க்கிறான்.' என்று கூறி பெரிதும் யோசிக்க ஆரம்பித்தார்.

சில நொடிகள் யோசனைக்குப் பிறகு, அவர், 'சரி, இந்த கைப்பேசியை முழுவதுமாக ட்ராக் (Track) செய்யுங்கள். கடந்த ஒரு வாரத்தில் சில்வியா யார் யாரிடம் பேசினாள்? என்ன பேசினாள் என அனைத்து தகவல்களும் வேண்டும். மேலும், அவள் அவளின் தம்பியின் குரலை கேட்டதாக கூறினாள். அப்படி என்றால், நிச்சயம், அவள் தம்பி இருக்கும் இடத்திலிருந்து தான் அழைப்பு வந்திருக்கும்.' என்று பரபரப்பாக கூறினார்.

டைலரும், சரி என தலையசைத்து அங்கிருந்து சென்றான்.

மெக்கானே மனதில், பல கேள்விகள் ஏழ ஆரம்பித்தன, அவர் மனதில், 'சில்வியா மீது, ஏன் அந்தக் கொலையாளி பழி போட பார்க்கிறான்? ஏன் அந்த சரக்கு காரின் உரிமையாளனான மைக் பொய்க் கூறவேண்டும்? உண்மையில், சில்வியாவிற்கும், அந்த மைக்கிற்கும், அந்தக் கொலையாளிக்கும் என்ன சம்பந்தம்?' என்னும், தன் கேள்விகளுக்கான விடை தெரியாமல் தவித்தார்.

சில நிமிடங்களுக்குப் பிறகு.....

மெக்கானே, தன் அறையில், தலையில் கைவைத்தவாறு பெரும் யோசனையில் இருந்தார்.

அப்போது, நாதன் வேகமாக அங்கு வந்து, 'டிடக்டிவ், சில்வியாவின் வீட்டில்...' என்று பெரும் பதற்றத்துடன் வந்து நின்றான்.

மெக்கானே விழித்தவாறு, அவனைப் பார்த்தார்.

காலை 10.30 மணி, சில்வியாவின் வீடு,

சில்வியாவை அழைத்துக்கொண்டு, மெக்கானேவும், அவரின் மூன்று அதிகாரிகளும், சில்வியாவின் வீட்டிற்கு வந்தனர்.

அங்கு சில காவலர்கள், அங்கும் இங்கும் சென்றவாறு இருந்தனர். சில காவலர்கள், பெரும் அதிர்ச்சியுடனும், பயத்துடனும் பேசிக்கொண்டு நின்று கொண்டிருந்தனர்.

அப்போது ஒரு காவலன் வேகமாக வந்து, 'டிடக்டிவ் மெக்கானே, என்னுடன் வாருங்கள்.' என்று அனைவரையும் அழைத்து சென்றான்.

சில்வியா, என்ன நடக்கிறது என்று புரியாமல் பெரும் குழப்பத்துடன் அவர்கள் பின் சென்றாள்.

அந்தக் காவலர், சில்வியாவின் வீட்டிற்குப் பின்னே இருக்கும், ஒரு சிறிய தோட்டத்தை நோக்கினார்.

அங்கு•••

அந்த காவலர், ஏற்க இயலா மன நிலையுடன், ஒன்றை காட்டினார். அதைப் பார்த்ததும், சில்வியாவிற்கு பெரும் அதிர்ச்சி, மெக்கானே புருவங்களை உயர்த்தி-யவாறு, பதற்றத்துடன் மூச்சை பலமாக இழுத்து விட்டார்.

அங்கு, மேலும் மூன்று சடலங்களை வைக்கும் பைகள் கிடந்தன.

சில்வியா, அதில் அவளின் தம்பி இருப்பானோ என்று பெரிதும் பயந்தவாறு நின்று கொண்டிருந்தாள்.

மெக்கானே மெதுவாக சென்று, அந்தப் பைகளை ஒவ்வொன்றாக திறந்து பார்த்தார். அதோடு, அந்தச் சடலங்களின் கண்களையும் திறந்து பார்த்தார்.

அதில், ஒரு பன்னிரெண்டு வயது சிறுவனும், இரண்டு ஐம்பது வயது நிரம்பிய ஆண்களின் சடலங்களும் இருந்தன. அந்த மூன்று சடலங்களுக்கும் அதே சிவப்பு நிறக்கண்கள்.

ஆனால், அந்த சிறுவன், சில்வியாவின் தம்பி அல்ல.

மெக்கானே சற்று தலை குனிந்தவாறு, மெதுவாக எழுந்து சில்வியாவிடம், 'இதில் உன் தம்பி இல்லை. அனேகமாக அந்த வெள்ளை நிற உடை, இதில் உள்ள சிறுவனுடையாதாகவே இருக்க வேண்டும்.' என்றார்.

சில்வியா, பெரும் நிம்மதி அடைந்து, வாயைப் பொத்தி அழ ஆரம்பித்தாள்.

அப்போது மெக்கானே, அங்கிருந்த காவலரிடம், சில்வியாவை வீட்டினுள் அமர வைக்குமாறு கூறினார்.

சில்வியா அங்கிருந்து சென்றதும், மெக்கானே, தன் மூன்று துணை அதி-காரிகளிடம், 'நமக்கு, மேலும் மேலும் சிக்கல்கள் அதிகமாகிக்கொண்டிருக்கிறன.' என்று கூறி, ஒரு சிகரெட்டைப் பற்றவைத்து, தன் நெற்றியை சொரிந்து கொண்டு, பின்னர், 'நாதன், நீ அந்த மைக் வீட்டில், அவனுடனேயே இருக்க வேண்டும். அவனுக்கு ஏதேனும் உதவி செய்வது போல் கண்காணி. அவனிடம் யார் பேசுகி-றார்கள்? அவன் எங்கு செல்கிறான்? என்று அனைத்தையும் கண்காணி. நிச்சயம் அந்த கொலையாளி, மைக் மூலமாகவே நமக்கு அடுத்த தகவலை கொடுக்க, அதிக வாய்ப்புகள் உள்ளன.'.

அவனும், சரி என்று கூறி, உடனே அங்கிருந்து புறப்பட்டான்.

பின்னர் அவர், அங்கிருந்த ஒரு காவலரிடம், 'பத்திரிக்கையாளர்களுக்கு விசயம் தெரியும் முன், இந்த சடலங்களை, பிரேத பரிசோதனைக்கு கொண்டு செல்லுங்கள்.' என்று கூறி, வீட்டிற்குள் சென்றார்.

அங்கு சில்வியா, ஹாலில் உள்ள இருக்கையில் பெரும் சோகத்தில் அமர்ந்திருந்தாள். அவளுடன் இரு காவலர்கள் நின்று கொண்டிருந்தனர்.

அப்போது, மெக்கானே, அவள் முன் நின்று, 'சில்வியா.... உனக்கு இந்தப் பைகள், இங்கு வைக்கப்பட்டது தெரியுமா?'.

அவள் பெரும் சோகத்துடன், இல்லை என்று தலையசைத்தாள்.

பின்னர் அவர், 'நீ அந்தப் பெட்டியை யார் வீட்டின் முன் வைத்தாய் என்று ஏதேனும் தெரியுமா?'

அதற்கு அவள், 'இல்லை... எனக்குத் தெரியாது, அவன் அழைப்பு பேசியில் வழி கூறினான். அது படி சென்று, அந்தப் பெட்டியை வைத்துவிட்டு வந்துவிட்டேன்.' என்று கூறி, மெக்கானேவை பார்த்தாள்.

மெக்கானே, 'நீ, என் வீட்டு வாசலில் தான் அந்த பெட்டியை வைத்துள்ளாய்.' என்றதும், சில்வியா ஆச்சரியமாக அவரைப் பார்த்தவாறு குழப்பத்தில், 'உங்கள் வீடா?' என்றாள்.

சில்வியா, குழப்பத்தில் அமைதியாக மூவரையும் பார்த்தாள்.

பின்னர் மெக்கானே, 'சில்வியா, நீ எந்த தவறும் செய்யவில்லை என்று புரிகிறது. ஆனால், நீ இந்த வீட்டை விட்டு வெளியே செல்வது உனக்கு பெரும் ஆபத்து. உன்னுடன் மூன்று காவலர்கள் எப்போதும் இருப்பார்கள். உன் தம்பி, இன்னும் உயிருடன் இருக்க வாய்ப்பு இருப்பதால், அந்தக் கொலையாளி மீண்டும் உன்னை தேடி வரலாம்.',

அவள், 'சரி, எனக்குப் புரிகிறது. ஆனால், என் தந்தைக்கு தகவல் கொடுக்க வேண்டும்.'.

மெக்கானே, 'உன் தந்தை பற்றி கவலை கொள்ளாதே, ஓரிரு நாட்களில் இங்கு வந்துவிடுவார். மேலும், உனக்கு கைப்பேசி உபயோகிக்க அனுமதி இல்லை. ஆனால், வரும் அழைப்புகளை மட்டும், உன்னுடன் இருக்கும் காவலர்களின் அனுமதியுடன் ஏற்று பேசிக்கொள்ளலாம்..'.

சில்வியா, அமைதியாக சரி என்று தலையசைத்தாள்.

பின்னர் மெக்கானே, மெதுவாக அங்கிருந்து நகர்ந்து, சில்வியாவின் வீட்டை மெதுவாக கவனித்தார்.

அப்போது, அவர், 'டைலர், நீ உடனே காவல் நிலையம் செல், அந்த தலைமுடிக்கான தகவல் பற்றி அறிந்து கொண்டு, உடனே எனக்கு தகவல் கொடு.' என்றதும், டைலர் உடனே அங்கிருந்து புறப்பட்டான்.

பின்னர் மெக்கானே, தன் மூன்றாவது துணை அதிகாரியான நெல்சனிடம், ‘நெல்சன், நீ சில்வியாவின் பாதுகாப்பிற்கு இங்கேயே இருக்க வேண்டும். அவளுக்கு வரும் அழைப்புகளை, காவல் நிலையத்திற்கு இணைப்பு கொடுத்து-விட்டு, பின்னர் அழைப்பை ஏற்று பேசுமாறு அவளிடம் கூறு. ஏதேனும் சந்தே-கப்படும் படி நடந்தால், உடனே தகவல் கொடு.’ என்று கூறி, மெதுவாக சில்வி-யாவைப் பார்த்தார்.

அவர் மனதில், ‘ஆனால், இவள் ஏதோ ஒன்றை மறைக்கிறாள் போல் தெரி-கிறதே...?’ என்று எண்ணி, ஒரு சிகரெட்டைப் பற்ற வைத்தார்.

5

சிறிய தவறு பெரியவிளைவு

சில்வியா வீட்டில்.....

மெக்கானே, மெதுவாக சில்வியாவின் அறைக்குள் வந்து, சுற்றி சுற்றி பார்த்-தார். அங்கிருந்த பொருட்கள், அனைத்தையும் ஒன்றுவிடாமல் கவனமாக பார்த்-தார்.

அப்போது, ஒரு மேஜை மேல், ஒரு டைரி இருப்பதை கவனித்தார்.

மெதுவாக அதை எடுத்து, திறந்து பார்க்க, அது சில்வியாவின் தம்பியினுடைய டைரி என்று புரிந்துகொண்டார்.

அவர், மெதுவாக ஒவ்வொறு பக்கமாக திருப்பி பார்க்க ஆரம்பித்தார். அதில், அந்த சிறுவனின் வாழ்வில் நடந்த சில அனுபவங்களை மழலையாக எழுதியி-ருந்தான்.

அப்போது ஒரு பக்கத்தில்...

'ஒரு நாள் இரவில், தன் தந்தை மிகவும் வித்தியாசமான உடை அணிந்து கொண்டு, வீட்டின் தரை தளத்திற்கு அடியில்(Basement) உள்ள ஒரு அறை-யில், ஏதோ செய்து கொண்டிருந்தார்.' என்று எழுதியிருந்தான்.

மெக்கானே, சற்று யோசித்தவாறு நின்றார்.

பின்னர் அவர், மற்ற பக்கங்களையும் பார்த்துவிட்டு, அந்த டைரியை தன் பைக்குள் வைத்துக்கொண்டு, வேறு ஏதும் கிடைக்கிறதா என தேட ஆரம்பித்தார்.

சில நிமிடங்கள் தேடுதலிற்குப் பிறகு, அவர் சில்வியாவின் அறையை விட்டு வெளியேறி, ஹாலிற்கு வந்தார்.

அப்போது மெக்கானே, சில்வியாவிடம், 'உங்கள் வீட்டில், தரைதளம் உள்-ளதா?' என்று கேட்டார்.

அவள்,'ஆம், அது என் தந்தையின் அலுவலகம். ஆனால் அது இப்போது பூட்டியுள்ளது. அதற்கான சாவி என் தந்தையிடமே உள்ளது.'.

அவர் சந்தேகத்துடன், 'அங்கு, அவர் என்ன செய்வார்?'.

அவள், 'தெரியவில்லை, நான் அவரின் அலுவலகத்திற்குள் சென்றதில்லை.' என்று அமைதியான குரலில் கூறினாள்.

மெக்கானே, ஒரு வித சந்தேகத்துடனே அவளைப் பார்த்து, பின்னர் மெதுவாக அங்கிருந்து சென்றார்.

அவர், அந்த வீட்டையும், வீட்டிற்கு வெளியேயும், பெரிதும் ஆராய்ந்து பார்த்-தார்.

அவர் மனதில், ஏதோ ஒன்றை தவற வீடுகிறோமோ என்ற ஒரு குறையுணர்வு இருந்து கொண்டே இருந்தது.

சில நிமிடங்கள், சில்வியாவின் வீடு முழுவதும் சுற்றி அலசி ஆராய்ந்து விட்டு, பின்னர் வீட்டிற்கு வெளியே சாலையில், நின்று கொண்டு இரு புறமும் பார்த்து பெரும் குழப்பத்துடன் நின்றார்.

அப்போது அவருக்கு, டைலரிடம் இருந்து அழைப்பு, அவன், 'டிடக்டிவ், அந்த முடிகள், இன்று கிடைத்த அந்த இரண்டு ஆண்களினுடையது. அதோடு அந்த வெள்ளை நிற ஆடை, அந்த சிறுவனுடையது. மேலும்..' என்று தயங்கி-னான்.

மெக்கானே, 'என்ன, விசயம்?'

அவன், 'சில்வியாவின், கைப்பேசியை பரிசோதித்ததில், சில விசயங்கள் கிடைத்துள்ளன.' என்றதும், அவர் புருவங்களை உயர்த்தியவாறு, நின்றார்.

மதியம், 12.30 மணி, சிறப்பு விசாரணை காவல் நிலையம்,

மெக்கானே, கார் மூலமாக காவல் நிலையத்திற்கு வந்தார். ஆனால், அங்கு பல பத்திரிக்கையாளர்களும், மக்களும் பெரிதளவில் திரண்டு காணப்பட்டனர்.

அவர் எரிச்சலுடன், காரை அந்தக் கூட்டத்திற்கு மத்தியில் செலுத்தினார்.

பின்னர் அவர், காரை விட்டு வெளியே வந்ததும், பத்திரிக்கையாளர்கள், வழக்கம் போல் கேள்விகளை அடுக்க ஆரம்பித்தனர்.

அவர் ஏதும் கூறாமல், அந்தக் கூட்டத்திற்கு நடுவில், எப்படியோ காவல் நிலையத்திற்குள் சென்றுவிட்டார்.

அவர், பெரும் கோபத்துடன், உள்ளே வந்ததும், 'பத்திரிக்கையாளர்களுக்கும், மக்களுக்கும் எப்படி விசயம் தெரிந்தது?' என்று கத்தினார்.

அங்கிருந்த காவலர்கள், மெக்கானேவை சற்று பதற்றத்துடன் பார்த்தனர்.

அப்போது அவர், 'இப்போது, இந்த இடத்திற்கு, நான் தான் தலைமை அதி-காரி, என்னை மீறி எப்படி தகவல் கசிந்தது. யார் கூறியது?'.

அனைவரும் தலை குனிந்தவாறு அமைதியாக நின்றனர்.

அவர்களின் அமைதியைப் பார்த்த மெக்கானே, மிகவும் எரிச்சல் அடைந்து, பெரும் கோபத்துடன், தன் அலுவலகத்தை நோக்கினார். அவர் பின் டைலரும் சென்றான்.

அவர் தன் அலுவகத்திற்குள் வந்ததும், டைலரிடம், 'டைலர், சில்வியாவின் கைப்பேசியில் என்ன தகவல் கிடைத்தது?',

அவன், அவர்முன் ஒரு ஆடியோ பதிவு செய்யப்பட்ட டேப் மற்றும் சில காகித கோப்புகளை வைத்தான்.

மெக்கானே, அந்த ஆடியோ டேப் ஐ இயக்கி, அதில் உள்ளதை கேட்க ஆரம்பித்தார்.

அதில், மொத்தமே ஆறு கைப்பேசி பதிவுகள் மட்டுமே இருந்தன. அதில் ஐந்து அழைப்புகள், அவளின் தந்தையுடையது, அதில் அவர்கள் எதுவுமே பேசிக்கொள்ளவில்லை. ஆனால், அதில் ஏதோ ஒரு 'டொக் டொக்' என்ற சப்தம் மட்டுமே கேட்டுக் கொண்டிருந்தது.

ஐந்து ஆடியோ பதிவுகளும் சரியாக பதினைந்து நிமிடங்கள் நீடித்தன.

ஆறாவதாக, அந்த மர்ம நபர், அவளுக்கு அழைப்பு கொடுத்த பதிவு இருந்தது.

அதில்,

மர்ம நபர்: நான் யார்? என்று கேள்வி கேட்பதற்குப் பதிலாக, நான் கூறுவதை மட்டும் செய்.

சில்வியா: நான் ஏன் செய்ய வேண்டும்?

மர்ம நபர்: உனக்கு உன் தம்பி மேல் அக்கரை இல்லையா?

சில்வியா: என் தம்பியா? உனக்கு எப்படி தெரியும்? யார் நீ?

மர்ம நபர்: உன் தம்பியின் குரலை கேட்டால், நீ கேள்வி கேட்பதை விடுவாய். (சில்வியாவின் தம்பி, 'என் பெயர் பிரண்டன், நான் இங்கு நலமாக உள்ளேன். நான் இன்னும் சில நாட்கள் நலமாக இருக்க வேண்டும் என்றால், நீ இதை செய்.' என்று ஒரு இயந்திரம் கூறுவது போல் கூறினான்.)

சில்வியா(அழுதவாறு): என் தம்பியை விட்டு விடு, நீ கூறுவதை நான் செய்கிறேன்.

மர்ம நபர்: சரியாக 10.30 க்கு, உன் வீட்டிற்கு வெளியே, ஒரு அட்டைப் பெட்டி வைக்கப்பட்டிருக்கும். அதை எடுத்துக்கொண்டு, நான் வழி காட்டும் இடத்திற்கு கொண்டு சென்று வைத்துவிட வேண்டும். பின்னர் நீ உன் வீட்டிற்கு சென்றுவிடு.

சில்வியா: சரி, சரி, நான் செய்கிறேன்.

மர்ம நபர்: மேலும், இது குறித்து நீ யாரிடமும், ஏதும் பேசக்கூடாது. உன்னிடம் காவலர்கள் விசாரிப்பார்கள். முதலில் ஏதும் கூறாதே. ஆனால், உன்னை மிரட்-

டினால் மட்டும் நடந்ததை கூறிவிடு.

சில்வியா: கூறிவிடவா? இதனால் நீ என் தம்பியை...

மர்ம நபர்: கவலைப்படாதே. நான் கூறுவது போல் மட்டும் செய். உன் தம்பி நலமாக இருப்பான்.

சில்வியா: சரி, நான் செய்கிறேன்.

(அழைப்பு துண்டிக்கப்பட்டது.)

மெக்கானே அந்த பதிவைக்கேட்டதும், குழப்பத்துடன், 'இந்த அழைப்பு எங்கிருந்து வந்தது?' என்று ஆர்வமாக கேட்டார்.

டைலர், 'ஒரு பொது கட்டண அழைப்பு பேசியிலிருந்து வந்துள்ளது.' என்றான்.

மெக்கானே, 'பின்னர் எப்படி, பிரண்டனின் குரல்?' என்று குழம்பியவாறு கூறி, மீண்டும் அந்த ஆடியோ டேப்பை ஓடச்செய்து கேட்க ஆரம்பித்தார்.

அவர், பிரண்டனின் குரலை மட்டும் மீண்டும் மீண்டும் கேட்டார். பின்னர் அதில், அவர் ஒன்றை கவனிக்க, சற்று தெளிவானார்.

சற்று சலித்தவாறு, 'பிரண்டனின் குரலை ஏற்கனவே பதிவு செய்து வைத்து, அதைக் கொண்டு சில்வியாவை மிரட்டியுள்ளான்.' என்று கூறி, நெற்றியை சொரிந்தார்.

பின்னர் அவர், சில்வியா மற்றும் அவளின் தந்தையின் உடனான உரையாடலை கவனித்தார். அதில் வெறும் டொக் டொக் என்ற சப்தங்கள் மட்டுமே கேட்டவாறு இருந்தன.

மெக்கானே குழப்பத்துடன் இருக்க, அப்போது டைலர், 'நாம், இந்த ஒலி சப்தம் குறித்து சில்வியாவிடமே கேட்கலாமே?'.

அவர், 'வேண்டாம்.' என்று கூறி, அமைதியாக இருந்தார்.

பின்னர் அவர், 'நாதனிடமிருந்து ஏதேனும் தகவல் வந்ததா?'.

அவன், 'ஆம், அங்கு, சந்தேகப்படும் படி ஏதும் இல்லை. மேலும், அந்தச் சரக்கு காரின் உரிமையாளன் உண்மையைக் கூறியிருப்பதாக நாதன் கூறுகிறான்.' என்றதும், அவர், மிகவும் குழம்பியவாறு அவனைப் பார்த்தார்.

அவர் மனதில், 'ஆனால், அவன் கூறிய விசயங்கள், அந்த ஸ்மித் பையன் கூறும் விசயங்களுடன் ஒத்துப்போக வில்லையே?'.

உடனே அவர், 'டைலர், என்னுடன் வா. நாம் ஒரு இடத்திற்குச் செல்ல வேண்டும்.' என்று கூறி வேகமாக எழுந்து தன் தொப்பியை மாட்டிக்கொண்டார்.

ஒலிம்பிக் போலவர்ட் சாலை. மதியம் 1.30 மணி,

மெக்கானேவும், டைலரும், அந்தப்பகுதியில் உள்ள, ஸ்மித்தின் வீட்டை நோக்கிச் சென்றனர். சில நிமிடங்களில், இருவரும், ஒரு வீட்டின் முன் நின்று, அழைப்பு மணியை அடித்தனர்.

சில நொடிகள் கழித்து, ஒரு பெண் கதவைத் திறந்தாள். அவள் முகம் பெரும் வாட்டமாக, பெரும் சோகத்திலும், கண்கள் சிவந்தவாறும் இருந்தன.

மெக்கானே, அவளைப் பார்த்ததும், சற்று குழம்பியவாறு, 'ஸ்மித், உள்ளானே?' என்று கேட்டார்.

அவள் சற்று பதற்றத்துடன், 'அவன், இங்கு இல்லை. என்ன விசயம் யார் நீங்கள்?'.

அப்போது டைலர், தன் அடையாள அட்டையை காட்டி, 'நீங்கள் ஸ்மித்தின் தாயா?' என்றான்.

அவள், அந்த அடையாள அட்டையைப் பார்த்துவிட்டு, பின்னர் சற்று யோசித்தவாறு, இருவரையும் பார்த்து, 'ஆம், சரி உள்ளே வாருங்கள்.' என்று அவர்களை உள்ளே வரவழைத்தாள்.

இருவரும் மெதுவாக உள்ளே வந்தனர். மெக்கானே அந்த வீட்டை, சுற்றி சுற்றி பார்த்தார்.

அப்போது, ஸ்மித்தின் தாய், 'என்ன விசயமாக வந்துள்ளீர்கள்?'.

உடனே மெக்கானே, 'நீங்கள், நலம் தானே. பெரும் சோகத்தில் உள்ளது போல் தெரிகிறதே?'.

அவள் கண்கள் லேசாக கலங்கின. ஆனால் அவள் கண்களை துடைத்துக்கொண்டு, 'இல்லை, இல்லை, நான் நலம் தான்.' என்று சமாளித்தாள்.

மெக்கானேவும், டைலரும் முகத்தை முகத்தைப் பார்த்துகொண்டனர்.

பின்னர், மெக்கானே, 'உங்கள் மகன், எங்கே சென்றுள்ளான்?'.

அவள், சற்று பதற்றம் கொண்டு, 'அது, தெரியவில்லை.. இல்லை... ஆம், அவன் கல்லூரிக்குச் சென்றுள்ளான். மாலை தான் வருவான்.'.

அப்போது மெக்கானே, 'அப்படியா, நல்லது, அவன் வரும் வரை இங்கு காத்திருக்கிறோம்.' என்று கூறியதைக் கேட்டதும், அவள், மேலும் பதற்றம் கொண்டு, செய்வதறியாமல் சற்று யோசித்தவாறு நின்றாள்.

அதை கவனித்த மெக்கானே, சற்று கண்களை சுருக்கியவாறு, அவளைப் பார்த்தார்.

சில நொடிகள் செல்ல, அவள், 'ஆம், இப்போது தான் நினைவு வருகிறது. அவன் எங்கோ நண்பர்களுடன் செல்வதாகவும், இரவும் அங்கு தங்குவதாகவும் கூறினான். எனவே அவன் நாளை மாலை தான் இங்கு வருவான்.' என்று பதற்றமாகவே கூறினாள்.

மெக்கானேவும், டைலரும் பெரும் சந்தேகத்துடன், அவளைப் பார்த்தனர்.

அவள், பதற்றமாக இருவரையும் பார்க்க, உடனே டைலர், 'உங்களை சந்தேகத்தின் அடிப்படையில் கைது செய்கிறோம்.' என்று கூறி, முன் வந்தான்.

அவள் பெரிதும் அதிர்ச்சி அடைந்து, 'இல்லை, என்ன இது, நான் என்ன செய்தேன்?' என்று பதறினாள்.

மெக்கானே, 'உன் மகன் எங்கே என்ற உண்மையை கூறினால். உனக்கு நல்லது.' என்று கோபமான குரலில் கூறினார்.

அவள், எச்சிலை விழுங்கியவாறு, என்ன செய்வது என்று புரியாமல், 'சரி, சரி, நான் கூறுகிறேன்.' என்று கூறி, அங்கிருந்த இருக்கையில் பெரும் சோகத்துடன் அமர்ந்து, தரையைப் பார்த்து சற்று யோசித்தாள்.

மெக்கானே, அவளின் வார்த்தைகளை எதிர்ப்பார்த்து நின்றார்.

பின்னர் அவள், 'நேற்று இரவு பத்து மணி இருக்கும், என் மகனுக்கு ஒரு அழைப்பு வந்தது... அவன் மிகவும் பயந்து போய், என்னிடம் ஏதும் கூறாமல், வெளியே வேகமாக சென்றான். பின்னர் என்ன ஆனது என்றே தெரியவில்லை. இரவு ஒரு மணி ஆகியும் அவன் வீடு திரும்பவில்லை. நான் வெளியே சென்று, அவன் அடிக்கடி செல்லும் இடங்களுக்கு சென்றும் தேடிப்பார்த்தேன். ஆனால் அவன் எங்குமே இல்லை. எனக்கு இரவு முழுவதும் தூக்கமே இல்லை. என்ன ஆனது என்று புரியாமல் தவித்தேன்.

இன்று காலை ஒரு ஆறு மணி அளவில், எனக்கு ஒரு கைப்பேசி அழைப்பு வந்தது. அதில், என் மகன் ஸ்மித் தான் பேசினான். அவன், என்னை, மன்னித்து விடுங்கள், நான் பெரிய குற்றத்தை உங்களின் நலனுக்காக செய்துவிட்டேன். நீங்கள் நலமாக இருக்க வேண்டும். மேலும், என்னால் இனிமேல் உங்களை பார்க்க இயலாது. மன்னித்துவிடுங்கள். தந்தையை பார்த்துக்கொள்ளுங்கள். என்றான், அவன் அழைப்பை துண்டிக்கும் முன், நான் செல்ல வேண்டும், நான் எங்கே என்று யாராவது கேட்டால் கூறாதீர்கள். ஆனால் மிரட்டினால் மட்டும் உண்மையைக் கூறுங்கள். நான் உங்களை நேசிக்கிறேன், என்று கூறி அழைப்பை துண்டித்துவிட்டான்....' என்று கூறி பெரிதும் அழ ஆரம்பித்தாள்.

மெக்கானே, அவளின் வார்த்தைகளை கேட்டதும், அதிர்ச்சியில் உறைந்து போய் நின்றார். அவர் மனதில், 'அப்படி என்றால், ஸ்மித் தான் பொய் கூறியுள்ளான். மைக் மீது, திசை திருப்பிவிட்டு, ஸ்மித்தை அந்தக் கொலையாளி கடத்தியுள்ளான். அதற்கு ஸ்மித்தையே பயன் படுத்தியுள்ளான்.' என்று எண்ணி, நெற்றியை சொரிந்தவாறு, டைலரிடம், 'டைலர், பெரிய தவறு செய்துவிட்டோம். நாம் ஸ்மித்தை தொடர்ந்து, கண்காணித்திருக்க வேண்டும்.' என்று கூற, டைலர், கண்கள் பிதுங்கியவாறு நின்று கொண்டிருந்தான்.

அப்போது மெக்கானே நடந்ததை ஏற்க இயலாமல் தவித்தார். அவர் மனதில், 'ஸ்மித், எங்கு சென்றிருப்பான். யார் அவனிடம் அழைப்பு கொடுத்திருப்பர். என்ன

நடந்திருக்கும்?' என்று கேள்விகளால், தன் மனதை நிரப்ப ஆரம்பித்தார்.

அப்போது, அவருக்கு சில விசயங்கள் தோன்ற, உடனே அவர், ஸ்மித்தின் தாயிடம், 'ஸ்மித், எப்போது வெளியே சென்றான்?'.

அவள், 'பத்து மணி அளவில்..' என்றதும், மெக்கானே, 'கடைசியாக ஏதோ கூறினான் என்றீர்களே? மிரட்டினால் மட்டும் என்று..',

அவள், 'ஆம், யாரிடமும் ஏதும் கூற வேண்டாம். ஆனால் மிரட்டிக் கேட்டால், உண்மையை மட்டும் கூறுங்கள் என்றான்.' என்றதும், மெக்கானே டைலரைப் பார்த்தார்.

டைலர் அதிர்ச்சியுடன், 'சில்வியாவிடம் கூறிய அதே வார்த்தைகள். அப்படி என்றால், ஸ்மித் தான், சில்வியாவிடம் பேசியுள்ளான், அல்லவா?'.

மெக்கானே, 'நிச்சயமாக.... அப்படி என்றால், அந்தச் சடலங்களையும், சில்வியாவின் வீட்டில் ஸ்மித் தான் வைத்திருக்க வேண்டும். அவள் என் வீட்டிற்கு வரும் போது, அவன், சடலங்களை சில்வியாவின் வீட்டில் வைத்துள்ளான்.' என்று கூறி, பதற்றமாக, 'நாம் ஏதோ ஒன்றை கவனிக்காமல் விடுகிறோம். அந்தக் கொலையாளி மிகவும் சாமர்த்தியமாக செயல்படுகிறான். நம்மை குழப்பியும், திசை திருப்பிவிட்டும், நம் நேரத்தை வீணடித்தும், தன் திட்டங்களை சிறப்பாக செயல்படுத்திக் கொண்டிருக்கிறான்.' என்று கூறி, டைலரைப் பார்த்தார்.

6

சிறு தடயமும் சிக்கலை தீர்க்க உதவும்

ஸ்மித் வீட்டில்....

மெக்கானே, உண்மைகளை அறிந்ததும்,ஸ்மித்தின் தாயிடம், 'கவலை வேண்டாம், ஸ்மித்தை நாங்கள் மீட்டு கொண்டு வரப் பார்க்கிறோம். உங்களுக்குக் காவலர்களின் பாதுகாப்பு இருக்கும்.' என்று கூறி, அங்கிருந்து சென்றார்.

அப்போது டைலர் பெரும் குழப்பத்துடனும், பல சந்தேகங்களுடனும், அவரைப் பின் தொடர்ந்தான். மெக்கானே வெளியே வந்ததும், ஒரு சிகரெட்டை பற்ற வைத்துக்கொண்டு, வேகமாக சென்று கொண்டிருந்தார்.

அப்போது டைலர், 'டிடக்டிவ், அப்படி என்றால், நமது விசாரணை தவறான பாதையில் சென்று கொண்டிருக்கிறது, அல்லவா?'.

அவர், 'ஆம், நாம் இப்படி ஒவ்வொருவரையும் விசாரித்தால், நமக்கு எந்த ஒரு தடயமும் கிடைக்காது. இதுவே கொலையாளியின் நோக்கம். இதன் மூலம் நம் நேரம் வீணாகும். ஏனெனின் கொலையாளி வெளியே வருவதில்லை. அவன் மக்களை வைத்தே காரியத்தை சாதித்து கொண்டிருக்கிறான். மேலும் அதை செய்பவர்களுக்கும் எந்த ஒரு தகவலும் தெரிவதில்லை. எனவே நாம், இப்படி மக்களை விசாரிப்பதை விடுத்து, கொலையாளியை நோக்கி செல்ல வேண்டும். ஆனால், அதற்கு முன் எனக்கு சில விசயங்கள் தெளிவுபட வேண்டும்.'.

அப்போது டைலர், குழப்பத்துடன் 'அப்படி என்றால், ஏன் அவன், ஸ்மித்தை மட்டும் கடத்தியுள்ளான். சில்வியாவை, ஏன் அவன் கடத்தவில்லை. என்ன காரணம்?'

அவர், சற்று யோசித்தவாறு, 'ஸ்மித்திற்கு, அந்தக் கொலையாளி குறித்து ஏதேனும் தெரிந்திருக்கலாம்.... அல்லது....' என்று கூறும் போது, அவருக்கு

ஒன்று, நினைவு வந்தது. உடனே அவர் நடப்பதை நிறுத்திவிட்டு, சற்று யோசித்தார்.

டைலர் விழித்தவாறு அவரைப் பார்க்க, அவர், ‘டைலர், அன்று ஸ்மித் தாமே முன் வந்து தானே, காவலர்களிடம் வந்து, அவன் பார்த்தை கூறினான்?’.

டைலர், ‘ஆம், அப்படி தான், உள்ளூர் காவலர்கள் கூறினர்.’.

அவர், ‘அப்படி என்றால், அந்த கொலையாளி தான் ஸ்மித்திடம், காவலர்களிடம் கூறுமாறு கூறியிருக்க வேண்டும்.’ என்று கூறி, கண்களை மூடி, நெற்றியை கட்டை விரலால் தட்டிக்கொண்டே யோசித்தார்.

அப்போது அவருக்கு ஒரு விசயம் தெளிவானதும், மீண்டும் அவர், ஸ்மித்தின் வீட்டை நோக்கினார்.

டைலர் பெரிதும் குழம்பியவாறு, மீண்டும் அவர் பின்னே சென்றான்.

மெக்கானே, ஸ்மித்தின் தாயிடம், ‘சடலப்பைகள், அந்த சாலையில் கிடைத்த அன்று இரவு, உங்கள் மகனை எங்காவது வெளியே அனுப்பினீர்களா?’.

அவள் பெரிதும் யோசித்து, பின்னர், ‘இல்லையே, நான் அன்று எங்கோ வெளியே சென்றிருந்தேன். ஆம், நான் மருத்துவமனையில் சிகிச்சையில் இருக்கும் என் கனவரை காண சென்றிருந்தேன். அன்று ஸ்மித் காவல் நிலையத்தில் இருந்ததாக கூறினான்.’.

மெக்கானே மனதில், ‘அப்படி என்றால், ஸ்மித் அந்தக் கொலையாளியை சந்தித்திருக்க வேண்டும், அல்லது அழைப்பு பேசி மூலம் பேசி இருக்க வேண்டும். அவனை மிரட்டி, அந்தக் கொலையாளி தன் காரியத்தை சாதித்திருக்க வேண்டும்.’ என்று, நடந்ததை சற்று கணித்துப்பார்த்தார்.

பின்னர் அவர், ஸ்மித் தாயிடம், ‘உங்கள் கனவருக்கு என்ன ஆனது?’

அவள், ‘சென்ற வாரம், அவருக்கு ஒரு பெரிய விபத்து ஏற்பட்டுவிட்டது, அதில் அவர் கோமாவிற்கு சென்று விட்டார். அருகில் உள்ள அரசு மருத்துவமனையில் தான் அவரை அனுமதித்து, சிகிச்சை கொடுத்துக்கொண்டிருக்கிறோம்.’.

பின்னர் மெக்கானே, அவளிடம், ஸ்மித் படிக்கும் கல்லூரியின் தகவல் மற்றும் அவனின் நண்பர்களின் தகவலைப் பெற்றுக்கொண்டு, வேகமாக அங்கிருந்து சென்றார்.

சிட்னி அரசு கல்லூரி, மதியம் 3.00 மணி,

அங்கு, மெக்கானேவும், டைலரும், அந்தக் கல்லூரியின் அலுவலகத்திற்கு வந்தனர்.

டைலர் அவர்களிடமிருந்து, ஸ்மித் மற்றும் அவனுடன் படிக்கும் மாணவர்களின் தகவலைப் பெற்று கொண்டு, இருவரும், ஸ்மித்தின் வகுப்பறையை நோக்கினர்.

அங்கு, இருபது மாணவர்கள், வகுப்பில் அமர்ந்து கொண்டு, பாடத்தைக் கவனித்து கொண்டிருந்தனர்.

அப்போது டைலர், உள்ளே வந்து, அங்கிருந்த ஆசிரியரிடம், 'நாங்கள் சிறப்பு விசாரணை காவலர்கள், ஸ்மித் குறித்து மாணவர்களிடம் விசாரிக்க வேண்டும்.'.

அப்போது மெக்கானே, ஒரு சிகரெட்டைப் பற்றவைத்து, அங்கு உள்ள மாணவர்களைப் பார்த்தார்.

அனைவரும், பெரும் குழப்பத்துடன், இருவரையும் பார்த்தனர்.

பின்னர், மெக்கானேவும், டைலரும், அருகில் இருந்த ஒரு காலியான அறையில், ஒரு மேஜையும் அதற்கு முன்னும் பின்னும் நாற்காலிகளை வைத்து, ஒவ்வொறு மாணவர்களாக அழைத்து, விசாரிக்க ஆரம்பித்தனர்.

டைலர், மேஜை முன் அமர்ந்துக் கொண்டு, மாணவர்களிடம் விசாரித்தான். மெக்கானே அவன் பின் நின்று கொண்டு, மாணவர்களின் பதில்களை கவனித்தார்.

அப்போது, ஒரு மாணவனிடம் விசாரிக்கும் போது...

டைலர், 'நீ ஸ்மித்தின் உற்ற நண்பன் என்றால்.... கடந்த மூன்று, நான்கு நாட்களாக அவனின் நடவடிக்கைகள் எவ்வாறு இருந்தன?'.

மெக்கானே அமைதியாக அவனின் வார்த்தைகளை எதிர்ப்பார்த்து நின்றார்.

அதற்கு அந்த மாணவன், 'அவன், கடந்த இரண்டு நாட்களாக கல்லூரிக்கு வர வில்லை. அவன், என் அழைப்பையும் ஏற்கவில்லை. நான்கு நாட்களுக்கு முன்பிலிருந்து தான், அவன் நடவடிக்கைகள் வித்தியாசமாக மாற ஆரம்பித்தன. அன்றிலிருந்து அவன், பெரும் யோசனையிலேயே இருந்தான். என்னிடமும் சரியாக பேசவும்வில்லை. அவன் தந்தைக்கு விபத்து ஏற்பட்ட அன்று கூட அவன் பெரிய அளவில் சோகமாக இல்லை. ஆனால், நான்கு நாட்களுக்கு முன்பிலிருந்து அவன் தூங்கியது போன்றே தெரியவில்லை.'.

மெக்கானே, அவனிடம், 'அவனை யாராவது சந்தித்தார்களா?'.

அவன், 'தெரியவில்லை.' என்றதும், அவர், 'அப்படி என்றால், மர்மமான கைப்பேசி அழைப்பு ஏதாவது?' என்று கண்களை சுருக்கியவாறு கேட்டார்.

அவன், 'இல்லை, நான்....' என்று கூறி, யோசிக்க, அப்போது அவன், 'ஆம், அன்று வகுப்பறையில், பாட வேலை நடந்து கொண்டிருந்த போது, அவனுக்கு ஒரு கைப்பேசி அழைப்பு வந்தது. அவன் பதற்றத்துடன் சுற்றி சுற்றி பார்த்தான். பின்னர் யாரிடமும் ஏதும் கூறாமல், வகுப்பு நடந்து கொண்டிருக்கும் போதே, வேகமாக எழுந்து அங்கிருந்து சென்றான். அன்று தான், நான் அவனை கடைசியாக பார்த்தேன். அதன் பிறகு என்ன ஆனது என்றும் தெரியவில்லை.'.

அப்போது டைலர், 'அது பற்றி அனைவருக்கும் இன்று தெரியவரும்.' என்றான்.

பின்னர், மற்ற மாணவர்களிடம் விசாரித்ததில், அவர்களுக்கு போதுமான தகவல்கள் கிடைக்கவில்லை.

பின்னர், மெக்கானே மனதில், 'ஏன், குறிப்பாக ஸ்மித்தை அந்த கொலையாளி தேர்ந்தெடுக்க வேண்டும்? ஏன் சில்வியா வீட்டில் சடலங்களை வைக்க வேண்டும்...? ஸ்மித், அவன் நண்பனிடமும், யார் அவனை அழைத்து, இப்படி செய்ய வைத்துள்ளனர் என்றும் கூறவில்லை. அப்படி என்றால், ஸ்மித்திற்கும், அந்தக் கொலையாளி யார் என்றும் தெரியவில்லை....... மைக் மெக்மகான் கூறுவது உண்மை என்றால், அந்த வெள்ளை நிற ஆம்னி வேன் யாருடையதாக இருக்கும்?' என்று எண்ணி, விடை தெரியா மனநிலையுடன் டைலரைப் பார்த்தார்.

மாலை 6.30 மணி, மெக்கானே, தன் அலுவலக அறையில், நெற்றியில் கைவைத்தவாறு அமர்ந்திருந்தார்.

அப்போது, அவருக்கு சில்வியாவின் கைப்பேசி பதிவுகள் நினைவு வந்தன.

உடனே அவர், மீண்டும் அந்தப் பதிவுகளை கேட்க ஆரம்பித்தார். அதில் 'டொக் டொக் டொக்' என்ற சப்தம் மட்டுமே கேட்டு கொண்டிருந்தது.

அப்போது, அவர் மனதில், 'ஏன் இப்படி பேசிக்கொள்ள வேண்டும்? எதன் மூலம் இந்த ஒலியை எழுப்பியுள்ளனர்? என்ன பேசுகின்றனர்?' என்ற, சில நொடிகள் யோசனைக்குப் பிறகு, அவர் மனதில், 'ஒரு வேலை, இது ஒரு பைனரி (Binary codes) இரகசிய வார்த்தைகளாக இருக்குமோ?' என்று எண்ணி, உடனே, டைலருக்கு அழைப்பு கொடுத்தார்.

சில நொடிகளில், டைலரும் அங்கு வந்தான்.

மெக்கானே, 'டைலர், இது பைனரி இரகசிய வார்த்தைகள் போல் தெரிகிறது. உடனே இதற்கான அர்த்தத்தை நம் சிறப்பு அதிகாரிகளிடம் கொடுத்து, அறிய கூறு.' என்று கூறியது, டைலர் உடனே அந்தப் பதிவுகளை வாங்கிக்கொண்டு அங்கிருந்து சென்றான்.

மெக்கானே மனநிலை, சற்று கலவரமாக இருந்தது. அவர், தன் வாழ் நாளில் இது போன்ற கடினமான விசாரணையை எதிர்க்கொண்டதில்லை.

அவர் இதுவரையில், எவ்வளவு பெரிய குற்றமாக இருந்தாலும், அதிகபட்சம் ஒரு வாரத்தில் குற்றவாளியை பிடித்துவிடுவார்.

இதனால் இவர், மக்கள் மத்தியில் நல்ல பெயரையும், புகழையும் சம்பாத்தித்து வந்தார். இவரை அடித்துக்கொள்ள யாரும் இல்லை என்ற அளவிற்கு, இவரின் புத்திசாலி தனமும், சிந்தனைகளும் சிறப்பாக இருக்கும்.

அதோடு அவர், வேறு எந்த ஒரு சிறப்பு அதிகாரிகளின் உதவியையும் நாடியதில்லை. யாருடைய அதிகாரிகளின் கட்டளைகளையும் பின்பற்றியதும் இல்லை.

மெக்கானே தனக்கென்று ஒரு பாதையை உருவாக்கி, அதில் செல்லும் வித்தியாசமான மனிதர். இவர் எடுக்கும் முடிவுகள், அனைவருக்கும் பெரும் அதிர்ச்சியாக இருந்தாலும், இறுதியில் அந்த முடிவு அனைவருக்கும் பெரிய ஆச்சரியத்தை கொடுப்பதாக இருக்கும்.

ஆனால், இப்போது மெக்கானேவே, திணறும் நிலை ஏற்பட்டுவிட்டது. அவர், மனம் இப்போது பெரும் குழப்பத்திலும், யோசனைகளிலும் நிரைந்திருந்தது.

மெதுவாக அவர், நாள்காட்டியைப் பார்த்தார். அவர் கூறிய அந்த ஒரு வாரம் முடிவதற்கு இன்னும் நான்கு நாட்களே இருந்தன.

அவர் மனம், மக்களின் நம்பிக்கையை இழப்போமோ என்று லேசாக பயம் கொள்ள ஆரம்பித்தது.

அவர், அங்கும் இங்கும் நடந்தவாறு, நடந்த அனைத்தையும் பற்றி யோசித்துக்கொண்டிருந்தார்.

நேரம் சென்று கொண்டே இருந்தது.

அப்போது அவருக்கு ஒரு அழைப்பு, அது சில்வியாவின் வீட்டில் உள்ள நெல்சனிடமிருந்து வந்தது.

அவன், 'டிடக்டிவ், இங்கு சந்தேகப்படும் படி ஏதும் இல்லை. மேலும் காவலர்கள் அனைவரும் சென்று விட்டனர். இப்போது, எனக்கு உதவியாக, இரு காவலர்கள் மட்டும் உள்ளனர்.'.

அவர், 'சரி, நான் கூறுவது போல் செய். ஆனால் அது யாருக்கும் தெரியாமல் பார்த்துக்கொள்.' என்று கூறி, அவனிடம் சில விசயங்களை கூறினார்.

அதைக் கேட்டதும் நெல்சன், 'டிடக்டிவ், இதற்கு நமக்கு அனுமதி இல்லையே, எப்படி..?' என்று தயங்கினான்.

ஆனால், மெக்கானே, 'இல்லை, இதை நீ செய்தாக வேண்டும். நமக்கு வேறு வழி இல்லை. கவலைப் படாதே இதனால் உன் வேலைக்கு எந்தப் பாதிப்பும் இருக்காது. நான் கூறியபடி செய்துவிட்டு தகவல் கொடு.' என்று கூறி, அழைப்பை துண்டித்தார்.

மெக்கானேயின் மனதில் ஓடும் ஒரு சில கேள்விகளுக்குப் பதில் அறிய பெரிதும் தவித்தார்.

அவருக்கு, இப்படி ஒரு விசாரணையை தான் எதிர்ப்பார்த்தேன் என்று ஒரு ஆர்வம் இருந்தாலும், இதில், இது வரையில் அவர் சேர்த்த நல்ல பெயர் கெடும் அபாயமும், மேலும், அவர் மீது அனைவரும் கொண்ட நம்பிக்கையும் அடங்கியுள்ளது. எனவே, மெக்கானே, தன் பெயரை தக்கவைக்க, எதையும் செய்ய துணிந்தார்.

அவர் மனதில், 'இந்தக் குற்றத்தை யார் செய்கிறார்கள் என்று அறிவதற்காக, தவறு செய்தாலும் அதில் தவறில்லை.' என்று எண்ணி, ஒரு சிகரெட்டைப் பற்ற

வைத்து, தன் இருக்கையில் நன்றாக சாய்ந்து அமர்ந்தார்.

7

குலை நடுங்கவைக்கும் கோர சம்பவம்

இரவு ஒரு மணி,

மெக்கானே தன் வீட்டில், உறக்கம் வராமல், தன் படுக்கையில் படுத்துக் கொண்டிருந்தார். அவர் மனதில் பல விசயங்கள் ஓடினாலும், அடிக்கடி ஒலிக்கும் ஒரு கேள்வி, 'ஏன் இந்த தொடர் கொலை? என்ன காரணம்?' என்று தான்.

அப்போது அவருக்கு ஒரு கைப்பேசி அழைப்பு... அவர், வேகமாக அழைப்பை ஏற்றார்.

அதில், நாதன் மிகவும் பதற்றத்துடன், 'டிடக்டிவ்... டிடக்டிவ், இங்கு மைக் இறந்து விட்டான். ஒருவன் கையில் பெரிய கோடாரியுடன், என்னை தேடிக்-கொண்டிருக்கிறான். நான் காவல் நிலையத்திற்கு அழைப்பு கொடுத்துவிட்டேன். நீங்களும் விரைந்து வாருங்கள்.' என்று பெரிதும் பயந்தவாறு, திணறலான குரலில் கூறி, அழைப்பைத் துண்டித்தான்.

அவன் அழைப்பை துண்டித்ததும், மெக்கானே பதற்றத்துடன், தன் வீட்டிலி-ருந்து கார் மூலம், மைக் வீட்டை நோக்கினார்.

அப்போது அவருக்கு, காவலர்களிடமிருந்து அழைப்புகள் வந்த வண்ணம் இருந்தன. அவர் பெரும் பதற்றத்துடன், அவர்களுக்குப் பதில் கூறிக்கொண்டு, காரை வேகமாக இயக்கி முன்னேறினார்.

சில நிமிடங்களில், மெக்கானே மைக்கின் வீட்டிற்கு வந்தார். அங்கு, சில காவலர்களின் வாகனங்கள் நின்று கொண்டிருந்தன. சில காவலர்கள் அங்கும் இங்கும் சென்றவாறு இருந்தனர். மேலும் அங்கு உள்ளூர் காவலர்களும் சிலர், வந்தவாறும் இருந்தனர்.

மெக்கானே அவர்களுக்கு மத்தியில், ஒரு சிகரெட்டைப் பற்றவைத்து, லேசான பதற்றத்துடன் நாதனை தேடினார்.

அப்போது, அங்கு ஒரு அவசர ஊர்தியில், மைக்கின் இரத்த கோலத்தில் இருக்கும் சடலத்தை, ஒரு துணியால் மூடி ஏற்றிக்கொண்டிருந்தனர்.

மெக்கானே, அதைப்பார்த்ததும், சற்று புருவத்தை உயர்த்தி, நாதனின் நிலை குறித்து யோசிக்க, அங்கு ஒரு மர இருக்கையில், நாதன் தலையில் இரத்தக் காயத்தோடு வலியில் துடித்தவாறு அமர்ந்திருப்பதைப் பார்த்தார். அவன் அருகில் ஒரு செவிலியர், அவனுக்கு முதலுதவி செய்து கொண்டிருந்தாள்.

அவனைப்பார்த்தும், அவர் வேகமாக, அவன் அருகே வந்து, 'என்ன நடந்தது? யார் இப்படி செய்தது?' என்று பதற்றனாக கேட்டார்.

நாதன், மெக்கானேயின் குரலை கேட்டதும், சற்று மூச்சை பலமாக விட்டு, நடந்ததை ஏற்க இயலா மன நிலையுடன், 'டிடக்டிவ், நான் சில காயங்களுடன் பிழைத்ததே பெரிய விசயம்....'

ஒரு மணி நேரத்திற்கு முன்பு, (இரவு பன்னிரெண்டு மணி) மைக் வீடு,

மைக், தன் வீட்டின் பின் பக்கத்தில் உள்ள தன் தோட்டத்திலிருந்து, சில பொருட்களை, அவனின் விவசாய பொருட்களை வைக்கும் ஒரு அறைக்கு எடுத்து சென்று கொண்டிருந்தான்.

அப்போது அவனுக்கு, யாரோ தோட்டத்திற்குள் நடந்து செல்வது போல் சப்தங்கள் கேட்டன. அவன் சற்று விழித்தவாறு அந்த இருளில் சுற்றி சுற்றி தேடினான். ஆனால், ஏதும் தென்படவில்லை, குழம்பியவாறு அங்கிருந்து சென்றான்.

அப்போது, 'மிஸ்டர் மைக் ஏதேனும் உதவி தேவையா?' என்று அவனுக்கு பின் பக்கமாக ஒரு குரல், அவர் மெதுவாக திரும்பி பார்த்து, 'இல்லை, இல்லை, டிடக்டிவ், நான் பார்த்துகொள்கிறேன்.' என்று கூறி, தன் வேலையை தொடர்ந்தார்.

அது மைக்கை கண்காணித்துக்கொண்டிருக்கும் நாதன்... பின்னர் அவன் அங்கு சுற்றி சுற்றி பார்த்த போது, தோட்டத்திலிருந்து ஏதோ சில அசைவுகள் தெரிவது போல் கவனித்தான்.

நாதன் பெரிதும் விழித்தவாறு, கையில் டார்ச் விளக்கை எடுத்துக்கொண்டு, ஒளி அடித்தவாறு தோட்டத்திற்குள் கவனமாக சென்றான்.

அவன் அருகே செல்ல செல்ல, சில சப்தங்களும் அவனுக்குக் கேட்க ஆரம்பித்தன. உடனே அவன், தன் துப்பாக்கியை எடுத்து நீட்டியவாறு, கவனமாக முன்னேறினான்.

மெதுவாக தோட்டத்திற்குள் சென்று, சப்தம் இல்லாமல் முன்னேற முன்னேற, அவன் மனம் சற்று பதற்றம் கொள்ள ஆரம்பித்தது.

அப்போது, அந்த சப்தம் அவனை நோக்கி வருவதை உணர்ந்தான்.

நாதனின் இதயம் வேகமாக துடிக்க ஆரம்பித்தது. அவன் அந்தச் சப்தம் தன்னை நோக்கி வேகமாக வருவதை உணர்ந்து, துப்பாக்கியை சுடுவதற்கு தாயா-ராக வைத்துக்கொண்டு நின்றான்.

அவன், பதற்றத்துடன் எதிர்ப்பார்த்து நிற்க, அங்கு வேகமாக ஒரு பசுமாட்டுக் கன்று, நாதனை இடித்துக்கொண்டு அங்கிருந்து ஓடிச்சென்றது.

நாதன் பயத்திலும், அந்த மாடு மோதியதிலும், சற்று கத்திக்கொண்டு கீழே விழுந்தான்.

அப்போது சப்தம் கேட்டு, மைக் அங்கு வந்து பார்க்க, நாதன், தன் கை கால்-களை உதறிக்கொண்டு, மைக்கிடம், 'ஒன்றும் இல்லை, பசுமாட்டுக் கன்று தான்.' என்றான்.

அதற்கு மைக், 'அது, பக்கத்து வீட்டு காரனுடையது. அவனிடம் பல முறை கூறியும் அவன் மாட்டை கட்டிப்போடாமல் வைத்துவிடுகிறான். முட்டாள்.' என்று திட்டிக்கொண்டு, தோட்டத்திலிருந்து வெளியேறினான்.

பின்னர், இருவரும், வீட்டிற்குள் சென்றனர்.

அப்போது, மைக், 'சரி, டிடக்டிவ், நீங்கள் உறங்குங்கள், எனக்கு சில வேலை-கள் பாக்கியுள்ளன. நான் நாளை நகரம் செல்ல வேண்டும்.'.

அதற்கு நாதன், சரி என்று தலையசைத்து, மைக் வீட்டில் அவனுக்கென்று கொடுக்கப்பட்ட, அறையை நோக்கினான்.

பின்னர் மைக், வீட்டின் பின் பக்கம், உள்ள ஒரு அறைக்குள் சென்று, அங்கு இருந்த சில வைக்கோல் கட்டுகளை, ஒவ்வொன்றாக எடுத்து, தன் காரில் ஏற்-றிக்கொண்டிருந்தான்.

சில நிமிடங்கள் செல்ல, அங்கு மீண்டும் சில சப்தங்கள் கேட்டன. அவன் மெதுவாக, எங்கிருந்து வருகிறது என்று விழித்தவாறு பார்த்தான்.

அது, தோட்டத்திலிருந்து வருவதை அறிந்ததும், அவன், 'இந்த, மாட்டிற்கு வேறு வேலையே இல்லை. தினமும் இப்படி தோட்டத்தை நாசம் செய்து கொண்-டிருக்கிறது.' என்று கூறி, கையில் ஒரு குச்சியை எடுத்துக் கொண்டு எரிச்சலுடன், வேகமாக தோட்டத்திற்குள் சென்றான்.

அவன் உள்ளே, சில தூரம் சென்றதும், அங்கு ஒன்றை கவனித்து பெரிதும் அதிர்ந்தான்.

ஒருவன், சுமார் ஏழு அடி உயரத்தில், கருப்பு நிற உடை, தலையில் கருப்பு நிற வட்டவடிவ தொப்பியுடன் ஒரு பிரம்மாண்ட தோற்றத்தில், அந்த இருளில் ஒரு கருப்பு உருவமாக அவன் முன் தோன்றினான்.

மைக் பெரிதும் பயந்து போய், 'யார்... யார் நீ? இங்கு என்ன செய்கிறாய்?' என்று பதற்றத்துடன் கூற, அந்த மர்ம மனிதன், ஒரு பெரிய கோடாரியை சற்று மேலே உயர்த்தி, மைக்கை தாக்க வந்தான்.

தான் தாக்கப்பட உள்ளோம் என்று உணர்ந்ததும், பெரிதும் பயம் கொண்டு, அங்கிருந்து தட்டுத்தடுமாறி ஓட ஆரம்பித்தான்.

அவன், 'டிடக்டிவ், டிடக்டிவ்..' என்று கத்திக்கொண்டே வீட்டை நோக்கினான்.

அப்போது அவன், அந்தத் தோட்டத்தை விட்டு வெளியே வரும் போது, அந்த மர்ம மனிதன், மைக்கை நோக்கி தன் கோடாரியை வீச, அது அவனின் இடது பக்க தோள்ப்பட்டையில் குத்தி நின்றது.

மைக், அப்படியே தடுமாறி கீழே விழுந்து, வலியில் பெரிதும் துடித்தான். அவன் அந்த கோடாரியை, தன் தோள்பட்டையிலிருந்து எடுக்க முயற்சி செய்-தான்

அப்போது உள்ளே தூங்கிக்கொண்டிருந்த நாதன், சப்தம் கேட்டு வேகமாக எழுந்து, வெளியே வந்து பார்க்க அவனுக்கு பெரும் அதிர்ச்சி.

மைக், வலியில் நடக்க இயலாமல், தட்டுத்தடுமாறி, அந்த மர்ம மனிதனிடம், 'என்னை விட்டுவிடு..' என்று கெஞ்சியவாறு, பின் நோக்கி சென்று கொண்டிருந்-தான்.

அந்த மர்ம மனிதன், மைக்கை நெருங்கியதும், அந்த கோடாரியை மைக்கின் தோள்பட்டையிலிருந்து எடுத்து, மீண்டும் அவனை தாக்க வரும் போது,

நாதன், அந்த மர்ம மனிதனைப் பார்த்து பெரும் அதிர்ச்சியும், குழப்பமும் கொண்டு, அவன் முன் துப்பாக்கியை நீட்டி, 'அப்படியே நில், ஒரு அடி எடுத்து வைத்தாலும், உன் மார்பில் தோட்டாக்கள் பாயும்.' என்று மிரட்டினான்.

அப்போது மைக் வலியில் துடித்தவாறு, அந்த மர்ம மனிதனிடமிருந்து மெது-வாக விலகி வந்து கொண்டிருந்தான. அந்த மர்ம மனிதன், அப்படியே நின்று, நாதனையே பார்த்துக்கொண்டிருந்தான்.

அப்போது நாதன், 'உன் கையில் இருக்கும் ஆயுதத்தை கீழே போடு, சீக்கிரம்.' என்று மிரட்டினான்.

ஆனால், அவன் அப்படியே நின்று நாதனைப் பார்த்து கொண்டிருந்தான். நாதன், 'நான் கூறியதை செய்..' என்று கத்தினான்.

அடுத்த நொடி, அந்த மர்ம மனிதன், நாதனை நோக்கி வர, உடனே நாதன் பயத்தில், அவனை சுட ஆரம்பித்தான்.

மூன்று தோட்டாக்கள், அவன் மார்பில் பாய்ந்தன.

ஆனால்,...

அவனிமிருந்து எந்த ஒரு தடுமாற்றமும் இல்லை. நாதன் பெரிதும் அதிர்ந்த-வாறு, மைக்கை நோக்கி ஓடினான்.

அவன் மனதில், 'யார் இவன்?' என்று அதிர்ச்சியில் எண்ணியாவறு, மைக்கை தூக்கிக்கொண்டு, அங்கிருந்து செல்ல முற்பட்டான்.

அப்போது, அந்த மர்ம மனிதன், சற்று வேகம் காட்டி, மைக்கின் பின்பக்க சட்டையைப் பிடித்து இழுக்க, இருவரும், சற்று தூரம் சென்று விழுந்தனர்.

அப்போது மைக், இரத்த கோலத்தில் வலியில் பெரிதும் துடித்துக்கொண்டிருந்தான்.

ஆனால் நாதன், மீண்டும் மைக்கை தூக்கி, அழைத்துச் செல்ல முற்பட்டான்.

ஆனால், அதற்குள் அந்த மர்ம மனிதன், அவர்களை நெருங்கிவிட்டான் அப்போது மைக், ‘டிடக்டிவ், சென்று விடுங்கள்.’ என்று கெஞ்சினான்.

நாதன், ‘இல்லை, இல்லை.’ என்று கூறி, தன் பையில் கைப்பேசியை தேடிப்பார்க்க, அது அங்கு இல்லை. அதை அவன், தன் அறையிலேயே விட்டுவிட்டு வந்துவிட்டான்.

நாதனிற்கு என்ன செய்வது என்றே புரியவில்லை. உடனே, தன் துப்பாக்கியில் இருந்த மீதம் உள்ள தோட்டாக்களையும் உபயோகித்து, அவனின் தலை, கால் மற்றும் வயிற்றுப் பகுதியில் சுட்டான்.

ஆனால், அந்த மர்ம மனிதனிடமிருந்து எந்த ஒரு தடுமாற்றமும் இல்லை. நாதன் வேறு வழி இன்றி, தன் உயிரை காத்துக்கொள்ள, மைக்கை விட்டு விலகி, ஓட ஆரம்பித்தான்.

மைக் பெரிதும், வலியில் துடித்தவாறு, தரையில் வீழ்ந்து கிடந்தான்.

அப்போது நாதன் பெரும் பதற்றத்துடன் சில தூரம் செல்ல, அவன் கண் முன்னேயே, அந்த மர்ம மனிதன், இரக்கம் இல்லாமல், மைக்கை அந்த பெரிய கோடாரியால், சரமாறியாக தாக்கினான்.

நாதன் அதைப் பார்த்ததும் தடுமாறி கீழே விழுந்து, மிகவும் மன வேதனையும், அதிர்ச்சியும் அடைந்து அழ ஆரம்பித்தான்.

அவன் கோபத்தில், அருகில் இருந்த ஒரு பெரிய கட்டையை எடுத்து, அவனை நோக்கி வந்து, அவனின் தலையில் பலமாக அடித்தான்.

ஆனால், அந்தக் கட்டை ஒரு பாறையில் அடித்தது போல், இரண்டு தூண்டாக உடைந்து சிதறியது. அதைப் பார்த்ததும், நாதனின் கண்கள் பிதுங்கின.

அப்போது அந்த மர்ம மனிதன், மெதுவாக நிமிர்ந்து, நாதனை பார்த்தான்.

நாதன் பெரிதும் பயந்து போய், அதிர்ச்சியுடன் அவனைப் பார்த்தவாறு, தட்டுத்தடுமாறி அங்கிருந்து ஓட ஆரம்பித்தான்.

அந்த மர்ம மனிதன், கோடாரியை கையில் எடுத்துக்கொண்டு, நாதனை துரத்த ஆரம்பித்தான்.

நாதன் மனதில், ‘யார் இவன், இவ்வளவு பலமானவனாக இருக்கிறான். உண்மையில் இவன் மனிதன் தானா?’ என்று எண்ணியவாறு, பின்னே திரும்பி திரும்பி பார்த்தவாறு, வீட்டின் வாசல் கதவை நோக்கினான்.

சில நொடிகளில் பெரும் பயத்துடன், வீட்டிற்குள் வந்து, அனைத்து கதவுகளையும் மூடி, மூச்சுவாங்க அவனின் அறையை நோக்கி வேகமாக சென்றான்.

அவன் தன் அறைக்குள் வந்ததும், உடனே தன் கைப்பேசியை எடுத்து, பெரும் பதற்றத்துடன், காவல் நிலையத்திற்கு அழைப்பு கொடுத்தான்.

அப்போது கதவை உடைக்கும் சப்தம் பலமாக கேட்டது.

நாதன் மனம் பெரிதும் பதறியது.

அவர்கள் அழைப்பை ஏற்றதும், 'நான்... நான் டிடக்டிவ். நாதன், இங்கு பெரும் ஆபத்து, ஒருவன் எங்களை தாக்கிக்கொண்டிருக்கிறான். உடனே முழு காவலர்களோடு இங்கு வாருங்கள். சீக்கிரம்..' என்ற போது, அந்த மர்ம மனிதன் கதவை உடைத்துக்கொண்டு, வீட்டிற்குள் வந்ததை உணர்ந்த அவன், உடனே அழைப்பை துண்டித்து, கைப்பேசியை எடுத்துக்கொண்டு, வேகமாக அந்த அறையை விட்டு வெளியே வந்து பார்க்க,

சற்று தொலைவில் அந்த மர்ம மனிதன்...

கையில் கோடாரியுடன், அதிலிருந்து இரத்தம் சொட்டிக்கொண்டிருக்க கம்பீரமாக நின்று கொண்டிருந்தான்.

அப்போது, வீட்டின் விளக்கு ஒளியில், நாதன் அவனைப் பார்த்ததும், அதிர்ந்து போனான்.

ஒரு மாபெரும் கருப்பு உருவத்தில், அவன் உடலில் கருப்பு நிற வித்தியாசமான கோனித் துணியால் தைக்கப்பட்ட உடையும், தலையில் ஒரு கருப்பு நிற மிகவும் பழைய வட்டவடிவ தொப்பியும், முகத்தை கருப்பு நிற துணியால் மூடிக்கொண்டும், கண்ணில் ஒரு வட்டவடிவமான வித்தியாசமான சிகப்பு நிற கண்ணாடியை அணிந்து கொண்டும், சுமார் ஏழு அடிக்கும் மேல் உயரமும் கொண்ட ஒரு பிரம்மாண்ட உருவமாக மிரட்டும் தொனியில் நின்று கொண்டிருந்தான்.

அப்போது, அவன் மனதில், 'இவனை எதிர்த்து சண்டை இடுவது இயலாத ஒன்று..' என்று எண்ணி, உடனே திரும்பி, அங்கிருந்து ஓட ஆரம்பித்தான்.

அந்த மர்ம மனிதனும், சற்று வேகமாக அவனை துரத்த ஆரம்பித்தான்.

நாதன், பெரும் பயத்தில் உயிரை கையில் பிடித்துக்கொண்டு, வீட்டிற்குள் ஓடினான். அப்போது அவன், அங்கிருந்த ஒரு துணிகள் வைக்கும் அலமாறிக்குள், வேகமாக சென்று கதவை மூடிக்கொண்டு, அமைதியாக மூச்சுவாங்க அமர்ந்து கொண்டான்.

அப்போது, அந்த மர்ம மனிதன், நாதனை தேடி அங்கு வந்து, சுற்றி சுற்றி பார்த்தான். நாதன், ஒரு சிறு ஓட்டை வழியாக, வெளியே பார்த்தான். அந்த மர்ம மனிதன் அங்கும் இங்கும் பார்த்துவிட்டு, அங்கிருந்து சென்றான்.

நாதன், சற்று நிம்மதி அடைந்து, உடனே தன் கைப்பேசியில் மெக்கானேவிற்கு அழைப்பு கொடுத்தான்.

அவன் பெரும் பதற்றத்துடன், அவரிடம் பேசி முடிக்க, ஒரு பெரிய கை, அந்த அலமாறியின், கதவை உடைத்துக்கொண்டு, அவனின் கழுத்தை பிடித்து, வெளியே இழுத்துப்போட்டது.

அதில் அவனின் கைப்பேசி உடைந்து தெறித்தது.

நாதன் மனதில், 'நாம் இவன் கையால் இறக்க கூடாது. நிச்சயமாக இறக்க கூடாது.' என்று எண்ணி, தட்டுத்தடுமாறி எழுந்து, மீண்டும் அங்கிருந்து ஓட முற்படும் போது, அந்த மர்ம மனிதன், மிகச்சாதாரணமாக நாதானின் பின் கழுத்தைப் பிடித்து, அவனை தூக்கி வீசினான்.

நாதன், சுவற்றில் வீசி எறியப்பட்டு, தாறுமாறாக கீழே விழுந்தான்.

அதில், அவனின் கை எலும்பு முறிந்தது. அவன் வலியில் துடித்துக்கொண்டிந்த போது, அந்த மர்ம மனிதன், தன்னை நோக்கி வருவதை அறிந்ததும், சற்று தட்டு தடுமாறி எழுந்து, கையைப் பிடித்துக் கொண்டு, அங்கிருந்து ஓட ஆரம்பித்தான்.

அவனுக்கு என்ன செய்வது என்றே புரியவில்லை. உயிரை கையில் பிடித்துக்கொண்டு ஓடிக்கொண்டிருக்கும் போது, அந்த மர்ம மனிதன், நாதனை நோக்கி கோடாரியை வீசினான்.

அதை கவனித்த நாதன் பெரிதும் அதிர்ச்சி அடைந்து, சற்று தலையை குனிந்து விலக, அது அவனின் இடது கையில் லேசாக வெட்டிக்கொண்டு, அங்கிருந்த சுவரில், பதிந்து கொண்டது.

உடனே நாதன், அந்த கோடாரியை எடுத்து, அவனை தாக்க எண்ணி, வேகமாக வலியுடன், அந்த கோடாரியை பிடுங்க முயற்சித்தான்.

ஆனால், அதை அவனால் பிடுங்கி எடுக்க முடியவில்லை. அது மிகவும் ஆழமாக பதிந்திருந்தது.

நாதன், கண்கள் பிதுங்கின.

அடுத்த நொடி, அவன் பின், அந்த மர்ம மனிதன் வந்து நின்றான். நாதன், பெரும் பதற்றத்துடன் நிற்க, அந்த மர்ம மனிதன், நாதனின் தலையை ஒரே கையால் பிடித்து, அவனை வாசல் கதவை நோக்கி வீசினான்.

அதில் அவன், கதவை உடைத்துக்கொண்டு, வெளியே தாறுமாறாக சென்று விழுந்தான். இதனால், அவன் தலையில் பலமாக அடிப்பட்டு, அதிக அளவு இரத்தம் வெளியேற, அவனுக்கு லேசாக மயக்கம் வர ஆரம்பித்தது.

அவன் வலியில் துடித்தவாறு அப்படியே தரையில் வீழ்ந்து கிடக்க, சிறிது சிறிதாக சுய நினைவை இழக்க ஆரம்பித்தான்.

அப்போது அந்த மர்ம மனிதன், கையில் கோடாரியை வைத்துக்கொண்டு, நாதனை நோக்கி வந்து கொண்டிருந்தான்.

நாதன் தன்னை நோக்கி அவன் வருவதை உணர்ந்ததும், வேறு வழியின்றி, உடலை தளர்த்தி வானத்தைப் பார்த்து, தன் மரணத்தை ஏற்க தயாரானான். அவன் நம்பிக்கை இழக்கும், அந்த தருவாயில்...

சில சப்தங்கள்....

அது, காவலர்களின் காரின் சைரன் சப்தம். அந்த மர்ம மனிதன் அப்படியே நின்றவாறு, காவலர்களின் வாகனங்களை கவனித்தான்.

நாதன், மெதுவாக திரும்பி பார்க்க, அவன் கண்களுக்கு காவலர்கள் வருவது, கடவுள் வருவது போல் தோன்றியது.

பின்னர் நிம்மதி அடைந்து, சற்று திரும்பி அந்த மர்ம மனிதனைப் பார்க்க, அவன் அங்கு இல்லை. பின்னர் அவன், எப்படியோ தப்பித்தோம், என்று சற்று நிம்மதியுடன் தலையை, மீண்டும் தரையில் சாய்த்து, வானத்தைப் பார்த்தான்.

பின்னர், காவலர்கள், நாதனின் நிலையைக் கண்டு பதறிப்போய், உடனே அவனை மீட்டு, அங்கிருந்து அழைத்துச்சென்றனர்.

அப்போது, நாதன், 'மைக்... மைக், பின் பக்கத்தில்..' என்று கூறி, வலியில் துடித்தான்.

உடனே சில காவலர்கள் பின் பக்கம் சென்று, மைக்கின் நிலையைப் பார்த்ததும், பெரும் அதிர்ச்சி அடைந்தனர். அதில் ஒரு காவலர், வாந்தியே எடுத்துவிட்டார்.

சில நிமிடங்களில், அவசர ஊர்திகள் அங்கு வந்ததும், நாதனுக்கு முதலுதவி கொடுக்க ஆரம்பித்தனர்.

மைக்கின் சடலத்தை, ஒரு ஸ்ட்ரெச்சரில் வைத்து, அவசர ஊர்திக்குக் கொண்டு சென்றனர்.

அப்போது தான் அங்கு மெக்கானே வந்தார். அவர், நாதனைப் பார்த்ததும், நடந்ததை வினவினார்.

நாதனும் பொறுமையாக நடந்ததை மன வேதனையுடன் கூறி, அழ ஆரம்பித்தான்.

மெக்கானே, நாதன் கூறியவற்றை கேட்டு, அதிர்ச்சியும் குழப்பமும் அடைந்தார். அவர் சற்று மூச்சை பலமாக இழுத்துவிட்டவாறு, நாதனின் உடலை பார்த்தார். இரத்த கோலத்தில், பெரும் சோகத்திலும், கவலையிலும் அமர்ந்திருந்தான்.

பின்னர் அவர், அவனிடம், 'அவன், முகத்தைப் பார்க்க முடிந்ததா?'.

நாதன், இல்லை என்று, தலையசைக்க அவர், 'நாதன், நீ மருத்துவமனைக்குச் சென்று சிகிச்சைகள் எடுத்துக்கொள், மற்ற விசயங்களை நான் பார்த்துக்கொள்கிறேன்.' என்று கூறி, அங்கிருந்து நகர்ந்தார்.

அவர் யோசித்தவாரே சற்று தூரம் செல்ல, அங்கு டைலர், சில காவலர்களிடம் மிகவும் பரபரப்பாக பேசிக்கொண்டிருந்தான்.

அவன், சற்று எரிச்சலுடனும், கோபத்துடனும் அவர்களிடம் பேசுவது போல், மெக்கானேவிற்கு தோன்றியது.

அவர் சற்று குழம்பியவாறு, அவர்களை நோக்கி சென்றார். அப்போது டைலர், மெக்கானே வருவதைப் பார்த்து, வேகமாக அவரிடம் வந்தான்.

அவன், 'டிடக்டிவ்....' என்று கூறி, சற்று மூச்சை பலமாக விட்டு, ஏற்க இயலா மனதுடன், 'சற்று முன் ஒரு தகவல் கிடைத்தது. மேலும் இரண்டு சடலப்பைகள் கிடைத்துள்ளன. அதுவும், காவல் நிலையம் வாசல் முன்னே.' என்றான்.

ஆனால் அவர் சாதாரணமாக, அவனிடம், 'நான் எதிர்ப்பார்த்தது தான். இது நமக்கான எச்சரிக்கை.' என்று கூறி, தன் சிகரெட்டை கீழே போட்டு காலால் மிதித்தார்.

டைலர் விழித்தவாறு, 'என்ன கூறுகிறீர்கள்? எப்படி?' என்று குழம்பியவாறு கேட்டான்.

அதற்கு அவர், 'சரி, நாம் காவல் நிலையம் செல்ல வேண்டும்.' என்று கூறி, அவரின் காரை நோக்கினார். டைலரும் குழம்பியவாறு, அவர் பின் சென்றான்.

காவல் நிலையத்தின் வாசல் முன் பத்திரிக்கையாளர்கள் மற்றும் மக்கள் கூட்டம் அலை மோதின. காவலர்கள் அவர்களை, கட்டுப்படுத்துவதில் பெரிதும் கடினப்பட்டனர்.

அங்கு மெக்கானே, அந்தக் கூட்டத்திற்கு மத்தியில் காரை மெதுவாக செலுத்தி, காவல் நிலையம் வாசல் முன் நிறுத்தி, காரை விட்டு வெளியே வந்தார்.

அப்போது, பத்திரிக்கையாளர்கள் அவரிடம், பரபரப்பாக கேள்விக்கு மேல் கேள்விகள் கேட்க ஆரம்பித்தனர். ஆனால் அவர் ஏதும் கூறாமல் காவல் நிலையத்திற்குள் முன்னேறினார். அவருக்கு பாதுகாப்பாக சில காவலர்கள் வந்தனர்.

அப்போது, மெக்கானே, அங்கு ஒன்றை கவனித்தார்...

காவல் நிலையத்தின் நுழைவு வாயில் அருகே, இரு சடலப்பைகள் கிடந்தன. அவர் மெதுவாக, அதை நோக்கி செல்ல செல்ல, அவரின் இதயத்துடிப்புகள் சற்று அதிகமானது.

மெக்கானே சற்று பதற்றத்துடன், இரு பைகளையும் திறந்து பார்த்தார். அதில், நாற்பது வயது நிறம்பிய பெண்ணின் சடலமும், ஒரு இளம்பெண்ணின் சடலமும் இருந்தன.

மெக்கானே மெதுவாக அவர்களின், கண்களை திறந்து பார்க்க. அதே சிவப்பு நிறக்கண்கள்....

அப்போது டைலர், 'டிடக்டிவ், உங்கள் பதிலை அனைவரும் எதிர்ப்பார்க்கின்றனர்.' என்றான். மெக்கானே, மெதுவாக எழுந்து அனைவரையும் பார்த்தார்.

அப்போது லேசான மழைத்தூறல் விழ ஆரம்பித்தது. அவர் மெதுவாக வானத்தைப் பார்த்தார். அவர் முகத்தில் சில துளிகள் மழைத்தூறல் விழ, அவர், மெது-

வாக அனைவரின் முன்னும் வந்து நின்றார்.

அவர், 'யாரும் பயம் கொள்ள வேண்டாம். நான் கூறியபடி, ஒரு வாரத்தில் இந்த குற்ற விசாரணை தீர்க்கப்படும். நாங்கள் கொலையாளியை நெருங்கிவிட்-டோம். அவன், தனி ஆளாக இருந்தாலும், சிலரின் உதவியுடன் மக்களை கொண்டே, மக்களை கொலை செய்து கொண்டிருக்கிறான். இன்னும் நான்கு நாட்களில், அவனைப் பிடித்துவிடுவோம்.' என்று கூறி, காவல் நிலையத்திற்குள் சென்றார்.

மெக்கானேவின், வார்த்தைகள், மக்களுக்கு சற்று ஆறுதலை கொடுத்தாலும், டைலருக்குப் பெரும் அதிர்ச்சியாக இருந்தது. அவன் கண்கள் பிதுங்கியவாறு அவரைப் பார்த்தான்.

உள்ளே வந்ததும், டைலர், 'டிடக்டிவ், நீங்கள் எப்படி அவ்வாறு கூறினீர்கள்? நாம் உண்மையில் குற்றவாளியை நெருங்கிவிட்டோமா?'.

அப்போது மெக்கானே, டைலரைப் பார்த்து லேசாக சிரித்தவாறு, 'இல்லை..' என்று கூறி, ஒரு சிகரெட்டைப் பற்ற வைத்தார்.

டைலருக்கு மேலும் அதிர்ச்சியாக இருந்தது. அவன், 'பின்னர் எப்படி, அவ்-வாறு கூறினீர்கள்?' என்று அதிர்ச்சியுடன் கேட்டான்.

அதற்கு மெக்கானே, 'நமக்கு ஒரு சிறு தடயம் கிடைத்துள்ளது. அது போதும், இந்தக் குற்றத்தின் சிக்கலை தீர்க்க உதவும்.' என்று கூறி, அங்கிருந்த அனைத்து காவலர்கள் முன்னும், வந்து நின்றார். டைலர், ஒன்றும் புரியாமல், பெரும் யோசனையிலேயே இருந்தான்.

8

வியூகம்

நடந்த கோர சம்பவத்திற்குப் பிறகு.....

காவல் நிலையத்தில் மெக்கானே அங்கிருந்த காவலர்கள் முன் வந்து நின்று..

'நம் காவல் நிலையம் வாசலிலேயே சடலப்பைகளை வைத்துவிட்டனர். அதோடு நாதனும், அடையாளம் தெரியாத ஒரு மர்ம நபரால் தாக்கப்பட்டிருக்கிறான். நான் உங்கள் யாரையும் குறை கூற விரும்பவில்லை. ஏனெனில், இம்முறை அந்தக் கொலையாளி, ஒரு காவலனை மிரட்டி இந்த செயலை செய்ய வத்துள்ளான். அந்தக் காவலன், உள்ளூர் காவல் நிலையத்திலோ அல்லது நம் காவல் நிலையத்திலோ பணிப்புரிபவனாக இருக்கலாம். ஆனால், இப்போது அது முக்கியம் அல்ல. முதலில் நாம் அந்தக் கொலையாளியின் திட்டத்தை தெரிந்து கொள்ள வேண்டும். எனவே நாம் வேகமாகவும், விவேகமாகவும் செயல்பட வேண்டும். நான் கணித்தது சரி என்றால், என் திட்டத்தினால் நிச்சயம் கொலையாளி மாட்டிக்கொள்வான்.' என்று கூறி, அங்கிருந்து சென்றார்

அங்கிருந்த காவலர்கள் அனைவரும் முணுமுணுத்தவாறு கலைந்து சென்றனர்.

மெக்கானே அலுவலகத்தில்,

'டைலர்.... சில்வியா வீட்டில் உள்ள நெல்சனையும், அவனுடன் இருக்கும் காவலர்களையும், இப்போதே, அவளுக்கு தெரியாமல் வர தகவல் கொடு. சில்வியாவை இரகசியமாக கண்காணித்து கொண்டே இருங்கள். ஆனால், அவளுக்கு என்ன நடந்தாலும், யாரும் ஏதும் செய்ய வேண்டாம். அவளின் ஒட்டுமொத்த தகவல் தொடர்பு சாதனங்களையும், கண்காணியுங்கள். அவளின் தந்தையுடனான கைப்பேசி பதிவுக்கான தகவல் அனைத்தும் என் மேஜைக்கு வரவேண்டும்.' என்று மெக்கானே பரபரப்பாக கூறினார்.

காலை ஏழு மணி, சரியான அடை மழை.... மெக்கானே அலுவகத்தில்,

டைலர், நெல்சன், மற்றும் அவர்களுடன் இரண்டு காவலர்கள், என்று நால்வரும் மெக்கானே முன் நின்று கொண்டிருந்தனர்.

மெக்கானே, 'நான் நினைத்தபடி எல்லாம் சரியாக சென்று கொண்டிருக்கிறது.' என்று கூறி, தன் மேஜை மேல் இருந்த ஒரு கோப்பு ஐ (File) எடுத்து,

'சில்வியா, தன் தந்தையுடன் ஒரு இரகசிய தகவல் பரிமாற்றம் செய்துள்ளாள். அவளின் தந்தை பற்றி விசாரித்ததில், அவர் அடிலைட்டில், எந்த ஒரு கம்பேனியிலும் வேலைப்பார்க்க வில்லை. அந்த அழைப்புகள் அனைத்தும், சிட்னியில் உள்ள பொது கட்டண அழைப்பு பேசியிலிருந்து தான் வந்துள்ளன. எனது கணிப்பின் படி, சில்வியாவின் தந்தையின் கைப்பேசியை பயன்படுத்தி, நம்மிடம் மாடிக்கொள்ள கூடாது என்பதற்காக, கட்டண அழைப்பு பேசி இருக்கும் இடங்களில், சில்வியா தந்தையின் கைப்பேசியை பயன்படுத்தி, அந்த கொலையாளி சில்வியாவிடம் பேசியிருக்க வேண்டும். அல்லது கொலையாளி கூறியபடி சில்வியாவின் தந்தை சில்வியாவிடம் பைனரி இரகசிய வார்த்தைகளால் கூறியிருக்க வேண்டும்.' என்று தன் கணிப்பை கூறினான்.

டைலர், 'அப்படி என்றால், அந்த கொலையாளி சில்வியாவின் தந்தையை மிரட்டி, தன் காரியங்களை செய்து கொண்டிருக்கிறான் அல்லவா?'

அதற்கு மெக்கானே, 'இல்லை, சில்வியாவின் தந்தை, அவனிடம் விருப்பத்துடன் வேலைப்பார்ப்பவனாகவே இருக்க வேண்டும்.' என்றதும், டைலர் புருவங்களை உயர்த்தி கொண்டு அவரை குழப்பத்துடன் பார்த்தான்.

அப்போது மெக்கானே, 'அந்த பைனரி வார்த்தைகள், அனைத்தும் ஒரு புதிர் போல் உள்ளன. இவர்கள், அதிகமாக புதிர்க் கேள்விகள் கேட்டு அதன் மூலம் தகவலை பறிமாற்றம் செய்துள்ளனர். நிச்சயம் இதில் சில தடயங்கள் கிடைக்கும். சில்வியா மற்றும் அவளின் தந்தையின் உரையாடலில் உள்ள புதிர்களை நான் தீர்க்க பார்க்கிறேன்.' என்று கூறி, டைலரிடம், 'டைலர், உன்னுடன், இந்த இரண்டு அதிகாரிகளை அழைத்துக்கொண்டு, மைக் மற்றும் நாதன் சம்பவத்தை விசாரணை செய்யுங்கள். அவன் யார், அவனுக்கும் இந்த தொடர்கொலைகளுக்கும் என்ன சம்பந்தம் என்று அறிய முற்படுங்கள்.' என்றதும்,

டைலர், சரி என்று தலையசைத்து, பின்னர் 'டிடக்டிவ், எனக்கு இன்னும் எதுவும் தெளிவாக புரியவில்லை. உங்களின் திட்டம் என்ன?' என்று குழப்பமாக கேட்டான்.

அதற்கு அவர் லேசாக சிரித்து, 'இது, கொலையாளிக்கு நான் அமைக்கும் வியூகம். அதற்கான பொறி சில்வியா தான். கொலையாளியை நாம் தேடி செல்ல வேண்டாம். அவனே நம்மை தேடி வருவான்.' என்றார்.

அப்போது டைலர், 'அப்படி என்றால், நாம் சில்வியாவை கைது செய்து, விசாரிக்கலாம் அல்லவா?'

அவர், 'அப்படி செய்தால், சில்வியா நிச்சயம், தன் தந்தையிடம், நாம் விசாரித்ததை கூறிவிடுவாள். இதன் மூலம் அவர்களின் திட்டம் மாற வாய்ப்புள்ளது. சில்வியாவையும், அவனின் தம்பியையும், நிச்சயம் அந்த கொலையாளி ஏதும் செய்ய மாட்டான். ஏனெனில்..' என்று கூறி, அவனிடம் ஒரு பழைய குற்ற கோப்பை (Case file) காட்டினார்.

டைலர் மெதுவாக அதை திருப்பி பார்க்க, அது சில்வியாவின் தந்தையுடையது. அதில், தன் மனைவியை கொலை செய்த வழக்கில், அவர் சிறை சென்றுள்ளார். மேலும் மூன்று ஆண்டுகளில் சிலரின் உதவியால் சிறையில் இருந்து தப்பித்துள்ளார் என்று தகவல் இருந்தது.

நெல்சன், லேசான கோபத்துடன், 'அப்படி என்றால், சில்வியா கூறியவை அனைத்தும் பொய் அல்லவா....'

அப்போது டைலர், 'பிறகு ஏன் சில்வியாவின் தம்பியை கடத்தினர்?'

அதற்கு அவர், 'அவன் கடத்தப்பட்டான் என்று நான் கூறவில்லையே. அவன், சில காரணங்களுக்காக அழைத்துச்செல்லப்பட்டுள்ளான். அன்று நான் சில்வியாவை விசாரித்ததில் அவள், தன் தம்பி மிகவும் பயந்த சுபாவம் உடையவன் என்றும், தனியாக இருக்க பயம் கொள்வான் என்றும் கூறினாள், அதன் படி பார்த்தால், நிச்சயம் அவனை அவன் தந்தையே அழைத்துச்சென்றிருக்க வேண்டும், அதுவும் சில்வியாவிற்குத் தெரியாமல்' என்றார்.

டைலர் பதற்றத்துடன், 'உங்களின் வியூகம் என்ன?' என்றதும், அவர், சற்று சிரித்தவாறு அவனைப் பார்த்தார்.

பின்னர், டைலர், மெக்கானே கூறியபடி, மைக் மற்றும் நாதன் சம்பவத்தை விசாரிக்க சென்றான்.

அப்போது மெக்கானே, 'நெல்சன், நான் கூறிய படி செய்துவிட்டாய் தானே?' என்று கேட்க, அவன் லேசான பதற்றத்துடன், ஆம் என தலையசைத்தான்

அவர், 'இந்த விசயம் நம்முடனே இருக்கட்டும். எனக்கு, சில்வியாவின் தந்தை மேல் தான் சந்தேகமாக உள்ளது. அவர் தான் கொலையாளியாக இருப்பாரோ என்று தோன்றுகிறது. மேலும், நாம் இரகசியமாக சில்வியா விட்டின் தரை தளத்தில் உள்ள, அவள் தந்தையின் அலுவலக அறைக்குள் நுழைய வேண்டும். ஆனால் அப்போது சில்வியா வீட்டில் இருக்க கூடாது. அதற்காகவே உன்னை நான், சில்வியாவின், வீடு முழுவதும், கண்காணிப்பு காமிராக்களை பொறுத்த கூறினேன்.'

அவன் அதே பதற்றத்துடன், 'ஆனால், இவ்வாறு செய்தது..' என்று கூறும் போது, அவர், 'கவலை வேண்டாம், நான் பார்த்துக்கொள்கிறேன்.' என்றார்.

அப்போது நெல்சன், 'நீங்கள் எப்படி, சில்வியாவின் தந்தையே கொலையாளி-யாக இருக்கலாம் என்று கூறுகிறீர்கள்?'

அவர், தன் பையில் இருந்து, இரு புகைப்படங்களையும், சில்வியாவின் தம்பி எழுதிய டைரியையும் அவனிடம் காண்பித்து, 'இந்தப் புகைப்படம், இந்த கேஸ் ஃபைலில் கிடைத்தது. இது, சில்வியாவின் தாயின் இறந்த நிலை புகைப்படம்.' என்று கூறும் போது, இரண்டாவது புகைப்படத்தைப் பார்த்த, நெல்சன், அதிர்ச்சி-யில் உரைந்தவாறு, 'அதே சிகப்பு நிறக்கண்கள்' என்றான்.

அப்போது அவர், 'இதிலிருந்து, சில்வியாவின் அம்மா தான் முதல் பலி என்-றும், மேலும் சில்வியாவின் தந்தை தான் குற்றவாளி என்றும் சந்தேகம் வருகி-றது.'.

அவனுக்கு பெரும் அதிர்ச்சியாக இருந்தது.

அப்போது அவர், 'நான் சில்வியாவை முதன் முதலாக விசாரித்தப் பிறகு, பழைய குற்ற கோப்புகளை தேடும் போது தான், இது கிடைத்தது. அதோடு, நம் காவல் நிலையத்திலேயே யாரோ கொலையாளிக்கு உதவுகின்றனர் என்றும் தெரி-கிறது. எனவே தான், 2002 ஆம் வருடத்தில் நடந்த கொலை குற்ற கோப்பு ஆவணத்தை, 1970 களின் வரிசையில் வைத்துள்ளனர்.' என்றார்.

நெல்சன் குழப்பத்துடன், 'எனவே தான், யாருக்கும் தெரியாமல் இதை செய்-கிறோம் அல்லவா?' என்று கேட்க, அவரும் ஆம் என்று தலையசைத்தார்.

காலை 9.30 மணி, மெக்கானே, தன் கணினியில் சில்வியாவின் வீட்டில், அவளின் நடவடிக்கைகளை கண்காணித்துக்கொண்டிருந்தார்.

அவள், காவலர்கள் எங்கு சென்றார்கள் என்ற குழப்பத்தில், அங்கும் இங்கும் சென்றவாறு இருந்தாள்.

அப்போது அவள் ஹாலிற்குள் வரும் போது, பெரிதும் யோசித்தவாறும், பயந்-தவாறும், அப்படியே நின்று கொண்டிருந்தாள்.

மெக்கானே சற்று ஆர்வமாக அவளின் நடவடிக்கைகளை கவனித்துக் கொண்-டிருந்தார். அப்போது அவள், தன் கைப்பேசியில், யாருக்கோ அழைப்பு கொடுத்-தாள்.

அது, மெக்கானேயின் ஒட்டுக்கேட்கும் கருவியில் தெரிந்தது. அவர், அந்த கருவியில் இருந்த கேட்பானை, தன் காதில் வைத்தார்.

அதில்,

சில்வியா: இங்கு, யாரும் இல்லை. ஏன் என்று தெரியவில்லை, காவலர்கள் சென்றுவிட்டனர்.

ஒரு பெண்: அப்படியா? இப்போது என்ன செய்ய போகிறாய்?

சில்வியா: தெரியவில்லை, அவர்கள் இருந்த போது சற்று தைரியமாக இருந்தது. ஆனால், இப்போது மிகவும் பயமாக உள்ளது.

அந்த பெண்: கவலை கொள்ளாதே. நீ காவல் நிலையத்திற்கு அழைப்பு கொடுத்து, என்ன ஆனது என்று விசாரி.

சில்வியா: சரி...

அந்த பெண்: உன் தந்தை வந்துவிட்டாரா?

சில்வியா: அவர் வருவதாக தெரியவில்லை. நேற்று இரவே வந்திருக்க வேண்டும்.

அந்தப் பெண்: சரி, அவருக்கு அழைப்பு கொடு.

சில்வியா: இல்லை, அவராக அழைத்தால் தான், அவரிடம் பேச முடியும்.

(சில நொடிகள் மௌனத்திற்குப் பிறகு)

சில்வியா: சரி, நீ எங்கே இருக்கிறாய்?

அந்தப் பெண்: கல்லூரிக்குப் புறப்பட்டு கொண்டிருக்கிறேன்.

சில்வியா: சரி, ஏதாவது உதவி என்றால் அழைக்கிறேன்.

(அழைப்பு துண்டிக்கப்பட்டது)

மெக்கானே, பெரிதும் யோசித்தவாறு, ஒரு சிகரெட்டை பற்றவைத்தார்.

அப்போது சில்வியா, பயத்துடன் சுற்றி சுற்றி பார்த்தவாறு, இருக்கையில் அமர்ந்திருந்தாள். அவள் காவல் நிலையத்திற்கு அழைப்பு கொடுக்கிறாளா? இல்லையா? என்பதில் மெக்கானே ஆர்வமாக இருந்தார்.

ஆனால் அவள் பதற்றத்துடன் அமர்ந்திருந்தாளே தவிர, யாருக்கும் அழைப்பு கொடுப்பதாக தெரியவில்லை.

இப்படியே ஒரு மணி நேரம் கடந்தது....

அப்போது அவளுக்கு ஒரு அழைப்பு... அவள், அதை எதிர்ப்பார்த்தவள் போல், வேகமாக சென்று, அழைப்பை ஏற்றாள்.

அதை கவனித்த மெக்கானே, வழக்கம் போல் ஒட்டுக்கேட்க ஆரம்பித்தார்.

ஆனால், அதில் அவள் ஏதும் பேசவில்லை.

அப்போது மறுமுனையிலிருந்து 'டொக் டொக்' என்று சப்தம் மட்டும் வந்தது.

மெக்கானே, அதை பதிவு செய்ய ஆரம்பித்தார். அப்போது அவள், அந்த அழைப்பு பேசியில், தன் ஆள்காட்டி விரலால், 'டொக் டொக்' என்று தட்டினாள்.

இப்படியே இருவரும், பத்து நிமிடங்கள் தட்டிக்கொண்டிருந்தனர்.

அப்படி தட்டிக்கொண்டிருக்கும் போது, அவளின் கண்கள் கலங்க ஆரம்பித்தன.

சில நொடிகளில் அழைப்பு துண்டிக்கப்பட்டதும், அவள், வாயைப் பொத்தி அழ ஆரம்பித்தாள். அதைப் பார்த்த மெக்கானே குழம்பத்துடன் அவள் அழுவதைப் பார்த்தார்.

உடனே அவர், நெல்சனை அழைத்து, பதிவு செய்யப்பட்ட அழைப்பில் பேசப்பட்ட, அந்த பைனரி இரகசிய வார்த்தைகளின் அர்த்தம் அறிய கூறினார்.

நெல்சன், உடனே அந்த வேலையை துவங்கினான்.

சில நிமிடங்கள் செல்ல, நெல்சன், சற்று பதற்றத்துடன், அங்கு வந்து, அவரிடம், 'டிடக்டிவ், இதை நீங்கள் பார்த்தாக வேண்டும்.' என்று கூறி, ஒரு காகிதத்தை அவரிடம் கொடுத்தான்.

அவர், ஆர்வமாக அதை வாங்கிப்பார்த்தார். அது, தற்போது வந்த சில்வியாவின் கைப்பேசியின் பைனரி இரகசிய வார்த்தைகளுக்கான அர்த்தம்.

மெக்கானே மெதுவாக அதை வாசிக்க ஆரம்பித்தார்.

9

தவறான கணிப்பு

சிட்னி நகரில், நல்ல மழை பொழிந்து கொண்டிருந்தது. அப்போது மெக்கானே, சில்வியாவின் கைப்பேசியில், பேசப்பட்ட பைனரி இரகசிய வார்த்தைகளுக்கான அர்த்தத்தை, படிக்க ஆரம்பித்தார்.

அதில்,

சில்வியா: உனக்கு என்ன தான் வேண்டும். என் தந்தை எங்கே?

மறுமுனை: உன் வீட்டில் இப்போது காவலர்கள் இல்லை அல்லவா?

சில்வியா: ஆம், அவர்கள் இல்லை. ஏன் என்று தெரியவில்லை. ஏதும் கூறாமல் சென்றுவிட்டனர்.

மறுமுனை: நீ எக்காரணம் கொண்டும் வெளியே செல்லாதே. காவலர்களால் உனக்கு ஆபத்து வரலாம்.

சில்வியா: அவர்களால் எனக்கு என்ன ஆபத்து?

மறுமுனை: நான் கூறுவதை மட்டும் செய்?

சில்வியா: சரி, என் தந்தை எங்கே? என் தம்பி எங்கே?

மறுமுனை: நான் உன்னிடம், அவர்கள் குறித்து கவலைப்படாதே என்று முன்பே கூறியுள்ளேன்.

சில்வியா: இருப்பினும், எனக்கு பயமாக உள்ளது.

மறுமுனை: உன் தந்தை, எங்களின் பணிக்கு அவசியம் தேவை. எனவே அவரை ஏதும் செய்ய மாட்டோம். ஒரு வேலை நீ ஏதேனும் எங்களுக்கு எதிராக செய்ய நினைத்தால், உன் தம்பியையும் அந்தப் பிணப்பையில் பார்ப்பாய்.

சில்வியா: அப்படி ஏதும் செய்துவிடாதே. நான் வீட்டிற்குள்ளேயே இருக்கிறேன். நான் யாரிடமும் ஏதும் கூறமாட்டேன்.

மறுமுனை: சரி, நான் முன்பு கூறிய, புதிர்க் கேள்விகளுக்கு விடை அறிந்தாய் அல்லவா?

சில்வியா: ஆம், அறிந்துவிட்டேன். ஆனால், அது என் தம்பியின் டைரியில் எழுதி வைத்திருந்தேன். அந்த டைரியை இப்போது காணவில்லை.

மறுமுனை: என்ன கூறுகிறாய். நன்றாக தேடிப்பார்.

சில்வியா: கவலை வேண்டாம், நான் இங்கு தான் எங்காவது வைத்திருப்பேன்.

மறுமுனை: காவலர்கள், அந்த டைரியை எடுத்து சென்றிருந்தால், நிச்சயம் உன் தம்பியை நான் கொலை செய்துவிடுவேன்.

சில்வியா: அய்யோ, இல்லை, இல்லை, அப்படி ஏதும் செய்து விடாதே. அந்த டைரி இங்கு தான் உள்ளது. நான் கண்டுபிடித்துவிடுவேன்.

மறுமுனை: சரி, அந்தப் புதிருக்கான விடையை, சரியாக தொகுத்து, அதில் உள்ளபடி செய்தால் போதும், உன் தம்பி உனக்கு கிடைப்பான். உன் தந்தை வீடு திரும்புவார்.

சில்வியா: சரி சரி நான் செய்து விடுகிறேன்.

மறுமுனை: காவலர்கள், உன் வீட்டிற்கு வந்தால், கவனமாக இரு.

சில்வியா: சரி..

(அழைப்பு துண்டிக்கப்பட்டது).

அவர், இந்த உரையாடலைப் படித்ததும், சற்று சிரித்தவாறு, அவரின் மேஜை-யைப் பார்த்தார். அவளின் தம்பியின் (பிரண்டன்) டைரி, அவரின் மேஜை மீதே இருந்தது.

அவர் மனதில், ஒரு அற்புத திட்டம் தோன்றியது.

நெல்சனிடம், ‘நெல்சன், நான் கணித்தது தவறு, சில்வியாவின் தந்தை இந்தக் கொலைகளை செய்யவில்லை. மேலும், அவளையும் அவளின் தந்தையையும் வைத்து ஒரு பெரிய திட்டத்தை அந்த கொலையாளி தீட்டியுள்ளான். அவன், ஏன் இந்த கொலைகளை செய்கிறான் என்பதை அறிய வேண்டும், நிச்சயம் நாம் சில்-வியாவின் வீட்டில் உள்ள, அவளின் தந்தையின் அலுவலக அறைக்குள் சென்-றாக வேண்டும்.’ என்று கூறி, அந்த டைரியை எடுத்து, ‘நமக்கு ஒரு பெரிய ஆயுதம் கிடைத்துள்ளது.’ என்று கூறி, லேசாக சிரித்தார்.

மதியம், ஒரு மணி, சில்வியா வீட்டில்...

சில்வியா தன் அறையில், உறங்கிக்கொண்டிருந்தாள். அப்போது வாசல் கதவை யாரோ தட்டும் சப்தம் கேட்டது. அவள், சப்தம் கேட்டு, பதற்றமாக எழுந்-தாள்.

கதவை தட்டும் சப்தம் பத்து வினாடிகளுக்கு ஒரு முறை கேட்டுக்கொண்டே இருந்தது. எனவே அவள் வேகமாக கீழே வந்து, கதவைத் திறந்து பார்த்தாள்.

வாசலில் மெக்கானேவும், நெல்சனும் நின்று கொண்டிருந்தனர். அவள், பெரும் குழப்பத்தில், அவர்களைப் பார்க்க, அப்போது நெல்சன், அவளிடம், 'ஒரு முக்கிய வேலை காரணமாக, உன்னிடம் ஏதும் கூறாமல் சென்றுவிட்டோம்.'.

அவள், 'சரி, பரவாயில்லை. உள்ளே வாருங்கள்.' என்று கூறி இருவரையும் உள்ளே அழைத்தாள்.

இருவரும் மெதுவாக உள்ளே வந்தனர். அப்போது மெக்கானே, வீட்டை மேலும் கீழுமாக சுற்றி சுற்றி பார்த்தார்.

அப்போது சில்வியா, 'மற்ற இரு காவலர்கள் எங்கே?'.

நெல்சன், 'அவர்கள் முக்கிய வேலையாக சென்றுள்ளனர்.' என்ற போது, மெக்கானே, 'நாங்கள் இல்லாத போது, யாரேனும் இங்கு வந்தார்களா?'.

அவள், விழித்தவாறு, 'இல்லையே...' என்று யோசித்தவாறு கூறினாள்.

பின்னர் அவர், 'ஏதேனும், அழைப்புகள்???'.

அவள், 'ஆம், என் தோழிக்கு அழைப்பு கொடுத்து பேசினேன். வேறு ஏதும் வர வில்லையே?'.

மெக்கானே, நெல்சனைப் பார்த்தார். நெல்சன் புருவத்தை உயர்த்தியவாறு, அவரைப் பார்த்தான்.

பின்னர் மெக்கானே, 'சரி, உன் தம்பி கிடைத்துவிட்டான். நாங்கள் அவனை மீட்டு விட்டோம். அவன் இப்போது காவல் நிலையத்தில் தான் உள்ளான்.'.

அதைக் கேட்டதும் அவளுக்கு பெரும் அதிர்ச்சி, 'என்ன கூறுகிறீர்கள்? எப்படி? எப்போது?' என்று பதற்றமும், ஆச்சரியமும், மகிழ்ச்சியும் கலந்து கேட்டாள்.

அவர், 'உன் தம்பியை பார்க்க விருப்பம் இல்லையா?'.

அவள், 'ஆம், ஆம், அவனை இங்கு ஏன் அழைத்து வர வில்லை?' என்று கண்களில் கண்ணீருடன் கேட்டாள்.

நெல்சன், 'அவனிடம் கொஞ்சம் விசாரிக்க வேண்டியுள்ளது. எனவே விசாரணை அறையில் வைத்துள்ளோம்.'

உடனே அவள், 'நான் என் தம்பியை பார்க்க வேண்டும்.' என்று கூறி, வேகமாக மாடிக்கு சென்றாள்.

அப்போது மெக்கானே, நெல்சனைப் பார்த்து சிரித்து, தலையசைத்தார்.

சில நொடிகளில், சில்வியா தயாராகி கீழே வந்தாள். ஆனால், அங்கு மெக்கானே இல்லை. நெல்சன் மட்டும் நின்று கொண்டிருந்தான்.

அவள் குழம்பியவாறு, 'அவர் எங்கே?' என்று கேட்க, நெல்சன், 'அவர், முக்கிய அழைப்பு வந்ததால், சென்று விட்டார்.' என்று கூறி, வாசலை நோக்கினான்.

அவள் ஆர்வமாகவும், பதற்றமாகவும், அவன் பின் சென்றாள்.

பின்னர், இருவரும் காரில் ஏறி, அங்கிருந்து சென்றனர்.

அப்போது, நெல்சன், தன் கைப்பேசி மூலம், 'நாங்கள் வந்து கொண்டிருக்கிறோம். விசாரணை அறையை தயார்ப் படுத்துங்கள்.' என்று கூறி அழைப்பை துண்டித்தான்.

ஆனால், அவன், அழைப்பு பேசியில் பேசியது மெக்கானேயிடம்.... அப்போது அவர், நெல்சன் கூறியது போல், எங்கும் செல்லவில்லை. அவர், சில்வியா வீட்டின் தரை தளத்திற்கு கீழ் உள்ள, அவள் தந்தையின் அலுவலக அறையின் வாசலில் நின்று கொண்டிருந்தார்.

நெல்சன் அழைப்பு கொடுத்ததும், அறைக்குள் செல்ல தயாரானார். அவர், அந்த அறையின் கதவை மேலும் கீழும் பார்த்தார். பின்னர் அந்த கதவின் சாவி துளைக்குள், ஒரு சிறிய கம்பியை விட்டு, சில சுழற்றல்கள் செய்தார்.

ஐந்து முறை சுழற்ற, கதவு திறந்தது.

அவர் மனதில், 'இவ்வளவு எளிதாக திறந்து விட்டதே.' என்ற சந்தேகத்துடன்...

கதவைத் திறந்து, உள்ளே வந்து பார்க்க, அவருக்குப் பெரும் அதிர்ச்சி...

அவர் ஏமாற்றத்துடன், அந்த அறையை சுற்றி சுற்றி பார்த்தார். ஏனெனில் அந்த அறையில் ஒன்றுமே இல்லை, அது ஒரு வெற்று அறை.

அவர், சிகரெட்டை பற்றவைத்து, தன் நெற்றியை சொரிந்தவாறு, மெதுவாக உள்ளே சென்று ஏதேனும் தடயங்கள் கிடைக்குமா என தேடிப் பார்க்க ஆரம்பித்தார்.

அங்கு, வெறும் குப்பைகளும், உடைந்த சில பொருட்களுமே இருந்தன. அது எதுவுமே தடயமாக தெரியவில்லை.

அவர் அங்கிருந்த ஒரு மேஜையை, ஆராய்ந்து பார்த்தார். அப்போது அந்த மேஜை மேல் ஒன்றை கவனித்தார்.

அது ஒரு குறியீடு....

அவர் விழித்தவாறு, அதை உற்று பார்த்தார். அவர் மனதில், 'இது என்ன குறியீடாக இருக்கும்?' என்று எண்ணி, எதற்கும் இருக்கட்டும் என்று, அதைப் புகைப்படம் எடுத்துக்கொண்டு, வேறு ஏதேனும் கிடைக்குமா என தேடினார்.

சில நிமிடங்கள் சென்றன...

அவர் பெரும் ஏமாற்றத்துடன், அந்த அறையை மூடிவிட்டு, வெளியே வந்தார்.

அப்போது அவருக்கு, டைலரிடமிருந்து அழைப்பு வந்தது.

டைலர், 'டிடக்டிவ், நாதன் இரண்டு நாட்களில், வீடு திரும்புவான். மேலும், நீங்கள் கூறிய அந்த வெள்ளை நிற பழைய ஆம்னி வேன், இருக்கும் இடம் தெரிந்துவிட்டது.'.

அவர், பெரும் ஆச்சரியத்துடன், 'எங்கே உள்ளது?'

அவன், 'அது, இப்போது நாதனை அனுமதித்துள்ள மருத்துவமனை வளாகத்தில் தான் நின்று கொண்டிருக்கிறது. எனக்கு மிகவும் சந்தேகமாக உள்ளது.' என்றான்.

அவர், 'எவ்வளவு நேரமாக அங்கு நிற்கிறது?'.

அவன், 'தெரியவில்லை. ஆனால் சில நிமிடங்களுக்கு முன்பு தான் கவனித்தேன்.'.

சில நொடிகள் மௌனத்திற்கு பிறகு, அவர், 'நிச்சயம் நாதனை தேடி தான், அவன் அங்கு வந்திருப்பான். வந்திருப்பது கொலையாளியாகவும் இருக்கலாம்.' என்று கூறி, பின்னர், ஒரு திட்டத்தை டைலரிடம் கூறி, வேகமாக அங்கிருந்து சென்றார்.

மெக்கானேவும், நெல்சனும் தனி தனி கார்களில் வந்திருந்தனர்.

எனவே அவர், உடனே சில்வியாவின் வீட்டிற்கு அருகில் சற்று தள்ளி நிறுத்தியிருந்த, தன் காரில் ஏறி அங்கிருந்து சென்றார்.

அப்போது நெல்சன் சில்வியாவை, ஒரு இடத்திற்கு அழைத்து வந்தான்.

அந்த இடத்தைப் பார்த்த அவள், குழம்பியவாறு, 'இது என்ன இடம்? நாம் காவல் நிலையம் அல்லவா செல்ல வேண்டும்?'

அவன், 'ஆம், சிறிது நேரம் காத்திரு. இங்கு ஒரு முக்கிய தவிர்க்க முடியாத பணி உள்ளது. இதோ வந்து விடுகிறேன்.' என்று கூற, அவள் சற்று அமைதியானாள்.

பின்னர் அவன் வெளியே வந்து, காரை முழுவதுமாக பூட்டி விட்டு, அங்கிருந்து சென்றான்.

சில்வியா, கதவு கண்ணாடி வழியாக வெளியே பார்த்தாள்.

அந்த இடம், ஒரு வீட்டின் பின் பக்கம் போல் இருந்தது. அந்த இடத்தில் அந்த ஒரு வீடு மட்டுமே இருந்தது. சுற்றி வயல் வெளியும், சற்று தொலைவில் பல மரங்களும் இருந்தன. அந்த வீட்டைப் பார்க்க, ஒரு பழைய கைவிடப்பட்ட வீடு போல் காணப்பட்டது.

அவள், லேசான பதற்றத்துடன், மனதில், 'அய்யோ, இது எதுவும் சதியாக இருக்குமா? அவன் வேறு காவலர்களை நம்ப வேண்டாம், ஜாக்கிரதையாக இருக்கும் படி கூறினானே. அவசரம் கொண்டோமோ? மேலும் எப்படி என் தம்பியை இவர்கள்..... வாய்ப்பே இல்லையே. அவ்வளவு சீக்கிரத்தில்... எப்படி?' என்று அச்சம் கொள்ள ஆரம்பித்தாள்.

எனவே அவள் அங்கிருந்து தப்பித்து செல்ல எண்ணி, காரை விட்டு இறங்க கதவை தள்ளினாள். ஆனால் அது பூட்டியிருந்தது. அவள் அனைத்து கதவுகளையும் தள்ளி, திறக்க முயன்றாள்.

அவளால் எதையுமே திறக்க முடியவில்லை. அவள், மேலும் பதற்றம் கொள்ள ஆரம்பித்தாள்....

அப்போது அவள், முன் பக்க கண்ணாடி வழியாக பார்க்க, நெல்சன் யாரிடமோ கைப்பேசியில் பேசிக்கொண்டு, காரை நோக்கி வந்து கொண்டிருந்தான்.

அவனைப் பார்த்ததும், அவள் எச்சிலை விழுங்கியவாறு, பெரும் பயத்தில் அமர்ந்திருந்தாள். பின்னர் நெல்சன், கார் அருகே வந்ததும், அழைப்பை துண்டித்துவிட்டு, காரில் ஏறினான்.

அவள், அவனை பெரும் பயத்துடன் பார்த்தாள். அவன், 'சில்வியா, என்ன ஆனது, ஏன் பதற்றமாக உள்ளாய்?'

அவள், 'இல்லை, இல்லை, இந்த இடம் பயத்தை ஏற்படுத்துகிறது.' என்று சமாளித்தாள். அவன் லேசாக சிரித்து, பின்னர், 'மன்னித்து விடு சில்வியா.' என்று கூறி, அவளைப் பார்த்தான்.

அவள், பெரிதும் குழம்பியவாறு, அவனைப் பார்த்த அடுத்த நொடி.... அவன் சில்வியாவின் மூக்கில், ஒரு துணியை வைத்து, அழுத்தி மூடினான். அதில், அவள் சற்று துடித்து, பின்னர் அப்படியே மயங்கினாள். நெல்சன், சற்று மூச்சை இழுத்துவிட்டவாறு, அவளைப் பார்த்தான்.

அதே நேரத்தில்....

மெக்கானே, பெரும் பதற்றத்துடன், மருத்துவமனையை நோக்கி வேகமாக சென்று கொண்டிருந்தார்.

அப்போது மருத்துவமனையில்...

டைலரும், அவனுடன் இரு காவலர்களும், நாதன் இருக்கும் அறையில், அவனின் பாதுகாப்பிற்காக நின்று கொண்டிருந்தனர்.

அப்போது டைலர், அந்த அறையில் உள்ள ஜன்னல் வழியாக எட்டிப்பார்த்தான்.

அந்த அறையிலிருந்து அந்த ஆம்னி வேன் நிற்கும் இடம் நன்றாக தெரிந்தது.

அப்போது நாதன், 'நிச்சயம் அவன் தான்.... என்னை கொலை செய்யாமல் விடமாட்டான். நாம் ஏதேனும் திட்டம் இட வேண்டும்.' என்று பதறினான்.

டைலர், 'ஆம், ஒரு அற்புத திட்டம் உள்ளது.' என்று கூறி, நாதனைப் பார்த்தான்.

10

ஏமாற்றமும் தோல்வியும்

மதிய வேளை, லேசான மழை தூறல், கரு மேகம் சூழ்ந்து இருளான சூழல்,

அப்போது மெக்கானே, நாதனை அனுமதித்த மருத்துவமனை வளாகத்தினுள் நுழைந்தார்.

அவர் காரில் அமர்ந்து கொண்டு சுற்றி சுற்றி பார்க்கும் போது, அவர், அங்கு ஒன்றை கவனித்ததும், உடனே, தன் கைப்பேசியில், 'டைலர், அந்த ஆம்னி வேனை பார்த்துவிட்டேன். காவலர்கள் இன்னும் எத்தனை நிமிடங்களில் இங்கு வருவர்?'

அவன், 'இன்னும் பத்து நிமிடங்கள் ஆகும்.' என்றதும், அவர், தன் காரில் இருந்த ஒரு பிஸ்டல் துப்பாக்கியை எடுத்து, தன் உள் சட்டைப்பைக்குள் மறைவாக வைத்துக்கொண்டு, காரை விட்டு வெளியேறினார்.

இரு புறமும் பார்த்து, சற்று மூச்சை பலமாக விட்டு, மெதுவாக அந்த ஆம்னி வேனை நோக்கினார்.

அப்போது, டைலர் ஜன்னல் வழியாக மெக்கானே, அந்த காரை நோக்கி செல்வதைப் பார்த்ததும், பதறிப்போய், கைப்பேசியில், 'டிடக்டிவ், என்ன இது, காவலர்கள் வரும் வரை காத்திருங்கள்.'. என்று பதறிப்போய் கூறினான்.

அவர், 'வந்தவன், வேறு ஏதோ ஒரு காரணமாகவே இங்கு வந்துள்ளான். வெகு நேரமாக, இந்த கார் இங்கு நிற்கிறது என்றால், நிச்சயம் ஏதோ ஒரு காரணம் இருக்க வேண்டும். நாதனை கொலை செய்ய வந்திருந்தால், அவன், இங்கு வந்த சில நிமிடங்களில், அதை செய்திருக்க வேண்டும்.'

டைலர், விழித்தவாறு, 'சரி, டிடக்டிவ், இருப்பினும் இது ஆபத்தான ஒன்று..' என்றதும், அவர், 'கவலை வேண்டாம். நான் பார்த்துகொள்கிறேன்.' என்று கூறி, அழைப்பை துண்டித்து, அந்த ஆம்னி வேன் அருகே வந்தார்.

டைலர் பெரிதும் எரிச்சல் அடைந்து, அவனுடன் இருக்கும், அந்த இரு காவலர்களிடம், 'நாதனை பார்த்துக்கொள்ளுங்கள். காவலர்கள் வரும் வரை இந்த அறையை பூட்டியே வைத்திருங்கள்.' என்று கூறி, வேகமாக, அங்கிருந்து சென்றான்.

அப்போது மெக்கானே, அந்த வெள்ளை நிற ஆம்னி வேனை சுற்றி சுற்றி பார்த்தார். அதன் கதவில் கருப்பு நிற கண்ணாடி பொருத்தப்பட்டிருந்ததால், வெளியிலிருந்து பார்க்கும் போது, உள்ளே இருப்பது ஏதும் சரியாக தெரியவில்லை.

அவர் மனதில், 'உள்ளே யாரும் இல்லை போல் தெரிகிறதே' என்று எண்ணி, மெதுவாக, அந்த வேனின் கதவை திறக்க முயற்சி செய்தார்.

ஆனால் அது பூட்டி இருந்தது. பின்னர் அவர், மெதுவாக கண்ணாடி வழியாக உன்னிப்பாக உள்ளே எட்டிப்பார்க்க....

அதிர்ச்சியில், அவரின் கால்கள் தடுமாறி இரு அடிகள் பின்னே சென்றார். அவர் கண்கள் பிதுங்கின, அதோடு பயத்தில் அவருக்கு மூச்சு வாங்கத்துவங்கியது.

அவர், தான் பார்த்ததை உறுதிப்படுத்த மீண்டும் உள்ளே எட்டிப்பார்த்தார்.

அவர், மீண்டும் அதைப் பார்த்ததும், எச்சிலை விழுங்கியவாறு, பெரும் அதிர்ச்சியில் மூச்சு விட இயலாமல் இரும ஆரம்பித்தார்.

அப்போது டைலர், வேகமாக அங்கு ஓடி வந்து, 'டிடக்டிவ், டிடக்டிவ் என்ன ஆனது?' என்று பதறினான்.

அவரால் ஏதும் பேச முடியவில்லை, அவரின் தொண்டை அடைத்துக்கொண்டது. அவர் இருமியவாறு, அந்த காரை நோக்கி கை காட்டினார்.

அவன் பெரும் குழப்பத்துடன், அந்த ஆம்னி வேனினுள், கண்ணாடி வழியாக எட்டிப்பார்க்க, அவனும், அதிர்ச்சியில் லேசாக தலைச்சுற்றி தடுமாறினான்.

அந்த அதிர்ச்சியுடன், மெக்கானேவைப் பார்த்தான். அவர் மூச்சுவிட முயற்சி செய்து கொண்டிருந்தார்.

டைலர் மனதில், 'அடக்கடவுளே..' என்று ஏற்க இயலாமல், அவன் கண்களில் லேசாக கண்ணீர் வந்தன.

சில நொடிகளில் காவலர்கள், அங்கு வேகமாக வந்துகொண்டிருந்தனர்.

டைலர், அமைதியாக நின்று செய்வது புரியாமல், அங்கு வரும் காவலர்களைப் பார்த்தான்.

காவலர்களின் கார், வேகமாக அங்கு வந்து நின்று, அதிலிருந்து காவலர்கள், கையில் துப்பாக்கியுடன், இருவரையும் நோக்கி வந்தனர்.

டைலர், பெரும் அதிர்ச்சியில் தலைகுனிந்தவாறு, மன வேதனையில் நின்று கொண்டிருந்தான்.

பின்னர், காவலர்கள், இருவரிடமும், 'என்ன ஆனது?' என்று குழம்பியவாறு கேட்டனர். டைலர், ஆம்னி வேனை நோக்கி, பெரும் சோகத்துடன் கையை நீட்டினான்.

அந்தக் காவலர்களும், காரின் கதவை உடைத்து, எப்படியோ திறந்தனர். அப்போது, அனைத்து காவலர்களும், அந்த ஆம்னி வேனிற்குள் இருந்ததைப் பார்த்ததும் பெரிதும் அதிர்ந்து போயினர்.

உள்ளே.....

சிறப்பு விசாரணை காவல் துறை சீருடை அணிந்த, மூன்று காவலர்களின் சடலங்கள், இருக்கைகளில் அமர வைக்கப்பட்ட நிலையில் கிடந்தன.

காவலர்கள், பெரும் அதிர்ச்சியில், மெக்கானேவைப் பார்த்தனர்.

அவர், ஒரு கையை தலையில் வைத்தவாறு, லேசான பயமும், பெரும் அதிர்ச்சியும், கொண்டவாறு, காவலர்களைப் பார்த்தார்.

பின்னர், அந்த மூன்று சடலங்களையும் வெளியே எடுத்து ஸ்டெச்சர்களில் வைத்தனர்.

அப்போது மெக்கானே, மெதுவாக, இறந்த அந்த மூன்று காவலர்களின், கண்களையும் திறந்து பார்த்தார். 'அதே சிவப்பு நிற கண்கள்.'

பின்னர், அந்த மூன்று சடலங்களையும், காவலர்கள் வேன் மூலமும், அதோடு, அந்த ஆம்னி வேனையும், காவல் நிலையத்திற்கு எடுத்துச் சென்றனர்.

சில நிமிடங்களில், அந்த இடமே மக்கள் கூட்டத்தால் பெரிதும் பரபரப்பானது. இதனால் டைலர், மெக்கானேவை அழைத்துக் கொண்டு, காவல் நிலையம் புறப்பட்டான்.

மெக்கானே ஏதும் பேசமுடியாமல், தலையில் கைவைத்தவாறு அமர்ந்திருந்தார்.

அப்போது, நெல்சனிடமிருந்து கைப்பேசி அழைப்பு வந்தது, ஆனால், அவர், 'நான் பிறகு பேசுகிறேன்.' என்று கூறி, அழைப்பை துண்டித்தார்.

இப்போது அவரால், ஏதும் தெளிவாக யோசிக்க முடியவில்லை. அவர் மனம் முழுவதும், அந்த காவலர்களின் இறந்த நிலை மட்டுமே ஓடிக்கொண்டிருந்தது.

அப்போது, டைலர், பெரும் கவலையுடன், 'டிடக்டிவ், நிலைமை மிகவும் மோசமாகிக் கொண்டிருக்கிறது. நாம் இனி தாமதிக்கும் ஒவ்வொரு நிமிடமும் மரணங்கள் தான் நிகழும்.'.

அவர், 'இப்போது, காவலர்கள் மத்தியில் நிச்சயம் பயம் தோன்ற ஆரம்பித்திருக்கும். மக்கள் இனி நம்மை நம்புவது கடினமாகும். மேலும், நாதன் மருத்துவமனையில் தான் உள்ளான் என்று அறிந்தே, கொலையாளி சடலங்களை வைத்துள்ளான். மேலும் நமக்கு அந்த ஆம்னி வேன் குறித்தும் தெரிந்ததால், அதிலேயே......' என்று கூறி, நெற்றியை விரல்களால் தேய்த்தவாறு, 'நம்மை முழுவதுமாக, அந்த கொலையாளி கண்காணிக்கிறான். நமது ஒவ்வொரு செயலும்

அவனுக்குத் தெரிகிறது, ஆனால் எப்படி? அந்த கருப்பு நிற உடை அணிந்த மர்ம மனிதன் யார்? அவனுக்கு எப்படி இவ்வளவு பலம்? அவன் ஆதாரங்களை அழிப்பவனாகவே இருக்க வேண்டும். ஆனால்...?' என்று குழப்பத்துடன் இருக்க,

அப்போது அவருக்கு ஒன்று நினைவு வந்தது. அவர், 'நடந்ததை வைத்து பார்க்கும் போது, நிச்சயம் கொலையாளி எந்த ஒரு சம்பவத்தையும் செய்யவில்லை. அவன், கைப்பாவைப்போல் கடத்தியவர்களையோ, அல்லது கடத்தப்பட இருப்பவர்களையோ பயன்படுத்துகிறான். சில்வியாவிற்கு வந்த அழைப்புகள் அனைத்தும், கட்டண பொது தரைவழி அழைப்பு பேசியிலிருந்தும், அங்கிருந்தே அவளின் தந்தையின் கைப்பேசியிலிருந்தும் தான் வந்துள்ளன. அதே போல் தான் ஸ்மித்திற்கும் அழைப்புகள் வந்திருக்க வேண்டும். அனைவரையும் இப்படியே தான் கொலையாளி தொடர்பு கொண்டிருக்க வேண்டும். அப்படி என்றால், கடத்தப்படுபவர்களை, முன் கூட்டியே அந்த கொலையாளி முடிவு செய்து விடுகிறான். பின்னர், அவர்கள் பற்றி அறிந்து கொண்டு, கைப்பேசி மூலம் தொடர்பு கொள்கிறான். ஆனால், அவன் யாரிடமும் நேரடியாக தொடர்பு கொள்ளவில்லை, மற்றவர்களை கொண்டு, அழைப்பு பேசியில் பேச வைக்கிறான்.' என்ற அவரின் வார்த்தைகள், டைலரின் பயத்தை அதிகமாக்கின.

அவன், 'அப்படி என்றால், ஒவ்வொறு, பொது அழைப்பு பேசி இருக்கும் இடத்திலும் கண்காணிப்பு காமிராக்கள் இருக்கும் அல்லவா? அதன் மூலம்..' என்றதும்,

அவர், 'அது பிரயோஜனம் இல்லை. கொலையாளியை பிடிக்க இயலாது.' என்று கூறி, பெரிதும் எரிச்சல் அடைந்து, 'நான் இதில் தோற்று கொண்டிருக்கிறேன்.' என்று, தலையில் கைவைத்து நொந்து போய் அமர்ந்திருந்தார்.

சிறப்பு விசாரணை காவல் நிலையம்....

அங்கு, மீண்டும் பத்திரிக்கையாளர்களின் கூட்டம் அலை மோதியது.

மெக்கானே, 'டைலர், நீ இவர்களிடம், கொலையாளியை நெருங்கிவிட்டோம். இன்னும் மூன்று தினங்களில் பிடித்துவிடுவோம், என்று மட்டும் கூறு, நான் உள்ளே செல்கிறேன்.' என்று கூறி, காரை விட்டு இறங்கினார்.

அங்கிருந்த காவலர்கள், அவருக்குப் பாதுகாப்பாக, அவருடன் உள்ளே சென்றனர்.

டைலர், அவர் கூறியது போல் பத்திரிக்கையாளர்களிடம் கூறிவிட்டு, காவல் நிலையத்திற்குள் வந்தான்.

அப்போது, மெக்கானே, அனைத்து காவலர்கள் முன்னும், பெரும் மன வேதனையில் நின்று கொண்டிருந்தார்.

அவர், தலை குனிந்தவாறு அனைவரையும் பார்த்து, 'உங்களில், யாருக்கெல்லாம், என் மீது நம்பிக்கை உள்ளது?'

அனைவரும் முகத்தை முகத்தைப் பார்த்து நின்றனர். டைலர் மட்டும் கையை உயர்த்தினான். பின்னர், அவனைப் பார்த்து, ஒரு சில காவலர்கள் மட்டும் கையை உயர்த்தினர்.

மெக்கானே, கை உயர்த்தாதவர்களை கவலையுடன் பார்க்க, அவர்கள் தலை-குனிந்தவாறு, இல்லை என்று தலையசைத்து நின்றனர்.

அவர், 'இது, நம் காவல் நிலையத்திற்கு வந்த பெரும் கலங்கம் ஆகும். இதனால் மக்களுக்கு, நம் மீது உள்ள நம்பிக்கை குறைந்திருக்கும். அதோடு உங்-களுக்கும் நம்பிக்கை குறைந்துவிட்டது.' என்று பெரும் வருத்ததுடன் கூறி, சற்று மூச்சை இழுத்து விட்டு, 'ஆனால், என் மீது நம்பிக்கை உள்ளவர்கள், மட்-டும் என்னுடன் வாருங்கள். உண்மையில் நான் குற்றவாளியை நெருங்கிவிட்டேன். எனக்கு இன்னும் ஒரு சில தடயங்கள் மட்டும் கிடைத்தால் போதும்..' என்று கூற,

சில காவலர்கள், 'டிடக்டிவ் மெக்கானே, எங்களுக்கு உங்கள் மீது நம்பிக்கை இல்லாமல் இல்லை. ஆனால், எங்களுக்கும் குடும்பம் உள்ளது. உங்களை போல் நாங்கள் தனியாக இருப்பவர்கள் அல்ல. நீங்கள் தைரியமாக இந்த குற்ற விசா-ரணையை நடத்துவீர்கள். ஆனால், இறந்த காவலர்களை போல் எங்களுக்கும் மரணம் நிகழ்ந்தால், உங்களால் என் குடும்பத்திற்கு பதில் கூற முடியுமா? அவர்-களிடமும் நீங்கள், குற்றவாளியை நெருங்கிவிட்டோம், பிடித்துவிடுவோம் என்று கூடுவீர்களா? அதில் பிரயோஜனம் இல்லை. டிடக்டிவ் மெக்கானே, நாங்கள் ட்ரான்ஸ்வர் வாங்கி செல்ல உள்ளோம். மேலும் சிட்னி மக்கள் சிலர், இந்த ஊரை விட்டு வெளியேறிக் கொண்டிருக்கின்றனர். நிச்சயம், பலரும் இந்த ஊரை காலி செய்துவிடுவார்கள்.' என்று பெரும் மன வேதனையுடன் கூறினர்.

மெக்கானே, கண்களை சுருக்கியவாறு, அவர்களைப் பார்த்து, 'சரி, அப்படி என்றால், கிளம்புங்கள், எனக்கு ஒரு சில காவலர்கள் இருந்தாலே போதுமானது.' என்று கூறி, கோபத்துடன் அங்கிருந்து சென்றார்.

டைலர், அனைவரையும் பார்த்து, பின்னர் சோகத்துடன் அவருடன் சென்-றான்.

மெக்கானே, பெரும் கோபத்துடன், ஜன்னல் வழியாக வெளியே இருக்கும் மக்-கள் மற்றும் பத்திரிக்கையாளர்கள் கூட்டத்தை பார்த்தவாறு நின்று கொண்டிருந்-தார்.

டைலர், மெதுவாக அவரிடம், 'டிடக்டிவ், இப்போது என்ன செய்ய உள்ளீர்-கள்?'.

அவர், ஜன்னல் வழியாக பார்த்தவாறே, 'நம்மிடம் இப்போது ஒரே ஒரு வழி மட்டுமே உள்ளது.' என்று கூறி மெதுவாக அவனைப் பார்த்தார். டைலர், குழம்-பியவாறு அவரைப் பார்த்து நின்றான்.

மாலை, 4 மணி, மெக்கானே, ஒரு இடத்திற்கு தனியாக கார் மூலம் வந்து சேர்ந்-தார்.

அது ஒரு சிறிதளவு பாழ் அடைந்த, பழைய வீடு. மெக்கானே மெதுவாக அந்த வீட்டினுள் நுழைந்தார்.

அங்கு, ஒரு அறையில், ஒரு நாற்காலியில் கட்டப்பட்ட நிலையில், மயக்கத்-துடன் சில்வியா அமர வைக்கப்பட்டிருந்தாள். அருகில் நெல்சன், புகைப்பிடித்து கொண்டு அமர்ந்திருந்தான்.

அப்போது அவர், 'அவளை எழுப்பு.' என்றதும், அவன் லேசாக பதற்றம் கொண்டு, அவரைப் பார்த்தான். உடனே அவன் எழுந்து, 'டிடக்டிவ், என்ன ஆனது, ஏன் தாமதம்?' என்று பதற்றத்துடன் கேட்டான்.

அவர், 'பிறகு கூறுகிறேன். இவளை எழுப்பு.' என்றார்.

நெல்சனும், சில்வியா முகத்தில் தண்ணீர் தெளித்து, அவளை எழுப்பினான். அவள் மெதுவாக கண்களைத் திறந்து, இருவரையும் பார்த்தாள். அவள், 'என்ன ஆனது?' என்று குழப்பத்துடன் கூற, அவளுக்கு நடந்தவை நினைவிற்கு வந்ததும், பதற்றத்துடன், 'என்னை ஏன் இங்கு கடத்தி வந்தீர்கள்? ஏன் இப்படி கட்டி வைத்-துள்ளீர்கள்?' என்று பயத்தில் துடித்தாள்.

மெக்கானே, 'பயம் வேண்டாம். நான் கேட்கும் கேள்விகளுக்கு மட்டும் சரியாக பதில் கூறினால், உன்னை விட்டுவிடுகிறோம்.'.

அவள், சற்று கோபத்துடன், 'அப்படி என்றால், என் தம்பி கிடைத்தான் என்று பொய் கூறி, இங்கு அழைத்து வந்துள்ளீர்கள் அல்லவா?',

அவர், 'ஆம், வேறு வழி தெரியவில்லை.' என்றதும், அவள் அழுதவாறு, 'ஏன் இப்படி செய்தீர்கள்?' என்று கதறினாள்.

மெக்கானே, 'உன் தம்பியின் நன்மைக்காவே இப்படி செய்தோம்.' என்றதும், அவள் அழுகையை நிறுத்தி, விழித்தவாறு, அவரைப் பார்த்தாள்.

மெக்கானே அங்கிருந்த ஒரு நாற்காலியை எடுத்து, அவள் முன் அமர்ந்து, நிதானமான குரலில், 'இங்கு பார், எங்களுக்கு அனைத்தும் தெரியும். உன் அப்பா என்ன செய்கிறார். நீ கூறிய பொய்கள், உனக்கு வந்த அழைப்புகள் மற்றும் அதில் பேசப்பட்ட பைனரி வார்த்தைகள், அதில் கூறப்பட்ட புதிர் கேள்விகள் என அனைத்தையும் நாங்கள் அறிவோம்.' என்று அவர் கூறிய வார்த்தைகள், சில்வி-யாவை அப்படியே உரையச்செய்தது.

அவள் அந்த அதிர்ச்சியுடனே, 'இல்லை, நீங்கள் என்ன கூறுகிறீர்கள். எனக்கு ஏதும் புரியவில்லை....' என்று தயங்கி தயங்கி கூற, நெல்சன், கோபம் கொண்டு, 'பொய்க் கூறாதே..' என்று, அவளை தாக்க வந்தான்.

அவள், பயத்தில் தலையை குனிந்து கொண்டு கத்தினாள்.

மெக்கானே, 'நெல்சன், சற்று பொறுமையாக இரு.' என்று கூறி, அவளிடம், 'சில்வியா, இனிமேலும், நீ மறைத்து எந்தப் பலனும் இல்லை. எங்களிடம் ஆதாரங்கள் உள்ளன. எனவே உண்மையை கூறினால், உனக்கும் உன் குடும்பத்திற்கும் நல்லது.'.

அவள், செய்வதறியாமல், பெரிதும் அழுதவாறு, மன வேதனையுடன், 'நான் உண்மையை கூறினால், அவன் என் தம்பியையும், தந்தையையும் கொலை செய்து விடுவான்.' என்று கதறி அழ ஆரம்பித்தாள்.

மெக்கானே, 'இங்கு பார்.... யாருக்கும் ஏதும் ஆகாது. நீ கூறப்போகும், உண்மையில் தான் பலரின் உயிர் அடங்கியுள்ளது. மேலும் எனக்கு உங்களின் அடுத்த திட்டமும் தெரியும்.'.

சில்வியா பெரும் அதிர்ச்சியில், அவரை குழப்பத்துடன் அழுகையை நிறுத்திவிட்டு பார்த்தாள்.

மெக்கானே, மெதுவாக தன் சட்டைப் பையில் இருந்த அந்த டைரியை எடுத்து, அவளிடம் காட்டினார்.

அவள் அதைப் பார்த்ததும், பெரும் அதிர்ச்சி அடைந்து, 'இது எப்படி?' என்று வாயடைத்து போனாள்.

அவர், 'சில்வியா.. நான் உன்னிடம் எதிர்ப்பார்ப்பது ஒன்று மட்டும் தான். உண்மைகள்.... என்னிடம் ஒரு திட்டம் உள்ளது. அது படி செய்தால் உன் தம்பியையும் தந்தையையும், மீட்டுவிடுவோம். கொலையாளியை பிடிப்பது என்பது நீ கூறுவதில் தான் உள்ளது.'.

அவள், குழப்பத்துடன் இருவரையும் பார்த்து பெரிதும் யோசித்தாள். பின்னர், அவள் வேறு வழி இல்லை என எண்ணி, அமைதியான குரலில், 'சரி, உண்மையை கூறுகிறேன்.' என்றாள்.

மெக்கானே, சற்று நிம்மதி பெருமூச்சுவிட்டு, அவளின் வார்த்தைகளை எதிர் நோக்கினார்.

11

வெளிவரும் உண்மைகள்

சில்வியா தன்னைப் பற்றிய சில விசயங்களை, மெக்கானே அறிந்து கொண்டதை உணர்ந்த அவள், வேறு வழி இன்றி, உண்மைகளை கூற ஆரம்பித்தாள்.

அவள்,

'என் தந்தை ஒரு அறிவியல் ஆராய்ச்சியாளர். ஆனால், வெளி உலகிற்கு தன்னை ஒரு கம்பேனியின் மேனேஜர் போல் காட்டிக்கொண்டிருந்தார். பதினைந்து வருடங்களுக்கு முன்பு, என் தாய்க்கும், தந்தைக்கும் திடீரென ஒரு வாக்குவாதம் ஏற்பட்டது. அப்போது ஆரம்பித்தது தான் இந்த பிரச்சனை.' என்று கூறி, கண் கலங்கினாள்.

மெக்கானே, 'என்ன பிரச்சனை?'

அவள், 'அன்று, என் தந்தைக்கு ஒரு அழைப்பு வந்தது. யார் என்ன என்று எனக்கு தெரியவில்லை. அவர் அழைப்பை துண்டித்த பிறகு, என் தாயிடம் சில விசயங்கள் கூறினார். அதன் பிறகு தான் வாக்குவாதம் பெரிதானது. நான் மறைந்து கொண்டு நடப்பதை கவனித்து கொண்டிருந்தேன். அந்த நாளை என்னால் மறக்கவே இயலாது.' என்று கூறி, அழ ஆரம்பித்தாள்.

பின்னர் அவள், 'என் தந்தை, என் தாயிடம், இதன் மூலம், நான் பெரிய ஆராய்ச்சியாளன் ஆவேன். நீ இதற்கு அனுமதிக்காவிட்டாலும், நான் இதை செய்யத்தான் போகிறேன், என்று கோபமாக கத்தினார். அதற்கு என் தாய், மனித உயிர்களை கொன்று செய்யும் இந்த ஆராய்ச்சியை செய்ய உனக்கு மனம் உறுத்தவில்லையா என்று கோபமாக கூறினாள். அதன் பிறகு என் தந்தை கோபமாக அங்கிருந்து சென்றுவிட்டார். பின்னர், ஒரு வாரம் கழித்து, மீண்டும் அவர்களுக்குள் பெரும் வாக்குவாதம் ஏற்பட்டது. அதில் கோபத்தில் என் தந்தை, என்

தாயின் முகத்தில், ஒரு சாப்பிடும் தட்டை கொண்டு அடித்துவிட்டார். மயங்கிய என் தாயை மருத்துவமனையில் சேர்த்தோம். அப்போது மருத்துவமனையில், இரவு நேரத்தில், என் தந்தை, என் தாயை ஒரு சக்கர நாற்காலியில் வைத்து, யாருக்கும் தெரியாமல் எங்கோ அழைத்து சென்று கொண்டிருந்தார். நான் அவருக்கு தெரியாமல், பின் தொடர்ந்து சென்றேன். அந்த மருத்துவமனைக்கு வெளியில், ஒரு வெள்ளை நிற ஆம்னி வேன் நின்று கொண்டிருந்தது. அதில் என் தாயை யாருக்கும் தெரியாமல் ஏற்றிவிட்டு, ஒருவனிடம் பேசிக்கொண்டிருந்தார். இரவு நேரம் என்பதால், அவனை என்னால் சரியாக பார்க்க முடியவில்லை. பின்னர், அவர் மீண்டும் மருத்துவமனைக்கு திரும்பினார். அந்த வேனும் அங்கிருந்து சென்று விட்டது. அதன் பிறகு...' என்று கூறி, சில்வியா, பெரும் மன வேதனையில் தலைகுனிந்தாள்.

மெக்கானே, சற்று மூச்சை இழுத்து விட்டவாறு, அவளைப் பார்த்தார்.

பின்னர் அவள், 'இரண்டு நாட்களுக்குப் பிறகு, காலை எழுந்து பார்க்கும் போது, ஒரு சடலப்பை, எங்கள் வீட்டில் கிடந்தது. எனக்கு பெரிதும் பயமாக இருந்தது. என் தந்தை அந்தப் பையை திறந்து பார்த்தார். அதில்.. அதில்...' என்று தேம்பி அழ ஆரம்பித்தாள். மெக்கானே, புரிந்து கொண்டு நெல்சனைப் பார்த்தார்.

பின்னர் அவள் சற்று நிதானம் அடைந்து, 'அதில்..என் தாய் இறந்து கிடந்தாள். நான் உடனே என் தந்தைக்கு தெரியாமல், காவலர்களுக்கு அழைப்பு கொடுத்துவிட்டேன். காவலர்கள், என்னையும், என் தந்தையையும் விசாரித்ததில், என் தந்தை தான் கொலை செய்திருப்பார், என்று அவரை கைது செய்து அழைத்துச்சென்றனர்.'

என்று கூறி, மெக்கானேயைப் பார்த்து, 'அது ஒரு புராஜெக்ட் (Project). அதில், என் தந்தை அவனுக்கு உதவி செய்து கொண்டிருக்கிறார். என் தந்தையின் உதவி அவனுக்கு தேவையாக இருந்ததால், அவனின் பலத்தை பயன்படுத்தி சிறையிலிருந்து தப்பிக்க வைத்தான். என் தாய் மீதே, முதல் மனித சோதனையை செய்துள்ளனர். என் தந்தை, என்னை இரண்டு முறை கொலை செய்யவும் துணிந்தார். ஆனால், அவன் கூறிய வார்த்தைக்காக என்னை விட்டுவிட்டார்.' என்று அவள் கூறிக்கொண்டிருக்கும் போது, மெக்கானே குழம்பியவாறு, 'இரு, இரு, அவன்... யார் அந்த அவன்?' என்று கேட்க,

அவள், 'தெரியவில்லை, அவனுக்கு எந்த பெயரும் கிடையாது. என் தந்தை அவரை, மிஸ்டர் நோ நேம் (Mr. No name) என்றே அழைப்பார்.... பின்னர், என்ன காரணம் என்று தெரியவில்லை, என் மீது அக்கரை கொள்ள ஆரம்பித்தார். நான் தனியாக கடினப்படுகிறேன் என்று எனக்காக மற்றொரு திருமணமும் செய்து கொண்டார். அப்படி பிறந்தவன் தான் என் தம்பி பிரண்டன்.'

மெக்கானே ஆர்வமாக, ‘சரி, அந்த மிஸ்டர் நோ நேம் தான் உன்னிடம் பைனரி வார்த்தைகளில் பேசினானா?’.

அவள், ‘இல்லை, என்னிடம் யார் பேசியது என்று தெரியவில்லை. ஆனால் அந்த Mr. No Name என் தந்தையை தவிர வேறு யாரிடமும் பேசமாட்டான். என்னிடமும் பேசியதில்லை. நான் அவனை பார்த்ததும் இல்லை. அவன் யார், ஏன் இதை செய்கிறான்? அது என்ன புராஜெக்ட்? என்று எனக்கும் தெரியவில்லை. ஆனால், அந்த புராஜெக்ட் மூலம் மக்கள் மர்மமான முறையில் இறக்கின்றனர் என்று மட்டும் அறிந்து கொண்டேன்.’.

பின்னர் அவர் சந்தேகத்துடன், ‘அப்படி என்றால், பதினைந்து வருடங்களாக இந்த புராஜெக்ட் ஆராய்ச்சி நடந்து கொண்டிருக்கிறதா? அத்தனை வருடங்களாகவும் மக்கள் இவ்வாறு தான் இறக்கின்றார்களா?’

அவள், ‘இல்லை, என் தாயை வைத்து, செய்த அந்த சோதனை தோல்வியில் முடிந்ததாக என் தந்தை ஒரு முறை கூறியுள்ளார். இடையில் சில காரணங்களுக்காக அந்த ஆராய்ச்சி நிறுத்தி வைக்கப்பட்டிருந்தது. ஆனால், சில ஆண்டுகளில் மீண்டும் அதை தொடர்ந்தனர். முன்பு ஆதரவற்றவர்கள், அனாதைகளை கொண்டு, இந்த சோதனையை செய்தனர், ஆனால் இப்போது..’ என்று கூறி, வாயில் கைவைத்து, அழ ஆரம்பித்தாள்.

மெக்கானே, சதேகத்துடன், ‘உன் தம்பி..’ என்றதும், அவள், ‘அவன் மிகவும் பாவம்... இப்போது அவனை வைத்தும் சோதனை செய்ய உள்ளனர். நான் அவர்கள் கூறுவது போல் சரியாக செய்யவில்லை என்றால், அவனை கொலை செய்துவிடுவார்கள்.’ என்று கூறி, கண்ணீர் விட்டாள்.

அவர், கண்களை சுருக்கியவாறு, ‘உன்னிடம், அழைப்பு பேசியில் பேசியவன், எங்களை நாங்கள், என்று பன்மையில் பேசினானே..?’

அவள், ‘தெரியவில்லை, அவன் பைனரி வார்த்தைகளில் மட்டுமே பேசுவான். என் தந்தை எனக்கு சிறு வயதிலிருந்தே பைனரி குறிப்புகள், புதிர் விளையாட்டு, இரகசியங்களை மறைத்து வைக்கும் யுக்தி என்று பல விசயங்கள் கற்று கொடுத்து வந்தார். ஆனால் என்னிடம் பைனரி வார்த்தைகளில் பேசியவன் என் தந்தை போல் தெரியவில்லை.’

அவர், ‘சரி, இதுவரையில் நீ அவர்களுக்காக என்னலாம் செய்துள்ளாய்?’.

அவள், சற்று பயத்துடன், ‘நான் கூறினால், என்னை நீங்கள் மன்னிக்க மாட்டீர்கள்.’ என்று பயந்தாள்.

மெக்கானே விழித்தவாறு, ‘அப்படி என்ன செய்தாய்?’.

அவள் மெதுவாக, ‘எனக்கு, மூன்று மாதங்களுக்கு ஒரு முறை, ஐந்து பைனரி இரகசிய அழைப்புகள் வரும். அதில் கூறப்படும் புதிர்வினாக்களை நான் பூர்த்தி செய்தால், அதில் சில குறிப்புகள் வரும்... அது படி செய்வேன். இதுவரையில்

மூன்று முறை பைனரி தகவல்கள் வந்துள்ளன. இப்போது நடக்கும் அனைத்திற்குமே, நான் பத்து மாதங்களுக்கு முன்பே ஏற்பாடு செய்துவிட்டேன். முதல் பைனரி குறிப்புகள் மூலம், நான் மக்களை கண்காணித்து, அதில் சரியில்லாத, கடினப்படும், ஏழை குடும்பம், தனியாக வாழும் இளைஞர்கள், இளம்பெண்கள், வயதானவர்கள் என யார் உள்ளார்கள் என்று ஆராய்ந்து பார்த்து, அவர்களின் ஒட்டு மொத்த தகவலையும் சேகரித்து, அவர்களுக்கு கொடுத்துள்ளேன். அதோடு இரண்டாவது பைனரி குறிப்பின் படி, குடும்பங்கள் உள்ள சிலரின் தகவலை சேகரித்து அவர்களுக்கு கொடுத்துள்ளேன். இப்போது மூன்றாவது பைனரி குறிப்புகள் படி நான் செய்யவேண்டும்....' என்று கூறி, தலைகுனிந்து, 'மக்கள், இறப்பதற்கு நான் தான் முக்கிய காரணம்.' என்று கண்ணீர் விட்டாள்.

மெக்கானேயின் கண்கள் பிதுங்கின. அவர், 'இதற்காக தான் உன்னை உயிருடன் விட்டுள்ளனர் அல்லவா?

அப்போது நெல்சன், 'எதற்காக இப்படி செய்தாய்? முடியாது என்று கூறி, வேறு ஊர் சென்றிருக்கலாம் அல்லவா?' என்று வேதனை மனதுடன் கூறினான்.

அவள் கண்ணீருடன், 'நான் அப்படி செய்யவில்லை என்றால், என் தம்பியையும், என் நண்பர்களையும் கொலை செய்வதாக மிரட்டினர். ஒரு வேலை நான் தற்கொலை செய்து கொண்டாலும் அவர்களை கொலை செய்வர். என்னால் யாரும் இறக்க கூடாது என்று எண்ணினேன்.' என்று கூற,

மெக்கானே, 'உன்னால், இப்போது பதினைந்து அப்பாவிகள் இறந்துள்ளனர்.' என்று எரிச்சலுடன் கூறினார்.

சில்வியா, பெரிதும் அழ ஆரம்பித்தாள்.

பின்னர் அவர், 'இவ்வளவு தெரிந்தும், நீ ஏன் உன் தம்பியை காணவில்லை என்று தகவல் கொடுத்தாய்?'

அவள், 'அப்போது எனக்கு தெரியவில்லை. அவன் உண்மையிலேயே எங்கோ காணாமல் போய்விட்டானோ என்று பயந்து தான்..... எனக்கு என்ன செய்வது என்று புரியவில்லை... எனக்கும் அவர்கள் தான் கடத்தியிருப்பார்கள் என்ற யோசனையே இல்லை. அன்று இரவு உங்கள் வீட்டில் அந்த பெட்டியை வைக்க கூறியவனால் தான் எனக்கே தெரிய வந்தது.' என்று கூறி, மூக்கை உறிந்துகொண்டு இருவரையும் பார்த்தாள்.

மெக்கானே, 'எனவே உங்கள் அடுத்த திட்டம், கமிஸ்னர் அலுவகத்தில்..' என்றதும், அவள், 'நான் இதை செய்தாக வேண்டும்.. புரிந்து கொள்ளுங்கள். என்னை விட்டுவிடுங்கள். அந்த டைரியை கொடுத்துவிடுங்கள்..' என்று கெஞ்ச ஆரம்பித்தாள்.

நெல்சன், 'இவ்வளவு நடந்த பிறகும், இப்போதும் நீ அவர்களுக்கு உதவ வேண்டும் என்கிறாய் அல்லவா...' என்று கோபமாக கூற, மெக்கானே எழுந்து,

அவனிடம், 'அமைதியாக இரு நெல்சன்.' என்று கூறி, அங்கிருந்து சற்று விலகி, ஒரு சிகரெட்டைப் பற்ற வைத்தார்.

அவர் மனதில், "மிஸ்டர் நோ நேம்" என்ற பெயர் மட்டுமே ஓடிக்கொண்டே இருந்தது.

அப்போது நெல்சன், 'டிடக்டிவ், இப்போது என்ன செய்ய உள்ளீர்கள்?'.

சில நொடிகள் மௌனத்திற்கு பிறகு, அவர், 'அவளை, அவிழ்த்துவிடு.... முன்பு நான் கூறியது தான். ஆனால் என் திட்டத்தில் சில மாற்றங்கள் உள்ளன. இப்போது இவள் தான் அந்தக் கொலையாளியை பிடிக்க உதவும் பொறி.' என்றார்.

பின்னர் நெல்சன், சில்வியாவின் கட்டுகளை அவிழ்த்தான்.

அப்போது மெக்கானே, 'சில்வியா, இப்போது நாங்கள் உன்னை வீட்டில் விட்டுவிடுவோம். இங்கு நடந்த அனைத்தையும் மறந்துவிடு. நீ எங்களை பார்க்கவும் இல்லை, ஏதும் கூறவும் இல்லை. மேலும் இந்த விசயம் எங்கள் இருவரை தவிர, வேறு எந்தக் காவலர்களுக்கும் தெரியாது. மேலும், நீ உன் திட்டத்தை செயல் .படுத்து, அந்த மிஸ்டர் நோ நேமிற்கு எந்த ஒரு சந்தேகமும் வராமல் பார்த்துக்கொள்.' என்றார்.

அவள் விழித்தவாறு, 'சரி, ஆனால், அவனின் திட்டத்தை செயல்படுத்தினால். மேலும் மக்கள் இறந்து போவர்.'.

அவர், 'இல்லை. அந்த திட்டத்தை நான் கூறியபடி செய். நிச்சயம் மிஸ்டர் நோ நேமும், உன் தந்தையும், எங்களிடம் மாட்டிக்கொள்வார்கள்.'

அவள் குழப்பத்துடன், 'எப்படி, திட்டத்தில், சிறு மாற்றம் இருந்தாலும், அவன் கண்டுபிடித்துவிடுவானே?'.

மெக்கானே, 'நான் திட்டத்தில் மாற்றம் என்று கூறவில்லையே.' என்று கூறி, அவரின், திட்டத்தை கூற ஆரம்பித்தார்.

அதைக்கேட்டதும், சில்வியாவிற்கு பயமும், அதிர்ச்சியும் ஒரு பக்கம் தோன்றினாலும், அவளுக்கு லேசாக நம்பிக்கை வர ஆரம்பித்தது.

மாலை, 5.30 மணி...

நெல்சன், சில்வியாவை அவளின் வீட்டில் விட்டுவிட்டு, காவல் நிலையம் புறப்பட்டான்.

மெக்கானே, காவல் நிலையத்தில், தன் அலுவலகத்தில், இருக்கையில் சாய்ந்து கொண்டு, பெரும் யோசனையில் அமர்ந்தவாறே இருந்தார்.

அவர் மனதில், ஏதோ ஒரு பயம் இருந்தவாறே இருந்தது.

மாலை 7 மணி, மெக்கானே, சில்வியாவின் நடவடிக்கைகளை கவனித்தவாறு இருக்க, அவருக்கு லேசாக கண்கள் சொக்கின.

அப்போது, சில்வியாவிற்கு ஒரு அழைப்பு, மெக்கானே சற்று பதற்றத்துடன் கண்களை விழித்து, உடனே அந்த அழைப்பை பதிவு செய்ய ஆரம்பித்தார்.

அவர்கள், வழக்கம் போல் பைனரி இரகசிய வார்த்தைகள் மூலம் பேச ஆரம்பித்தனர். மெக்கானே மனதில், தன் திட்டம் செயல் பட ஆரம்பித்ததை உணர்ந்தார்.

ஐந்து நிமிடங்களில் அந்த அழைப்பு துண்டிக்கப்பட்டது.

உடனே அவர், நெல்சனை அழைத்து, அந்த உரையாடலின் அர்த்தம் அறியுமாறு கூறி அனுப்பினார்.

சில நிமிடங்கள் செல்ல, அப்போது, டைலரிடமிருந்து ஒரு அழைப்பு வந்தது.

அவன், 'டிடக்டிவ், அந்த ஆம்னி வேனை பரிசோதித்ததில், எந்த ஒரு கைரேகையும் இல்லை. மேலும், அம்மோனியா வாடை அதிகமாக உள்ளது.' என்று கூறியதும், அவர், 'தடயங்களை அழித்துள்ளனர்.' என்றார்.

அதற்கு டைலர், 'ஆம், மேலும், இந்த காவலர்களை பைக்குள் வைக்காமல், ஆம்னி வேனில் வைத்திருப்பது ஆச்சரியமாக உள்ளது.',

மெக்கானே, 'ஆம், இது, கொலையாளி நமக்கு கொடுக்கும் இரண்டாம் எச்சரிக்கை. முதல் எச்சரிக்கையில் காவல் நிலையம் முன்பே பையை வைத்தான். இப்போது காவலர்களையே வைத்துள்ளான். இப்போது நாம் மேலும் முன்னேறி சென்றால், நிச்சயம் காவலர்கள் சிலர் இறக்க வாய்ப்புகள் உள்ளன.'

டைலர் குழம்பியவாறு, 'என்ன செய்ய உள்ளீர்கள்?'.

மெக்கானே, சற்று மூச்சை இழுத்துவிட்டு, 'கூறுகிறேன். இன்று இரவு 10 மணிக்கு, அனைத்து காவலர்களையும் சந்திப்பு பகுதியில் கூடுமாறு அறிவிப்பு கொடு. மேலும் பத்திரிக்கையாளர்களும் அங்கு வர வேண்டும்.' என்று கூறி அழைப்பை துண்டித்தார்.

மெக்கானே பெரும் யோசனையுடன், நெல்சனின் தகவலிற்காக காத்திருந்தார்.

சில நிமிடங்கள் செல்ல, நெல்சன் அந்த உரையாடலுக்கான அர்த்தங்களை கொண்டு வந்தான்.

மெக்கானே, மிகவும் ஆர்வமாக அதை வாங்கி பார்த்தார்.

அதில்....

சில்வியா: என்ன விசயம்?

மறுமுனை: அந்த டைரி கிடைத்ததா?

சில்வியா: ஆம், கிடைத்தது.

மறுமுனை: நல்லது. எப்போது திட்டத்தை செயல்படுத்த உள்ளாய்?

சில்வியா: நாளையே செய்ய உள்ளேன்.

மறுமுனை: சரி, மதியம், உன்னை காவலர்கள் எங்கு அழைத்து சென்றனர்?

சில்வியா: ஒரு விசாரணைக்காக அழைத்துச்சென்றனர். நான் தவறு செய்யவில்லை என்று ஒப்புக்கொண்டனர். எனவே என் மீது இருந்த தடைகளையும் அகற்றிவிட்டனர்.

மறுமுனை: நல்லது. இப்போது உன்னை யாரும் கண்காணிக்க வில்லை என்று மட்டும் எண்ணாதே. காவலர்களை மட்டும் என்றும் நம்பிவிடாதே. இப்போது நாம் பேசுவதை கூட ஒட்டுக்கேட்கலாம். எனவே தான் நாம் இந்த பைனரி மொழியில் பேசிக்கொண்டிருக்கிறோம்.

சில்வியா: சரி, நான் இந்த திட்டத்தை நிறைவேற்றிய பிறகு, என் தம்பியை விட்டுவிடுவாய் அல்லவா?

மறுமுனை: அது, நம் திட்டத்தின் விளைவைப் பொருத்தே முடிவெடுக்கப்படும். ஏதேனும் சொதப்பினால், உன் தம்பியை மறந்துவிடு.

சில்வியா: இல்லை, இல்லை, ஏதும் சொதப்பாது.

மறுமுனை: நான் உனக்கு கொடுத்த இரண்டு பணிகளையும், சிறப்பாக செய்ததாலேயே இப்போது இந்த பணியையும் உனக்கு கொடுக்கிறேன். இருப்பினும், உன் மீது நம்பிக்கை இல்லாததால் தான் உன் தம்பியை கடத்த கூறினேன்.

சில்வியா: சரி, புரிகிறது. நான் இதை நன்றாக செய்து முடிப்பேன். நீ என்னை நம்பலாம்.

மறுமுனை: காவலர்கள் உன்னிடம் ஏதேனும் கூறி, அதை செயல்படுத்த முயற்சித்தால்..... நினைவிருக்கட்டும், உன் தம்பி அந்த பையில் தான் உனக்கு கிடைப்பான்.

சில்வியா: இல்லை, இல்லை, அப்படி ஏதும் இல்லை. நீ என்னை நம்பலாம்..

(அழைப்பு துண்டிக்கப்பட்டது)

மெக்கானேவிற்கு சற்று நிம்மதி வந்தது. அவர் தான் கூறியபடியே சில்வியா அனைத்தையும் அவனிடம் கூறியுள்ளாள்.

மெக்கானே, தன் இருக்கையில் சாய்ந்து கொண்டு, அவர் மனதில், 'இது தான் நமக்கு கிடைத்த ஒரே வாய்ப்பு. இதில் நாம் வென்றாக வேண்டும். இல்லை என்றால், இது பெரும் தோல்வியாக இருக்கும். மேலும் மக்களின் நம்பிக்கையையும் இழப்போம்.' என்று எண்ணி, லேசாக பதற்றம் கொண்டார்.

இரவு 10 மணி,

டைலர், 'டிடக்டிவ், அனைவரும் சந்திப்பு பகுதிக்கு வந்துவிட்டனர்.' என்றான்.

மெக்கானே, லேசான பதற்றத்துடன் மெதுவாக சந்திப்பு பகுதியை நோக்கினார்.

அங்கு, காவலர்கள் ஆங்காங்கே, முணுமுணுத்தவாறு நின்று கொண்டிருந்தனர். பத்திரிக்கையாளர்கள், நாற்காலிகளில் அமர்ந்து கொண்டு, என்ன கேள்வி கேட்கலாம் என்பது குறித்து பேசிக்கொண்டிருந்தனர்.

அப்போது மெக்கானே, மெதுவாக அவர்கள் முன் வந்து நின்றார். அவரைப் பார்த்ததும், அனைவரும் சற்று அமைதியடைய ஆரம்பித்தனர்.

அவர், சற்று சோகமான முகத்துடன், வேதனையான குரலில், 'என் வார்த்தைக்கு மதிப்பு கொடுத்து, இங்கு கூடிய அனைவருக்கும் நன்றி. இது, நமக்கு மிகவும் கடினமான நாட்களாகும். விடை தெரியாத மர்ம கொலைகள் சிட்னியில் நடந்து வருகின்றன. கொலையாளி குறித்து எந்த ஒரு தகவலும் இல்லை. நாட்கள் செல்வதால் மரணங்கள் அதிகரிக்கின்றன. இன்று மூன்று காவலர்கள், சிவப்பு நிற கண்களுடன் இறந்து கிடந்தனர். இது என் இதயத்தை உடைத்துவிட்டது. இந்த தொடர் கொலைகளால், மக்கள் பெரிதும் அஞ்சி, சிட்னி நகரை காலி செய்ய துவங்கிவிட்டனர். மேலும் காவலர்களும் நம்பிக்கை இழந்து அச்சத்தில் உள்ளனர். இந்த விசாரணையை தொடர்ந்து நடத்துவதால் தான், இப்போது காவலர்கள் மரணிக்க ஆரம்பித்துள்ளனர். அந்த கொலையாளி, எங்களை எச்சரித்தும், அதை மீறி, தொடர்ந்து இந்த விசாரணையை செய்ததால் தான், காவலர்கள் மரணித்துள்ளனர். எனவே...'

என்று கூறி, அனைவரையும் பார்த்து, 'இந்த சிவப்பு நிற கண்கள் குற்ற விசாரணையை நான் தற்காலிகமாக கைவிடுகிறேன். இந்த சிக்கலான குற்ற விசாரணை, பெரும் கடினமான ஒன்றாக உள்ளது.' என்றதும், அனைவருக்கும் பெரும் அதிர்ச்சி, பத்திரிக்கையாளர்கள் கேள்விகளை அடுக்க ஆரம்பித்தனர்.

ஆனால் அவர், 'சற்று பொறுங்கள். இது சில பாதுகாப்பு நடவடிக்கைக்காகவே.. நான் மக்களுக்கு, சில அறிவுரைகள் மட்டும் கூற விரும்புகிறேன். முடிந்தவரை இந்த ஊரை காலி செய்துவிடுங்கள். அல்லது, வீட்டில் பாதுகாப்பாக இருங்கள். யாருக்கும் உங்களின் தகவலை கொடுக்காதீர்கள். சில நாட்களுக்கு, பள்ளிகளுக்கும் கல்லூரிகளுக்கும் செல்ல வேண்டாம். எந்த ஒரு தெரியாத நபர்களிடமும் பேச்சு கொடுக்காதீர்கள். ஆள் நடமாட்டம் இல்லாத இடத்திற்கு யாரும் செல்ல வேண்டாம். அப்படி செல்லும் நிலை வந்தால், காவல் நிலையத்திற்கு அழைப்பு கொடுங்கள். சில நிமிடங்களில் உங்கள் பாதுகாப்பிற்கு வந்துவிடுவோம். யாரும் அச்சம் கொள்ள தேவையில்லை. எங்களுக்கு தடயம் கிடைக்கும் வரை, நாங்கள் இந்த விசாரணையை தற்காலிகமாக நிறுத்தி வைக்கிறோம். நம்பிக்கை உள்ளவர்கள், சிட்னியில் இருக்கலாம், இல்லாதவர்கள் இங்கிருந்து சென்று உங்கள் உயிரை காத்துக்கொள்ளலாம். இது காவலர்களுக்கும் பொருந்தும்.' என்று கூறி, சில காவலர்களை பார்த்தார்...

12

கொலையாளிக்கான பொறி

மெக்கானேயின், அதிர்ச்சியளிக்கும் வார்த்தைகளால், காவலர்கள் மத்தியில் கூச்சலும் குழப்பமுமாக இருந்தது.

மக்கள் மத்தியில், மெக்கானே மீதும், காவல் அதிகாரிகள் மீதும் பெரும் அதிருப்தி ஏற்பட ஆரம்பித்தது. இறந்தவர் மற்றும் காணாமல் போனவர்களின், குடும்பத்தினர் காவல் நிலையத்தை முற்றுகையிட்டனர். ஆங்காங்கே கலவரங்கள் வெடிக்க ஆரம்பித்தன. பத்திரிக்கையாளர்கள், மெக்கானேவை மிகவும் மோசமாக விமர்சிக்க ஆரம்பித்தனர்.

அன்று இரவே சாலைகளில், கலவரக்காரர்கள், பொருட்களை எரித்தும், மெக்கானேயின் உருவ பொம்மையை எரித்தும், காவலர்களுக்கு எதிராக கோசம் இட்டும், ஊர்வலமாக வந்து கொண்டிருந்தனர்.

விடியற்காலை 4.30 மணி,

மெக்கானே, தன் அலுவலக அறையில், புகைத்தவாறு ஜன்னல் வழியாக, வெளியே நடக்கும் கலவரத்தைப் பார்த்துகொண்டு நின்று கொண்டிருந்தார். அவருக்கு, அரசாங்கத்திடமிருந்து அழைப்புகளுக்கு மேல் அழைப்புகள் வந்துகொண்டே இருந்தன.

ஆனால், அவர் எதையும் ஏற்பதாக இல்லை.

அப்போது, நாதனும், நடந்த சம்பவங்களால் மருத்துவமனையில் இருக்க முடியாமல், அங்கிருந்து காவல் நிலையம் திரும்பியிருந்தான்.

மெக்கானே முன், மூவரும் தலை குனிந்தவாறு நின்றுகொண்டிருந்தனர்.

அப்போது, நாதன் பதற்றத்துடன், 'ஏன் இவ்வாறு கூறினீர்கள்? இதனால் பெரும் விளைவுகள் ஏற்படும் என்று நீங்கள் யோசிக்கவில்லையா?'.

மெக்கானே, மெதுவாக திரும்பி நாதனைப் பார்த்து, மீண்டும் ஜன்னல் வழியாக பார்த்துக்கொண்டு, 'நான் நினைத்த படி, எல்லாம் சரியாக நடந்து கொண்டிருக்கிறது. சற்று பொறுமையாக இருங்கள். உங்களுக்கே எல்லாம் புரியவரும்.' என்றார்.

மறுநாள், காலை 8 மணி, சாலைகள் வெறிச்சோடின, அங்காங்கே குப்பைகளும், சாம்பல் துகள்களும் காற்றில் பறந்து கொண்டிருந்தன.

காவலர்கள், மக்களை ஓரளவிற்கு கட்டுப்படுத்தி, வீடுகளுக்கு அனுப்பியிருந்தனர்.

சில மக்கள், இரவோடு இரவாக, சிட்னி நகரை காலி செய்து, உணவு நீர் தங்க இடம் இன்றி, சிட்னி எல்லையில் தவித்து கொண்டிருந்தனர்.

அப்போது, சில்வியா தன் வீட்டில், பெரும் பதற்றத்துடன் தன் அறையில் அங்கும் இங்கும் சென்றவாறே இருந்தாள்.

அவளின் பயத்தின் அளவு, நேரம் ஆக ஆக, அதிகரித்துக்கொண்டே இருந்தது. அவள் மனதில் மெக்கானே கூறிய திட்டம் மட்டும் ஓடிக்கொண்டே இருந்தது.

அதே நேரத்தில், மெக்கானேவும், அவரின் துணை அதிகாரிகளும், கட்டுப்பாட்டு அறையில், சிட்னியில் உள்ள அனைத்து தகவல் தொடர்பு கருவிகளையும், கண்காணிப்பு காமிராக்களின் கட்டுப்பாட்டையும் தங்கள் வசம் கொண்டுவர, தயார்ப் படுத்திக்கொண்டிருந்தனர்.

அதோடு, சில்வியாவின் நடவடிக்கைகளை கண்காணிக்க, இரகசிய கண்காணிப்பு காவலர்களும் அனுப்பப்பட்டனர்.

சில நிமிடங்கள் செல்ல, மெக்கானேவிற்கு, 'அனைவரும், சரியான நிலையில், தயாராக உள்ளனர்.' என்ற தகவல் வந்ததும், அவர் மனதில், 'சில்வியா இந்நேரம் புறப்பட்டிருக்க வேண்டுமே.' என்று அவரின் கணினித்திரையில் சில்வியாவின் நடவடிக்கைகளை பார்த்தவாறே நின்றார்.

அவர், பதற்றமாக மணியைப் பார்க்க, சரியாக 9 என ஓடிக்கொண்டிருந்தது.

அப்போது சில்வியா, ஒன்றும் புரியாமல், தவித்த நிலையில் அங்கும் இங்கும் நடந்து கொண்டிருந்தாள்.

அவள் மனதில், ஒரு பக்கம் மெக்கானே கூறிய திட்டம் சரி என்று பட்டாலும், மறு பக்கம், அந்த அழைப்பில் கொலையாளி கூறிய, காவலர்கள் ஏதேனும் செய்ய கூறி அதை செய்ய முயன்றால், அவளின் தம்பியும் பிணப்பையில் கிடைப்பான் என்று கூறியது, அவளுக்கு பெரும் பயத்தை ஏற்படுத்திக்கொண்டிருந்தது.

இப்போது, அவள் முன் இரு வழிகள் இருந்தன. ஒன்று மெக்கானே கூறிய திட்டம், மற்றொன்று அந்த கொலையாளியின் திட்டம்..

நேரமும் சென்று கொண்டே இருந்தது.

அப்போது, மெக்கானேவிற்கு சில்வியா மீது லேசான சந்தேகமும், தன் திட்டம் சொதப்பி விடுமோ என்ற பயமும் ஏற்பட ஆரம்பித்தது. அப்போது நெல்சன், 'டிடக்டிவ், இவளை நாம் நம்பலாமா? எனக்கு இவள் மீது சந்தேகமாக உள்ளது. தன் தம்பியின் உயிரை காக்க, கொலையாளி கூறியது போல் செய்துவிட்டால், நமக்கு பெரும் சிக்கல் வந்துவிடுமே?' என்று சந்தேகத்துடன் கூறினான்.

அவர், நெல்சனைப் பார்த்து, 'அப்படி என்றால், நாம் அவளை கைது செய்வதை தவிர வேறு வழி இல்லை.' என்றார்.

நெல்சன், 'அது நல்ல செயல் அல்ல, அவ்வாறு செய்தால், நம் காவலர்கள் உயிருக்கு தான் ஆபத்து.'

மெக்கானே, தன் நெற்றியை சொரிந்தவாறு, தவித்த நிலையில் நின்று கொண்டிருந்தார்.

அவர் மனதில், 'எந்த வழியில் சென்றாலும், குற்றவாளியை பிடிப்பது இயலாது போல் தெரிகிறதே.' என்று எண்ண, அப்போது நெல்சன், 'டிடக்டிவ்...' என்று ஆச்சரியமாக கணினி திரையைப் பார்த்து கூறினான்.

அவர் வேகமாக அதைப் பார்க்க, சில்வியா, ஒரு ஒற்றை வார்ப் பட்டை கொண்ட பையை, ஒரு பக்க தோளில் மாட்டிக்கொண்டு, வீட்டை விட்டு வெளியேறிக்கொண்டிருந்தாள்.

உடனே, நெல்சன் தன் வாக்கி டாக்கியில், 'அனைவரும் தயாராக இருங்கள்.' என்றான்.

மெக்கானேயின் கவனம் முழுவதும், சாலைகளில் உள்ள கண்காணிப்பு காமிராக்களிலும், அங்கு உள்ள காவலர்களின் தகவல்கள் மீதுமே இருந்தது.

சில்வியா, முன்னும் பின்னும் பார்த்துக்கொண்டு பதற்றமாகவே, சாலையில் நடந்து சென்று கொண்டிருந்தாள். சாலையில் ஒருவர் இருவர் மட்டுமே சென்று கொண்டிருந்தனர். வாகனப்போக்குவரத்து என்பது துளியும் இல்லை.

அவள், மனதில், 'எந்தப் பேருந்தும் வராது போல் தெரிகிறதே.' என்று எண்ணி, தன் தோழியின் வீட்டை நோக்கினாள்.

அப்போது மெக்கானே, வாக்கி டாக்கி மூலம், 'சரியான நேரம், பேருந்து அங்கு வரட்டும்.' என்றார்.

சில நிமிடங்கள் செல்ல, சில்வியா சாலையில் சென்று கொண்டிருக்கும் போது, அவளுக்கு பின் ஒரு பேருந்து வரும் சப்தம் கேட்க, மெதுவாக திரும்பி பார்த்தாள்.

அவள், சற்று நிம்மதி அடைந்து, அந்தப் பேருந்தை நிறுத்த கை நீட்டினாள்.

அந்தப் பேருந்தும் நின்றது. அந்தப் பேருந்தின் வாசல் கதவு திறந்ததும், உள்ளிருந்து ஓட்டுனர், 'இப்படி தனியாக செல்ல கூடாது, என்று காவலர்கள் எச்சரித்துள்ளனர். நினைவில்லையா?'.

அவள், ஏதும் கூறாமல், பேருந்தில் ஏறி, அவரிடம், 'சிட்னி, அரசு கல்லூரி..' என்று கூறிவிட்டு, அங்கிருந்த ஒரு இயந்திரத்தில், பணத்தை செலுத்தி, பயணச்சீட்டைப் பெற்று கொண்டு, உள்ளே சென்று ஒரு இருக்கையில் அமர்ந்தாள்.

உள்ளே ஒரு சிலர் மட்டுமே அமர்ந்திருந்தனர்.

அவள் உள்ளே சென்றதும், அந்த ஓட்டுனர், வாக்கி டாக்கி மூலம், 'கல்லூரிக்கு தான் செல்கிறாள். மீண்டும் கூறுகிறேன், கல்லூரிக்கு தான் செல்கிறாள்.' என்று கூறிவிட்டு, பேருந்தை இயக்கினார்.

அதைக்கேட்டதும், மெக்கனே சற்று நிம்மதி அடைந்து, நெல்சனைப் பார்த்தார். நெல்சன், 'அவள், நம் திட்டத்தை தேர்ந்தெடுத்துள்ளாள்.' என்று ஆச்சரியமாக கூறினான்.

சிட்னி, அரசுக்கல்லூரி,

அங்கு, ஒரு சில மாணவர்கள் மட்டும் கல்லூரிக்குள் சென்று கொண்டிருந்தனர். சில்வியா பதற்றத்துடன், தன் கை பையின் வார்ப் பட்டையை இறுக்கமாக பிடித்துக் கொண்டு, உள்ளே சென்று கொண்டிருந்தாள்.

அப்போது, அந்த பேருந்து ஓட்டுனர், தன் வாக்கி டாக்கியில், 'அவள் கல்லூரிக்குள் சென்று கொண்டிருக்கிறாள்.' என்று தகவல் கொண்டுத்தார்.

அப்போது அந்தப்பேருந்தில் இருந்த இருவர், பேருந்தை விட்டு இறங்கி, சில்வியா பின் எதார்த்தமான பாவனையுடன் பின் தொடர ஆரம்பித்தனர்.

அப்போது மெக்கானே, வாக்கி டாக்கியில், 'யாருக்கும், எந்த ஒரு சந்தேகமும் வரக்கூடாது, திட்டமிட்ட படி எல்லாம் சரியாக நடக்கிறதா என்று கண்காணியுங்கள்.' என்றார்.

பின்னர் சில்வியா, கல்லூரிக்குள் சென்றதும், உள்ளே சுற்றி சுற்றி பார்த்தாள்.

அப்போது சில்வியாவின் தோளில் யாரோ கைவைக்க, சில்வியா பதற்றத்துடன் திரும்பி பார்த்தாள். அது அவளின் தோழி, லில்லி.

சில்வியா சற்று நிம்மதி அடைந்து, அவளைப் பார்க்க,

அப்போது லில்லி, 'சில்வியா, என்ன இந்த பக்கம்? நீ இனி கல்லூரிக்கே வர மாட்டாய் என்று எண்ணினேன். செய்தியை பார்த்தாயா? இனி நமக்கு எந்த பாதுகாப்பும் இல்லை.'.

அவள், 'ஆம், பார்த்தேன். முக்கியமான வேலைகாக இங்கு வந்தேன்.'.

அவளும், 'சரி, இன்று வகுப்பிற்கு வருவாயா? இது நமக்கு கடைசி செமஸ்டர்...' என்று, அவளின் வருகையை எதிர்ப்பார்த்தவாறு கேட்டாள்.

சில்வியாவும், சற்று யோசித்து, பின்னர், 'சரி, வருகிறேன்.' என்று கூறி, அவளுடன் சென்றாள்.

அப்போது, சில்வியாவிற்கு பின் வந்தவர்களில் ஒருவன், தன் வாக்கி டாக்கியில், 'அவள், வகுப்பிற்குச் செல்கிறாள்.' என்று கூறியதும், மெக்கானேவின் கண்-

கள் பிதுங்கின.

அவர், 'இது நம் திட்டம் இல்லையே, அவள் இப்போது கோப்பு ஆவணங்கள் அறைக்கு அல்லவா செல்ல வேண்டும்!!' என்று பதறி, நெல்சனைப் பார்த்தார்.

நெல்சன், எரிச்சலடைந்து ஏற்க இயலா மனதுடன், தலைகுனிந்தான். மெக்-கானே, தலையில் கைவைத்து, பெரிதும் யோசித்தார்.

பின்னர் அவர், வாக்கி டாக்கியில், 'அவளை தொடர்ந்து கண்காணியுங்கள்.' என்று பதறியவாறு கூறினார். அப்போது நெல்சன், 'டிடக்டிவ், சில்வியாவின் நடவடிக்கை எனக்கு சரியாகப் படவில்லை.' என்றான்.

மெக்கானே, மனம் சற்று போராட்ட களமாக மாறியது.

அப்போது சில்வியா, தன் தோழியிடம் பேசிக்கொண்டே வகுப்பறைக்குள் சென்றாள். அவளை பின் தொடர்ந்து வந்தவர்கள், வெளியேயே நின்றனர்.

அங்கு வகுப்பில், ஒரு சிலர் மட்டுமே அமர்ந்திருந்தனர். இருவரும் அருகரில் உள்ள மேஜையில் அமர்ந்து கொண்டனர்.

அப்போது சில்வியா, சுற்றி சுற்றி பார்த்துவிட்டு, தன்னை யாரும் கவனிக்க வில்லை என்பதை உறுதிப்படுத்திய பிறகு, அவள், 'லில்லி, உன்னிடம் ஒரு முக்-கியமான விசயம் கூற வேண்டும். நல்ல வேலை நீ இங்கு வந்தாய்.'.

லில்லி விழித்தவாறு, 'அப்படி என்ன விசயம்?' என்று கேட்க, அவள், சற்று மெதுவான குரலில், 'நான் கூறுவதை மட்டும் நீ செய்தால் போதும், என் தம்பி நலமாக இருப்பான்.'.

லில்லி வியப்புடன், 'என்ன கூறுகிறாய்? உன் தம்பி எங்கே உள்ளானென்று உனக்கு தெரியுமா?'

அவள், 'இல்லை... தெரியவில்லை, ஆனால், அவன் உயிருடன் உள்ளான் என்று மட்டும் உறுதியாக தெரியும். சரி, இப்போது எனக்கு நேரம் இல்லை.' என்று கூறி, தன் பையில் இருந்து, ஒரு கடிதத்தை எடுத்து, அவளிடம் கொடுத்து, 'இதை நான் உன் வீட்டிற்கு வந்து கொடுக்கலாம் என்று இருந்தேன் நீ இன்று கல்லூரிக்கு வருவாய் என்று நான் எதிர்ப்பார்க்கவில்லை. இப்போது நீ இங்கு வந்-தது நல்லதாக போய்விட்டது. சரி, இன்று மாலைக்குள், இதில் எழுதியுள்ளது படி செய்துவிடு, இல்லை என்றால், என் தம்பி இறந்துவிடுவான்.' என்று சோகமாக கூறினாள்.

லில்லியும், பெரும் குழப்பத்துடன், அந்த கடிதத்தை வாங்கிக்கொண்டு தன் பையில் வைத்துக்கொண்டாள்.

அப்போது சில்வியா, 'சரி நான் செல்ல வேண்டும்.' என்று கூறி, கெஞ்சலான முகத்துடன், அங்கிருந்து வேகமாக சென்றாள்.

அவள், வேகமாக வெளியே வருவதைப் பார்த்த அந்த கண்காணிக்கும் காவ-லர், 'அவள், வேகமாக வகுப்பறையை விட்டு வெளியே சென்று கொண்டிருக்கி-

றாள்.' என்று தகவல் கொடுத்தார்.

மெக்கானே உடனே தன் வாக்கி டாக்கியில், 'அவள், எங்கு சென்றாலும், உங்கள் பார்வையிலேயே இருக்க வேண்டும். மேலும், அவளின் தோழியையும் பின் தொடருங்கள்.'.

பின்னர், சில்வியா வேகமாக, அந்தக் கல்லூரியின், கோப்பு ஆவணங்கள் வைக்கும் இடத்திற்கு வந்தாள். அவள் இரு புறமும் பார்த்துவிட்டு, மெதுவாக உள்ளே சென்றாள்.

அவளின் நடவடிக்கைகள் அனைத்தும், மெக்கானேவிற்கு சென்று கொண்டே இருந்தன.

இப்போது தான் அவருக்கு சற்று நிம்மதியே வந்தது. இருப்பினும், அவருக்கு அவளின் தோழியான லில்லி நினைத்து லேசான பதற்றம் இருந்து கொண்டே இருந்தது.

அப்போது நெல்சன், 'டிடக்டிவ், நாம், சில்வியாவின் தோழியை விசாரிப்பது நல்லது. எனக்கு சில்வியா மீது துளியும் நம்பிக்கை இல்லை.'.

அவர், சரி என்று தலையசைத்து, தன் வாக்கி டாக்கியில், 'கல்லூரி முடிந்ததும், சில்வியாவின் தோழியை காவல் நிலையம் அழைத்து வந்துவிடுங்கள்.' என்று கூறி, பின்னர் கைகளை கட்டிக்கொண்டு, நிமிர்ந்து நின்றவாறு, கண்காணிப்பு காவலர்களின் தகவலிற்காக காத்திருந்தார்.

மதியம் 12 மணி, சில்வியா, அந்த ஆவணங்கள் வைக்கும் அறையை விட்டு வெளியே வந்தாள். அவள், வெளியே வந்ததும், இரு புறமும் பார்த்துவிட்டு, வேகமாக அங்கிருந்து சென்றாள்.

கண்காணிப்பு காவலர், 'அவள், வெளியே வந்துவிட்டாள். அவள் பையில் சில கோப்பு ஆவணங்கள் இருப்பது போல் தெரிகிறது,'.

அதைக்கேட்ட மெக்கானேயின் மனம் லேசாக நிம்மதியை உணர ஆரம்பித்தது.

மாலை, 5.30 மணி, சிறப்பு விசாரணை காவல் நிலையம்,

அங்கு விசாரணை அறையில், லில்லி பெரும் பதற்றத்துடன் அமர்ந்திருந்தாள். அப்போது மெக்கானேவும் நெல்சனும் உள்ளே வந்தனர்.

அவள், இருவரையும் பார்த்ததும் எச்சிலை விழுங்கியவாறு, பெரிதும் பயந்தாள். மெக்கானே, லேசாக முறைத்துக்கொண்டு, 'உன் பெயர் லில்லி மேரி தானே?'.

அவள் பதற்றமாக, 'ஆ... ஆம்,..' என்று தடுமாற்றமாக கூறினாள்.

நெல்சன், 'சில்வியாவை உனக்கு எத்தனை நாட்களாக தெரியும்?'.

அவள், 'அவளும் நானும், பள்ளியிலிருந்தே தோழிகள் தான். இந்த M.ed படிப்பை முடித்ததும்...' என்றதும், மெக்கானே, 'கேட்ட கேள்விக்கு மட்டும் பதில் கூறினால், போதும்..' என்று எரிச்சலுடன் கூறினார்.

அவள் பெரிதும் பயந்து போய், 'என்னை ஏன் இங்கு அழைத்து வந்துள்ளீர்கள்?' என்று லேசாக அழுதவாறு கேட்டாள்.

பின்னர் நெல்சன், 'இன்று, சில்வியா, உன்னிடம் என்ன பேசினாள்?'.

அவள் ஆச்சரியமாக, 'அது எப்படி உங்களுக்கு தெரியும்?' என்று கேட்க, மெக்கானே அவளை கோபமாக பார்த்து முறைத்தார்.

அவள், மெக்கானேயை பார்த்ததும், பயம் கொண்டு, 'என்னை அப்படி முறைக்காதீர்கள். நாங்கள் எப்போதும், போல் தான் பேசிக்கொண்டிருந்தோம்.',

மெக்கானே, 'வகுப்பறையில், அவள், உன்னிடம் என்ன கூறினாள்? உண்மையை கூறினால், நீ இன்றே வீடு திரும்பலாம். இல்லை என்றால் நீ இங்கேயே தான் இருக்க வேண்டும்.' என்று மிரட்டலாக கூறினார்.

லில்லி, 'என்ன இது? ஏன் இப்படி மிரட்டுகிறீர்கள்?....... சரி, சரி நான் கூறிவிடுகிறேன்.' என்று கூறி, தன் பையில் இருந்து, சில்வியா கொடுத்த அந்தக் கடிதத்தை எடுத்து, மெக்கானேயிடம், 'அவள், இதை என்னிடம் கொடுத்து, இதில் உள்ள படி செய்ய கூறினாள். அப்படி செய்தால் தான், அவள் தம்பி உயிருடன் இருப்பான் என்றும் கூறினாள்.' என்று கூறியதும், நெல்சன், வேகமாக அந்தக் கடிதத்தை வாங்கி, மெக்கானேயிடம் வந்தான்.

மெக்கானே, ஒரு சிகரெட்டை பற்றவைத்து, அதை பிரித்து படிக்குமாறு நெல்சனிடம் கூறினார்.

அப்போது, லில்லி, 'இது தான் கூறினாள். வேறு ஏதும் இல்லை. நீங்கள் காவலர்கள் என்பதால் உண்மையை கூறிவிட்டேன். இப்போது என்னை விட்டுவிடுங்கள்' என்று பதறினாள்.

மெக்கானே ஒரு வித சந்தேகத்துடனே, அவளைப் பார்த்தார்.

13

துரோகச்செயல்

சிறப்பு விசாரணை காவல் நிலையம்,

லில்லி கொடுத்த கடிதத்தை, நெல்சன் வாசிக்க ஆரம்பித்தான். அவன் அதை வாசித்து முடித்ததும் பெரும் எரிச்சலுடன், 'துரோகி..' என்றான்.

மெக்கானே விழித்தவாறு, அவனைப் பார்த்தார்.

அவன், 'இதில் சில்வியா, அந்தக் கொலையாளி கூறிய திட்டத்தை எழுதி, அதை லில்லி கொண்டு நிறைவேற்ற எண்ணியுள்ளாள். அவள், நாம் கூறுவதை செய்வது போல் நடித்து, லில்லி தரும் தகவலை, நாளை மாலை கொலையாளி-யிடம் கொடுக்க திட்டம் இட்டுள்ளாள்.'

மெக்கானே சற்று ஆச்சரித்துடன், மனதில், 'சில்வியா, அவ்வளவு புத்திசா-லியா?' என்று எண்ணும் போது, லில்லி, 'இங்கு என்ன நடக்கிறது? சில்வியா என்ன செய்தாள்?' என்று நடப்பது புரியாமல் பதற்றமாக கேட்டாள்.

ஆனால், மெக்கானே, ஏதும் கூறாமல், அங்கிருந்து வெளியேறினார்.

மெக்கானே, தன் அதிகாரிகள் மூவரையும் அழைத்தார்.

அவர், 'சில்வியாவிற்கு நம் மீது நம்பிக்கை இல்லை. அந்த கொலையாளியின் மிரட்டலுக்கு அவள் பெரிதும் பயந்துள்ளாள். எனவே, நாம் சில்வியாவின் திட்-டப்படியே செல்வோம். ஆனால், அவள் உண்மையான தகவலை லில்லி மூலம் கொடுக்கப்போவதில்லை.'

நெல்சன் குழம்பியவாறு, 'ஏன்? நாம் லில்லியை ஏதும் செய்யவிடாமல் பார்த்-துகொள்வோம்.'

மெக்கானே, 'இல்லை, வேண்டாம், அவள் திட்டமிட்டபடி நடந்தால் தான், அவள் பதற்றம் இல்லாமல் நம்பிக்கையுடன் இருப்பாள். மேலும் நம் திட்டமும் நிறைவேறும்.... நிச்சயம் சில்வியா, நாம் கூறியபடி, போலி ஆவணங்களை தயார்ச் செய்துவிடுவாள். அதில் ட்ரான்ஸ்மீட்டரையும் வைப்பாள். ஆனால் அதை

வேறு எங்காவது அனுப்பி, நம்மை திசை திருப்பி விட்டு, லில்லியிடமிருந்து உண்மையான ஆவணங்களை பெற்று, கொலையாளிக்கு கொடுத்து விடுவாள். இதுவே அவளின் திட்டமாக இருக்கும்.'.

டைலர், 'அப்படி என்றால், நாம் உண்மையான தகவலை கொலையாளியிடம் கொடுக்க அனுமதிக்க போகிறோமா?'.

அவர், 'இல்லை... சில்வியா, கொலையாளிக்கு போலி ஆவணங்களையே அனுப்புவாள். அதுவும் ட்ரான்ஸ் மீட்டருடன். நாம் அவ்வாறு செய்ய வைக்க உள்ளோம்.'.

நெல்சன் பெரிதும் குழம்பி, 'அது எப்படி, சாத்தியம்?',

அவர், கண்ணாடி வழியாக விசாரணை அறையில் இருக்கும் லில்லியைப் பார்த்து, 'லில்லி இப்போது நம் வசம் உள்ளாள். இப்போது லில்லி தான் நம் திட்டத்தை செயல்படுத்த உள்ளாள்.'.

அதற்கு நெல்சன், 'நாம் எப்படி, சில்வியாவிடமிருந்து போலி ஆவணங்களை, கைப்பற்ற உள்ளோம்?'.

அவர், சிகரெட்டை பற்றவைத்து, 'நான் தான் கூறினேனே.. லில்லி நம் வசம் உள்ளாளென்று.',

மூவரும், புருவத்தை உயர்த்தியவாறு, ஆச்சரியமாக லில்லியைப் பார்த்தனர்.

அவள் விசாரணை அறையை சுற்றி சுற்றி பார்த்தவாறு பாவமாக அமர்ந்திருந்தாள்.

இரவு 8 மணி, சில்வியா வீடு...

சில்வியா, தன் அறையில் உள்ள மேஜை முன் அமர்ந்து கொண்டு, பரபரப்பாக தயார்ச் செய்யப்பட்ட போலி ஆவணங்களை அடுக்கி வைத்து, சரி செய்து கொண்டிருந்தாள். அவள், முன்னாள் கல்லூரி மாணவர்களின், வேறு ஊர்களுக்குச் சென்றவர்களின் தகவலை எடுத்து, அதில் சில மாற்றங்களை செய்து, ஒரு காகிதத்தில் எழுதி, அவர்களின் தகவலை போலியாக தயாரித்தாள்.

அவள் மனதில், 'கல்லூரியிருந்து எடுத்த ஆவணங்களை, நாளை, முதல் வேலையாக மீண்டும் எடுத்த இடத்தில் வைத்துவிட வேண்டும்.... இப்போது லில்லி என்ன செய்கிறாள் என்று புரியவில்லையே? அவள், கமிஸ்னர் அலுவலகம் சென்றிருப்பாளா?' என்று பதற்றத்துடன் இருந்தாள்.

அப்போது வீட்டு வாசலை தட்டும் சப்தம் கேட்டது.

அவள் உடனே, அந்த ஆவணங்களை எடுத்து, மறைத்து வைத்துவிட்டு, வேகமாக கீழே வந்தாள்.

அவள், கதவைத் திறந்ததும், லில்லி பெரும் பதற்றத்துடன் சில்வியாவின் கையைப் பிடித்து இழுத்து கொண்டு உள்ளே வந்து, கோபமாக அந்தப் பிரிக்கப்பட்ட கடிதத்தை அவள் முன் நீட்டி, 'சில்வியா, என்ன நடக்கிறது இங்கே? கமிஸ்னர் அலுவலகத்தில் உள்ள மக்களின் தகவல்கள் எதற்கு உனக்கு. இது சாதாரண காரியம் என்று எண்ணுகிறாயா?'.

சில்வியா, 'லில்லி, தயவு செய்து புரிந்து கொள். என்னை காவலர்கள் கண்காணிக்கின்றனர். இல்லை என்றால் நானே கமிஸ்னர் அலுவலகம் சென்று தகவலை எடுத்துவிடுவேன். புரிந்து கொள்.' என்று கெஞ்சினாள்.

லில்லி, 'உன்னை ஏன் அவர்கள் கண்காணிக்க வேண்டும். நீ என்ன தவறு செய்தாய்? ஒழுங்காக உண்மையை கூறு, அப்போது தான் நான் இதை செய்வேன்.' என்று, மிரட்டலாக கேட்டாள்.

அவள்,'அய்யோ, புரிந்துகொள். நான் எப்படி கூறுவேன். என் தம்பியின் உயிர் இப்போது உன் கையில் தான் உள்ளது.' என்று கூறி, வேறு வழி இல்லாமல், நடந்த அனைத்தையும் கூற ஆரம்பித்தாள்.

கடைசியாக, அவள், 'இப்போது நான், காவலர்கள் கூறிய படி செய்தால் நிச்சயம் அவன், நான் போலி ஆவணத்தை கொடுத்து, அவர்கள் இருக்கும் இடத்தை ட்ரான்ஸ்மீட்டர் மூலம் காட்டி கொடுத்துள்ளேன் என்று அறிந்து கொள்வான். அப்படி அவன் அறிந்து கொண்டால், என் தம்பியையும், என்னையும் இரக்கம் காட்டாமல் கொலை செய்து விடுவான். புரிந்துக் கொள்.' என்று கூறி பெரிதும் அழ ஆரம்பித்தாள்.

சில்வியா கூறியதைக்கேட்டதும் லில்லி, அதிர்ச்சியில் உறைந்து போனாள்.

அப்போது அவள், 'கவலை கொள்ளாதே, நான் உனக்கு தேவையான ஆவணங்களை கொண்டு வருகிறேன். நீ போலி ஆவணங்களை தயார்ச் செய்து விட்டாயா?'.

அவள், 'ஆம், தயாராக உள்ளது. எப்படியும் அது காவலர்களிடம் தான் செல்ல உள்ளது. எனவே தான், காவலர்களுக்கு என் மீது சந்தேகம் வராமல் இருக்க, அவர்கள் கூறிய படி செய்துள்ளேன். ஆனால் லில்லி, நாளை நீ தரும் ஆவணத்தை தான் நான் நம்பியிருக்கிறேன்.'

லில்லிப் யோசித்து, பின்னர், 'நீ அந்த கொலையாளிக்கு உண்மை தகவலை கொடுத்துவிட்டாய் என்று காவலர்கள் அறிந்து கொண்டால், என்ன செய்வாய்?'

அதற்கு அவள், 'அவர்கள் கண்டு பிடித்தாலும், அதற்கான ஆதாரம் அவர்களிடம் இருக்காது. நான் அவர்கள் கூறியபடி செய்து விடுவேன். என் வேலை முடிந்தது. மேலும் அந்தக் கொலையாளி இருக்கும் இடமும் எனக்கு தெரியாது. எனவே அந்த ஆவணம் எங்கு சென்றாலும், அதற்கு நான் பொறுப்பாக முடியாது. எனவே காவலர்களால் என்னை கைது செய்ய இயலாது. விசாரணை மட்டுமே

செய்ய இயலும். அதுவும் நான் கூறும் பதில்களால் என் மீது அவர்களுக்கு எந்த சந்தேகமும் வராது•••'.

சில்வியாவின், மாஸ்டர் திட்டத்தினை கேட்ட, லில்லி, 'சில்வியா, நீ பெரிய மூளைக்காரி தான். சரி அந்தப் போலி ஆவணங்கள் எங்கே? நான் பார்க்க-லாமா?'.

அவள், 'அது, என் அறையில் தான் வைத்துள்ளேன்.' என்று கூறி, மாடிக்கு சென்றாள்.

அப்போது, காவல் நிலையத்தில், லில்லியின் உடையில் வைக்கப்பட்டிருந்த, ஒட்டுக்கேட்கும் கருவி மூலம், நடப்பதை கேட்ட, மெக்கானேவும், நெல்சனும், சில்-வியாவின் திட்டத்தை பார்த்து பெரிதும் வியந்தனர்.

அப்போது நெல்சன், 'இவளை, சாதாரணமாக நினைப்பது தவறாகும். இவளி-டம் நாம் மிகவும் ஜாக்கிரதையாக இருக்க வேண்டும். நம்மை எப்போது வேண்டு-மானாலும் கவிழ்த்துவிடுவாள்.'.

மெக்கானே சற்று யோசித்து, பின், 'ஆனால், லில்லி, நாம் கூறிய படி சரியாக செய்தால், நிச்சயம் நாம் கொலையாளி இருக்கும் இடத்தை அறிந்து கொள்ள முடியும்.' என்று கூறி நெல்சனைப் பார்த்தார்.

அப்போது சில்வியா வீட்டில்•••

சில்வியா, அவள் தயாரித்த போலி ஆவணங்களை, லில்லியிடம் காட்டினாள்.

அப்போது லில்லி, அவைகளைப் பார்த்தவாறு, 'சில்வியா, நீ இப்படி செய்வாய் என்று நான் நினைத்து கூட பார்க்க வில்லை.', அவள் அமைதியாக, 'எனக்கு வேறு வழி தெரியவில்லை.' என்றாள்.

பின்னர் சில்வியா, அவளிடம், 'சரி, நான் இதை இப்போது பேக் செய்ய வேண்டும்••• பார்த்துவிட்டாயா?'.

லில்லியும், அந்த ஆவணங்களை அவளிடம் கொடுத்துவிட்டு, 'சரி, அந்த ட்ரான்ஸ்மீட்டரை காண்பி, நான் பார்த்ததில்லை.' என்று கெஞ்சலான குரலில் கேட்டாள்.

அவளும், தன் பையிலிருந்து அதை எடுத்து, அவளிடம் காட்டி, 'இதில் உள்ள பொத்தானை அழுத்தினால். இது இயங்க ஆரம்பித்துவிடும்.' என்று கூறி அவளிடம் கொடுத்தாள்.

லில்லி, ஆச்சரியமாக, அதை வாங்கி பார்த்தாள்.

அப்போது மெக்கானே, 'இதுவே சரியான, நேரம்..' என்று கூற, நெல்சன் வேகமாக அழைப்பு பேசியை எடுத்து, சில்வியா வீட்டில், ஹாலில் உள்ள தரை வழி அழைப்பு பேசிக்கு அழைப்பு கொடுத்தான்.

அப்போது, சில்வியா வீட்டில்•••

லில்லி, 'சில்வியா, அழைப்பு பேசி மணி அடிக்கிறது.'.

அவள், 'ஆம்.... சரி, இந்த ஆவணங்களை இந்தக் கவரில் வைத்துவிட்டு, இந்த ட்ரான்ஸ்மீட்டரையும் இயக்கி உள்ளே வைத்துவிடு.' என்று கூறி, வேகமாக கீழே வந்தாள்.

உடனே லில்லி, சில்வியா கீழே சென்றதை உறுதிப்படுத்தியதும்...

தன் தோள் பையில் இருந்த, வெத்து காகிதங்களை அந்த கவரினுள் வைத்துவிட்டு, அந்த ட்ரான்ஸ்மீட்டரையும் உள்ளே வைத்துவிட்டு, அதை நன்றாக பேக் செய்தாள்.

பின்னர், சில்வியா தயாரித்த போலி ஆவணங்களை தன் பைக்குள் வைத்துக் கொண்டு, அடுத்த நொடி, அந்த ஒட்டுக்கேட்கும் கருவியில், 'நான் போலி ஆவணங்களை எடுத்துவிட்டேன்.' என்று தகவல் கொடுத்தாள்.

மெக்கானே பெரும் நிம்மதி அடைந்து, நெல்சனிடம், கட்டை விரலை உயர்த்தி காட்டினார்.

நெல்சன், அவரைப் பார்த்து தலையசைத்து, சில்வியாவிடம், 'சரி, உனக்கு ஏதேனும் உதவி தேவைப்பட்டால், அழைப்பு கொடு.' என்று கூறி அழைப்பை துண்டித்து, நிம்மதி பெருமூச்சுவிட்டு, அவரைப் பார்த்தான்.

பின்னர் சில்வியா, அவள் அறைக்கு வந்ததும், 'லில்லி, பேக் செய்துவிட்டாயா?' என்று கேட்க, லில்லியும், 'ஆம், செய்துவிட்டேன்.' என்று, அவளிடம் அந்த பேக்கேஜை கொடுத்தாள்.

சில்வியா, அதை வாங்கி தன் பையில் வைத்துக்கொண்டு, 'இதை நாளை நான் கல்லூரிக்கு செல்லும் வழியில் உள்ள தபால் நிலையத்தில், தவறான முகவரிக்கு அனுப்பிவிட வேண்டும்.'.

அப்போது லில்லி, அவளின் கையைப் பிடித்து, 'கவலைப்படாதே சில்வியா, உன் தம்பிக்கு ஒன்றும் ஆகாது. நான் நாளை, கமிஸ்னர் அலுவலகம் சென்று, உண்மையான தகவல் ஆவணங்களை நகல் எடுத்து, அதை பேக் செய்தே உனக்கு மாலைக்குள் கொண்டு வந்து தருகிறேன். இது உனக்காகவும், உன் தம்பிக்காகவும்....' என்று ஆறுதலாக கூற, சில்வியா, கண்களில் கண்ணீருடன், அவளை கட்டிபிடித்து, 'நன்றி லில்லி' என்று கூறி, மகிழ்ந்தாள்.

அன்று இரவு, மெக்கானே தன் வீட்டிற்குச் சென்று, சற்று நிம்மதியாக உறங்கினார்.

ஆனால் அப்போது சில்வியா, உறக்கம் வராமல், நாளை நடக்க இருப்பதை எண்ணிக்கொண்டே பதற்றத்துடன் படுத்திருந்தாள்.

காவல் நிலையத்தில் காவலர்களின் எண்ணிக்கையும் குறைய ஆரம்பித்தது. மக்கள் சிலர், காவலர்கள் மீது நம்பிக்கை இன்றி நகரை விட்டு வெளியேறி கொண்டிருந்தனர். தெருக்கள், வீதிகள் வெறிச்சோடின, சில மக்கள் பீதியில்

வீட்டிற்குள்ளேயே முடங்கினர். கலவரக்காரர்கள் கூடாமல் இருக்க, காவலர்கள் வாகனம் மட்டும் சாலைகளில், அங்கும் இங்கும் சென்றவாறே இருந்தன.

காலை, 9 மணி, சில்வியா, பெரும் பதற்றத்துடன், தபால் நிலையத்தை நோக்கி சென்று கொண்டிருந்தாள்.

அங்கு, தன் பையில் உள்ள, அந்த ஆவணப் பேக்கேஜை (வெற்று தாள் கொண்ட பேக்கேஜ்) ஒரு தெரியாத முகவரிக்கு அனுப்பினாள்.

அப்போது நெல்சன், 'டிடக்டிவ், அவள், பேக்கேஜை தபால் அனுப்பிவிட்டாள்.' என்று தகவல் கூறினான்.

அவர், 'சரி, நம் காவலர்களை தாயாராக இருக்கும் படி கூறுங்கள்.' என்றார்.

பின்னர் சில்வியா, பேருந்து மூலம் கல்லூரிக்கு வந்து, நேற்று எடுத்த அந்தக் கல்லூரி ஆவணங்களை, மீண்டும் எடுத்த இடத்தில் வைத்துவிட்டு, தன் வகுப்பறையை நோக்கினாள்.

வகுப்பறையில், நேற்று இருந்தவர்களை விட குறைவான மாணவர்களே இருந்தனர். அங்கு லில்லி இல்லாதது, சில்வியாவிற்கு சற்று ஆறுதலை கொடுத்தது.

அப்போது காவல் நிலையத்தில், மெக்கானே, 'நம் நால்வரை தவிர, யாருக்கும் நம் திட்டம் தெரியாது. எனவே காவலர்கள் அது கொலையாளி இருக்கும் இடத்திற்கு தான் செல்கிறது என்று நம்பியே செல்ல வேண்டும்.'.

நெல்சனும், சரி என்று தலையசைத்து, ட்ரான்ஸ்மீட்டரின் அசைவிற்காக காத்திருந்தான்.

அப்போது மெக்கானே, லில்லியை மெதுவாக திரும்பி பார்த்தார். அவள், சற்று தொலைவில், சான்ட்விச் (Sandwich) சாப்பிட்டு கொண்டு அமர்ந்து கொண்டிருந்தாள்.

அவர் மனதில், 'இவள், இந்த விசாரணையில் ஈடுபடுவதால், இவள் உயிருக்கும் ஆபத்து வரும் அபாயம் உள்ளதே.' என்று எண்ணி அச்சம் கொண்டார். ஆனால், அவர், கொலையாளியை இந்த முறை பிடித்துவிடுவோம் என்பதில் உறுதியாக இருந்தார்.

அப்போது, நாதன், 'டிடக்டிவ், நீங்கள் ஏன் இந்த விசாரணையை கைவிடுவதாக பொய் கூறினீர்கள்?' என்று கேட்க, அவர், ஒரு சிகரெட்டை பற்றவைத்து, அவனிடம், 'இப்போது, கொலையாளியின் பார்வைக்கு, நாம் தோற்றவர்கள். மேலும் பயத்தில் பின் வாங்கியவர்கள். இதனால் கொலையாளிக்கு நம் மீது உள்ள கவனம் குறைய ஆரம்பித்திருக்கும், இதைப் பயன்படுத்தி தான் நாம் அவனை இரகசியமாக பிடிக்க உள்ளோம்.' என்றார்.

அவன் வாயடைத்து போய் ஆச்சரியமாக அவரைப்பார்த்தான்.

14

தந்திரம்

மாலை 4.30 மணி...

சில்வியா கல்லூரி முடிந்து, பேருந்து மூலம் வீட்டை நோக்கினாள்.

அவள் மனதில், 'லில்லி ஆவணங்களை எடுத்திருக்க வேண்டும். நினைத்த படி எல்லாம் நலமாக நடக்க வேண்டும்.' என்று பதற்றத்துடன் எண்ணியவாறு, பேருந்தில் வந்து கொண்டிருந்தாள்.

அதே நேரத்தில், நெல்சன், லில்லி கொண்டு வந்த, அந்த போலி ஆவணங்களையும், அதனுடன் ஒரு ட்ரான்ஸ்மீட்டரையும் வைத்து, நன்றாக பேக் செய்து, மெக்கானேயிடம் கொடுத்தான்.

அவர், அதை பெற்று, லில்லியிடம், 'லில்லி, இப்போது அனைத்தும் உன் கையில் தான் உள்ளன. எல்லாம் சரியாக நடந்தால், கொலையாளி இன்று பிடிபடுவான். நீ எங்களை நம்புகிறாய் அல்லவா?'.

அவளும், 'ஆம், உங்களை நம்புகிறேன். நீங்களும் என்னை நம்பலாம், நான் இதை சரியாக செய்து முடிக்கிறேன்.' என்று உறுதியாக கூறினாள்.

அவர் நம்பிக்கையுடன், 'சரி, புறப்படு.' என்று கூறி, நெல்சனிடம், 'உன் சொந்த காரில், செல்வியா வீடு அருகே, சற்று தொலைவில், ஆள் நடமாட்டம் இல்லாத இடத்தில் இவளை இறக்கி விடு. கவனம் யாரும் உங்களை பார்த்துவிடக் கூடாது. முக்கியமாக லில்லியை..' என்றார்.

நெல்சனும், சரி என்று தலையசைத்து, அங்கிருந்து சென்றான்.

மாலை, 5.15 மணி, சில்வியா தன் வீட்டில் பெரும் பதற்றத்துடன், லில்லிக்காக காத்திருந்தாள். அவள், வாசலைப் பார்த்தவாறே அங்கும் இங்கும் சென்றவாறு இருந்தாள்.

அப்போது, வாசல் கதவை தட்டும் சப்தம் கேட்டதும், அவள் வேகமாக கதவைத் திறந்து, லில்லியை பதற்றத்துடன், உள்ளே வரவழைத்து, அவளிடம்,

'லில்லி, என்ன ஆனது? தயவு செய்து எடுத்துவிட்டாய் என்று கூறு..' என்று பதறிப்போய் கேட்டாள்.

அவள், 'ஆம், எடுத்துவிட்டேன்.' என்று கூறி, அந்த பேக்கேஜை அவளிடம் கொடுத்தாள்.

சில்வியா, வேகமாக அதை வாங்கிக்கொண்டு, பெரிதும் நிம்மதியடைந்து, 'லில்லி, மிகவும் நன்றி, இந்த உதவியை நான் என்றும் மறக்க மாட்டேன். எனக்கு நேரம் இல்லை, நான் இரவுக்குள் இதை அவர்களிடம் ஒப்படைக்க வேண்டும்.' என்று, கூறி, வேகமாக மாடிக்கு சென்றாள்.

அப்போது லில்லி, சில்வியாவை நினைத்து பெரிதும் கவலை கொண்டாள். ஆனால், அதே நேரத்தில் மெக்கானே, லில்லி நினைத்து பெரிதும் கவலை கொண்டிருந்தார்.

அப்போது அவர், டைலரிடம், 'டைலர், சாலையில் உள்ள, அனைத்து கண்காணிப்பு காமிராக்களையும் தயாராக வை.' என்று கூறி, நெல்சனிடம், 'கண்காணிப்பு காவலர்களை தயாராக இருக்குமாறு கூறு.' என்றார்.

அப்போது நாதன், 'காலையில் அனுப்பிய தபாலை தேடி சென்ற காவலர்களின் நிலை?' என்று குழப்பத்துடன் கேட்டான்.

அவர், 'அவர்கள் தேடட்டும். குற்றவாளி பிடிப்பட்டதும், அவர்களை அழைத்து கொள்ளலாம்.' என்றார்.

சில நிமிடங்கள் செல்ல.... சில்வியா, வேகமாக கீழே வந்தாள்.

அவள், லில்லியிடம், 'லில்லி, நீ இங்கேயே இரு. நான் வந்த பிறகு உன் வீட்டிற்கு செல். நீ காவலர்கள் இருப்பதை எங்காவது கவனித்தாயா? அல்லது, சாலையில் வித்தியாசமாக யாரையாவது பார்த்தாயா?'.

அவள், 'இல்லை, அப்படி யாரும் இல்லை. நான் வரும் போது சாலையில் யாருமே இல்லை.' என்று கூறியதும், சில்வியா சற்று மூச்சை இழுத்துவிட்டு, சரி என தலையசைத்து, வேகமாக வீட்டை விட்டு வெளியேறினாள்.

அப்போது டைலர், 'சில்வியா வீட்டை விட்டு வெளியேறிவிட்டாள்.' என்றான்.

லில்லியை, சில்வியாவின் வீட்டில் விட்டுவிட்டு, சில நொடிகளுக்கு முன்பு தான் நெல்சன் காவல் நிலையம் வந்திருந்தான்.

மெக்கானே, 'நெல்சன், தயாரா?' என்று அவனிடம் கேட்க, அவனும், சற்று மூச்சை பலமாக இழுத்து விட்டு, 'தயார்..' என்றான்.

பின்னர் அவர், டைலரிடம், 'டைலர், தகவல் கூறிக்கொண்டே இரு.' என்று கூறி, நாதனிடம், 'காவலர்களுக்கு வழி கூறுவது, அவசர உதவி சேவை, அனைத்தும் உன் பொறுப்பு.' என்று அவர் பொறுப்புகள் வழங்கியதும், இருவரும் சரி என்று நம்பிக்கையுடன் தலையசைக்க, மெக்கானேவும் நெல்சனும் அங்கிருந்து சென்றனர்.

வானம், அதிக மேக மூட்டத்துடன், மின்னல் வெட்டி, பெரும் இடி சப்தம் முழங்கிக்கொண்டிருந்தது. அதற்கு மத்தியில், சில்வியா, கண்ணிற்கு எட்டும் தூரம் வரையில் ஆள் நடமாட்டமே இல்லாத ஒரு சாலையில், பதற்றத்துடன், முன்னும் பின்னும் பார்த்தவாறு, தன் தோள் பையின் வார்ப்பட்டையை இறுக்கமாக பிடித்-தவாறு நடந்து சென்று கொண்டிருந்தாள்.

அவள் மனம், சாலையில் யாரும் இல்லாததால், பெரிதும் பயம் கொள்ள ஆரம்பித்தது.

அவள், 'லில்லியையும் கூட அழைத்திருக்கலாம்..... இல்லை வேண்டாம், அது அவளுக்கு தான் ஆபத்து.... அய்யோ காவலர்களும் இப்போது கண்கா-ணிப்பில் இல்லையே.... இல்லை அவர்கள் இருந்தால் சிக்கல் ஆகிவிடும். சரி, தைரியமாக நாமே சென்று வேலையை முடித்துவிட்டு, வீடு திரும்புவோம்.' என்று முணுமுணுத்தவாறு, நடந்து சென்று கொண்டிருந்தாள்.

அப்போது மெக்கானேவும், நெல்சனும், மற்றும் அவர்களுடன் சில காவல் அதிகாரிகளும், உடலில், தோட்டா துளைக்காத பாதுகாப்பு கவச உடை, துப்பாக்-கிகள், வெடிகுண்டுகள், கத்திகள், காதில் நுண்அழைப்பான் கருவி, பையில் டார்ச் விளக்கு, என்று தேவையான அனைத்தையும் எடுத்துக்கொண்டு, அனைவரும், காவலர் வாகனத்தை நோக்கினர்.

சில நிமிடங்கள் செல்ல....

சில்வியா, வழக்கமாக பேக்கேஜ்களை வைக்கும், ஒரு இடத்திற்கு வந்தாள்.

அது ஒரு, கைவிடப்பட்ட பாதியில் நிறுத்தப்பட்ட கட்டிடம். அப்போது மித-மான மழைத் தூறல் விழ, லேசான வெளிச்சத்தில், அவள் அந்தக் கட்டிடத்திற்-குள் நுழைந்தாள்.

அவள், அந்தக் கட்டிடத்திற்குள் சென்றதும், ஒவ்வொறு அடியையும் மிகவும் பயத்துடன் எடுத்து வைத்தாள். அப்போது அங்காங்கே கேட்ட சில சப்தங்கள், அவளை மேலும் பயமுறுத்தின.

அங்கு அவள், ஒரு அறையை நோக்கினாள். அந்த அறையில், பகுதியளவு பாழடைந்த, தூசியும் ஒட்டடையுமாக ஒரு மேஜை மட்டும் கிடந்தது.

அவள், மெதுவாக, அங்கு வந்து, தன் பையில் இருந்து அந்தப் பேக்கேஜை எடுத்து, அந்த மேஜை மேல் வைத்து விட்டு, சற்று மூச்சை பலமாக இழுத்து விட்டு, திரும்பிய அடுத்த நொடி,

அவளுக்கு பெரும் அதிர்ச்சி,

ஒரு பெரிய கருப்பு உருவ மர்ம மனிதன், அவளின் வாயைப் பொத்தி, அவளை தூக்கிக்கொண்டு அங்கிருந்து சென்றான்.

அப்போது மெக்கானேவிற்கு, அந்த பேக்கேஜ் இருக்கும் இடம் குறித்த தகவல் வந்தது.

அனைவரும், வேகமாக அந்த கட்டிடத்தை நோக்கி முன்னேறினர்.

அப்போது மெக்கானேயின் மனம் சற்று பதற்றமாகவே இருந்தது. அவர் மனதில் ஏதோ ஒரு தவறு செய்துவிட்டோமோ?' என்ற சந்தேகம் தோன்ற ஆரம்பித்தது.

அப்போது, இரகசிய கண்காணிப்பு காவலர்களிடமிருந்து ஒரு தகவல், 'உள்ளே சென்ற சில்வியா, இன்னும் வரவில்லை.' என்று....

அதைக்கேட்ட மெக்கானேயின் கண்கள் பிதுங்கின. அப்போது நெல்சன், 'அவளை கடத்திவிட்டனரா?' என்று அதிர்ந்தவாறு கூறினான்.

மெக்கானே, 'சரி, சரி, சீக்கிரம் செல்லுங்கள்.' என்று பதறினார்.

சில நிமிடங்கள் செல்ல, டைலர், 'டிடக்டிவ், அந்த பேக்கேஜ் இப்போது நகர்வில் உள்ளது. அது இப்போது வடக்கு நோக்கி பிரிஸ்பேன் பிரதான சாலையை நோக்கி சென்று கொண்டிருக்கிறது. இன்னும் பதினைந்து நிமிடங்களில் பிரதான சாலையை அடைந்தது விடும்.' என்று பெரும் பரபரப்புடன் கூறினான்.

அவர், பெரும் குழப்பத்தில், 'அதற்குள்ளா? அடக்கடவுளே, நாம் தாமதமாக சென்று கொண்டிருக்கிறோம். சீக்கிரம் செல்லுங்கள்.' என்று மேலும் பதறினார்.

அப்போது அவர், 'சில்வியா என்ன ஆனாள்?'.

டைலர், 'அவள், இன்னும் அந்த கட்டிடத்தை விட்டு வெளியே வரவில்லை.'.,

அவர், 'சரி, சரி, நாங்கள், அந்த பேக்கேஜை பின் தொடர்கிறோம்.' என்று டைலரிடம் கூறிவிட்டு, தன் வாக்கி டாக்கியில், அந்தக் கட்டிடத்தைச் சுற்றியுள்ள கண்காணிப்பு காவலர்களிடம், 'நீங்கள், கட்டிடத்திற்குள் செல்லுங்கள். மீண்டும் கூறுகிறேன்... உள்ளே செல்லுங்கள்' என்று கத்தினார்.

மெக்கானேவிற்கு தலை சுற்றுவது போல் ஆனது, 'எப்படி அந்த பேக்கேஜ் வெளியே சென்றது. யார் அதை எடுத்து செல்கின்றனர்?' என்று குழப்பத்தில் தவித்தார்.

அதே நேரத்தில், கண்காணிப்பு காவலர்களும், கவனமாக துப்பாக்கியை கையில் வைத்துக்கொண்டு, கட்டிடத்திற்குள் நுழைந்தனர்.

அப்போது பதற்றத்துடன் நெல்சன், 'லில்லி... லில்லி எங்கே சென்றாள்?',

அதைக்கேட்டதும், அவர் தலையில் கைவைத்து, உடனே, நுண் அழைப்பானில், 'டைலர், லில்லி எங்கே?' என்று பதறினார்.

அவன், 'அவள், இன்னும் சில்வியாவின் வீட்டில் தான் உள்ளாள்.' என்றதும், மெக்கானே, 'அடக்கடவுளே, அவள், அங்கு என்ன செய்கிறாள். அது அவளுக்கு ஆபத்து. அவளை அங்கிருந்து புறப்படுமாறு தானே கூறினோம். கண்காணிப்பு காவலர்களும் அங்கு இல்லையே..' என்று எண்ணி, உடனே டைலரிடம், 'டைலர், சில்வியா வீட்டிற்கு காவலர்களை அனுப்பி அங்கிருந்து லில்லியை காவல் நிலையம் அழைத்து செல்லுங்கள். மேலும், அவசர காவலர்களை அந்தக் கட்டிடத்திற்-

கும் அனுப்புங்கள் சீக்கிரம்•••',

டைலர், வேகமாக வேலையை தொடர்ந்தான்.

மெக்கானே, அந்தக் கட்டிடத்திலிருந்து காவலர்களின் தகவலிற்காக காத்திருந்தார்.

அப்போது, பெரும் இடி சப்தத்துடன், அதிக அளவு மழைப் பொழிய ஆரம்பித்தது.

அந்தக் கைவிடப்பட்ட கட்டிடத்தில்•••

மொத்தம் ஆறு காவலர்கள், ஒவ்வொறு பகுதியாக தனித்தனியாக சென்று, கையில் டார்ச் விளக்கையும், துப்பாக்கியையும், நீட்டிக்கொண்டு கவனமாக முன்னேறினர்.

உள்ளிருந்து சில சப்தங்கள் கேட்ட வண்ணம் இருந்தன. அதோடு, வெளியே மழை பொழியும் சப்தம் அதிகமாகவே கேட்டு கொண்டிருந்தது.

அப்போது இரு காவலர்கள், ஒரு பகுதியில் சந்தித்தனர். இருவரும், 'அங்கு யாரும் இல்லை.' என்று கூறிக்கொண்டு, லேசான ஏமாற்றத்துடன் நிற்கும் போது, அவர்களுக்கு பின் பக்கம், உள்ள ஒரு இரும்பு கம்பியிலிருந்து 'டாங்க்' என்ற சப்தம்...

இருவரும், பதற்றத்துடன் திரும்பி பார்க்க, ஒரே இருள், இருவரும் முகத்தை முகத்தைப்பார்த்துக்கொண்டு, டார்ச் ஒளியை சப்தம் வந்த திசை நோக்கி அடிக்க, அங்கு யாரோ நிற்பது போல் உணர்ந்தனர்.

அந்த சமயம், பலமான இடி சப்தத்துடன், மின்னல் வெட்டி மறைய, அந்த ஒளி, அந்த இருளில் நிற்பவனை தெளிவாக காட்டியதும், இருவரின் கண்களும் பிதுங்கின.

இரு காவலர்களும், 'அடக்கடவுளே, நாதன் கூறியது உண்மை தான்.' என்று கூறி முடிக்க, அந்த இருளில் இருந்து, ஒரு பெரிய கருப்பு உருவ மர்ம மனிதன், அவர்களை நோக்கி, கையில் உள்ள கோடாரியை, தரையில் தேய்த்துக்கொண்டு வர ஆரம்பித்தான்.

அந்த இரு காவலர்களுக்கும், அந்த மர்ம மனிதன் கோடாரியை தேயித்துக்கொண்டு வரும் அந்த சப்தம், அவர்களின் ஈரக்குலையை நடுங்க வைத்தது.

அவர்கள், 'நகராதே, அப்படியே நில்.' என்று பதற்றத்துடன் கூறி, பின்னர், வாக்கி டாக்கியில், 'அந்த மர்ம மனிதன்•••. அவன் இரண்டாம் தளத்தில் உள்ளான். சீக்கிரம் வாருங்கள்.' என்று அழைப்பு கொடுத்து, சற்று பின் வாங்கினர்.

அதைக்கேட்ட, மெக்கானேயின் இதயத்தின் துடிப்புகள் ஒவ்வொன்றும் இடியை மார்பில் வாங்குவது போல் ஆனாது.

அந்த மர்ம மனிதன், அந்த இரு காவலர்களையும் நோக்கி முன்னேறியவாறே இருந்தான். அப்போது, ஒரு காவலன் பயத்தில், அவனை இரு முறை துப்பாக்கி-

யால் சுட்டான்.

ஆனால், அவனிடம் எந்த ஒரு தடுமாற்றமும் இல்லை.

அப்போது, ஒரு காவலன், 'சீக்கரம், அவசர உதவி காவலர்கள் தேவை.' என்று, பெரும் பயத்தில் கூறிய அந்த சமயத்தில், அந்த மர்ம மனிதன், தன் கோடாரியை, அவர்களை நோக்கி வீச.... அது ஒரு காவலனின், மார்பில் சென்று பதிந்து கொண்டது.

அதைப் பார்த்த, அருகில் இருந்த காவலன், பதறிப்போய், அந்த மர்ம மனிதனை சரமாறியாக சுட ஆரம்பித்தான்.

சில நொடிகளில், அங்கு மற்ற காவலர்களும் வந்தனர்.

அவர்கள், அந்த மர்ம மனிதனைப் பார்த்ததும், அனைவரும் அவனை சுட ஆரம்பித்தனர். ஆனால் அவன் உடலில் எந்த ஒரு தடுமாற்றமும் இல்லை. சாதாரணமாக முன்னேறி வந்து கொண்டிருந்தான்.

அனைவரும் பயந்து, வேறு வழி இன்றி, அங்கிருந்து ஓட ஆரம்பித்தனர்.

அந்த மர்ம மனிதன், வீழ்ந்த அந்த காவலரின் மார்பில் இருந்து, அந்த கோடாரியை எடுத்துக்கொண்டு, மற்ற காவலர்களையும் துரத்திச் சென்றான்.

இப்போது மெக்கானேயின் கவனம் முழுவதும், அந்த பேக்கேஜின் மீதே இருந்தது. அப்போது, டைலர் ஒரு பெரும் அதிர்ச்சியை கூறினான்.

அவன், 'டிடக்டிவ், அந்த பேக்கேஜ், பிரிஸ்பேன் பிரதான சாலைக்குள் செல்லவில்லை. அது கடற்கரையை நோக்கி சென்றுகொண்டிருக்கிறது.' என்றான்.

உடனே அவர், 'என்ன மாதிரியானா வாகனம் அது?'.

டைலர், 'அதை அறிய தான் பெரிதும் முயற்சி செய்து கொண்டிருக்கிறேன். ஆனால் அது தரை வழியில் செல்லும் வாகனம் போல் தெரியவில்லை.'.

மெக்கானேயின் இதயம் வேகமாக துடிக்க ஆரம்பித்தது. அப்போது தான், அவர்கள் அந்த பிரதான சாலையை நெருங்க ஆரம்பித்தனர்.

அப்போது டைலர், 'அடக்கடவுளே, அந்த பேக்கேஜ் கடல் மீது சென்று கொண்டிருக்கிறது.' என்றதும், மெக்கானே, அதிர்ச்சியில் உறைந்து போய், 'அவர்கள் விமானத்தில் செல்கின்றனர். அப்படி என்றால் சில்வியா?' என்று, தலையில் கைவைத்து வாகனத்தை நிறுத்துமாறு கத்தினார்.

வேகமாக சென்று கொண்டிருந்த வாகனம், சடாரென பிரேக் அடித்து நிறுத்தப்பட்டது.

மெக்கானே, நுண் அழைப்பானில், 'ஹெலிக்காப்டருக்கு தகவல் கொடுங்கள். அந்த விமானத்தை துரத்துங்கள்.' என்று கத்தினார். டைலரும், உடனே, ஹெலிக்காப்டருக்கு தகவல் கொடுத்தான்.

மெக்கானே தலையில் கைவைத்தவாறு, 'அந்தக் கட்டிடத்தில் உள்ளவர்களை வெளியேறக் கூறுங்கள்.' என்ற போது, டைலர் நுண் அழைப்பானில், 'அவசர

உதவி காவலர்கள் அங்கு தான் உள்ளனர்.' என்றான்.

மெக்கானேவிற்கு, மீண்டும் தோற்றுவிட்டோம் என்ற பெரும் குற்ற உணர்வு, அவரை வாட்டி வதைக்க ஆரம்பித்தது.

அப்போது டைலர், 'டிடக்டிவ்•••..லில்லி, காவல் நிலையம் வந்துவிட்டாள். அவள் பாதுகாப்பாக உள்ளாள்.' என்றான்

அவரால் ஏதும் கூற முடியவில்லை. அவர், அந்த அடை மழையிலும், காரை விட்டு வெளியே வந்தார்.

அப்போது அவரின் வாக்கி டாக்கியில், 'டிடக்டிவ் மெக்கானே, இது அவசர உதவி காவலர்கள், கண்காணிப்பு காவலர்கள் யாரும் உயிருடன் இல்லை. அனைவரும் இறந்துவிட்டனர்.'

மெக்கானே, பெரும் கோபம் கொண்டு, அந்த வாக்கி டாக்கியை சாலையில் போட்டு உடைத்து, பெரிதும் கத்தினார்.

அப்போது டைலர், அவசர உதவி காவலர்களுடன் தொடர்பு கொண்டு, 'அந்த இடம் முழுவதும், சுற்றி வளைத்து, யாரேனும் உள்ளார்களா என்று பாருங்கள்.' என்றான்.

மெக்கானே, அந்த சாலையில் மழையில் நினைந்தவாறே, நடந்ததை ஏற்க இயலாமல் நின்று கொண்டிருந்தார்.

அவரின் இதயம் மிகவும் வேகமாக துடித்துக்கொண்டிருக்க, நுண் அழைப்பானில் டைலர், 'டிடக்டிவ், அந்த ட்ரான்ஸ்மீட்டரின் சிக்னல் மறைந்து விட்டது. இருப்பினும் ஹெலிகாப்டர்கள் தேடிக்கொண்டு தான் இருக்கின்றன.'.

அதற்கு அவர், 'வேண்டாம், அவர்களை திரும்பி வருமாறு கூறிவிடுங்கள். நம்மால் அவர்களை பிடிக்க இயலாது.' என்று கூறி, பெரும் கோபத்துடன் காரில் ஏறினார்.

15

தோல்வியின் எதிரொலி

இரவு, 11 மணி, பாழ் அடைந்த கைவிடப்பட்ட கட்டிடம், இடி சப்தத்துடன் கனமழை.....

மெக்கானேவும், நெல்சனும், அவர்களுடன் உள்ள காவலர்களும், அங்கு வந்தனர். மெக்கானே, காரை விட்டு இறங்கியதும்...

அங்கு, அவசர உதவி காவலர் ஒருவர், 'டிடக்டிவ் மெக்கானே, கோடாரியால் கொலை செய்துள்ளனர். யாருமே உயிருடன் இல்லை.'

அவர், 'காவலர்களை தவிர வேறு யாரையாவது பார்த்தீர்களா?'.

அவன், 'இல்லை, யாரும் இங்கு இல்லை.',

அவர், 'உடனே உள்ளூர் காவலர்களுக்கு தகவல் கொடுத்து, சிட்னி எல்லையை மூட கூறுங்கள். யாரும் இனி சிட்னி எல்லைக்குள் வர கூடாது. அனைத்து தெருக்களையும் மூடிவிடுங்கள். மேலும், உங்களில் பலர் தெருக்களில் வலம் வந்து, கண்காணியுங்கள்.' என்று கூறி கொண்டே, கட்டிடத்திற்குள் நுழைந்தார்.

அப்போது நெல்சன், 'டிடக்டிவ், சில்வியாவா.....?' என்றதும், அவர், 'அவள், கடத்தப்பட்டாள். அவளை பற்றி இனி யோசிப்பதில் எந்தப் பலன் இல்லை. இனி யாரும் கடத்தப்படாமல் இருப்பதற்கு, நாம் செயல்பட வேண்டும். மக்களை எச்சரிக்கை செய்ய வேண்டும்.' என்றார்.

அப்போது மெக்கானே, அங்கு சில காவலர்கள், பெரும் பயத்துடனும், பதற்றத்துடனும், ஆங்காங்கே நின்று கொண்டிருப்பதை கவனித்தார்.

அதைத்தொடர்ந்து அவர், இறந்த காவலர்களின் நிலையைப் பார்த்ததும், 'ஹோலி மதர் ஆஃப் ஜீசஸ் (Holy mother of jesus)' என்று கூறி, பெரிதும் அதிர்ந்தவாறு நின்றார்.

நெல்சன், ‘அடக்கடவுளே, இதை செய்தவன் நிச்சயம் மனிதனாக இருக்க வாய்ப்பில்லை.’ என்று, சகித்து கொள்ள இயலாமல், பயத்துடனும் கூறினான்.

மெக்கானே மனதில், ‘யார் அந்த மர்ம மனிதன்....? நாதன் மட்டும் தான் அவனிடமிருந்து தப்பித்துள்ளான். அவன் வந்தால் ஏதேனும் தகவல் கிடைக்க வாய்ப்பு உள்ளது.’ என்று எண்ணி, உடனே நெல்சனிடம், ‘நாதனை இங்கு வர கூறு.’ என்றார்.

பின்னர், மெக்கானே இறந்தவர்கள் மீது, டார்ச் விளக்கை அடித்து பார்த்தார். அவரால் அந்த நிலையை சகித்துக் கொள்ள முடியவில்லை.

பின்னர் அவர், ‘சீக்கிரம், இங்கு மின்விளக்குகளை அமைத்து, கைரேகை நிபுணர்களுக்கு தகவல் கொடுங்கள். வந்தவன் யார் என்று அறிய வேண்டும்.’ என்று கூறி, தன் சட்டைப்பையில் சிகரெட்டை தேடினார். ஆனால் அது மழை-யில் நினைந்து ஈரமாக இருந்தது.

உடனே அவர், ‘யாரிடமாவது சிகரெட் உள்ளதா?’ என்று கேட்டதும், ஒரு காவலன், அவருக்கு ஒரு சிகரெட்டை கொடுத்தான். மெக்கானே அதைப் பற்ற வைத்து, இறந்த காவலர்களைப் பார்த்தவாறு நின்றார்.

இரவு 12 மணி, நாதனும், டைலரும் அங்கு வந்தனர்.

அப்போது மெக்கானேவும், நெல்சனும் பேசிக்கொண்டிருக்க, நெல்சன் நாதனைப்பார்த்தும், ‘டிடக்டிவ்.....’ என்றான். அவர் உடனே திரும்பி பார்த்தார்.

அப்போது நாதன், இறந்த காவலர்களின் நிலையைப் பார்த்ததும், மைக் வீட்-டில் நடந்த சம்பவம், அவன் கண்முன் தோன்ற ஆரம்பித்தது.

அப்போது மெக்கானே, ‘நாதன், உனக்கு என்ன தோன்றுகிறது?’ என்று பொறுமையாக கேட்டார்.

அவன், அந்த இறந்த காவலர்களை பார்த்துவிட்டு, பயத்தில் எச்சிலை விழுங்கி, ‘இது அவனே தான். அதே கோடாரி மனிதன் தான். மைக்கை கொலை செய்தது போலவே, செய்துள்ளான்.’ என்று பெரும் அதிர்ச்சியில் கூறினான்.

அப்போது மெக்கானே, ‘வேறு ஏதேனும்? அவனிடம் வித்தியாசமாக....?’.

நாதன் சற்று யோசித்தான். பின்னர், ‘அந்த கோடாரியில், ஏதோ ஒன்றை பார்த்தேன். ஆனால் எனக்கு சரியாக நினைவு இல்லை. ஆனால், அவன் கோடாரியை வீசுவதில் சிறப்பு வாய்ந்தவன்.’ என்று கூறும் போது, அருகில் உள்ள சுவற்றில் தெரித்துக் காணப்பட்ட இரத்தத்தை பார்த்த போது, அவனுக்கு ஏதோ ஒன்று நினைவு வந்தது.

அவன், ‘அது ஏதோ, குறியீடு போல் இருந்தது. ஆனால், எனக்கு அது சரி-யாக தெரியவில்லை. அந்த கோடாரியில் ஒரே இரத்தமாக இருந்ததால், அந்த குறியீடு சரியாக புலப்பட வில்லை.’ என்றான்.

அப்போது, மெக்கானேவிற்கு ஒன்று நினைவு வந்தது. உடனே அவர், தன் கைப்பேசியை எடுத்து, அவனிடம் ஒரு புகைப்படத்தை காட்டினார்.

நாதன், அதைப் பார்த்ததும், கண்கள் பிதுங்கியவாறு, ‘இதே தான், இதே தான், அந்த கோடாரியிலும் இருந்தது.’ என்று கூறி, அவரை ஆச்சரியமாக பார்த்தான்.

அது, ஒரு அரைவட்டத்தின் மேல் இரு கொம்புகள் இருப்பது போன்ற ஒரு குறியீடு.

மெக்கானே, சற்று மூச்சை இழுத்துவிட்டவாறு, நாதனை பார்த்தார்.

காலை, 6.30 மணி, கைரேகை நிபுணர்கள், அவர்களால் முடிந்தவரை தடயங்களை தேடிப்பார்த்தனர்.

அவர்களில் ஒருவர், ‘டிடக்டிவ் மெக்கானே, எந்த ஒரு கைரேகையும் இல்லை. ஒரு சிறு நூல் கூட கிடைக்கவில்லை. அந்த மர்ம மனிதனின் கால் தடமும் கிடைக்க வில்லை. ஆனால், சில தட்டையான தோட்டாக்கள் மட்டும் ஆங்காங்கே கிடைத்தன.’ என்று கூறி, ஒரு சிறிய பாலித்தின் பையை அவரிடம் காட்டினார்.

அதனுள் சில தட்டையான தோட்டாக்கள் இருந்தன.

அவர் அதை, ஆச்சரியமாக வாங்கிப்பார்த்து, ‘காவலர்கள், அவனை சுட்டுள்ளனர்.... ஆனால், அவன் உடலினுள் எந்த தோட்டாக்களும் செல்லவில்லையா?’ என்று கூறி, விழித்தவாறு, அவரைப் பார்த்தார்.

பின்னர், மெக்கானே சரி என்று தலையசைக்க, அந்த கைரேகை நிபுணர் அங்கிருந்து சென்றார்.

அப்போது அவர், டைலரிடம், ‘டைலர், இந்த இறந்த காவலர்களை, பிரேத பரிசோதனைக்கு அனுப்பிவிடு, அவன் என்ன மாதிரியான கோடாரியை உபயோ-

கித்துள்ளன் என்று நாம் அறியவேண்டும்.' என்றார்.

அப்போது அவர், இறந்த காவலர்களை, சிலர் சடலப்பைக்குள் வைப்பதை பார்த்தார். மெக்கானே, சற்று பெருமூச்சு விட்டவாறு, தன் துணை அதிகாரிகள் மூவரையும் பார்த்தார்.

மூவரும் அமைதியாக, ஏற்க இயலா மன நிலையுடன் நின்று கொண்டிருந்தனர்.

பின்னர் அவர், 'சரி, காவல் நிலையம் செல்லலாம்.' என்று கூறி, ஒரு அடி எடுத்து வைக்கும் போது, டைலர் கவலையுடன், 'நாம் தோற்றுவிட்டோம் அல்லவா?'.

அவர், அப்படியே நின்று, 'இல்லை, தொடர்ந்து முயற்சி செய்வோம். நிச்சயம் நமக்கென்று ஒரு காலம் வரும்.' என்று கூறி, பெரும் மன வேதனையுடன் அங்கிருந்து சென்றார்.

சிட்னி நகரமே ஸ்தம்பித்தது, இரவு நடந்த விசயம் எப்படியோ, பத்திரிக்கையாளர்களுக்கு தெரியவர, காவலர்களைப் பற்றி பெரிதும் அவதூராக பேச ஆரம்பித்தனர்.

மெக்கானேயின் பெயர், அவர் இதுநாள் வரையில் சேர்த்த புகழ், அனைத்தும் மக்கள் மத்தியில் மறைந்து போனது.

பத்திரிக்கைகளில், 'ஹீரோ காவலர் இப்போது ஜீரோ காவலர்' என்று மெக்கானேயை, பழித்து எழுத ஆரம்பித்தனர்.

மேலும் சிட்னியில், முழு நேர ஊரடங்கை, அந்த அரசாங்கம் அறிவித்தது.

மெக்கானே, அரசியல் தலைவர்களின் அழைப்புகளை ஏற்க மறுப்பதால், அவர்கள் காவல் நிலையத்திற்கே வர ஆரம்பித்தனர்.

மழை மேகங்கள் முழுவதுமாக சூழ்ந்து, சிட்னி நகரை இருளில் மூழ்கடித்தன. சாலைகள் வெறிச்சோடின. ஆங்காங்கே குப்பைகள் காற்றில் பறந்தவாறு இருக்க, காவலர்கள், அனைத்து சாலைகளிலும் ரோந்து பணியில் ஈடுபட்டு கொண்டிருந்தனர்.

சிட்னி எல்லை மூடப்பட்டதால், சிட்னியை விட்டு வெளியேறும் மக்கள், எல்லையில் தத்தளித்துக் கொண்டிருந்தனர்.

அப்போது மெக்கானே, தன் அலுவலகத்தில், கைகளை பின்னே கட்டிக்கொண்டு, ஜன்னல் வழியாக சாலையை பார்த்தவாறு நின்று கொண்டு, பெரும் யோசனையில் இருந்தார்.

அப்போது டைலர், அங்கு வந்து, 'டிடக்டிவ், அனைவரும் காத்து கொண்டிருக்கின்றனர்.' என்றான்.

மெக்கானே, பெரும் யோசனையுடன், அவனை திரும்பி பார்த்து, சரி என்று தலையசைத்தார்.

சிறப்பு விசாரணை காவல் நிலையத்தின் சந்திப்பு பகுதி, அங்கு ஒரு பெரிய மேஜையை சுற்றி சில அரசியல் தலைவர்கள் அமர்ந்திருந்தனர். அவர்களுடன், மெக்கானேயின் நண்பரான, முன்னால் தலைமை அதிகாரியும் அமர்ந்திருந்தார்.

அங்கு அனைவரும், பெரும் பதற்றத்துடனும், பரபரப்புடனும் பேசிக்கொண்டி-ருந்தனர்.

சில நொடிகள் செல்ல, மெக்கானே மெதுவாக அனைவரின் முன்னும் வந்து நின்றார். அனைவரும் மெக்கானேயை பார்த்ததும், சற்று அமைதியடைந்து, அவரையே பார்த்தனர். அவரும், அமைதியாக அனைவரையும் பார்த்தார்.

அப்போது, சிட்னி நகரின் மேயர், 'டிடக்டிவ் மெக்கானே, என்ன நடக்கிறது? இப்போது சிட்னி நகரமே கலவர பூமியாகியுள்ளது. மக்கள் இங்கு வாழவே அஞ்-சுகின்றனர்.' என்று எரிச்சலுடனும், பயத்துடனும் கூறினார்.

ஆனால் மெக்கானே ஏதும் கூறாமல் நின்றுகொண்டிருந்தார். அப்போது சிட்னி நகரின் கமிஸ்னர், 'மெக்கானே, எனக்கு உங்களை பற்றி நன்றாக தெரியும். ஆனால் நீங்கள் இவ்வாறு திணறுவது ஆச்சரியமாக உள்ளது.'.

இப்படி, அங்கு உள்ள ஒவ்வொறுவரும், அவர்களின் மனதில் உள்ளதை கூறி, மெக்கானேயை குற்றம் சாடிக்கொண்டிருந்தனர்.

ஆனால், மெக்கானே, அமைதியாக அவர்கள் கூறுவதை கேட்டவாறு, தலை குனிந்தவாறே நின்று கொண்டிருந்தார்.

ஐந்து நிமிடங்கள் செல்ல, பொறுமை இழந்த, சிட்னியின் பாதுகாப்பு அமைச்-சர், 'மெக்கானே, நீ இப்படி அமைதியாக நிற்பதால், எந்தப் பலனும் இல்லை. இப்போது பிரதமரின் பெரும் கவலையே, இந்த சிட்னி நகரம் குறித்து தான்... மக்கள் இப்படி இடம் மாறுவதால், சிட்னி நகருக்கு பெரும் நஷ்டம், இதனால் பெரும் பொருளாதார வீழ்ச்சியும், மக்களுக்கு பொருளாதார தட்டுப்பாடும் ஏற்படும். எப்போது தான் இந்த தொடர்க் கொலையை முடிவிற்கு கொண்ட வர உள்ளாய்?' என்று கோபத்தில் கத்தினார்.

மெக்கானே தலைகுனிந்தவாறு, மேஜை மேல் தன் இரு கைகளையும் பதித்-துகொண்டு நின்றவாறு, 'நான் ஒப்பு கொள்கிறேன். இது பெரும் சவாலான குற்ற விசாரணை தான். இதில் தோற்று விட்டேன். ஆனால், எனக்கு சில காலம் அவகாசம் கொடுங்கள், மீண்டும் சிட்னி நகரம் பழைய நிலைக்குத் திரும்பும். உங்-கள் கோபம் நியாயமானது தான். இந்த விசாரணையை நான் சரியான பாதையில் எடுத்து சென்றாலும், குற்றவாளியை பிடிக்கும் தருவாயில், அனைத்தும் தோல்வி-யில் முடிந்துவிட்டது.

யாரும் கவலை கொள்ள வேண்டாம். அந்தக் குற்றவாளியைப் பிடிப்பது என் கடமை. மேலும் குற்றவாளி யாரிடமும் தன் பெயரை கூற மறுப்பதால், அவனை Mr. No name என்றே அழைக்கின்றனர். மேலும், நான் கொலையாளியை எதிர்த்த இந்த சில நாட்களில், அவனிடம் பெரும் தொழில் நுட்பங்கள் உள்ளன என்பதையும் அறிந்து கொண்டேன். எனவே, எனக்கு இன்டர்போலின் (Interpol) உதவி தேவை.' என்றார்.

அதற்கு, பாதுகாப்பு அமைச்சர், 'உனக்கு அனைத்து உதவிகளும் கிடைக்கும். ஆனால், இன்னும் இரண்டு வாரங்களில் குற்றவாளியை அறிந்து, அவனை பிடித்துவிடவேண்டும். இல்லை என்றால்.....' என்று கூறி, மெக்கானேயை முறைத்தவாறு பெரும் கோபத்துடன் அங்கிருந்து சென்றார்.

அங்கு உள்ள அனைவரும், மெக்கானே மீது பெரும் அதிர்ப்தியை வெளிபடுத்தினர்.

சில நிமிடங்களில், அனைத்து அரசாங்க தலைவர்களும் அங்கிருந்து கலைந்து சென்றனர். ஆனால், மெக்கானே மட்டும், அங்கு தலைகுனிந்தவாறு நின்று கொண்டிருந்தார்.

அப்போது, டைலர் சற்று தயங்கியவாறு, 'டிடக்டிவ்.....' என்றதும், அவர் பெரும் மனவேதனையுடன், 'சென்றுவிடு, எதுவாக இருந்தாலும் பிறகு பேசிக்கொள்ளலாம்.' என்று கூற, அவன், 'இல்லை, ஒரு..' என்றதும், அவர் மேஜை மேல் இருந்த காப்பி கோப்பையை எடுத்து சுவற்றில் எறிந்து கோபமாக அவனைப் பார்த்தார்.

அவனும், அவரின் நிலையைப் புரிந்து கொண்டு, அங்கிருந்து சென்றான்.

அப்போது, ஒரு குரல், 'நீ இப்படி கோபம் கொள்வதால், எந்த பலனும் இல்லை.' என்று...

அவர், மெதுவாக திரும்பி பார்க்க, அது, அவரின் நண்பரான, முன்னாள் தலைமை அதிகாரி. மெக்கானே அவரைப் பார்த்ததும், ஏற்க இயலா மனநிலையுடன் தலைகுனிந்தார்.

அப்போது அவர், 'மெக்கானே, அனைவரும் ஏதோ ஒரு விதத்தில் தவறுகள் செய்வது சகஜம் தான். அது இயற்கையே. அந்தக் கொலையாளியும் ஏதோ ஒரு தவறு செய்வான். அவன் எப்படி, நீ செய்த சிறு தவறை பயன்படுத்தி வெற்றி பெற்றானோ.... அதே போல்....',

மெக்கானே அவரிடம், 'டேவிட், அவன் இவ்வளவு சாமர்த்தியமாக செயல்படுவான் என்று எதிர்ப்பார்க்கவில்லை.'.

அதற்கு டேவிட், 'நாம் இதுவரையில் பல குற்ற விசாரணைகளை தீர்த்துள்ளோம். ஆனால், எதிலும் நாம் துவண்டதில்லை. இப்போது, நமக்கு துவழும் நிலை வந்துள்ளது. எனவே இதை சரி செய்ய....' என்று கூறும் போது, மெக்-

கானே விழித்தவாறு, அவரைப் பார்த்தார்.

டேவிட், சற்று மூச்சை இழுத்துவிட்டு, ‘வேறு வழி இல்லை..... நீ உன் மனைவியிடம் உதவி கேட்டுப்பார்.’ என்றார்.

மெக்கானே, அவரைப் பார்த்து, எரிச்சலுடன், ‘நீ தெரிந்து தான் பேசுகிறாயா? அவளிடம் நான் எப்படி..?’,

அவர், ‘மெக்கானே, இப்போது உள்ள நிலையை பற்றி யோசித்துப்பார். உன் குடும்ப விசயத்தைப் பற்றி யோசித்தால், நிச்சயம் இந்த குற்ற விசாரணையை தீர்க்க இயலாது. நீ அவளிடம் உதவி மட்டும் தான் கேட்க போகிறாய்.’.

அதற்கு மெக்கானே, ‘அவள் நிச்சயம் ஒப்புகொள்ள மாட்டாள்.’ என்று கூறி, அங்கிருந்து செல்ல,

அப்போது டேவிட், ‘இதை தவிர வேறு நல்ல யோசனை உள்ளதா உன்னிடம்?’ சற்று கனத்த குரலில் கேட்டார்.

அவர் கண்களை மூடி, சற்று சலித்தவாறு அப்படியே நின்றார். அப்போது டேவிட், ‘உன் மனைவியால், இந்த விசாரணைக்கு உதவ முடியும் என்று உனக்கே தெரியும். நீ அவளிடம் கேட்டுப் பார். நிச்சயம் ஒப்பு கொள்வாள்.’ என்று கூறி, மெக்கானேயின் பதிலுக்காக காத்திருந்தார்.

ஆனால் மெக்கானே, ‘அவள், இதற்கு ஒப்புக்கொள்ள மாட்டாள்.’ என்று சோகமாக கூறி, அங்கிருந்து சென்றார்.

16

எதிர்ப்பாரா சந்திப்பு

சிட்னி சிறப்பு விசாரணை காவல் நிலையம், மதியம் 1 மணி,

மெக்கானே, தன் அலுவலகத்தில், தன் இருக்கையில் சாய்ந்துக் கொண்டு பெரும் யோசனையுடன் அமர்ந்திருந்தார்.

அப்போது, அங்கு டைலர் மெதுவாக வந்து, 'டிடக்டிவ், ஒரு முக்கியமான விசயம்.' என்றான்.

மெக்கானே, அப்படியே அமர்ந்து கொண்டு, 'என்ன விசயம்?'.

அவன், 'அந்தக் கோடாரி குறித்து சில தகவல்கள் கிடைத்துள்ளன. அதோடு அந்தக் குறியீடு குறித்தும் கிடைத்துள்ளது.' என்றான்.

அவர், மெதுவாக அவனைப்பார்த்து, 'சரி, சில நிமிடங்களில் அங்கு வருகி-றேன்.' என்று கூற, டைலரும் அங்கிருந்து சென்றான்.

அப்போது அவர், சற்று மூச்சை இழுத்துவிட்டவாறு, மேஜை மேல் இருந்த அவரின் கைப்பேசியைப் பார்த்தார். அவர் மனதில், அவரின் நண்பரான டேவிட் கூறிய விசயங்கள் மட்டும் ஓடிக்கொண்டே இருந்தன.

சில நிமிடங்கள் கழித்து, பிரேத பரிசோதனை செய்யும் பகுதி,

அங்கு இறந்த அந்த காவலர்களில், ஒருவருடைய சடலத்தை பரிசோதித்து கொண்டிருந்தனர். அங்கு மெக்கானேவும், நின்று கொண்டிருந்தார்.

அப்போது அந்தப் பரிசோதனை செய்பவர், 'டிடக்டிவ், இந்த வெட்டுகளை பாருங்கள். சரியாக ஒன்று முதல் நான்கு இன்ச் வரை, ஆழமாக இறங்கியுள்ளன. சராசரியாக ஒரு காவலரை, அவன் ஆறு முறை தாக்கியுள்ளான். ஒரு சாதாரண மனிதனால், கோடாரியை கொண்டு, ஒன்று முதல் இரண்டு இன்ச் ஆழம் வரை மட்டுமே ஒருவரை தாக்க முடியும். ஆனால் இவர்களை தாக்கியவன் பெரும் பலம் கொண்டவனாக இருக்க வேண்டும். அது மட்டும் இல்லாமல், நிச்சயமாக அவன் இடக்கை பழக்கம் உடையவனாக இருக்க வேண்டும்.' என்றதும், நாதன்

சற்று மைக் வீட்டில் நடந்த சம்பவத்தை யோசித்துப்பார்த்தான்.

மெக்கானே, 'எதை வைத்து கூறுகிறீர்கள்?',

அவர், 'ஆம், வெட்டுகள் அனைத்தும். இடப்பக்கத்திலிருந்து, லேசான கோண சாய்வலில் வலமாக இறங்கியுள்ளன. இதில் நேராக பதிந்திருக்கும் வெட்டுகள், நிச்சயம் கோடாரியை வீசியதன் மூலம் ஏற்பட்டவைகளாகவே இருக்க வேண்டும்.' என்று கூறியதும், மெக்கானே, 'சரி இதனால் என்ன பிரயோஜனம்.' என்று லேசான குழப்பத்துடன் கேட்டார்.

அதற்கு அவர், லேசாக சிரித்தவாறு, 'டிடக்டிவ், பொதுவாக கொடாரியால் தாக்கும் போது, நிச்சயம் கோடாரியின் உலோக துகள்கள் உடலினுள் பதியும் வாய்ப்புகள் உள்ளன.' என்று கூறி, ஒரு சிறிய சோதனைக் குழாயை எடுத்து அவரிடம் காட்டி, 'இது, இந்த காவலரின் மார்பு பகுதியிலிருந்து எடுக்கப்பட்ட சிறிய உலோக துண்டு.' என்று கூறி, அருகில் இருந்த ஒரு கண்ணாடிப்பாட்டிலை எடுத்தார்.

அவர், 'இது அயோடின்..' என்று கூறி, அதை, அந்தச் சோதனைக்குழாயில் இரு தூளிகள் விட்டு, லேசாக குலுக்கினார்.

அது கரும்பச்சை நிறத்தில் மாறியது.

அவர், 'நிக்கல் என்னும் உலோகம் இருந்தால், அது அயோடினுடன் வினைப் புரிந்து கரும் பச்சை நிறத்திற்கு மாறும். இப்படி, மொத்தம் மூன்று உலோகங்கள் இவர்கள் வெட்டுகளில் இருந்து கிடைத்தன.' என்று கூறி, நால்வரையும் பார்த்-தார்.

அப்போது நெல்சன் ஆர்வத்துடன், 'என்ன உலோகங்கள் அவை?'.

அவர், 'நிக்கல், காப்பர், மற்றும் இரும்பு. இவை மூன்றையும் கொண்டு ஒரு ஆயுதம் தயாரித்தால், நிச்சயம் மரணம் தான். ஏனெனில், காப்பரை எவ்வளவு கூராக வேண்டுமானாலும் ஆக்க இயலும். மேலும் இரும்பு கடினத்தன்மைக்கும், நிக்கல் துருபிடிக்காமல் இருப்பதற்கும் பயன்படுத்துவர். இப்போது, யாரும் காப்ப-ரையும், நிக்கலையும் பெரிதாக பயன்படுத்துவதில்லை. இதெல்லாம் பழங்காலத்தில், ஆயுதங்கள் தயாரிக்க பயன்படுத்திய உலோகங்கள்.'.

மெக்கானே, 'அப்படி என்றால் இப்போது எந்த மாதிரியானா உலோகத்தை பயன்படுத்துகின்றனர்?'.

அவர், சற்று யோசித்து, 'பொதுவாக இப்போது, இரும்பை மட்டும் தான் பயன் படுத்துகின்றனர். துருபிடிக்காமல் இருக்க சில பூச்சு முலாம்களை பூசி விடுகின்-றனர்.' என்று கூறி, சற்று யோசித்து, 'ஆனால், இந்தக் கொலையாளி, பழங்கால முறையில் உருவாக்கபட்ட கோடாரியைப் பயன்படுத்துகிறான் என்றால், ஏதோ காரணம் இருக்க வேண்டும்!!!'.

மெக்கானே மனதில், 'பழைய முறையில் ஒரு கோடாரி, பழைய ஆம்னி வேன். ஏதோ சம்பந்தம் உள்ளது போல் தெரிகிறதே?' என்று எண்ணிக்கொண்டிருக்கும் போது, டைலர், மெக்கானேவிடம் ஒரு கோப்பு ஆவணத்தை கொடுத்து, 'இதில் அந்த குறியீடு பற்றிய தகவல் உள்ளது.' என்றான்.

மெக்கானே அதை ஆர்வமாக வாங்கி, பிரித்துப்பார்த்தார்.

அதில் உள்ள விசயங்களை அவர் பார்க்க பார்க்க, அவர் மனம் சற்று பதற்றம் கொள்ள ஆரம்பித்தது. அவரின் நெற்றியில் வழியும் வியர்வையைத் துடைத்துக்கொண்டு, புருவங்களை உயர்த்தியவாறு பார்த்தார்.

அவர் அனைத்தையும் பார்த்து முடித்த பிறகு, 'அப்படி என்றால், இந்த தொடர் கொலைகளில் ஒருவர் மட்டும் ஈடுபடவில்லை.' என்று கூறி, டைலரிடம், 'இந்தக் கட்டுரையை எழுதியவரை நான் சந்திக்க வேண்டும்.' என்றார்.

டைலர் சற்று சோகமான குரலில், 'அது இயலாத ஒன்று. அவர் ஆறு ஆண்டுகளுக்கு முன்பே இறந்துவிட்டார்.'

அவர், 'சரி, இந்த குறியீடு பற்றி மேலும் தகவல்கள் கிடைக்கிறதா என்று பாருங்கள். நமக்கு இதில் உள்ள தகவல்கள் போதுமானதாக இருக்காது.' என்று கூறி, அங்கிருந்து சென்றார்.

மெக்கானே அலுவலகத்தில்...

மெக்கானே, நீண்ட நேர யோசனைக்குப் பின், ஒரு முடிவெடுத்து, தன் கைப்பேசியில், ஒரு அழைப்பு கொடுத்தார்....

மறுமுனை: டாம் நீங்களா? (மெக்கானேயின் முழுப்பெயர் தாமஸ் மெக்கானே)

மெக்கானே: ஆம், அமிலியா....

அமிலியா (லேசான கோபத்துடன்): என்ன வேண்டும்? ஏன் அழைத்தீர்கள்?

மெக்கானே (தடுமாற்றத்துடன்): இல்லை, ஆம்... அது.. எவ்வாறு உள்ளாய்? நீஷம் (Neesham), கேசி (Cassie) எவ்வாறு உள்ளனர்?'

அமிலியா: என்ன திடீர்ப் பாசம்? ஒன்றும் அவசியம் இல்லை. என்ன விசயம்?

மெக்கானே (சற்று சோகத்துடன்): சரி, நான் உன்னை சந்திக்க வேண்டும். எங்கு எப்போது சந்திக்கலாம்?

அமிலியா: ஏன்? எனக்கு அதற்கெல்லாம் நேரம் இல்லை. ஏதும் கூறி என் மனதை மாற்ற முயற்சிக்க உள்ளீர்களா?

மெக்கானே(சோகத்துடன்): அமிலியா... நீ என் மீது இப்போதும் கோபமாக தான் உள்ளாயா?

அமிலியா: டாம், எப்போதும் அது குறையாது? நீங்கள் செய்த காரியம் அப்படி...

மெக்கானே(தயக்கத்துடன்): அது நான் வேண்டும் என்றே செய்யவில்லை....

அமிலியா: போதும், நான் அழைப்பை துண்டிக்கிறேன்.

மெக்கானே: சற்று பொறு, நான் நிச்சயம் உன்னை சந்திக்க வேண்டும்.

அமிலியா: ஏன் என்ன விசயம்?

மெக்கானே (தயங்கியவாறு): அது•••.. எனக்கு உன்•••. உதவி தேவைப்படு-கிறது.

அமிலியா(லேசாக சிரித்தவாறு): உதவியா! என்ன உதவி.. என்ன புதிதாக ஏதேதோ கூறுகிறீர்கள். உங்களுக்கு தான் யாரிடமும் உதவி கேட்க பிடிக்காதே!!!!

மெக்கானே: அது•••ஆனால், இப்போது எனக்கு வேறு வழி தெரியவில்லை.

அமிலியா: என்ன••• சிகப்பு நிற கண்கள் குற்ற விசாரணைக்கு உதவ வேண்-டுமா? உங்களைப் பற்றி, செய்தித்தாள்களில் பார்த்து கொண்டு தான் இருக்கிறேன்.

(மெக்கானே ஏதும் பேசாமல் அமைதியாக இருந்தார்.)

அமிலியா: என்ன டாம், என்ன ஆனது?

மெக்கானே: எங்கு சந்திக்கலாம்?

அமிலியா (லேசான எரிச்சலுடன்): சரி, நாளை காலை, நானே சிட்னி வரு-கிறேன்.

மெக்கானே (சற்று நிம்மதி அடைந்து): சரி, உனக்காக காத்திருக்கிறேன்.

(அமிலியா, அவர் பேசிக்கொண்டிருக்கும் போதே அழைப்பை துண்டித்தாள்)

அவர், எரிச்சல் அடைந்து, தலையில் கைவைத்தவாறு அமர்ந்தார்.

இரவு 9 மணி, காவல் நிலையத்தின் அலோசனைப் பகுதி,

நெல்சன், 'டிடக்டிவ், இப்போது சில்வியாவும் கடத்தப்பட்டுவிட்டாள். இப்போது கடத்தப்பட்டவர்களில் எத்தனைப்பேர் உயிருடன் உள்ளார்கள் என்றும் புரிய-வில்லை. மேலும், மக்களை விட நம் காவலர்கள் தான் அதிக பயத்தில் உள்-ளனர். இப்போது நம்மிடம் ஒரு சில காவலர்களே உள்ளனர். மேலும் இன்டர்-போல் உதவி நமக்கு நாளையிலிருந்து கிடைக்கும். ஆனால்••••.' என்று, அவன் மேலும் விசயத்தை கூற தயங்கினான்.

மெக்கானே விழித்தவாறு அவனைப்பார்க்க, அப்போது, டைலர், 'இன்டர்போல் நம்மை விட உயர் அதிகாரத்தில் இருப்பதால், அவர்கள் கூறுவதை தான் நாம் செய்ய வேண்டும் என்கின்றனர். மேலும் இந்த குற்ற விசாரணைக்கு ஒரு சிறப்பு அணியை தேர்வு செய்துள்ளனராம். அதற்கு தலைவராக சார்ஜன்ட் லாரன்ஸை நியமித்துள்ளனர்.

மெக்கானே, குழம்பியவாறு, 'அவர், இராணுவ தளபதியாக இருந்தவர் அல்-லவா? அவரை எப்படி இதற்கு?'

நெல்சன், 'ஆம், மேலும் அவருக்கு கீழ் தான், நாம் வேலை செய்ய வேண்-டுமாம்.'

அவர், 'யார் இந்த யோசனையை கூறியது?'

நெல்சன், 'அது, நம் நாட்டின் பாதுகாப்பு அமைச்சர் தான். அவருக்கு நம் மீது நம்பிக்கை இல்லை. எனவே...'

மெக்கானே பெரும் கோபம் கொண்டு, மேஜையை ஓங்கி தட்டினார்.

அவர், 'நமக்கு இன்டர்போல் உதவி தேவை இல்லை. அவர்களை வர வேண்டாம் என்று கூறிவிடுங்கள். அப்படி அவர்கள் இங்கு வந்தாலும், நாம் சேகரித்த எந்த ஒரு தகவலும் அவர்களுக்கு தெரிய கூடாது.'

டைலர், 'ஆனால்... நம்மால் எப்படி இன்டர்போல் உதவி இல்லாமல்? நம்மிடம் போதுமான தொழில் நுட்பங்கள் இல்லையே.'

அவர், 'கவலை வேண்டாம்.. நம்மிடம் உள்ள தொழில் நுட்பங்களை கொண்டே நாம் செயல்படுவோம். மேலும், நமக்கு சில உதவிகள் கிடைக்க உள்ளன.' என்றார்.

மூவரும் குழம்பியவாறு அவரைப் பார்த்தனர்.

மறுநாள் காலை 10.30 மணி, சிட்னி சர்வதேச விமான நிலையம்...

மெக்கானே, அழகான கோட் சூட் அணிந்து கொண்டு, கையில் ஒரு பூச்செண்டை வைத்துக்கொண்டு, தன் மனைவியை வரவேற்க காத்திருந்தார்.

அங்கு, பத்திரிக்கையாளர்களின் தொல்லை வேறு அதிகமாகவே இருந்தது. டைலரும், நெல்சனும், சில காவலர்களும், அவர்களை கட்டுப்படுத்துவதில் மிகவும் சிரமம் கொண்டனர்.

சில நொடிகள் செல்ல, அப்போது அவரின் மனைவி, ஒரு பெரிய சூட்கேஸை இழுத்துக்கொண்டு அங்கு, வந்து கொண்டிருந்தாள்.

"அமிலியா (Amelia).... அறிவிலும், செயலிலும் மெக்கானேயை மிஞ்சிய புகழ்பெற்ற முன்னாள் இன்டர்போல் சிறப்பு துப்பறியும் அதிகாரியாக விளங்கியவள். தற்போது ஆஸ்திரேலியாவின் தலைநகரான கான்பெராவில் (Canberra) ஒரு இரகசிய அண்டர் கவர் (Under cover) குற்ற விசாரணையை செய்து கொண்டிருக்கும் இவள், உடல் தகுதியிலும், துப்பாக்கி சுடுதல், ஆயுதங்களை கையாளும் விதம் என்று அனைத்திலும் பெரும் தேர்ச்சி பெற்றவள்.

அமிலியா, என்ன தான் பெரும் பொறுப்புகளுடன் இருந்தாலும், தன் குழந்தைகளை ஒழுங்காக வளர்ப்பதில் கவனமாக இருந்து வருகிறாள். பல முறை இவளின் திறமையைப் பார்த்து, மெக்கானேயே வியந்ததுண்டு. ஆனால் மெக்கானேயின் சில பிடிவாத மற்றும் ஆணவ குணத்தால், அமிலியா இவரை வெறுக்கும் நிலை ஏற்பட்டுவிட்டது. மேலும் இவரின் சில செயல்களால், அமிலியா பல முறை நோகும் நிலையும் ஏற்பட்டது. எனவே அவள் தன் குழந்தைகளை அழைத்துக்கொண்டு, கான்பெரா சென்று விட்டாள். அமிலியாவும் பல முறை மெக்கானேயி-

டம் விவாகரத்து கேட்டு சண்டையிட்டுள்ளாள். ஆனால், மெக்கானே விவாகரத்து செய்ய மறுத்து வந்து கொண்டிருக்கிறார்."

அப்போது அமிலியா, மெக்கானே, கையில் பூச்செண்டுடன் இருப்பதைப் பார்த்து, சலித்துக்கொண்டு, அவர் முன் நின்றாள்.

அவர் லேசான சிரிப்புடன், 'அமிலியா..' என்று கூறி, அந்த பூச்செண்டை அவளிடம் நீட்டினார்.

அவள், அதை வாங்காமல், 'இப்படி, சிம்பதி (Sympathy) உருவாக்கி நேரத்தை வீணடிக்க வேண்டாம்.' என்று கூறி, அவரைக் கடந்து சென்றாள்.

அவர் மனதில், 'இவள் துளியும் மாறவில்லை. இவளிடம் உதவி கேட்காமலே இருந்திருக்கலாம். அவசரப்பட்டுவிட்டேன்' என்று எண்ணி, ஏற்க இயலா மனதுடனே அங்கிருந்து சென்றார்.

விமான நிலையத்திற்கு வெளியில், அமிலியாவும், மெக்கானேவும், பத்திரிக்கையாளர்கள் முன் வந்து நின்றனர்.

மெக்கானே ஏதும் கூறாமல் சென்று விட எண்ணினார்.

ஆனால் அமிலியா பத்திரிக்கையாளர்களிடம், 'இப்போது இந்த சிவப்பு நிற கண்கள் குற்ற விசாரணையில் நானும் பங்கு கொள்ள உள்ளேன். நான் இவரைப் போல் சொதப்ப விரும்பவில்லை. மேலும் குறிப்பிட்ட நாட்களில் குற்றவாளியை பிடிப்பேன் என்று கூறி அதில் தோல்வியடையவும் விரும்பவில்லை. நான் ஒரு வாக்கு மட்டும் தருகிறேன். விரைவில் சிட்னி நகரம் பழைய நிலைக்கு திரும்பும். இனி நாங்கள் பத்திரிக்கையாளர்களுக்கு எந்த தகவலும் தர மாட்டோம். குற்றவாளியை பிடித்த பிறகு நாங்களே உங்களை அழைத்து நடந்ததை கூறுவோம். எனவே எங்களை இனி தொல்லை செய்யாதீர்கள். இரகசியமாக எங்களின், தகவலை பெறவும் முயற்சிக்காதீர்கள். அது அனைவருக்கும் ஆபத்து தான்.' என்றாள்.

அனைத்து செய்தியாளர்களும், ஆச்சரியத்துடன் ஒருவரை ஒருவர் பார்த்துக்கொண்டனர்.

அப்போது ஒரு பத்திரிக்கையாளர், 'Mrs. மெக்கானே...' என்றதும், அவள் கோபம் கொண்டு, 'என்னை மிஸ் அமிலியா என்றே அழையுங்கள்.' என்றாள்.

மெக்கானே, சற்று சோகத்துடன் அவளைப் பார்த்தார்.

அப்போது அவள், 'இனி நான் ஏதும் கூற விரும்பவில்லை.' என்று கூறி, ஒரு அழைப்பு ஊர்தியில் ஏறி அங்கிருந்து சென்றாள்.

அப்போது டைலரும், நெல்சனும், ஆச்சரியத்துடன் அவரைப் பார்த்து நின்று கொண்டிருந்தனர்.

மெக்கானே கவலையுடன், அருகில் இருந்த குப்பைத்தொடியில் அந்த பூச்செண்டை போட்டு விட்டு, தன் காரில் ஏறி காவல் நிலையம் புறப்பட்டார்.

மாலை 5 மணி, காவல் நிலையத்தில்...

சந்திப்பு பகுதியில், மெக்கானேவும் அமிலியாவும் எதிரெதிரே பார்த்தவாறு ஒரு மேஜையில் அமர்ந்திருக்க, மெக்கானே பின், நெல்சனும், டைலரும் நின்று கொண்டிருந்தனர்.

அமிலியா மூவரையும் கண்கள் சுருக்கியவாறு பார்க்க, மெக்கானே, 'அமிலியா, இந்த குற்றம்...' என்ற போது, அவள், 'எனக்கு முழு தகவலும் தேவையில்லை. அனைத்தையும் நான் அறிந்து கொண்டு தான் வந்துள்ளேன். எனக்கு நீங்கள் வெளியிடாத தகவல்களை மட்டும் கூறுங்கள். இந்த குற்ற விசாரணை குறித்து உள்ள அனைத்து கோப்புகளும் வேண்டும். மேலும் நான் இங்கு தேவைப்பாட்டால் மட்டுமே வருவேன். மற்றபடி நான் ஹோட்டல் ரூமில் தான் என் வேலையை தொடர்வேன். மேலும்... அங்கு வந்து என்னை சந்திப்பது, பேசுவது என்று ஏதேனும் செய்தீர்கள் என்றால், இந்த குற்ற விசாரணைக்கு உதவாமல் சென்றுவிடுவேன். எதுவாக இருந்தாலும் தகவல் கொடுத்தால் போதும், நான் வந்துவிடுவேன். நினைவில் இருக்கட்டும்.' என்று மிரட்டலாக கூறினாள்.

மெக்கானேவும் வேறு வழியின்றி, 'எல்லாம் நேரம்' என்று எண்ணி, சரி என்று தலையசைத்தார்.

அப்போது டைலருக்கும், நெல்சனிற்கும், அமிலியாவின் பேச்சும், அதற்கு சலிக்காமல் செவிக் கொடுக்கும் மெக்கானேவின் பொறுமையும், பெரும் ஆச்சரியத்தையும் மற்றும் குழப்பத்தையும் கொடுத்தது.

அப்போது, அங்கு ஒரு காவலர் வேகமாக வந்து, மூச்சுவாங்க, 'மூன்று சடலப்பைகள் கிடைத்துள்ளன....' என்றான்.

அதைக்கேட்டதும் மெக்கானே, கண்கள் பிதுங்கின.

அப்போது அமிலியா, 'இப்போது எனக்கான தருணம். கொலையாளி நான் வந்திருப்பதை அறிந்து, என்னை எச்சரிக்க முயற்சிக்கிறான். டாம் நாம் செல்ல வேண்டும்.' என்று கூறி, வேகமாக எழுந்தாள்.

17

மாற்றம்

மாலை 6 மணி, , ஹைட் பூங்கா சாலை (Hyde park road) லேசான மழைத்-தூறல்,

அங்கு மூன்று சடலப்பைகள் கிடந்தன. அமிலியா, அவர்களின் உடலை சற்று ஆராய்ந்து பார்த்துவிட்டு, கடைசியாக கண்களை திறந்து பார்த்தாள். சிவப்பு நிறத்தில் இருந்தன.

அப்போது மெக்கானே, 'உனக்கு என்ன தோன்றுகிறது?'

அவள், 'இவர்களை, மூன்று நாட்களுக்குப் பிறகு, பிரேத பரிசோதனை செய்ய கூறுங்கள்.' என்றாள்.

அவர், குழப்பத்துடன், 'ஏன்?' என்று கேட்க, அவள், 'ஏன்? எதற்கு? என்று கேட்காமல் சொல்வதை மட்டும் செய்யுங்கள்.' என்று கூறி அங்கிருந்து சற்று விலகி வந்தாள்.

அப்போது அருகில், வாயடைத்து நின்று கொண்டிருந்த நெல்சனிடம், எரிச்சலுடன், 'அவள், கூறியது உன் காதில் விழுந்தது அல்லவா? செல் அதற்கு ஏற்பாடு செய்...' என்றார்.

அவன், 'ஆம், ஆம்..' என்று கூறி, அங்கு உள்ள காவலர்களிடம், அந்த சடலப்பைகளை அங்கிருந்து எடுத்துச்செல்ல கூறினான்.

அப்போது மெக்கானேவுக்கு ஒரு அழைப்பு, அது டேவிட், அவர் சலித்தவாறு, 'கூறு டேவிட்..' என்றதும், அவர், 'மெக்கானே, ஒரு வழியாக அமிலியாவிடம் உதவி கேட்டாய் போல் தெரிகிறதே..' என்ற அவரின் வார்த்தைகள், மெக்கானேவிற்கு பெரும் கோபத்தை ஏற்படுத்த, அவர்ப் பல்லைக் கடித்துக்கொண்டு, 'நான் மட்டும் நேரில் வந்தேன். உன்னை நிச்சயம் கொலை செய்ய தயங்க மாட்டேன்.' என்றார்.

அவர், 'மெக்கானே என்ன இது?' என்று வாயடைத்துப்போய் கேட்க, மெக்-கானே, 'நான் பிறகு பேசுகிறேன்.' என்று அழைப்பை துண்டித்தார்.

மெக்கானே சற்று எரிச்சலுடன், சிகரெட்டைப் பற்ற வைத்து அமிலியாவைப் பார்த்தார். அவள் அங்கு எதையோ சுற்றி சுற்றி பார்த்துகொண்டிருந்தாள்.

சில நொடிகள் கழித்து, அமிலியா அவர் முன் வந்து, 'நீங்கள் இன்னும், இந்த சிகரெட் பிடிப்பதை விடவில்லை அல்லவா!! எவ்வளவு முறை கூறியிருப்பேன்.' என்று கூறி ஆதங்கத்துடன் அங்கிருந்து சென்றாள்.

அவர், மேலும் மேலும் எரிச்சல் அடைந்து, அதை கீழே போட்டு, பெரும் கடுப்பில் மிதி மிதி என்று மிதித்து, 'இவளை அழைத்ததற்கு, பேசாமல் இன்டர்-போலையே வரவழைத்திருக்கலாம். இந்தக் குற்றத்தை தீர்ப்பதற்குள் என் மிச்சம் மீதி பெயரையும், மானத்தையும் அழித்து விடுவாள் போல் தெரிகிறது..' என்று எண்ணி, அங்கிருந்து சென்றார்.

காவல் நிலையத்தில்....

அமிலியா, மெக்கானேயிடம் இருந்து, இந்தக் குற்ற விசாரணையில் சேகரித்த அனைத்து கோப்புகளையும் வாங்கிக்கொண்டு, தான் தங்கியுள்ள ஹோட்டலிற்குப் புறப்பட்டாள்.

அவள் சென்ற பிறகு, மெக்கானே சற்று மூச்சை பலமாக விட்டு நிற்க, டைலர் அவரை ஆச்சரியமாக பார்த்தவாறு நின்று கொண்டிருந்தான்.

அவர், 'என்ன உனக்கு பிரச்சனை.... செல்..' என்று எரிச்சலுடன் கூறி, தன் அலுவகத்தை நோக்கினார்.

அமிலியா பத்திரிக்கையாளர்களிடம் கூறிய விசயம், பெரும் பரபரப்பை ஏற்ப-டுத்தியது. மேலும் அவர்களால், மாலையில் ஹைட் பூங்கா சாலையில் கிடைத்த சடலப்பைகள் குறித்த தவலையும் பெற முடியவில்லை.

கடைசியாக அமிலியா கூறிய, 'எங்களிடமிருந்து தகவல் அறிய முற்பட்டால் அனைவருக்கும் ஆபத்து' என்றது, அனைவராலும் பரபரப்பாக பேசப்பட்டது. மேலும் 144 தடை உத்தரவு நீடித்தவாறே இருந்தது.

மெக்கானே அலுவலகத்தில்...

மெக்கானே மனதில், 'இந்த 144 தடை உத்தரவிலும், எப்படி பிணங்களை வைத்திருப்பர். இத்தனைக்கும் காவலர்கள், அங்கும் இங்கும் வலம் வந்தவாறு தானே உள்ளனர்!! ஒரு வேலை மேலும் சில காவலர்கள், கொலையாளிக்கு உதவுகின்றனரா?' என்று எண்ணிக்கொண்டிருக்கும் போது, தன் மேஜை மேல் இருந்த ஒரு காகிதத்தை கவனித்தார்.

அது நேற்று டைலர் கொடுத்த, அந்த குறியீடு பற்றிய தகவல். அவர் மெதுவாக அதை எடுத்து, நெற்றியில் கை வைத்தவாறு மீண்டும் அதை பொறுமையாக படிக்க ஆரம்பித்தார்.

அதில், 'ஒரு அரைவட்டத்தின் மேல் இரு கொம்புகள் இருப்பது போல் உள்ள இந்த குறியீடு, சைத்தானை வழிப்படும் ஒரு கும்பலின் குறியீடு.

அது ஒரு பதிமூன்று பேர் கொண்ட ஒரு கும்பல். இவர்கள் கற்பனையானவர்கள் என்று பலரும் கூறினாலும், இவர்கள் இருப்பதற்கான ஆதாரங்கள் உள்ளன. சில கொள்கைகளை கடைப்பிடிக்கும் இவர்கள், பெரும் சக்தி படைத்தவர்களாகவும் திகழ்கின்றனர். இவர்கள், சைத்தானிற்கு சேவை செய்து, பதிலுக்கு சைத்தானிடமிருந்து தங்களுக்கு தேவையான சக்தி, அறிவு, திறமை, ஆளுமை, அனைத்தையும் பெறுவர். இது ஒரு பொதுவான விதி.

இவர்களைப் பற்றி அறிய முற்பட்டாலே ஆபத்து தான். அந்த அளவிற்கு பெரும் சக்தி படைத்தவர்கள். இவர்களில் அதிகபட்சமாக ஆராய்ச்சியாளர்களாகவே இருப்பர் அல்லது தங்களுக்கு தேவையான ஆராய்ச்சியாளர்களை தங்கள் வசம் அடிமைப்படுத்தி கொள்வர். இவர்களின் திட்டம் சிறப்பாக இருக்க காரணம், அனைத்து திட்டத்தையும் சில வருடங்களுக்கு முன்பே தீட்டிவிடுவர். நிதானமாக அந்த திட்டத்தில் வெற்றி பெருவது, அதில் உள்ள சிக்கல்களை அகற்றுவது பற்றி யோசித்து தெளிந்து பின்னர் சரியான காலத்தில் தங்களின் திட்டங்களை நிறைவேற்றிவிடுவர்.'

இதை படித்ததும், அவருக்கு, சில்வியாவின் தந்தை பற்றியும், அவள் கூறிய விசயங்கள் பற்றியும், நினைவு வந்தன.

அவர் சற்று மூச்சை பலமாக இழுத்துவிட்டு, அவர் மனதில், 'இது பெரிய சிக்கல் தான். அமிலியாவிடம் இந்த குறியீடு பற்றி ஏதும் கூறவில்லையே?' என்று எண்ணி, சற்று தயங்கியவாறு, தன் கைப்பேசியை எடுத்து காதில் வைத்தார்.

அமிலியா: என்ன டாம்?

மெக்கானே: ஒரு விசயம் கூற மறந்து விட்டேன்.

அமிலியா: என்ன அது? சீக்கிரம் கூறுங்கள் எனக்கு வேலை அதிகம் உள்ளன.

மெக்கானே: அது, ஒரு குறியீடு பற்றியது, நான் அதை...

அமிலியா: சரி, எதுவாக இருந்தாலும், எனக்கு ஃபாக்ஸ் (Fax) அனுப்புங்கள். 34590 இந்த எண்ணிற்கு அனுப்பிவிடுங்கள்.

மெக்கானே: சரி, பிறகு....

(அழைப்பு துண்டிக்கப்பட்டது)

அவருக்கு, அது பெரிதும் எரிச்சலாக இருந்தது. அவர் கடுப்பில் கைப்பேசியை உடைக்க சென்றார்.

அப்போது, 'டிடக்டிவ்...' என்ற குரல்... அவர் யார் என்று பார்க்க, அது நெல்சன்.

அவன், 'டிடக்டிவ், முக்கியமான விசயம், இன்டர்போலில் இருந்து அதிகாரிகள் வந்துள்ளனர்.' என்றான்.

அவர் குழம்பியவாறு, 'ஏன், நாம் தான் வேண்டாம் என்றோமே?' என்று கேட்க, நெல்சன், 'ஆம், ஆனால் அவர்களை வரவழைத்தது... உங்கள் மனைவியாகும்...' என்று தயங்கியவாறு கூறினான்.

மெக்கானேவுக்கு கோபம் உச்சிக்கே சென்றது. அவர் மனதில், 'இன்னும் என்னலாம் செய்ய காத்திருக்கிறாளோ?' என்று லேசாக பதற்றம் கொண்டு, ஆனால் அதை வெளிக்காட்ட முடியாமல், அவனிடம், 'சரி நான் வருகிறேன்..' என்றார்.

சந்திப்பு பகுதியில்...

மெக்கானே மெதுவாக அங்கு உள்ளவர்களைப் பார்த்தார்.

அங்கு முன்னால் இராணுவ வீரரான, அறுபது வயது நிரம்பிய சார்ஜன்ட் லாரன்ஸ் அமர்ந்திருந்தார். அவருடன் சில முக்கிய இன்டர்போல் அதிகாரிகளும் இருந்தனர்.

மெக்கானே அமைதியாக அவர்கள் முன் வந்து நிற்க, அப்போது லாரன்ஸ், 'எவ்வாறு உள்ளாய் தாமஸ்?'

அவர், தலையை மேலும் கீழும் ஆட்டியவாறு, அவரைப்பார்த்தார். அப்போது சார்ஜன்ட், 'சரி, அமிலியா மற்றும் பாதுகாப்பு அமைச்சரின் கோரிக்கையின் படி, இந்த குற்ற விசாரணையில், நாங்களும் பங்கு எடுக்க உள்ளோம். இது நம் தேசிய பிரச்சனையாக உருவெடுப்பதற்குள் இதைத் தடுக்க வேண்டும். அமிலியாவின் அறிவுரையின் படி, உனக்கும் அமிலியாவிற்கும் நாங்கள் முழு ஒத்துழைப்பு வழங்குகிறோம். மேலும், நாங்கள் முன்பு, நானே இந்த விசாரணைக்கு தலைமை பொறுப்பை ஏற்பதாக கூறியிருந்தோம். ஆனால், அதை நாங்கள் திரும்ப பெறுகிறோம். இதற்கு நீங்களே தலைமை பொறுப்பை ஏற்றுக்கொள்ளுங்கள். மேலும், நீங்கள் கேட்கும் அனைத்து உதவிகளும் உங்களுக்கு வந்து சேரும். ஒரு வேலை இந்த விசாரணையை சொல்லபட்ட நாட்களுக்குள் முடிக்க முடியவில்லை என்றால், எங்களின் உதவி உங்களுக்கு கிடைக்காது. அதோடு நீங்கள் இந்த விசாரணையை கைவிட வேண்டும். அதை CIA சிறப்பு அதிகாரிகள் பொறுப்பேற்று தொடர்வர்.' என்று கூறி, 'டிடக்டிவ் தாமஸ், இதற்கு நீங்கள் ஒப்பு கொள்கிறீர்கள் அல்லவா?' என்று கேட்டார்.

மெக்கானே, ஆச்சரியத்துடன் அவரைப் பார்த்து, சரி என்று தலையசைத்து, 'எவ்வளவு நாட்களில், இந்த விசாரணையை தீர்க்க கூறியுள்ளனர்?'

அவர், 'சரியாக பதிநான்கு நாட்களில்..' என்றார். மெக்கானே சற்று மூச்சை இழுத்துவிட்டு, 'சரி, இதற்கு நான் ஒப்புகொள்கிறேன்.' என்றார்.

பின்னர் அங்கிருந்த, மற்ற அதிகாரிகள் தங்களின் துறைகள் பற்றி கூற ஆரம்பித்தனர். மெக்கானேவிற்கு அவர்கள் அனைவரையும் பார்த்ததும், அவருக்கு சற்று நிம்மதி வர ஆரம்பித்தது.

பின்னர் அனைவரும் கலைந்து சென்றனர்.

அப்போது சார்ஜன்ட் லாரன்ஸிடம், மெக்கானே, 'உங்களின், இந்த மன மாற்றத்திற்கு காரணம் என்ன?'

அவர், 'உன் மனைவி தான்... அவள் எங்களிடம் வைத்த கோரிக்கையின் படி, நீ தான் இந்த விசாரணைக்கு தலைவர். அவள் எடுக்கும் முடிவு என்றும் சரியாக இருக்கும் என்று பிரதமரும், பாதுகாப்பு தலைவரும் நம்புகின்றனர்.'

அவர், புருவங்களை உயர்த்திவாறு, ஆச்சரியாமாக நின்றார். அவர் மனதில், 'இவளைப் புரிந்து கொள்ளவே முடியவில்லையே?'

அப்போது லாரன்ஸ், 'தாமஸ், இந்த வாய்ப்பை பயன்படுத்திக்கொள். வாழ்த்துக்கள்.' என்று கூறி அங்கிருந்து சென்றார்.

மெக்கானே, தன் பையிலிருந்து ஒரு சிகரெட்டை எடுத்து வாயில் வைக்கும் போது, அவருக்கு அமிலியா கூறிய வார்த்தைகள் நினைவு வந்தன.

அவர் அப்படியே, அருகில் இருந்த குப்பைத் தொட்டியில் தன் அனைத்து சிகரெட்களையும் போட்டுவிட்டு, தன் அலுவலகத்தை நோக்கினார்.

மெக்கானேவிற்கு, தான் ஒரு நல்ல குடும்பத் தலைவனாக இருந்ததில்லை என்ற குற்ற உணர்வு தோன்ற ஆரம்பித்தது.

அவரின் மனைவி இப்படி வேண்டா வெறுப்பாக பேச முழு காரணமும் அவரே... இப்படி பத்து ஆண்டுகள் தனிமையில் வாழ்ந்த காரணமும் அவரே.... என்று தன் தவறுகளை உணர ஆரம்பித்தார்.

அப்போது சார்ஜன்ட் கடைசியாக கூறிய, வாய்ப்பைப் பயன்படுத்திக் கொள் என்ற வார்த்தைகள், தன் வாழ்கைக்கும் சேர்த்தே கூறியது போல் அவருக்கு தோன்றியது.

மூன்று நாட்களுக்குப் பிறகு... சிறப்பு விசாரணை காவல் நிலையம், பிரேத பரிசோதனை செய்யும் பகுதி,

ஹேட் பூங்கா சாலையில் கிடைத்த சடலங்களில் ஒன்றை, அந்தப் பரிசோதனை செய்பவர், அமிலியா மற்றும் மெக்கானே முன்னிலையில் பரிசோதனை செய்ய ஆரம்பித்தார்.

அந்தப் பரிசோதனை செய்பவர், 'ஆச்சரியமாக உள்ளது? இது போல் நான் மற்ற சடலங்களில் பார்க்க வில்லையே?' என்று ஆச்சரியமாக கூறியதும், அமிலியா. 'என்ன அது?' என்று ஆர்வமாக கேட்டாள்.

அவர், 'இவரின், நுரையீரல் முழுவதும், காற்று தேங்கியுள்ளன. அதோடு••• இதை நீங்களே பாருங்கள்.' என்றதும், இருவரும், ஆச்சரியமாக வந்து பார்த்தனர்.

அந்த நுரையீரல் முழுவதும், ஆங்காங்கே நீல நிறத்தில் திட்டுகளாக இருந்தன.

அமிலியா ஆச்சரியமாக, 'சயனைடு விச வாயு..' என்றாள். அவர், 'ஆம், ஆனால், நான் இதை இதற்கு முன்பு பார்த்ததில்லை.'

அமிலியா, 'இது சயனைடு வாயு, மூச்சுக் காற்றை நுரையீரலில் தேக்கி, அடைத்துவிடும். பின்பு தான் உடலில் உள்ள செல்களில் வேலை செய்து வினையை துவக்கும்.' என்று கூறி, அவரிடம், 'இந்த சயனைடு, எத்தனை நாட்களுக்கு முன்பு கொடுக்கப்பட்டது என்று பாருங்கள்.'

அவர், உடனே அந்த நுரையீரலில் இருந்து ஒரு சிறிய பகுதியை வெட்டி ஒரு கண்ணாடி குடுவையில் வைத்து மூடினார்.

பின்னர், ஒரு மணி நேர பரிசோதனைக்குப் பிறகு•••

பரிசோதனை செய்பவர், 'இந்த சிகப்பு நிற கண்களை, ஸ்ட்ராண்டியம் சல்பேட் தான் உருவாக்கியுள்ளது. ஆனால் எப்படி கண்களில் மட்டும்•••?' என்று தலையை சொரிந்தவாறு நின்றார்.

அமிலியா, 'ஆம், இது வித்தியாசமாக உள்ளது. இறந்தவர்கள் எப்படி நினைவாற்றலை இழக்கின்றனர் என்றும் அறியவேண்டும். இதற்கு ஒரு வழி தான் உள்ளது.' என்று கூறி, சற்று விலகி வந்து, தன் கைப்பேசியில், ஒருவரிடம் பேசினாள்.

பின்னர் அழைப்பை துண்டித்து, மெக்கானேவை சற்று தனியாக அழைத்து, 'இந்த சடலங்களை நான் கூறும் இடத்திற்கு அனுப்ப வேண்டும். ஆனால் எனக்கு இங்கு உள்ள எவர் மீதும் நம்பிக்கை இல்லை. எனக்கு ஒரு நம்பிக்கையான ஆள் மட்டும் வேண்டும்•••... நான் கூறிவது போல் செய்யுங்கள்.' என்று கூறி, தன் திட்டத்தை கூற ஆரம்பித்தாள்.

மெக்கானே, 'இது சாத்தியமா? ஒரு வேலை அவ்வாறு நடக்க வில்லை என்றால்?'

அவள், 'அப்படி என்றால், நாம் இந்த சடலங்களை வைத்து பரிசோதிப்பதில் பயனில்லை. ஒருவேலை நான் கூறியது போல் ஏதேனும் நடந்தால், நிச்சயம் இந்த சடலங்களில் ஏதோ மர்மம் உள்ளது...' என்றாள்.

மெக்கானே ஆச்சரியத்துடன், சரி என்று தலையசைத்தார்.

அவள், அந்தப் பரிசோதனை செய்பவரிடம், 'சரி, நீங்கள் சேகரித்த அனைத்து தகவல்களையும் என்னிடம் ஒப்படையுங்கள். மேலும், இந்த சடலங்கள் அனைத்தையும் இடமாற்றம் செய்ய ஏற்பாடு செய்யுங்கள். மற்றதை நான் பார்த்துக்கொள்கிறேன்.' என்று கூறி அங்கிருந்து சென்றாள்.

மதியம் ஒரு மணி, சிட்னியில் லேசாக வெயில் அடிக்க ஆரம்பித்தது.

அப்போது அமிலியா, தன் ஹோட்டல் அறையில், மும்முரமாக சில குறிப்பு-களை எழுதிக் கொண்டிருந்தாள்.

அப்போது தான் அவளுக்கு, ஒன்று நினைவு வந்தது, 'மூன்று நாட்களுக்கு முன்பு, டாம் ஏதோ அனுப்பியதாக கூறினாரே...' என்று எண்ணி, வேகமாக அங்கிருந்த ஹோட்டல் அழைப்பு பேசியில், வரவேற்பு பகுதிக்கு அழைப்பு கொடுத்து, 'எனக்கு ஏதேனும் ஃபாக்ஸ் (Fax) வந்ததா?' என்று கேட்டாள்.

அவர், 'ஆம், ஆனால் உங்கள் பெயரை கூறி ஒருவர் அதை வாங்கி சென்-றாரே...?' என்று கூறியதும், அமிலியாவின் கண்கள் பிதுங்கின..

அவள், 'எப்போது? யார் வாங்கி சென்றது?' என்று கேட்க, அவர், 'மூன்று நாட்களுக்கு முன்பு, இரவு பத்து மணி அளவில், ஒருவர், உங்கள் பெயரை கூறி, நீங்கள் கேட்டதாக வாங்கிச் சென்றார்.'

அவள், 'சரி, அவன் பார்க்க எப்படி இருந்தான்..?'

அவர், 'அவனுக்கு எப்படியும் நாற்பது வயது இருக்கும், நடுத்தரமான உயரம், ஓரளவிற்கு தலை முடி, தாடி என்று பார்க்க ஒரு குடிகாரன் போல் இருந்தான். அவன் செயல்கள் அனைத்தும் வித்தியாசமாக இருந்தன. ஆனால் அவன், தன் காவலர் அடையாள அட்டையையும், உங்கள் பெயரையும் சரியாக கூறியதால், அந்த ஃபாக்ஸை அவனிடம் கொடுத்துவிட்டோம். ஆனால், அவன் கண்கள் வித்தியாசமாக இருந்தன.'.

அவள், 'என்ன வித்தியாசம்..?' என்று விழித்தவாறு கேட்க, அதற்கு அவர், 'அது, சிவப்பு நிறத்தில் இருந்தன.'

அதைக்கேட்டதும், அமிலியாவிற்கு பெரும் அதிர்ச்சி, அவள், 'சரி, கண்கா-ணிப்பு காமிராக்களில் அவன் முகம் பதிந்திருக்கும் அல்லவா?'

அவர், 'ஆம், நிச்சயமாக...' என்றதும், அவள், 'சரி, அதை எடுத்து வையுங்-கள். நான் சில நிமிடங்களில் வருகிறேன்.' என்று கூறி, அழைப்பை துண்டித்து, பெரும் குழப்பத்தில் அமர்ந்தாள்.

அவள் மனதில், 'நமது இந்த குறிப்புகளும், ஆதரங்களும் திருடப்பட வாய்ப்-புகள் உள்ளனவே? ஆனால், ஏன் அந்த ஃபாக்ஸை திருட வேண்டும். மேலும், டாம் அனுப்பிய ஃபாக்ஸ் எப்படி அவனுக்குத் தெரிந்திருக்கும், யார் அவன்?' என்று யோசித்து, பின்னர், உடனே அவள், தன் அறையை விட்டு வெளியேறி, தன் கைப்பேசியில் மெக்கானேவிற்கு அழைப்பு கொடுத்தாள்.

அவள், 'டாம், மூன்று நாட்களுக்கு முன்பு, ஒரு ஃபாக்ஸ் அனுப்பினீர்களே, அது என்ன என்று கூற முடியுமா?'

அவர், 'நீ இன்னும் அதை பார்க்க வில்லையா?' என்று கேட்க, அவள், 'நான் கேட்ட கேள்விக்கு பதில்...' என்று கடுமையாக கேட்டாள்.

அவர், 'அது ஒரு குறியீடு பற்றியது. உனக்கு உதவியாக இருக்கும் என்று...'

அவள், 'சரி, அது குறித்து நான் நேரில் வந்து பேசுகிறேன். நமக்கு ஒரு முக்கியமான தடயம் கிடைத்துள்ளது. விரைந்து, நான் நியமித்த இரண்டு இன்டர்போல் அதிகாரிகளும், உங்களின் குழுவும், நான் தங்கி இருக்கும் ஹோட்டலிற்கு வாருங்கள்.' என்று கூறி, அழைப்பை துண்டித்து, வேகமாக வரவேற்பு பகுதியை நோக்கினாள்.

அங்கு அமிலியா, 'எதுவாக இருந்தாலும், இனி என்னிடம் மட்டுமே கொடுங்கள். நான் கூறாமல், யாரிடமும் ஏதும் கொடுக்காதீர்கள்.' என்று கோபமாக கூறி, 'அந்த காமிரா பதிவு எங்கே?' என்றாள்.

அந்த வரவேற்பாளர் பெண், சற்று பதற்றத்துடன், 'மன்னித்துவிடுங்கள், இனி இவ்வாறு நடக்காது.' என்று கூறி, அமிலியாவிடம், ஒரு சீடி யை கொடுத்து, 'இதில் அவன் முகம் தெளிவாகவாக உள்ளது.' என்று கூற, அமிலியா, உடனே அதை, தன் பையில் வைத்து கொண்டு, வேகமாக தன் அறையை நோக்கினாள்.

அவள் அறையில், தான் சேகரித்த அனைத்து ஆவணங்கள், குறிப்புகள், புகைப்படங்கள் என அனைத்தையும் ஒரு பெட்டிக்குள் எடுத்து வைக்க ஆரம்பித்தாள்.

சில நிமிடங்களுக்குப் பிறகு, அமிலியாவின் அறையின் கதவு தட்டப்பட்டது.

அவள், வேகமாக தன் உடைமைகள் அனைத்தையும் எடுத்துகொண்டு, கதவைத்திறந்தாள். வெளியே மெக்கானேவும், டைலரும், இரு இன்டர்போல் அதிகாரிகளும், நின்று கொண்டிருந்தனர்.

அவள் பரபரப்பாக வெளியே வருவதைப் பார்த்த, மெக்கானே, 'அமிலியா, என்ன ஆனது?' என்று பதற்றத்துடன் கேட்டார்.

ஆனால் அவள், ஏதும் கூறாமல் அவர்களை தாண்டி சென்று கொண்டிருந்தாள்.

அவரால் அவளின் திமிர் தனமான செயல்களை சகித்துக்கொள்ள முடியாமல், பெரிதும் எரிச்சல் அடைந்து, 'உன் கோபத்தை என்னிடம் காட்டுகிறேன் என்ற பெயரில், இந்த விசாரணையை அவமதித்து கொண்டிருக்கிறாய். பிறகு ஏன் எனக்கு உதவ இங்கு வந்தாய்? முடியாது என்று கூறி உன் வேலையை பார்க்க வேண்டியது தானே?' என்று கடிமையாக கேட்டார்.

அவள், அவரின் கோபமான வார்த்தைகளை கேட்டதும், அப்படியே நின்றாள். பின்னர் அவள், பெரும் கோபத்துடன் திரும்பி, அவர் முன் வந்து நின்று, 'நீ கூறியதால் தான், நான் இங்கு வந்தேன் என்று எண்ணிக் கொண்டிருக்கிறாய் அல்லவா.... நீ ஒரு உண்மையை தெரிந்துக் கொள். நீ என்னிடம் உதவி கேட்பதற்கு

முன்பே, பிரதமரும், பாதுகாப்பு தலைவரும் என்னிடம் உதவி கேட்டுவிட்டனர். நீ இந்தக் குற்ற விசாரணையை கைவிடுகிறேன் என்று அறிவித்து சொதப்பிய அன்றிலிருந்தே, என்னிடம் இந்த குற்றத்தை விசாரிக்கும் படி, கேட்டுக்கொண்டு தான் உள்ளனர். ஆனால், மீண்டும் உன் முகத்தை பார்க்க கூடாது என்பதற்காகவே அதை, மறுத்து வந்தேன். ஆனால், உன் நண்பர் டேவிட் என்னிடம், உனக்கு உதவ கோரி பெரிதும் கெஞ்சினார். இதில் உன் புகழும், பெயரும் பறி போகும் அபாயம் இருப்பதால், அவ்வாறு நடந்து விட கூடாது என்றார். மேலும், சிட்னி மக்களின் பறிதவிப்பும், சிட்னியை விட்டு வெளியேறிய மக்கள் உணவின்றி, தங்க இடம் இன்றி, பறிதவிப்பதை பார்க்க மனம் இல்லாமல் தான் நான் இங்கு வந்தேன். நீ உன் ஆணவத்தையும், நான் தான் என்ற அகம்பாவத்தையும் என்று விடுகிறாயோ, அப்போது தான் உனக்கு எல்லாம் புரியவரும். நீ இந்த குற்ற விசாரணையில் மட்டும் அல்ல, உன் வாழ்விலும் தோற்றுவிட்டாய்.... இங்கு பார், நான் இப்படி தான் இருப்பேன். உனக்கு விருப்பம் இல்லை என்றால், நீ உன் ஓய்வு காலத்தை துவங்கு, இப்படி, இங்கு வந்து கடினம் கொள்ளாதே.' என்று கண்களில் கண்ணீருடனும், பெரும் ஆதங்கத்துடனும் கூறி, அங்கிருந்து சென்றாள்.

மெக்கானேவால் ஏதும் கூற முடியவில்லை, தலைகுனிந்து, தன் நிலையை உணர ஆரம்பித்தார்.

அமிலியா பின், அந்த இரு இன்டர்போல் காவலர்கள் மட்டும் சென்றார்.

அப்போது டைலர், 'டிடக்டிவ், நாம் செல்ல வேண்டும்...' என்று தயங்கியவாறு கூறினான்.

அவரும், சற்று மூச்சை பலமாக விட்டு, 'நான் இந்த குற்ற விசாரணையை கையில் எடுத்திருக்க கூடாது என்று தோன்றுகிறது. இது என் திறமைக்கு மீறிய விசாரணை என்று நான் முன்பே உணர்ந்திருக்க வேண்டும்.' என்று பெரிதும் கவலைக்கொண்டார். டைலரால் ஏதும் கூற முடியவில்லை.

அந்த ஹோட்டலின் காத்திருக்கும் பகுதியில், அமிலியா அந்த இரண்டு இன்டர்போல் அதிகாரிகளிடம் பரபரப்பாக பேசிக்கொண்டிருந்தாள்.

அப்போது மெக்கானேவும், டைலரும் மெதுவாக அங்கு வந்தனர்.

அமிலியா அவரைப் பார்த்ததும், அந்த இன்டர்போல் காவலர்களிடம், 'நான் கூறியதை அவரிடம் கூறி அது படி செய்ய கூறுங்கள். இன்று மாலைக்குள் எனக்கு சில விசயங்கள் தெளிவு பட வேண்டும். நான் அழைப்பு ஊர்தியில் காவல் நிலையம் செல்கிறேன்.' என்று கூறி, அங்கிருந்து வேகமாக சென்றாள்.

பின்னர் அந்தக் காவலர்கள், மெக்கானேவிடம், சில விசயங்கள் கூறினர். மெக்கானேவும் சோகமான முகத்துடன் சரி என்று தலையசைத்து, டைலரை அழைத்துக்கொண்டு அங்கிருந்து சென்றார்.

காரில் சென்று கொண்டிருக்கும் போது...

டைலர் சற்று தயக்கத்துடன், 'உங்கள்... மனைவி ஏன் உங்களை இந்த அளவிற்கு வெறுக்கிறார்?'

அவர், தன் இருக்கையில் நன்றாக சாய்ந்துக் கொண்டு, 'எந்த ஒரு மனைவிக்கும் தன் கனவன், உன்னைப்பற்றிய நினைவு இல்லை என்று கூறினால் வெறுப்பு தான் வரும். மேலும் நான் என் குடும்பத்தையே மறந்து, இந்த பாழாய் போகும் காவலர் தொழிலில் மூழ்கி, சிறந்த காவலர் என்ற பெயரை சேர்த்தேன். அதோடு, இந்தப் பதவியாலும், என் சுய நலத்தாலும்.. நான் என் மனைவி என்றும் பாராமல், அவள் வேலைக்கு கலங்கம் வரும் படி ஒன்றை செய்துவிட்டேன்.' என்று கூறி, லேசாக கண்கலங்கினார்.

டைலர், அவர் கண் கலங்குவதைப் பார்த்ததும், மனதில், 'இவருக்கும் உணர்வுகள் எல்லாம் உள்ளதா?' என்று ஆச்சரியமாக பார்த்தான்.

பின்னர் அவர், 'இது குறித்து இனி ஏதும் கேட்காதே. மேலும் இதை யாரிடமும் கூறாதே... நான் உன்னை நம்பலாம் அல்லவா?'

டைலர், 'ஆம், ஆம், நிச்சயமாக.' என்றான்.

சிட்னி நகருக்கு வெளியே, சில கிலோமீட்டர்கள் தொலைவில் உள்ள, மெனாய் (Menai) என்னும் சிறிய ஊர்...

அங்கு, ஒரு தனியார் ஆய்வகத்திற்கு முன் காரை நிறுத்தி, இருவரும், அந்த ஆய்வகத்தின் வெளி அமைப்பைப் பார்த்து சற்று வியந்தனர்.

அது ஒரு பழைய கட்டிடம், சரியான பராமரிப்பு இல்லாமல், ஆங்காங்கே ஓட்டையும் உடைசலுமாக இருந்தன.

டைலர், 'என்ன இந்த இடம் இப்படி உள்ளது?

அவர், 'சரி உள்ளே சென்று பார்ப்போம்.'

இருவரும் காரை விட்டு இறங்கி, அந்த ஆய்வகத்திற்குள் சென்றனர்...

18

முதல் தடயம்

ஒரு இருளான பகுதி, சற்று தூரத்தில் சில சப்தங்கள், 'டங், டாங்க்..' என்று... அப்போது ஒரு கண்கள் மெதுவாக விழித்து, கலங்கலான பார்வையில் சுற்றி சுற்றி பார்த்தது... என்ன நடக்கிறது என்று புரியாமல் கண்களை கசக்கிக்கொண்டு, ஒரு பெண் தான் படுத்திருந்த படுக்கையிலிருந்து மெதுவாக எழுந்து அமர்ந்தாள்.

அவளுக்கு தலை பயங்கரமாக வலித்து கொண்டிருக்க, தலையில் கைவைத்தவாறு, என்ன இடம் என்று புரியாமல் சுற்றி சுற்றி பார்த்தாள்.

சுற்றிலும் ஒரே இருள் ஆனால், அங்கு ஒரு மஞ்சள் நிற மின்விளக்கு மட்டும், அவள் தலைக்கு மேல் எரிந்து கொண்டிருந்தது.

அவள், மெதுவாக எழுந்து, சற்று தட்டு தடுமாறி நடக்க ஆரம்பித்தாள். அவளுக்கு, தான் யார் என்றே நினைவில் இல்லை. அவள் மனம், புத்தி அனைத்தும் வெற்று காகிதம் போல் இருந்தன.

அப்போது அங்கு ஒரு கண்ணாடி இருப்பதை கவனிக்க, மெதுவாக அதை நோக்கி சென்று, அந்த கண்ணாடி முன் நின்றாள்.

அதில், மெதுவாக அவளின் உருவத்தைப் பார்த்தாள். அந்தப் பெண், சில்வியா.. அவள் மெதுவாக தன் கண்களைப் பார்த்ததும், கண்கள் பிதுங்கிப்போய், பெரும் பயத்தில், பலமாக கத்த ஆரம்பித்தாள்.

அவளின் கத்தும் சப்தம், காற்றில் கரைந்து அப்படியே மறைந்து போனது.

மெனாய் நகரம்....

மெக்கானேவும், டைலரும் அமிலியா கூறிய, ஒரு தனியார் ஆய்வகத்திற்கு வந்தனர்.

அந்தப் பாழடைந்த கட்டிடத்திற்குள் மெதுவாக இருவரும் நுழைந்தனர். உள்ளிருந்து ஒரே துர்மணம். டைலர், சகித்துக்கொண்டு முன்னேறினான்.

மெக்கானே மனதில், 'இது என்ன இடம்? ஆய்வகம் போல் தெரியவில்லையே?' என்று எண்ணிக்கொண்டே, குழப்பத்துடன் முன்னேறி சென்று கொண்டிருந்தார்.

அப்போது உள்ளே, ஒருவர் பேசும் குரல் கேட்க ஆரம்பித்தன. உடனே டைலர், 'நாங்கள், சிறப்பு விசாரணை காவலர்கள்.. உள்ளே யார் உள்ளீர்கள்?' என்று கனத்த குரலில் கூறினான்.

உள்ளிருந்து, ஒரு வெள்ளை நிற கோட் அணிந்த ஒருவர், மெதுவாக வெளியே வந்தார். அவர் பார்க்க வயதானவராக, எலும்பும் தோலுமாக, ஒரு பெரிய மூக்கு கண்ணாடியை அணிந்து கொண்டு, இருவரின் முன்னும் வந்து நின்றார்.

டைலர் குழப்பத்துடன், 'நீங்கள் டாக்டர் டீ வான் (de waan) தானே?' என்று கேட்க,

அவர், 'ஆம்..' என்று கூறி, மெக்கானேயிடம், 'உங்களை சந்தித்தில் மகிழ்ச்சி.' என்று கூறி கைகொடுத்தார்.

மெக்கானே குழம்பியவாறு அவருக்கு கைகொடுத்து, 'என்னை உங்களுக்குத் தெரியுமா...?' என்று கேட்க, அவர், 'ஆம், எனக்கு உங்களை நன்றாகவே தெரியும். உங்கள் திருமணத்திற்கும் வந்துள்ளேன். மேலும் அமிலியா என் உயிரியல் மாணவி. அதோடு அவள் உங்களைப் பற்றி என்னிடம் அதிகமாகவே கூறியுள்ளாள்.' என்று கூறி, உள்ளே சென்றார்.

இருவரும் ஆச்சரியமாக, அவர் பின் சென்றனர்.

அப்போது மெக்கானே, 'என்ன இடம் இது? ஏன் இப்படி துர்மணம் வீசுகிறது?' என்று சகிக்க இயலாமல் கேட்டார்.

அவர், 'இது என் மனித கூறுவியல் ஆராய்ச்சி கூடம். சல்ப்யூரிக் ஆசிட் (Sulfuric acid) மற்றும் உடல் பாகங்களின் இரசாயண வினையால் இந்த துர்நாற்றம் உருவாகும்.' என்று அவர் கூறியதைக் கேட்ட டைலருக்கு, வாந்தி வருவது போல் ஆனது, அவன், 'எப்படி இங்கு உள்ளீர்கள்?' என்று முகத்தை சுழித்துக்கொண்டு கேட்டான்.

அவர், 'இது எனக்கு பழகிவிட்டது..' என்று கூறி, ஒரு அறைக்குள் நுழைந்தார். அங்கு, ஆங்காங்கே மனித உறுப்புகள், பார்மால்டிஹைடு (Formaldehyde) நிரப்பப்பட்ட பாட்டில்களில் வைக்கப்பட்டிருந்தன. அதோடு, பல எலும்பு கூடுகளும் தொங்க விடப்பட்டிருந்தன.

அப்போது டைலர், 'நாங்கள் வரும் போது யாரிடமோ பேசிக்கொண்டிருக்கும் சப்தம் கேட்டதே?'

அவர், 'ஆம், நான் என் டேப் ரெக்காடரில் (Tap recorder), என் ஆராய்ச்சிகளை பதிவு செய்து கொண்டிருந்தேன்.' என்றார்.

மெக்கானே, 'அப்படி என்றால், இங்கு தனியாகவா உள்ளீர்கள்?' என்று வியப்புடன் கேட்க, அவர், 'ஆம்' என்று கூறி, பின்னர், அந்த மனித உறுப்புகள் கொண்ட, பாட்டில்களில் ஒன்றை எடுத்து, மெக்கானேவிடம், 'இதை பாருங்கள்.' என்றார்.

டைலரும், மெக்கானேவும் மெதுவாக அதைப் பார்த்ததும், அவர்களின் கண்கள் பிதுங்கிப்போய் பெரிதும் அதிர்ந்தனர்.

அது ஒரு மனித கண், அதன் கருவிழி சிவப்பு நிறத்தில் இருந்தது.

டைலர், 'இது எப்படி உங்களுக்கு..?' என்று கேட்டதும், அவர், 'நீங்கள் இந்த குற்றத்தை சமீப காலமாக தான் பார்த்து கொண்டிருக்கிறீர்கள். ஆனால் நான் பத்து ஆண்டுகளுக்கு முன்பே பார்த்துவிட்டேன். இப்போது, இப்படி சிவப்பு நிற கண்களுடன் பலர் இறக்கின்றனர் என்றால், நிச்சயம், அவர்கள், தங்களின் ஆராய்ச்சியில் வெற்றி பெற்றுள்ளனர் என்றே அர்த்தம். பத்து ஆண்டுகளுக்கு முன்பு, இங்கு இரு சடலங்களை காவலர்கள் கொண்டுவந்தனர். நான் அந்த இரு சடலங்களையும் பரிசோதித்த போது தான், இருவருக்கும் சிவப்பு நிறத்தில் கண்கள் இருந்ததை கவனித்தேன். ஆனால், அப்படி இருக்க வாய்ப்பு இல்லை என்பதால், நான் சில ஆராய்ச்சிகளில் ஈடுபட்டேன். அதன் மூலம் எனக்கு ஒரு விசயம் மட்டும் புரிய வந்தது. இவர்களின் கண்கள் சிவப்பு நிறமாக மாறிய காரணம், எந்த ஒரு இரசாயணமும் இல்லை.'

மெக்கானே குழம்பியவாறு, 'ஆனால், இதில் ஸ்ட்ராண்டியம் சல்பேட் இருப்பதால் தான்....' என்றதும், அவர் சிரித்தவாறு, 'ஆம்... ஆனால், அதனால் இப்படி கருவிழி மட்டும் சிவப்பு நிறமாக மாற வாய்ப்பில்லை. அந்த இரசாயனம் முழு கண்ணையும் சிகப்பாக மாற்றி இருக்க வேண்டும். இதில் ஸ்ட்ராண்ஸ்டியம் சல்பேடை ஒரு நிலைபடுத்தியாக மட்டுமே பயன்படுத்தியுள்ளனரே தவிர, அந்த இரசாயணத்தால் கண்கள் சிவப்பு நிறமாக மாறவில்லை. அதாவது இந்த கருவிழி சிவப்பு நிறத்தில் எப்போதுமே இருக்க அந்த இரசாயணத்தைப் பயன்படுத்தியுள்ளனர்.

மெக்கானே, 'சரி, இந்த சிவப்பு நிற கண்களுக்கு என்ன காரண்ம்?'

அவர், 'அதை நான் கூறுவதற்கு முன்பு, ஒரு விசயம் நீங்கள் புரிந்திருக்க வேண்டும்... சரி என்னுடன் வாருங்கள்.' என்று கூறி, ஒரு இடத்தை நோக்கினார். இருவரும் சற்று ஆர்வத்துடன், அவர் பின் சென்றனர்.

அது ஒரு முக்கிய ஆவணங்கள் வைக்கும் அறை, அங்கு பல கோப்புகள் அலமாறிகளில் வரிசையாக அடுக்கி வைக்கப்பட்டிருந்தன.

அவர், ஒரு அலமாறியிலிருந்து இரு கோப்புகளை எடுத்து, அங்கிருந்த ஒரு மேஜை மேல் வைத்து, மெதுவாக அதில் ஒன்றை திறந்து, 'இது, நான் இந்த சிவப்பு நிற கண்கள் குறித்து ஆராய்ந்தவை. இந்தப் புகைப்படத்தைப் பாருங்கள்.'

என்று கூற, இருவரும் அதை ஆச்சரியமாக பார்த்தனர்.

அது ஒரு மிருகத்தின் வரைபடம், ஒரு ஆட்டின் தலையும், அதில் இரு பெரிய கொம்புகளும், மனித உடலும், ஆட்டின் கால்களும் கொண்ட ஒரு கோரமான மிருகம் போன்ற உருவம்.

அப்போது அவர், ‘இந்த மிருகத்தின் கண்களைப் பாருங்கள்.’ என்றதும், இருவரும் சற்று உன்னிப்பாக பார்க்க, அதே சிவப்பு நிற கண்கள். மெக்கானேயின் நெற்றி வியர்க்க ஆரம்பித்தது.

அப்போது அந்த டாக்டர், ‘இது தான் சைத்தான். இதை வழிபடும் சிலர் இவ்வாறு மனிதர்களின் கண்களையும் சைத்தானின் கண்களைப் போல் மாற்றிவிடுகின்றனர். இந்த சிவப்பு நிற கண்கள், ஒரு வித பழங்கால சடங்கினை அடிப்படையாக கொண்டு, உருவாக்குகின்றனர். அது என்ன சடங்கு, எந்த மாதிரியானா பொருட்களை கொண்டு இப்படி கண்ணின் நிறத்தை மாற்றுகின்றனர் என்பது குறித்து தெரிந்தால் நிச்சயம் அவர்கள் இருக்கும் இடம் குறித்து, நம்மால் அறிய முடியும். ஆனால் அவர்களின் நோக்கம் வேறு.... இந்த சிவப்பு நிற கண்கள் ஒரு அடையாளம் மட்டுமே. இந்த கண்களை உடையவர்கள், அவர்களின் ஆராய்ச்சியில் ஈடுபடுத்தப்பட்டவர்கள் என்பதற்கான வெறும் ஒரு அடையாளம் மட்டுமே.’

பின்னர் அவர், அந்தக் கோப்பில் இருந்து ஒரு காகிதத்தை எடுத்து, ‘இதைப் பார்த்தால் உங்களுக்கே அனைத்தும் புரியவரும்.’

மெக்கானே ஆர்வமாக, அதை வாங்கி படிக்க ஆரம்பித்தார். அதைப் படித்ததும் அவர் அதிர்ச்சியில் உறைந்துபோனார்.

அவர், ‘இப்படி எல்லாம் கூட செய்வார்களா? ஆனால் அறிவியல் பூர்வமாக இது சாத்தியமா?’

அதற்கு டாக்டர், ‘எதை வைத்து அறிவியல் பூர்வம் என்கிறீர்கள்? அதுவே ஒரு பொய் தான். அறிவியல் பூர்வமாக என்று கூறி பல இரகசியங்களை இவர்கள் மறைத்துவிட்டனர். அந்த அறிவியல் பூர்வமே ஒரு தவறான எண்ணம் தான். கருப்பு மந்திரங்கள், சபித்தல் எல்லாம் உண்மை. அனைத்தும் சில ஆயிரம் ஆண்டுகளாக சிறப்பாக செயல்பட்டுவருகின்றன. ஆனால் இதை வெளிப்படையாக செய்தால், எதிர்ப்புகள் வரும் என்பதால் மறைமுகமாக செயல்பட்டு வருகின்றன. எனவே தான் உங்களுக்கு இது பற்றி ஏதும் தெரியவில்லை. முதலில் அறிவியல் பூர்வமாக என்று ஏதும் இல்லை, அதை உருவாக்கியதே மனிதன் தான். இயற்கை உருவாக்கிய அறிவியல் தான் என்றும் நிரந்தரம், அதை வைத்து தான் இதை நாம் புரிந்து கொள்ள முடியும்.’ என்றார்.

டைலர், ‘அப்படி என்றால், இந்த சைத்தான் சடங்குகள், தீய சக்திகள் எல்லாம் உண்மை தானா? ஏதும் கற்பனை இல்லையா?’

அவர், ‘உங்களை சுற்றி கவனியுங்கள், என்ன நடக்கிறது? நீங்கள் எதற்காக இங்கு வந்துள்ளீர்கள்? இந்த சிவப்பு நிற கண்களுக்கு தானே. இதை விட உங்களுக்கு என்ன ஆதாரம் வேண்டும்?’ என்று கூறியதும், டைலர் வாயடைத்து போனான்.

அப்போது மெக்கானே, ‘சரி, அப்படி என்றால் இந்த குறியீடு..’ என்று கூறி, அவரின் கைப்பேசியில் உள்ளதைக் காட்டினார்.

அவரும் அதைப் பார்த்துவிட்டு, ‘இது, இந்த சைத்தானின் தலையை குறிக்கும். இது அவர்களின் குறியீடு தான்.’

மெக்கானே, ‘சரி, உங்களுக்கு மிஸ்டர் நோ நேம், பதி மூன்று பேர் கொண்ட கும்பல், இது பற்றி ஏதும் தெரியுமா?’ என்று எதிர்ப்பார்ப்புடன் கேட்டார்.

அவர், ‘நீங்கள், தொல்லியல் ஆராய்ச்சியாளர் மெலானின் (Mellan) கட்டுரையை படித்து விட்டீகள் போல் தெரிகிறது.’

மெக்கானே, ‘ஆம், ஆனால் அவர்...’ என்று கூறும் போது, டாக்டர், ‘அவரை, ஆறு ஆண்டுகளுக்கு முன்பே கொலை செய்துவிட்டனர். இவரின் இந்த கட்டுரை, ஆஸ்திரேலிய ஆர்க்கைவ் (Archive) பாதுகாப்பகத்தில் வைக்கப்பட்டுள்ளது. நீங்கள் காவலர் என்பதால் அவரின் கட்டுரையை படித்ததில் ஆச்சரியம் இல்லை. ஆனால், நீங்கள் இவ்வாறு செய்தது அவர்களுக்கு சற்று எரிச்சலை

கொடுத்திருக்கும், நிச்சயம் அந்தக் கட்டுரைக்காக அவர்கள் ஏதேனும் முயற்சிகள் செய்யலாம்.'

மெக்கானே, 'ஜீசஸ் கிரைஸ்ட்.... எங்களின் ஒவ்வொறு அசைவுகளும், நடவடிக்கைகளும் அவர்களுக்கு எப்படி தெரிகிறது?' என்று ஆச்சரியத்துடனும் எரிச்சலுடன் கேட்டார்.

அவர், 'அவர்களின் ஆட்கள், அனைத்து இடங்களிலும் உள்ளனர். உங்களால் யாரையும் நம்பி எந்த செயலிலும், இறங்க இயலாது. உங்களின் நம்பிக்கையானவர்கள் கூட, உங்களை காட்டிக்கொடுப்பவராக இருக்கலாம்.' என்று கூறி, லேசான மௌனத்திற்குப் பிறகு இருவரையும் பார்த்து, 'ஜூதாஸ், இயேசு கிறுத்துவை காட்டி கொடுத்தது போல்....' என்றதும், மெக்கானே மெதுவாக டைலரைப் பார்த்தார்.

அவன் பயந்து கொண்டு, 'இல்லை இல்லை, நான் அவர்களின் ஆள் அல்ல. அப்படி சந்தேகமாக பார்க்கதீர்கள்.' என்று பதறினான்.

டாக்டர், 'நீ அவர்களின் ஆள் அல்ல, ஆனால், அவர்களின் கைப்பாவையாக செயல்பட வாய்ப்புகள் உள்ளன.' என்று கூறியதும், மெக்கானே, 'மக்களை மிரட்டி தங்களின் திட்டத்தை செயல்பத்துவது தானே?' என்று ஆர்வமாக கேட்டார்.

அவர், 'ஆம், ஆனால் எப்படி? யாரை? மிரட்டுகின்றனர் என்பது தான் கேள்வி. எனது யூகத்தின் படி, அவர்கள் சைத்தானை வழிபடுவதால், நல்ல சக்திகளான அன்பு, உண்மை, கருணை, இந்த விசயங்களை பலகீனமாக எண்ணுபவர்கள். இதில் யாரெல்லாம் அன்பு, பாசம், கொண்டு ஒருவரை ஒருவர் சார்ந்து வாழ்கின்றனரோ அவர்களையே தேர்ந்தெடுப்பர்.' என்றார்.

அப்போது டைலர் நிம்மதி அடைந்து, 'எனக்கு உறவு என்று சொல்லிக்க யாரும் இல்லை. எனக்கு அப்பா மட்டும் தான் உள்ளார். அவரும் அமெரிக்காவில் செட்டில் அகிவிட்டார்.' என்றான்.

அப்போது மெக்கானே, 'ஆனால், நெல்சனிற்கு மனைவி குழந்தைகள் உள்ளனர் அல்லவா?' என்று கூறியதும், டைலர், கண்கள் பிதுக்கியவாறு, அவரைப் பார்த்தான்.

அப்போது அவர், 'நெல்சனிற்கு மட்டுமே தெரிந்த ஒரு விசயம், கொலையாளிக்கும் தெரிந்ததால் தான், சில்வியாவை கடத்தியுள்ளனர். டைலர், நன்றாக யோசி, அந்தக் கொலையாளி சில்வியாவிடம் பைனரி அழைப்பில் பேசும் போது, ஏதேனும் உண்மையை கூறினால்..... என்று மிரட்டினான் அல்லவா? அப்படி சில்வியா நம்மிடம் அவர்கள் பற்றிய உண்மையை கூறிய விசயம் நெல்சனிற்கு மட்டுமே தெரியும். ஒரு வேலை நெல்சன், அவர்களின் கைப்பாவையாக இல்லை என்றால், சில்வியா கத்தப்பட்டிருக்க மாட்டாள். அதோடு நமக்கு மட்டுமே தெரிந்த

திட்டம் நிச்சயம் வெற்றி பெற்றிருக்கும். அதோடு சில்வியாவும் கடத்தப்பட்டிருக்க மாட்டாள். ஏனெனில், கொலையாளி சில்வியா ஏதும் எங்களிடம் கூறவில்லை என்று தான் எண்ணிக்கொண்டிருப்பான். மேலும், என் அலுவலகத்தில் மட்டுமே பேசிய, அதுவும் உங்கள் மூவரிடம் மட்டும் கூறிய திட்டம், கொலையாளிக்கும் தெரிந்துள்ளது. அப்படி என்றால்..' என்று கூறி, டைலரைப் பார்க்க, அவன், 'அடக்கடவுளே நெல்சன்...' என்று ஏற்க இயலா மனதுடன் கூறினான்.

அப்போது டாக்டர், 'உங்களால் குடும்பங்கள் உள்ள யாரையும் நம்ப இயலாது. அமிலியாவும் நீங்களும் பிரிந்தது ஒரு விதத்தில் நல்லது தான். இப்போது நீங்கள் இருவரும் தனி தனியாக செயல்படுவீர்கள். அமிலியாவிற்கு உங்களை யாராவது மிரட்டினாலும் கவலை இல்லை.' என்றார்.

மெக்கானே சற்று சோகத்துடன், 'ஆனால், அவளுக்கு ஏதேனும் என்றால், என்னால்..' என்று இழுத்தார்.

டாக்டர், 'அவளை மிரட்டுவது என்பது சாதாரண காரியம் இல்லை. உங்களுக்கு அவளைப் பற்றி இன்னும் சரியாக தெரியவில்லை. நிச்சயம் இந்த குற்றத்தை அவள் தீர்ப்பாள். ஏனெனில் அவளிடம், உங்களிடம் இல்லாத மற்றும் தெரியாத ஒரு தடயம் கிடைத்துள்ளது. இன்று அவளின் திட்டம் சரியாக நடந்தால், நமக்கு அந்தப் பதிமூன்று பேர் கொண்ட கும்பலைப் பிடிப்பதற்கான முதல் தடயம் கிடைக்கும்.'

உடனே மெக்கானே, 'அப்படி என்றால், இந்த குறியீடை கொண்ட, அந்தப் பதிமூன்று பேர் தான் இந்த குற்றத்தை செய்கின்றனர்.... சரி, என்ன திட்டம் அது, ஆனால் அவள் என்னிடம் ஏதும் கூறவில்லையே?'

அவர், 'அவள் எந்த திட்டத்தையும் உங்களிடம் கூறமாட்டாள். ஏனெனில் அவளுக்கு உங்கள் மீதும் நம்பிக்கை இல்லை...' என்றதும், மெக்கானே, 'என்ன கூறுகிறீர்கள் என் மீதா? ஏன்?' என்று பதற்றமாக கேட்டார்.

அவர், 'ஆம், அமிலியாவின் செயல்களை புரிந்து கொள்வது கடினம். உங்களுக்கே தெரியும் அவளின் புத்தி கூர்மை பற்றி...'

மெக்கானே, 'ஆம், ஆனால்...' என்று தயங்க, அவர், 'மிஸ்டர் மெக்கானே, சற்று யோசியுங்கள், அவளுக்கு ஏன் உங்கள் மீது நம்பிக்கை இல்லை என்று...',

மெக்கானேவிற்கு ஒரு விசயம் நினைவு வந்தது.

ஒரு காலத்தில், சிட்னியின் புகழ் பெற்ற ஹீரோ காவலர் என்ற புகழில் மிதந்து கொண்டிருந்த மெக்கானேயின் பெயர், தன் மனைவியாலேயே மறைய ஆரம்பித்தது. காரணம், அமிலியாவின் சிறப்பான செயல்பாடுகள்.

அதனால் அவர், தன் மனைவி என்றும் பாராமல், ஒரு குற்ற விசாரணைக்கு, அவளுக்கு உதவுவதாக கூறி, எதிரிகளிடம் அமிலியாவின் திட்டங்களை போட்டு கொடுத்துவிட்டார். இதனால் அதில் தோல்வியடைந்த அமிலியாவின் புகழ்

மறைந்தது.

பின்னர், மெக்கானே அமிலியா தோற்ற அதே குற்ற விசாரணையை, சதி செய்து வெற்றி கொண்டார். அதை அறியாத மக்கள், மீண்டும் மெக்கானேயை தலையில் வைத்து கொண்டாடினர். அதே நேரத்தில், அமிலியாவை தூற்றவும் ஆரம்பித்தனர்.

இதற்கு காரணம் மெக்கானே என்று அறிந்த பிறகு, அதை ஏற்க மனம் இல்லாத அவள், விவாகரத்து கேட்க ஆரம்பித்தாள்.

ஆனால் அவர், 'தொழில் விசயத்தில் நாம் போட்டி போட்டாலும், குடும்ப விசயத்தில் ஒன்றாக தான் இருக்க வேண்டும்.' என்று கூறி, விவாகரத்தை மறுத்து வருகிறார்.

இதனால் அமிலியா ஆத்திரம் கொண்டு அவரை பிரிந்து சென்று விட்டாள். எனவே தான் அமிலியாவிற்கு, அவர் மீது எந்த ஒரு நம்பிக்கையும் இல்லை.

இதை உணர்ந்த மெக்கானே, தன்னை நினைத்து பெரிதும் எரிச்சலும் வெட்கமும் கொண்டார். அப்போது டாக்டர் டீ வான், 'செய்த காரியங்களுக்கு, பலன் உள்ளன அல்லவா! அதை ஏற்று தான் ஆக வேண்டும்.' என்றார்.

மெக்கானே குற்ற உணர்வில் கூனிகுறுகிப்போனார். அவர் சோகத்துடன், 'சரி, நான் என்ன செய்ய வேண்டும்?' என்று கேட்க, டாக்டர், 'இங்கு காத்திருக்க வேண்டும்.' என்றார்.

மெக்கானே புருவங்களை உயர்த்தியவாறு, 'யாருக்காக?'

அவர், 'என்னை கொலை செய்ய வருபவர்களுக்காக.....' என்றதும், மெக்கானே பெரும் அதிர்ச்சியுடன் அவரைப் பார்த்தார்.

19

சிக்கல்

மதியம் 2.30 மணி, சிட்னி சிறப்பு விசாரணை காவல் நிலையம்,

ஒரு பெரிய தனியார் கண்டைனர் லாரி, இதுவரையில் கிடைத்த அனைத்து சடலங்களையும் ஏற்றிக்கொண்டு, அங்கிருந்து சென்றது.

அப்போது அமிலியா, மெக்கானேயின் அறையில், அந்தக் குறியீடு பற்றிய கட்டுரையை, பரபரப்பாக தேடிக்கொண்டிருந்தாள்.

அவள் பெரும் எரிச்சலுடன், 'நான் எப்படி மறந்தேன். அதில் குறியீடு பற்றி உள்ளது என்றால்... அது அந்த பதிமூன்று பேர் கொண்ட கும்பல் பற்றியதாகவே இருக்க வேண்டும். அதை எங்கு வைத்துள்ளார் என்றும் தெரியவில்லையே.' என்று புலம்பிக்கொண்டே தேடிக்கொண்டிருந்தாள்.

அப்போது அங்கு, நெல்சன், 'மிஸ் அமிலியா, அனைத்தும் தயாராக உள்ளது.' என்றான். அவள், 'சரி, மெக்கானே வைத்திருந்த அந்த கட்டுரை எங்கே?'

அவன், 'அவர் தான் வைத்திருப்பார். அவரின் கோப்புகளில் பாருங்கள்.' என்றான்.

அமிலியா, 'இல்லை, எங்கும் இல்லை..' என்று கூறும் போது, அமிலியாவிற்கு ஒரு அழைப்பு, அது டைலரிடமிருந்து, அவன், 'மிஸ் அமிலியா, நீங்கள் நெல்சனை நம்ப வேண்டாம். அவன் மீது சந்தேகம் எழுந்துள்ளது.'

அவள், சற்று விழித்தவாறு நெல்சனைப் பார்த்தாள். அவள் மனதில், 'ஒரு வேலை இவன் தான் எடுத்து வைத்திருப்பானோ..?' என்ற சந்தேகம் அவளுக்கும் எழ ஆரம்பித்தது.

அப்போது அவள், 'அதற்கு வாய்ப்பில்லை, இனி எதுவாக இருந்தாலும், அழைப்பு பேசியில் கூறாதீர்கள்.' என்று கூறி உடனே அழைப்பை துண்டித்தாள்.

அப்போது அவள் மனதில், 'அடக்கடவுளே, மெக்கானே இவனை நம்பிக்கையானவன் என்று அல்லவா கூறி சென்றார். கடைசி நேரத்தில் இப்படி கூறுகின்-

றனர்.' என்று எண்ணி, பெரிதும் யோசிக்க ஆரம்பித்தாள்.

அப்போது நெல்சன், 'என்ன ஆனது?' என்று கேட்க, அவள், 'சரி, நாதனால் வாகனம் ஓட்ட முடியும் அல்லவா?'

அவன், 'இல்லை, அவன் கை முறிந்துள்ளது. வாகனம் ஓட்டுவது கடினம்.' என்றான்.

அமிலியா சில நொடிகள் மௌனத்திற்கு பிறகு, 'சரி, நீ தயாராக இரு...' என்று கூற, நெல்சன் அங்கிருந்து சென்றான்.

அப்போது அமிலியா மனதில், 'இவனை அனுப்பினால் நிச்சயம் நம் திட்டம் சொதப்பிவிடும்... இவனுக்கு பதில் வேறு யாரை அனுப்புவது?' என்று யோசிக்க, அவளுக்கு ஒரு திட்டம் தோன்றியது.

பின்னர், அந்த கட்டுரை எங்கும் தேடியும் கிடைக்காததால் ஏமாற்றத்துடன் அங்கிருந்து வேகமாக சென்றுவிட்டாள்.

அமிலியாவிற்கு, டாக்டர் டி வான் மூலம், இந்த சிவப்பு நிற கண்கள் தொடர்கொலைகளை, அந்த பதிமூன்று பேர் தான் செய்கின்றனர் என்பதை முன்பே அறிந்து வைத்திருந்தாள்.

அதற்காகவே அவள் மூன்று நாட்களாக, டாக்டர் டீ வானின் உதவியுடன், அந்த பதிமூன்று பேர் பற்றிய பல தகவல்களை சேகரித்து வைத்திருந்தாள்.

காவல் நிலையத்தின் கட்டுப்பாட்டு அறை...

அங்கு அமிலியா வேகமாக வந்து, அங்கு உள்ளவர்களிடம், 'உங்களில் யாருடைய குடும்பம் வெளி நாடுகளில் அல்லது யாருக்கு குடும்பமே இல்லை?',

அனைவரும் குழம்பியவாறு, ஒருவரை ஒருவர் பார்த்தனர்.

அப்போது இருவர் மட்டும் கையை உயர்த்தினர். அமிலியா உடனே அவர்களை அழைத்துக்கொண்டு, ஆலோசனை அறைக்குள் வந்தாள்.

அவள் இருவரிடமும், 'எனக்கு நெல்சனின் கைப்பேசி பதிவுகள் அனைத்தும் வேண்டும். நம் காவல் நிலையத்தில் குடும்பங்கள் இல்லாத காவலர்கள் எத்தனைப்பேர் உள்ளனர் என்று பாருங்கள். எனக்கு இது அனைத்தும், இன்னும் ஒரு மணி நேரத்திற்குள் வேண்டும். மேலும் நீங்கள் இவ்வாறு செய்வது யாருக்கும் தெரிய கூடாது. கவனமாக இருங்கள். மேலும் கைப்பேசியில் யாரிடமும் தொடர்பு கொள்ள வேண்டாம். எதுவாக இருந்தாலும், என்னிடம் நேரடியாக கூறுங்கள்.' என்று கூறி அங்கிருந்து சென்றாள்.

அவள், தான் தேர்வு செய்த இரு இன்டர்போல் காவலர்களை அழைத்துக்கொண்டு, வாகனங்கள் நிறுத்தும் இடத்திற்கு சென்றாள்.

அங்கு நெல்சன், ஒரு பெரிய கண்டைனர் லாரியின் முன் நின்று கொண்டிருந்தான்.

அவள், அந்த இரு இன்டர்போல் காவலர்களிடம், 'நான் கூறியவை நினைவிருக்கட்டும், உங்களுடன் வருபவனை நம்ப வேண்டாம். அவன் ஏதேனும் நமக்கு எதிராக செய்வது போல் தெரிந்தால், அவனை கைது செய்து விடுங்கள்.' என்று கூறி, அந்த லாரியை நோக்கினாள்.

அப்போது நெல்சன், அவர்கள் வருவதைப் பார்த்ததும், சற்று நிமிர்ந்து நின்றான்.

அமிலியா நெல்சனிடம், 'நான் கூறிய படி சரியாக செய்தால், நிச்சயம் ஒரு தடயம் கிடைக்கும், தகவல் கொடுத்து கொண்டே இரு. வாகனத்தை என் காவலர்களில் ஒருவர் ஓட்டுவார்.' என்றதும், நெல்சன் விழித்தவாறு, 'என்னை தானே, ஓட்டுனராக நியமித்தீர்கள்?'

அமிலியா, 'ஆம், ஆனால், ஒரு சில காரணங்களுக்காக இந்த மாற்றம். சரி நேரம் இல்லை புறப்படுங்கள்.' என்றதும், மூவரும் வண்டியில் ஏறினர்.

ஆனால், நெல்சன் பெரும் யோசனையுடனே வண்டியில் ஏறினான்.

அப்போது அவன், வண்டியில் அமர்ந்து கொண்டே அமிலியாவிடம், 'சந்தேகம் வந்து விட்டது போல் தெரிகிறதே!!!' என்று கூறி, லேசாக சிரிக்க, வண்டி அங்கிருந்து புறப்பட்டது.

அவனின் அந்த சிரிப்பிலேயே, அவள் நெல்சனால் ஏதோ பெரிய விபரீதம் ஏற்பட உள்ளது என்பதை புரிந்து கொண்டாள்.

நெல்சன் செல்லும் அந்த கண்டைனர் லாரியில் தான், உண்மையான சிவப்பு நிற கண்கள் கொண்ட சடலங்கள் கொண்டு செல்லப்படுகிறது. அதுவும் டாக்டர் டி வான் இருக்கும் ஆய்வுகூடத்திற்கு...

இதற்கு முன் கிளம்பிய அந்த கண்டைனர் லாரியில், சாதாரணமாக இறந்தவர்களின் உடல்கள் மட்டுமே இருந்தன.

அதாவது, இந்த சிவப்பு நிற கண்கள் கொண்ட சடலங்களை, கொலையாளி திருடி அழிக்கிறானா? அல்லது ஏதும் செய்யாமல் விடுகிறானா? என்பதற்காகவே இந்த முயற்சி. இதன் மூலம் அந்த சடலங்களை நெல்சன் வாயிலாக, இரகசியமாக கொண்டு சென்று, டாக்டர் டி வானிடம் ஒப்படைத்தால், அவர் மூலம் பல தகவல்கள் கிடைக்க வாய்ப்புகள் உள்ளன என்பதே அமிலியாவின் திட்டம்.

ஆனால் இப்போது, நெல்சனே கொலையாளியின் கைப்பாவையாக செயல்படுவதால், அமிலியாவிற்கு பெரும் சிக்கலாக இருந்தது.

உடனே அவள், காவல் நிலையத்திற்குள், சார்ஜன்ட் லாரன்ஸின் தகவல் அதிகாரியாக இருக்கும், மிஸ்டர். டக்லஸ் (Mr. Douglas) இடம், சில விவரங்களை கூறி, அதை நேரில் சென்று சார்ஜன்ட் இடம் கூறும் படி இரகசியமாக அவனை அங்கிருந்து அனுப்பினாள்.

இப்போது அமிலியாவின் மனம் பெரும் பதற்றமாக இருந்தது.

ஒரு மணி நேரத்திற்குப் பிறகு, டாக்டர் டி வான் இன் ஆய்வு கூடத்தில்....

மெக்கானே தலையில் கைவைத்தவாறு, 'அவள் ஏன் அப்படி கூறினாள்? எதை வைத்து நெல்சன் மீது சந்தேகம் கொள்ள வாய்ப்பில்லை என்றாள்? ஒன்றும் புரியவில்லையே...' என்று புலம்பிக்கொண்டிருந்தார்.

அப்போது டைலர், ஒரு கப் சூடான டீயை அவர் முன் நீட்டினான். அவருக்கு அப்போது, அது மிகவும் தேவையாக இருந்ததால், உடனே வாங்கிக்கொண்டார்.

அப்போது டைலர், 'டிடக்டிவ், நெல்சன் மீது சந்தேகம் கொள்வது சரி தானா?'

அவர், 'எனக்கு ஒன்றுமே புரியவில்லை. அமிலியா இப்படி கூறியது தான் குழப்பத்தை மேலும் அதிகரித்துள்ளது.' என்று தவித்தார்.

அப்போது டாக்டர், 'அமிலியா, எல்லாம் ஒரு காரணமாகவே செய்வாள். என்னிடம் படித்த மாணவர்களில் அவள் மிகச் சிறந்தவள். எனக்கு அவள் மீது நம்பிக்கை உள்ளது.' என்றார்.

மெக்கானே சற்று சலித்துகொண்டு, டீயை குடிக்க ஆரம்பித்தார்.

அப்போது டைலருக்கு ஒரு அழைப்பு, அது நெல்சனிடம் இருந்து, மெக்கானேவும் டைலரும் கண்கள் பிதுங்கியவாறு ஒருவரை ஒருவர் பார்த்தனர்.

மெக்கானே, 'டைலர், அழைப்பை ஏற்று பேசு...' என்றார். டைலரும் யோசித்தவாறே, அழைப்பை ஏற்றான்.

நெல்சன்: டைலர், இது நம்முடனே இருக்கட்டும்.

டைலர் (குழப்பத்துடன்): என்ன விசயம்?

நெல்சன்: உன் அருகில் டிடக்டிவ் இல்லை அல்லவா?

டைலர்: ஆம், அவர் அருகில் உள்ள அறையில் பேசிக்கொண்டிருக்கிறார்.

நெல்சன்: டைலர், ஒரு சிக்கல்... என்னுடன் வரும் இன்டர்போல் அதிகாரிகள் மேல் எனக்கு சந்தேகமாக உள்ளது. அவர்கள் வேறு வழியில் செல்கின்றனர். மேலும் டிடக்டிவின் மனைவியின் போக்கு சரி இல்லாதது போல் தெரிகிறது. நீங்கள் அங்கு கவனமாக இருங்கள்.

டைலர்: என்ன கூறுகிறாய்? அதற்கு வாய்ப்பே இல்லை. இப்போது எங்கு உள்ளாய்?'

நெல்சன்: தெரியவில்லை, என்னை அவர்கள் இந்த கண்டைனர் லாரியில் பிணங்களுடன் வைத்து அடைத்துவிட்டனர்.

டைலர்: என்ன கூறுகிறாய்? சரி அங்கிருந்து தப்பிக்க பார்.

நெல்சன்: இல்லை என்னால் முடியவில்லை. அவர்கள் வேகமாக சென்று கொண்டிருக்கின்றனர்.

டைலர்: சரி, நான் காவலர்களுக்கு தொடர்பு கொண்டு பேசுகிறேன். உன்னை அவர்கள் காப்பாற்றிவிடுவார்கள்.

நெல்சன்: சீக்கிரம், எனக்கு இங்கு இருக்கும் ஒவ்வொறு நொடியும் ஆபத்து. எனக்கு என்னமோ இந்த சடலங்களை அவர்கள் அழிக்க உள்ளனர் என்றே தோன்றுகிறது.

டைலர்: அடக்கடவுளே.. சரி, கவலை வேண்டாம். நான் பார்த்து கொள்கி-றேன்.

நெல்சன்: டைலர், டிடக்டிவிற்கு தெரியாமல் இதை செய்.

டைலர்: சரி, நான் பார்த்துகொள்கிறேன்.

(அழைப்பு துண்டிக்கப்பட்டது)

டைலர், பெரும் அதிர்ச்சியுடன், மெக்கானேயைப் பார்த்தான். இப்போது, அவருக்கு நெல்சன் மீது உள்ள சந்தேகம் தெளிவானது.

அவர், சற்று மூச்சை இழுத்துவிட்டவாறு, டைலரிடம், 'நிலைமை மோசம் ஆகிக்கொண்டிருக்கிறது. அமிலியா என்ன செய்ய உள்ளாள் என்றும் புரிய-வில்லை. நிச்சயம் நெல்சன் கூறுவது பொய்யாகவே இருக்கும்.' என்று கூறி, நெற்-றியை சொரிந்தவாறு யோசித்தார்.

சில நொடிகள் கழித்து அவர், 'நெல்சன் இவ்வாறு கூறி, உன் மூலம் அந்த இன்டர்போல் காவலர்களை கொலை செய்துவிட்டு, அந்த லாரியில் உள்ள சடலங்களை அழிப்பதே அவனின் திட்டமாக இருக்கும். நாம் அதற்கு அனுமதிக்க கூடாது. எனக்கு அமிலியா மீது நம்பிக்கையுள்ளது. நிச்சயம் அந்த கண்டைனர் லாரி இங்கு வரவேண்டும்.'

அப்போது டைலர், 'நாம் காவலர்களை நெல்சன் இருக்கும் இடத்திற்கு அனுப்ப வில்லை என்றால், அவன் அந்த இரு இன்டர்போல் அதிகாரிகளையும் கொலை செய்ய வாய்ப்புள்ளதே?'

அவர், 'நன்றாக யோசி, நீ அமிலியாவிற்கு அழைப்பு கொடுத்த போது, அவள், அதற்கு வாய்ப்பில்லை, அழைப்புபேசியில் ஏதும் பேச வேண்டாம், என்-றாள். அப்படி என்றால், நம்மை கொலையாளி கண்காணிப்பதாலேயே அவ்வாறு கூறியிருப்பாள். அவள் கண்காணிப்பவர்களுக்கு சந்தேகம் வராமல் இருக்க அப்-படி கூறி இருக்கலாம். நிச்சயம் அமிலியா ஏதோ ஒரு திட்டத்துடன் தான் நெல்-சனையும் அனுப்பியிருப்பாள்.'

டைலர், 'இப்போது நாம் என்ன செய்வது?'

மெக்கானேவிற்கு ஒன்றும் புரியவில்லை. முன்பை விட, இது பெரும் சிக்கலாக இருப்பதை எண்ணி, கண் பிதுங்கினார்.

அப்போது டாக்டர், சாதாரணமாக டீ அருந்தி கொண்டே, 'குழம்பிய நிலை-யில், அமைதியாக இருப்பதால், ஏதேனும் தெளிவு பெற வாய்ப்புள்ளது. எனவே ஏதும் செய்யாமல் அப்படியே விட்டுவிடுங்கள்.' என்றார்.

மெக்கானே புருவத்தை உயர்த்தியவாறு, 'எப்படி, இந்த நிலையில் ஏதும் செய்யாமல் இருக்க முடியும்? ஏதேனும் ஆபத்தில் முடிந்துவிட்டால்...'

அவர் சிரித்துக் கொண்டு, 'ஆழமாக சிந்திப்பதால், சிறிய விசயமும் பெரிதாக தோன்றும் அதுவே, மேலோட்டமாக சிந்திப்பதால், பெரிய விசயமும் சிறிதாக தோன்றும், இதை சரியாக புரிந்துகொண்டால், நீங்கள் பெரும் புத்திசாலி.'

டைலர் குழம்பியவாறு, 'நீங்கள் உயிரியல் ஆராய்ச்சியாளரா அல்லது தத்துவவியல் அறிஞரா?' என்று கேட்க, அவர், 'ஏன் ஒரு ஆராய்ச்சியாளன் ஒரு துறையில் மட்டும் தான் செயல்பட வேண்டுமா?'

இருவருக்கும் கூறுவது புரியாமல், ஆச்சரியமாக அவரைப் பார்த்தனர்.

அதே நேரத்தில், சிட்னி சிறப்பு விசாரணை காவல் நிலையத்தில்...

அமிலியாவிற்கு, கட்டுப்பாட்டு அறையில் இருந்து, அந்த இரு அதிகாரிகள், சில தகவல்களை கொடுத்தனர்.

அதில், நெல்சன் சில்வியாவை, அவள் வீட்டில் கண்காணிக்க ஆரம்பித்த அந்த நாளில் இருந்து தான், நெல்சனின் கைப்பேசிக்கு சில மர்ம அழைப்புகள் வந்துள்ளன. ஆனால் அதில் ஏதும் பேசப்படவில்லை. அதாவது அழைப்புகள் ஏதுமே ஏற்கப்படாமல் துண்டிக்கப்பட்டிருந்தன.

அப்போது அவள் மனதில், 'அப்படி என்றால், நெல்சன் நேரில் சென்று பேசியுள்ளான்.' என்று எண்ணி, அந்த இரு அதிகாரிகளிடம், 'நெல்சனின் குடும்பம் குறித்து விசாரியுங்கள். அவர்களுக்குப் பாதுகாப்பும் வழங்க ஏற்பாடு செய்யுங்கள். மேலும், குடும்பங்கள் இல்லாத காவலர்களை தயாராக இருக்க கூறுங்கள். அவர்களை வைத்து தான் நாம் இந்த திட்டத்தை நிறைவேற்ற உள்ளோம். மேலும், தாமஸிற்கும், டைலருக்கும் வரும் அழைப்புகளையும் கண்காணியுங்கள். உங்கள் கட்டுப்பாட்டு அறையில், உங்கள் இருவரைத் தவிர யாரும் இருக்க வேண்டாம். அனைவரையும் வீடு திரும்புமாறு கூறுங்கள்.' என்று கூறி சற்று யோசித்து, அவர்களிடம் ஒரு புகைப்படத்தை காட்டினாள். அது, அவள் தங்கி இருந்த ஹோட்டலிற்கு வந்த சிவப்பு நிற கண்கள் உடையவனின் புகைப்படம்.

இருவரும், அந்தப் புகைப்படத்தில் உள்ளவனைப்பார்த்ததும் அதிர்ந்து போயினர். அவர்கள், 'இவன் ஜான்சன், எங்களுடன் கட்டுபாட்டு அறையில் வேலைப்பார்த்தவன்...' என்று கூற, அவள், 'இவனை பற்றி உங்களுக்கு ஏதேனும் தெரியுமா?'

அவர்களில் ஒருவன், 'இவன் காணாமல் போன காவலர்களில் ஒருவன். மெக்கானே இந்தக் குற்றத்தை விசாரிக்க ஆரம்பிக்கும் முன்பே காணாமல் போனவன். கடவுளே இவன் இன்னும் உயிருடன் தான் உள்ளானா? ஆனால், இவன் கண்கள்..' என்று விழித்தவாறு உற்றுபார்த்தான்.

அப்போது அமிலியா, 'சரி, இவனின் குடும்பம் மற்றும் இவனை பற்றிய முழு தகவலையும் சேகரியுங்கள். மேலும் நான் கூறிய அனைத்தும் நினைவிருக்கட்-டும்....'

அவர்கள், 'இதை எல்லாம் ஏன் செய்கின்றனர்?' என்று பயத்துடன் கேட்டனர்.

அவள், சற்று மூச்சை இழுத்துவிட்டு, 'அதை அறியவே முயற்சி செய்து கொண்டிருக்கிறோம்.' என்றாள். பின்னர் இருவரும், லேசான பயத்துடனே அங்கி-ருந்து சென்றனர்.

அப்போது அமிலியாவிற்கு, அங்கு வேலைப்பார்க்கும் காவலர்கள் குறித்து பெரும் கவலை தோன்ற ஆரம்பித்தது.

அமிலியாவிற்கு நேரம் செல்ல செல்ல பெரும் பதற்றமாகவே இருந்தது. அவள் மனதில், 'இன்னும் அரை மணி நேரத்தில், நெல்சன் செல்லும் வாகனம் டாக்-டர் டீ வானின் ஆய்வு கூடத்திற்குச் செல்ல வேண்டும். நிச்சயம் நெல்சன் இந்த இரகசிய பரிமாற்றம் குறித்து கொலையாளிகளிடம் கூறியிருப்பான். ஆனால்....' என்று எண்ணி, சற்று எரிச்சல் அடைந்தாள்.

சில நிமிடங்களுக்குப்பிறகு....

அமிலியா மெக்கானேயின் அறையில், யோசித்தவாறு அங்கும் இங்கும் சென்று கொண்டிருந்தாள்.

அப்போது, அந்த தகவல் கட்டுப்பாட்டு அறையிலிருந்து, ஒருவன், 'மிஸ் அமிலியா, நெல்சன் சில நிமிடங்களுக்கு முன்பு, டைலரிடம் அழைப்பு கொடுத்-துள்ளான்.' என்று கூறி, அந்த ஆடியோ பதிவை அவளிடம் கொடுத்தான்.

அவள் ஆர்வமாக அதை வாங்கி கேட்க ஆரம்பித்தாள்.

அவள் அதை கேட்டதும், அவள் மனதில், 'நெல்சன் தவறு செய்துவிட்டாய்..' என்று கூறி, சிரித்து, அந்த அதிகாரியிடம், 'காவலர்களை ஆலோசனை அறைக்கு வர கூறுங்கள். அவர்களுக்கு வேலை வந்துவிட்டது.' என்று கூறி சற்று நிம்மதி அடைந்தாள்.

சில நிமிடங்கள் செல்ல, அமிலியா கோப்புகள் வைக்கும் அறைக்கு வந்தாள். அங்கு நாதன், ஒரு கையுடன், ஆவணங்களை அடுக்கி வைத்துக்கொண்டிருந்-தான் (நாதனின் இடது கை முறிந்ததால்).

அப்போது, நாதன் அங்கு அமிலியா வந்ததைப் பார்த்ததும், சற்று பதற்றம் கொண்டு, உடனே அவளுக்கு மரியாதை செய்தான்.

அவள், 'நாதன், நீ ஒரு உதவி செய்ய வேண்டும். ஆனால் உன்னால் முடி-யுமா என்று தான் தெரியவில்லை...' என்று தயக்கத்துடன் கேட்டாள்.

அவன், 'நீங்கள் என்ன கூறினாலும், அதை செய்வது என் கடமை.' என்று நிமிர்ந்தவாறு மரியாதையுடன் கூறினான்.

அவள், சரி என்று தலையசைத்து, அவளின் திட்டத்தை கூற ஆரம்பித்தாள். அவன், 'நிச்சயமாக என்னால் முடிந்தவரை இதற்காக செயல்படுவேன்.' என்று நம்பிக்கையுடன் கூறினான்.

அவள், 'இந்த நிலையில், உனக்கு இப்படி ஒரு பொறுப்பை கொடுப்பது கடினமாக உள்ளது. ஆனால் எனக்கு வேறு வழி தெரியவில்லை.' என்று வருத்தம் கொண்டாள்.

அவன், 'என்னால் இதை செய்ய முடியும்.' என்றதும், அவள் சரி என்று தலையசைத்து, பின்னர், 'சரி, இந்த திட்டம் இரகசியமாக செயல்படவேண்டும்.' என்று கூறி அங்கிருந்து சென்றாள்.

மெக்கானே அலுவலகத்தில் அமிலியா, தன் மனதில், 'நெல்சனை வைத்து, சடலங்களை அழிக்க திட்டம் இட்டுள்ளனர் என்றால், நிச்சயம் அந்த சடலங்களில் ஏதோ உள்ளது. கண்டிப்பாக, அது டாக்டருக்கும் தெரிந்திருக்கும். டாக்டருக்கு பாதுகாப்பாக மெக்கானேவும், டைலரும் இருந்தாலும், இன்டர்போல் காவலர்களும் அவர்களுக்கு தெரியாமல் பாதுக்காப்பில் உள்ளனர். எனவே டாக்டர் குறித்து கவலை இல்லை. இப்போது கவலையே உயிர் இல்லாதவர்கள் மீது தான்.' என்று எண்ணி, சற்று மூச்சை இழுத்து விட்டாள்.

20

பாதுகாப்பு

கருங்கல்லால் கட்டப்பட்ட ஒரு அறை, அங்கு தலைக்கு மேல் ஒரே ஒரு மஞ்சள் நிற மின் விளக்கு. அதற்கு கீழ், சில்வியா பெரும் பயத்தில், உடலை குறுக்கியவாறு படுத்திருந்தாள்.

அப்போது அங்கு சிலரின் குரல்கள் கேட்டதும், அவள் பெரிதும் பயந்து, அந்த அறையின் மூலைக்கு சென்று பெரும் பயத்தில் அமர்ந்து கொண்டாள்.

அப்போது, அந்த அறையின் கதவைத் திறந்து, ஒருவர் உள்ளே வந்தார். அவளின் பயந்த நிலையை பார்த்த அவர், 'சப்ஜக்ட் 56.... பயம் கொள்ளாதே, நான் உனக்கு உதவி செய்யவே வந்துள்ளேன்.' என்றார்.

அவள் பயத்தில், உடலை மூடிக்கொண்டு, அந்த மூலையில் அமர்ந்தவாறு முகத்தை மறைத்துக்கொண்டாள்.

அவர், மெதுவாக அவள் அருகில் வந்து, கண்கலங்கியவாறு, அவர் மனதில், 'சில்வியா, உனக்கு இப்படி ஒரு நிலை வரும் என்று நான் எதிர்ப்பார்க்கவில்லை. அப்பாவை பார்க்க தவித்தாய், இப்போது நான் உன் முன்னேயே நிற்கிறேன், ஆனால்.....' என்று எண்ணி, பெரிதும் மன வேதனை கொண்டு, அவளிடம், 'பயம் கொள்ளாதே, நீ இங்கு நலமாகவே இருப்பாய், உனக்கு ஏதேனும் வேண்டுமா?' என்று கேட்டார்.

அவள் ஏதும் கூறாமல், முகத்தை மறைத்தவாறே இருந்தாள்.

அவர், சற்று மூச்சை இழுத்துவிட்டு, 'சரி, இதை சாப்பிடு..' என்று கூறி, அவளுக்கு ஒரு பிரட்டை (Bread) கொடுத்தார்.

அவள், மெதுவாக அதை வாங்கி, சாப்பிட ஆரம்பித்தாள்.

அப்போது அவருக்குப் பின் ஒரு குரல், 'அவளை நன்றாக கவனித்து கொள், அவளால் நமக்கு ஆக வேண்டிய காரியங்கள் அதிகம் உள்ளன.' என்று...

அவர் மெதுவாக, கண்ணீருடன் திரும்பி பார்த்தார்.

மாலை 4 மணி, சிறப்பு விசாரணை காவல் நிலையம்...

அமிலியா கட்டுப்பாட்டு அறையில், சாதாரண சடலங்களை எடுத்து செல்லும் கண்டைனர் லாரியையும், சிவப்பு நிற கண்கள் கொண்ட சடலங்களை எடுத்து செல்லும் கண்டைனர் லாரியையும் கண்காணித்து கொண்டிருந்தாள்.

இரண்டு வாகனங்களும் சரியான பாதையில் தான் சென்று கொண்டிருந்தன.

அப்போது, அங்கிருந்த இரு தகவல் கட்டுப்பாட்டு அதிகாரிகளில் ஒருவர், 'மிஸ் அமிலியா, நாம் அனுப்பிய காவலர்கள், அங்கு செல்ல, இன்னும் ஒரு மணி நேரம் ஆகும். ஆனால் அதற்குள் நெல்சன் அந்த ஆய்வுக் கூடத்தை அடைந்து விடுவான். இவர்கள் அங்கு சென்றும் பலன் இருக்காதே?'

அவள், 'இவர்கள் தாமதமாக செல்லவேண்டும் என்பதே திட்டம். மேலும் நெல்சனைப் பிடிக்க ஒரு வழி செய்துள்ளேன்.' என்று கூறி லேசாக சிரித்தாள்.

அப்போது, ஒரு ஹெலிகாப்டர் மிகவும் வேகமாக பறந்து சென்று கொண்டிருக்க, அதிலிருந்து நாதன் ஒரு கையால் பைனாகுலர் வழியாக, நெல்சன் செல்லும் அந்த கண்டைனர் லாரியை பார்த்தான்.

அது சுமார் ஆறு கிலோமீட்டர்கள் தொலைவில் சென்று கொண்டிருந்தது. அப்போது நாதன், 'சீக்கிரம், இன்னும் பத்து நிமிடங்களில் அந்த ஆய்வு கூடத்திற்குள் அவர்கள் சென்றுவிடுவர். அதற்குள் நாம் அவர்களை வழி மறித்துவிட வேண்டும்.' என்று கூறி, மீண்டும் பைனாகுலர் வழியாக பார்க்க ஆரம்பித்தான்.

அப்போது மெக்கானேவும், டைலரும், என்ன நடக்க போகிறதோ என்ற பதற்றத்தில், அங்கும் இங்கும் நடந்து கொண்டிருந்தனர்.

டைலருக்கு, எங்கு அந்த மர்ம மனிதன் வந்துவிடுவானோ என்ற அச்சம் வேறு அதிகமாகவே இருந்தது.

அதே நேரத்தில், அந்த ஆய்வு கூடத்தை சுற்றிலும், உள்ள வீடுகள், சந்துகள், தோட்டம் என்று கிடைக்கும் இடங்களில் இன்டர்போல் காவலர்கள் மறைமுகமாக பதுங்கி கண்காணித்துக் கொண்டிருந்தனர்.

அப்போது அந்தக் கண்டைனர் லாரியில் நெல்சன், சரியான நேரத்திற்காக காத்திருந்தான். அவன் மனதில், 'அனைவருக்கும், இந்நேரம் என்னை பற்றி தெரிந்திருக்கும். இப்போது நான் ஒருவன் தான். ஆனால் எனக்கு எதிராக ஒரு காவலர் படையே உள்ளது. இதிலிருந்து தப்பிக்கவும் வேண்டும், அதோடு இந்த பிணங்களையும் அழிக்கவும் வேண்டும். அதற்கு ஒரே ஒரு வழி மட்டுமே உள்ளது.' என்று எண்ணி, தன் அருகில் உள்ள இரு இன்டர்போல் காவலர்களையும் பார்த்து, பின்னர் தன் கைகடிகாரத்தைப் பார்த்தான். அவன் மனதில், 'இந்நேரம், அவர்கள் வந்திருக்க வேண்டுமே? ஏன் தாமதம்?' என்று யோசித்து கொண்டிருக்-

கும் போது,

ஹெலிகாப்டர் சப்தம் கேட்க, நெல்சன் சற்று நிம்மதி அடைந்து, எதார்த்தமாக அவனுக்கு எதிரே பார்க்க, சற்று தொலைவில் ஒரு பெட்ரோல் பங்க்...

அவன் மனதில், 'இதுவே சரியான சமயம்.' என்று எண்ணி, அந்தப் பெட்ரோல் பங்க் மீது கண்டைனர் லாரியை திசை திருப்பி மோத வைக்க எண்ணி, வேகமாக ஓட்டுனரின் கட்டுப்பாட்டு சக்கரத்தை திருப்ப முயற்சித்தான்.

ஆரம்பத்திலிருந்தே, நெல்சன் மீது கவனமாக இருந்த, அந்த இரு இன்டர்போல் காவலர்கள் அதற்கு அனுமதிக்கவில்லை. அவர்கள் நெல்சனை, தடுத்து பிடித்து கொண்டனர்.

நெல்சன் என்ன செய்வது என்று புரியாமல், தன் பையில் இருந்த துப்பாக்கியை எடுத்து, அவர்களை சுட முயற்சிக்க, அதுவும் தோல்வியில் முடிந்தது. நெல்சன் பெரிதும் போராட ஆரம்பித்தான்.

நெல்சனின் இந்த செயலால், ஓட்டுனர் காவலன் வாகனத்தை தாறுமாறாக ஓட்ட ஆரம்பித்தான். அப்போது, சற்று தொலைவில் அவர்கள் முன், நாதன் இருக்கும் ஹெலிகாப்டர் சாலையை மறித்தவாறு நின்றது.

அந்த ஓட்டுனர் காவலர், பெரிதும் பதற்றம் அடைந்து, லாரியை சடாரென நிறுத்த, சண்டை போட்டு கொண்டிருந்த இருவரும் தாறுமாறாக மோதிக்கொண்டு, நிலை குழைந்தனர்.

அப்போது, ஹெலிகாப்டரில் இருந்து, நாதனும் சில இன்டர்போல் காவலர்களும் வெளியே வந்து, அந்த லாரியை நோக்கினர்.

அவர்களைப் பார்த்த நெல்சன் உடனே கண்டைனர் லாரியை விட்டு, வேகமாக இறங்கி, நாதனை நோக்கி ஓட ஆரம்பித்தான். அவனை துரத்திக்கொண்டு, அந்த காவலர்கள் பின்னே ஓடி வந்தனர்.

அப்போது நாதன், 'நெல்சன், என்ன ஆனது?' என்று பதற்றமாக கேட்டான்.

நெல்சன் மூச்சு வாங்க, 'இவர்கள் என்னை கொலை செய்ய வருகின்றனர். இவர்களும் அந்தக் கொலையாளிக்கு வேலை செய்பவர்கள் போல் தெரிகிறது. இவர்கள் இந்தப் பிணத்தை அழிக்க பார்க்கின்றனர்.' என்றான்.

நாதன், 'என்ன கூறுகிறாய்?' என்ற போது, அந்த இரு இன்டர்போல் காவலர்கள், வேகமாக அங்கு வந்து, 'நெல்சன், உன் மீது அமிலியா கொண்ட சந்தேகம் நிரூபணம் ஆனது..' என்றனர்.

நெல்சன், நாதனிடம் 'என் மீது பழி போட பார்க்கின்றனர்.' என்றதும்,

நாதன், 'கவலை வேண்டாம், டைலர் என்னிடம் அனைத்தும் கூறிவிட்டான்.' என்று கூறிவிட்டு, அந்த இரு இன்டர்போல் காவலர்களிடம், 'சற்று பொறுங்கள்.' என்று கூறி, நெல்சனிடம், 'நெல்சன், நீ ஹெலிகாப்டருக்கு சென்று முதல் உதவி எடுத்துக் கொள், நான் இவர்களை பார்த்துக் கொள்கிறேன்.' என்றான்.

நெல்சன் நிம்மதி அடைந்து, ஹெலிக்காப்டரை நோக்கினான். ஆனால் அவன், அந்த சடலங்களை அழிக்க, முடியவில்லையே என்று பெரும் எரிச்சலும், பயமும் கொண்டான்.

அப்போது நாதன், நெல்சன் ஹெலிகாப்டருக்குள் சென்றதை உறுதிப்படுத்திய பிறகு, அந்த இன்டர்போல் காவலர்கள் இருவரிடமும், 'கவலை வேண்டாம், நெல்சன் பற்றி அனைத்தையும் மிஸ் அமிலியா கூறிவிட்டார். இப்போது நெல்சனிற்கு எந்தச் சந்தேகமும் வர கூடாது என்பதற்காக உங்களை கைது செய்கிறோம். இந்த கண்டைனர் லாரியை, மற்ற காவலர்கள் எடுத்து செல்வார்கள். நாம் புறப்படலாம்.' என்றான்.

பின்னர் நாதன், அவர்களின் கைகளுக்கு விளங்கு மாட்டி, ஹெலிகாப்டரை நோக்கி அழைத்து சென்றான்.

பின்னர், ஹெலிகாப்டரில் இருந்து வந்த இரு இன்டர்போல் காவலர்கள், அந்தக் கண்டைனர் லாரியை நோக்கி சென்றனர்.

அப்போது நெல்சன், தன் பையில் இருந்து ஒரு பேஜரை (Pager) எடுத்து, அவர்கள் அங்கு வருவதற்குள், ஒரு குறிந்தகவலை அதிலிருந்து அனுப்பினான். அதில், 'பிளான் பி (Plan B)' என்று மட்டும் அனுப்பி, அந்த பேஜரை கையாலேயே உடைத்து நொறுக்கி, சற்று தூரமாக தூக்கி வீசி விட்டு, அமைதியாக அமர்ந்தான்.

பின்னர், அனைவரும் ஹெலிகாப்டருக்கு வந்ததும், வேகமாக ஏறி அங்கிருந்து சென்றனர். அதோடு அந்த கண்டைனர் லாரியும், ஆய்வு கூடத்தை நோக்கி புறப்பட்டது.

அப்போது நெல்சன் நாதனிடம், 'இவர்களை, அமிலியா தான் தேர்வு செய்து அனுப்பினாள். நிச்சயம் அவளும்..' என்று கூற, அந்த காவலர்கள் கோபம் கொள்ள ஆரம்பித்தனர்.

நாதன், இருவரையும் பொறுமையடையச் செய்துவிட்டு, நெல்சனிடம், 'நெல்சன், அவசரம் கொள்ளாதே, அமிலியா யார் என்று அறிந்து கொண்டு தான் பேசுகிறாயா? எதுவாக இருந்தாலும் விசாரணைக்குப் பிறகு முடிவு செய்து கொள்ளலாம்.' என்று கனத்த குரலில் கூறினான்.

நெல்சன், ஏதும் கூறாமல், அமைதியடைந்து, அவன் மனதில், 'எப்படியும் அந்த சடலங்களை அழித்துவிடுவர். பின்னர் அனைத்து உண்மைகளையும் கூறி, பழைய படி மெக்கானேவிற்கு வேலை செய்ய வேண்டும் அல்லது விலகி விட வேண்டும்.' என்று எண்ணி, தன் இருக்கையில் தளர்வாக சாய்ந்தான்.

சில நிமிடங்களில் அந்தக் கண்டைனர் லாரி, அந்த ஆய்வுக் கூடத்தை அடைந்தது. மெக்கானேவிற்கும், டைலருக்கும் பெரும் நிம்மதியாக இருந்தது.

அப்போது டாக்டர், 'அமிலியாவின் முதல் திட்டம் வெற்றி பெற்றது. இப்போது நாம் அவளின் இரண்டாம் திட்டத்தை நிறைவேற்ற வேண்டும்.' என்று கூறி, மெக்-கானேயிடம் ஒரு கடிதத்தை காட்டினார்.

அவர், 'இது, அமிலியா எனக்கு நேற்று அனுப்பிய கடிதம். இதில் அனைத்து திட்டத்தையும் எழுதியுள்ளாள். முதல் திட்டம் வெற்றி பெற்றால் மட்டுமே இதை உங்களிடம் கொடுக்க கூறினாள்.' என்றார். மெக்கானே விழித்தவாறு, அதை வாங்கி, பிரித்து பார்த்தார்.

அதே நேரத்தில், சிறப்பு காவல் நிலையத்தில்...

இன்டர்போலின் தகவல் அதிகாரியான டக்லஸ், அமிலியாவிற்கு ஒரு தகவல் கொண்டு வந்தார். அது சார்ஜன்ட் லாரன்ஸிடம் இருந்து, அந்த தகவல் அதிகாரி, அவளிடம், 'மிஸ் அமிலியா, உங்களின் கோரிக்கை ஏற்றுக்கொள்ளப்பட்டது, இன்-னும் சில நிமிடங்களில் அனைத்தும் தயாராகி விடும்.' என்றார்.

அவள் பெரும் நிம்மதி அடைந்து, 'ஒரு பெரிய வேட்டை காத்திருக்கிறது.' என்று கூற, அப்போது பிரேத பரிசோதனை அறையில் இருந்து, அந்தப் பரிசோ-தனை செய்பவர், 'மிஸ், அமிலியா, ஒரு முக்கிய தகவல்...' என்றார்.

அவள், விழித்தவாறு பார்க்க, அவர், 'அந்த சயனைடு வாயுவை, ஒரு மிக நுண்ணிய கேப்சூலில் (Micro Capsule) ல் அடைத்து, மெதுவாக வெளியேறு-வது போல் வடிவமைத்துள்ளனர். மேலும், அந்தக் கேப்சூல், இறந்த பிறகு ஏற்ப-டும், உடல் குளிர்ச்சியில் மட்டுமே உடைவது போல் வடிவமைத்துள்ளனர். அந்தக் கேப்சூல், பல நாட்களுக்கு முன்பே கொடுக்கப்பட்டுள்ளது. இதனால் அவர்கள் சயனைடினால் இறக்க வாய்ப்பில்லை, நம்மை குழப்பவே இவ்வாறு செய்துள்-ளனர்.' என்றார்.

அமிலியா புருவங்களை உயர்த்தியாவாறு, 'அப்படி என்றால், அவர்கள் எவ்-வாறு இறந்திருப்பர். இது பெரும் சிக்கல் தான். சரி, அந்த நினைவாற்றல் இழப்-பது குறித்து பார்த்தீர்களா?'

அவர், சோகமான முகத்துடன், இல்லை என்று தலையசைத்தார். அவள், 'சரி, கவலை வேண்டாம். நமக்கு அனைத்திற்கும் விடை கிடைக்க உள்ளது.' என்று கூறி, வேகமாக அங்கிருந்து சென்றாள்.

ஒரு மர்மமான இடம், அங்கு வெறும் தீப்பந்தங்கள் மட்டும், சுவர்களில் சொருகி வைக்கப்பட்ட நிலையில், எரிந்துகொண்டிருந்தன. அந்த ஒளியில், சிலர் ஒரு பெரிய மேஜையை சுற்றி, முகத்தில் ஒரு கருப்பு நிற துணையை கட்டிக்-கொண்டு அமர்ந்திருந்தனர்.

அப்போது சில்வியாவின் தந்தை அங்கு வந்து, அனைவரிடமும், 'நெல்சனிடம் இருந்து தகவல் வந்துள்ளது, அவன் பிளான் பி யை செயல்படுத்த கூறியுள்ளான்.' என்றார்.

அதைக்கேட்டதும், அனைவரும் சற்று முணுமுணுத்தவாறு பேச ஆரம்பித்தனர். பின்னர் அதில் ஒருவன், 'இவனை நாம் நம்பியிருக்க கூடாது. இவன் அந்த முட்டாள் மெக்கானேவிற்கே விஸ்வாசமானவன். எனவே தான் கவிழ்த்துவிட்டான்.'

மற்றொருவன், 'இவன் குடும்பம் எங்கே உள்ளது?' என்று கேட்க, சில்வியாவின் தந்தை, 'அவர்கள் இப்போது இன்டர்போல் பாதுக்காப்பில் உள்ளனர்.' என்றார்.

ஒருவன் மிகவும் எரிச்சல் அடைந்து, 'எப்படி அதற்குள்...? அப்படி என்றால் அவர்களுக்கு நெல்சன் மீது சந்தேகம் வந்துவிட்டது.'

அப்போது மற்றொருவன், 'இந்த அமிலியாவை நாம் மெக்கானே போல் சாதாரணமாக என்ன கூடாது. சரி இந்நேரம் நெல்சனை அவர்கள் பிடித்திருப்பர். எனவே அவனை விட்டுவிடுங்கள். பிறகுப் பார்த்து கொள்ளலாம். இப்போது பிளான் பி யை செயல்படுத்துங்கள். அந்தச் சடலங்களை நாம் அழித்தாக வேண்டும். இல்லை என்றால் அந்த டாக்டர் அனைத்தையும் அறிந்துவிடுவான். ஏற்கனவே நம்மை பற்றி பல விசயங்களை அறிந்துள்ளான்.' என்றான்.

மற்றொருவன், 'இனியும் நாம் அவனை விட்டு வைக்க கூடாது.' என்று கோபமாக கூறினான்.

அப்போது ஒருவன், 'இனி எப்படி நாம் சடலங்களை வெளியே கொண்டுவருவது?' என்று கேட்க,

அதற்கு சில்வியாவின் தந்தை, 'இந்த பிரச்சனை முடியும் வரை நாம் சடலங்களை இங்கேயே தான் வைத்தாக வேண்டும் அல்லது யாரையும் கொலை செய்யாமல் அடைத்து தான் வைக்க வேண்டும்.' என்றார்.

அனைவரும் சற்று மௌனமாயினர். அப்போது ஒருவன், 'சரி, பிளான் பீ ஆன, புரோஜக்ட் மான்ஸ்டரை (Project Monster) அனுப்புங்கள். இரவுக்குள் அனைவரும் இறந்துவிட வேண்டும். மெக்கானேயையும் சேர்த்து தான்...' என்று கூற. அனைவரும், சிரித்தவாறு, 'சைத்தானிற்காக..' என்று கூறி, மதுபானத்தை உயர்த்தி, பின் அதை குடிக்க ஆரம்பித்தனர்.

மாலை 6 மணி, மெக்கானேவும், டாக்டரும், இரண்டாம் திட்டத்தைச் செயல்படுத்த ஆரம்பித்தனர்.

மெக்கானே, அந்தக் கடிதம் மூலம், அவர்களை இரகசியமாக இன்டர்போல் காவலர்கள் கண்காணிப்பதை அறிந்துகொண்டார்.

அந்தச் சடலங்கள் கொண்ட கண்டைனர் லாரியில், டைலரும் அவனுடன் ஒரு இன்டர்போல் அதிகாரியும் ஏறிக்கொண்டனர்.

அதோடு, காலையில் முதல் வேலையாக அனுப்பப் பட்ட, சிவப்பு நிற கண்கள் அல்லாத சாதாரணமாக இறந்தவர்களின் சடலங்கள் கொண்ட கண்டைனர் லாரி-யும் அங்கு வந்து நின்றது.

அப்போது, சில காவலர்கள் அந்த லாரிக்குள் இருக்கும் சடலங்களை, ஆய்-வுக் கூடத்திற்குள் எடுத்துச் சென்று கொண்டிருந்தனர்.

அப்போது, டைலர் இருக்கும் கண்டைனர் லாரிக்கு வெளியே, டாக்டர் டி வான், 'டிடக்டிவ் டைலர், ஜாக்கிரதை, இந்தச் சடலங்கள் மிகவும் முக்கியம். இதில் தான் நமக்கு பல தடயங்கள் கிடைக்க உள்ளன.' என்று எச்சரித்தார்.

அப்போது மெக்கானே, டைலரிடம், 'கூறியவை நினைவில் இருக்கட்டும். உங்-கள் பாதுக்காப்பிற்கு இன்டர்போல் காவலர்களும், நம் காவல் நிலையத்தின் சில காவலர்களும் வருவர். நமக்கு தகவல் தொடர்பும் கிடையாது. எனவே ஜாக்கிர-தையாக செயல் படு.' என்றார்.

டைலர், சற்று மூச்சை இழுத்துவிட்டு, நம்பிக்கையுடன் சரி என்று தலைய-சைக்க, வாகனம் அங்கிருந்து புறப்பட்டு சென்றது.

அப்போது மெக்கானே டாக்டரிடம், 'விசயம் தெரிந்தும் நீங்கள் ஏன் முன்பே, முன் வந்து எங்களுக்கு உதவ வில்லை..?' என்று கேட்க, அவர், 'என் உயிருக்கு உத்திரவாதம் இருந்திருக்காது.... டிடக்டிவ், இந்த குற்ற விசாரணை உங்கள் ஒரு-வரால் மட்டும் செய்ய இயலாது. ஒரு வேலை நான் முன் வந்திருந்தால், நிச்சயம் என் உயிர் போயிருக்கும்.' என்றார்.

மெக்கானே, ஏற்க இயலா மனதுடன், 'இவ்வளவு நாட்களாக எப்படி உங்களை விட்டுவைத்தனர்?'

அவர், சிரித்தவாறு, 'அதற்கு காரணம் நான் இருக்கும் இடம் இரகசியமாக இருப்பதாலேயே... நான் இருபது முறை இடம் மாறி மாறி எனது ஆய்வுகளை தொடர்ந்து கொண்டிருக்கிறேன்.' என்று கூறி, மெக்கானேயின் தோளினைப் பிடித்து, 'அடர்ந்த காட்டிற்குள் மாட்டிக்கொண்டால், அங்கு உயிர் பிழைக்க, ஒரே இடத்தில் இல்லாமல், ஓடிக்கொண்டே இருக்க வேண்டும். அப்படி தான் என் நிலையும்..' என்று கூறி உள்ளே சென்றார்.

21

போராட்டம்

மாலை, 6.30 மணி, சிட்னி சிறப்பு காவல் நிலையம்..

அப்போது அமிலியாவிடம், இன்டர்போல் தகவல் அதிகாரி டக்லஸ், 'மிஸ் அமிலியா, நாம் புறப்படலாம்.' என்றார்.

அவள், அங்கு உள்ள அனைத்து காவலர்கள் முன்னும் வந்து நின்று, 'உங்களின் மொத்த விவரமும் அந்த கொலையாளியிடம் இருப்பதால், இனி நீங்கள் இந்தக் குற்ற விசாரணைக்காக செயல்படுவது ஆபத்தாகும். எனவே அனைவரும் உங்கள் வீடுகளுக்கு திரும்புங்கள். யாரும் இங்கு இருக்க வேண்டாம். இந்த குற்ற விசாரணை முடியும் வரை, இனி இன்டர்போல் அதிகாரிகள் செயல்படுவர். தேவைப்படும் போது, உங்களை அழைப்போம். குடும்பம் உள்ளவர்கள் வேறு எங்காவது சென்றுவிடுங்கள்.' என்று கூறியதும், சில நிமிடங்களில், அனைவரும் வேகமாக அங்கிருந்து புறப்பட ஆரம்பித்தனர்.

ஆனால், அமிலியா தான் தேர்ந்தெடுத்த, சில காவலர்களைத் தவிர மற்ற அனைத்து காவலர்களும், அங்கிருந்து ஒரு சில நொடிகளில் சென்றுவிட்டனர்.

அவள், சற்று நிம்மதி அடைந்து, அங்கு மீதம் உள்ள காவலர்களிடம், 'புறப்படலாம்' என்று கூறி, அங்கிருந்து சென்றாள்.

அதே நேரத்தில், அடர்க் கருமை நிற மேக மூட்டம் சூழ ஆரம்பித்தது.

அப்போது, டைலர் பதற்றமாக அந்த கண்டைனர் லாரியில் சென்று கொண்டிருந்தான். அவன் வாகனம் ஓட்டிக்கொண்டிருந்த இன்டர்போல் காவலரிடம், 'இன்னும் எவ்வளவு நேரத்தில் அங்கு சென்றடைவோம்.' என்று ஒரு வித பயத்துடனே கேட்டான்.

அதற்கு அந்த காவலர், 'எப்படியும் மூன்று மணி நேரங்கள் ஆகிவிடும்.' என்றார். டைலர், சற்று மூச்சை பலமாக விட்டு, மணியைப் பார்த்தான்.

முப்பது நிமிடங்கள் கழித்து...

முழு இருள் சூழ்ந்து, மின்னல் வெட்டுகளுடன் மிதமான மழை பொழிந்துக் கொண்டிருந்தது. அப்போது டாக்டர் டி வானின் ஆய்வு கூடத்தில்....

மெக்கானே பெரும் பதற்றத்துடன் தலையில் கைவைத்தவாறு அமர்ந்திருந்தார். அப்போது டாக்டர், தன் அறையில் தனது முக்கிய ஆவணங்களை எடுத்து வைத்துகொண்டிருந்தார்.

அவர்களுடன், ஆறு இன்டர்போல் காவலர்கள் பாதுக்காப்பிற்காக நின்று கொண்டிருந்தனர்.

அப்போது ஒரு சப்தம், 'டாங்க், டாங்க்...' என்று....

அனைவரும் பதற்றத்துடன் சப்தம் வந்த திசையை நோக்கி துப்பாக்கியை நீட்டி தயாராக நின்றனர். அப்போது, மெக்கானே எழுந்து தன் துப்பாக்கியில் கைவைக்கும் போது, டாக்டர் டீ வான், 'டிடக்டிவ், நேரம் வந்துவிட்டது. அமிலியாவின் கணிப்பின் படியே நடக்கிறது. நாம் செல்ல வேண்டும்.' என்று கூற, இருவருவரும் அங்கிருந்து வேகமாக உள்ளே சென்றனர்.

மற்ற காவலர்கள், கவனமாக அந்த ஒலியை நோக்கி துப்பாக்கியை ஏந்தியவாறு நின்று கொண்டிருந்தனர்.

அப்போது, ஒரு கோடாரியை தரையில் தேய்த்துக் கொண்டு வரும் சப்தம் கேட்க ஆரம்பித்தது.

அப்போது ஒரு காவலர், தன் வாக்கி டாக்கியில், 'நிச்சயம், அந்த மர்ம மனிதன் தான். அனைவரும் தயாராக இருங்கள்.' என்றார்.

சில நொடிகளில், ஒரு பெரிய கருப்பு உருவ மனிதன் அவர்கள் முன் தோன்ற, அங்கு உள்ள காவலர்கள் சற்று பதற்றத்துடன் அவனை நோக்கி துப்பாக்கியை நீட்டியவாறு நின்று கொண்டிருந்தனர்.

அப்போது ஒருவன், அந்த மர்ம மனிதனிடம், 'அப்படியே நில், உன் ஆயுதத்தை கீழே போடு..' என்று அதட்டலாக கூற, அந்த மர்ம மனிதன், லேசாக தலையை திருப்பி அந்த காவலனைப் பார்த்த, அடுத்த நொடி, தன் கோடாரியை, அந்த காவலனை நோக்கி வீசினான். அது நேராக அந்த காவலனின் தலையில் சொருகிக்கொண்டது. அவன் அப்படியே வீழ்ந்தான்.

அதைப்பார்த்ததும், அனைவருக்கும் பயத்தில் வியர்க்க ஆரம்பித்தது.

அப்போது ஒரு காவலன், வாக்கி டாக்கி மூலம், 'உதவி தேவை, சீக்கிரம், அவன் எங்களை தாக்கி கொண்டிருக்கிருக்கிறான்.' என்று கூறி முடிக்க, அந்த மர்ம மனிதன், மெதுவாக முன்னேறி, அந்தக் கோடாரியை அந்த காவலர் தலையில் இருந்து எடுத்து, மற்ற காவலர்களைப் பார்த்தான்.

அவர்கள், பெரும் பயத்தில், அங்கும் இங்கும் நகர்ந்த வாறே இருந்தனர். அப்போது, அவன் தலையில், ஒரு தோட்டா வேறு ஒரு பக்கமாக வந்து பாய்ந்தது.

அந்த தோட்டா, அவன் தலைக்குள் செல்லாமல், தரையில் விழும் சப்தம் கேட்க, அவன் தோட்டா வந்த திசையில் திரும்பி பார்த்தான்.

அங்கு மெக்கானே துப்பாக்கியை நீட்டியவாறு, சற்று பதற்றத்துடன் நின்று கொண்டிருந்தார். அவன் கோபம் அடைந்தவனாக, அவரை சற்று வேகமான நடையில் துரத்த ஆரம்பித்தான்.

உடனே மெக்கானே, ஆய்வகத்திற்குள்ளேயே ஒரு இடத்தை நோக்கி ஓட ஆரம்பித்தார்.

அப்போது ஒரு காவலன் தன் வாக்கி டாக்கியில், 'இப்போது அவன், டிடக்டிவ் மெக்கானேயை துரத்திக் கொண்டிருக்கிறான்.' என்றான்.

சில நொடிகளில், அந்த இடத்தில் சுமார், முப்பது இன்டர்போல் காவலர்கள் பெரிய மற்றும் பயங்கரமான ஆயுதங்களை கொண்டு வந்து, அந்த மர்ம மனிதனை துரத்த ஆரம்பித்தனர்.

அப்போது மெக்கானே, ஒரு அறைக்குள் சென்று கதவை மூடி விட்டு, மூச்சு வாங்க, நின்று அந்த கதவையே பார்த்து கொண்டிருந்தார். அப்போது அவர் பின் ஒரு குரல், 'டிடக்டிவ், சீக்கிரம்..' என்று, அவர், வேகமாக திரும்பிப் பார்க்க, அங்கு டாக்டர் டீ வான், அந்த அறையின் அடுத்த பக்கம் இருக்கும் ஒரு கதவை திறந்து வைத்துக்கொண்டு நின்று கொண்டிருந்தார்.

உடனே மெக்கானே, அந்தக் கதவை நோக்கி ஓடினார்.

அப்போது அந்த மர்ம மனிதன், கோடாரியால் அந்தக் கதவை உடைக்க ஆரம்பித்தான். டாக்டரும், மெக்கானேவும், அந்தக் கதவு வழியாக சென்று, பின்னர் சாவி கொண்டு மூடிவிட்டு அங்கிருந்து ஓடினர்.

அந்த மர்ம மனிதன், கதவை உடைக்கும் போது, ஒரு கிரானேடு (Granede bomb) வெடிகுண்டு உருண்டு வந்து அவன் காலில் தட்டி நின்றது.

அவன் அது என்ன என்று பார்த்த அடுத்த நொடி, அது வெடித்து சிதறியது.

வெடிகுண்டு வெடித்ததில் அந்த இடமே பெரும் சேதம் அடைந்து, ஒரே புகை மூட்டமாக காணப்பட்டது. இருப்பினும் இன்டர்போல் காவலர்கள் அவன் இறந்துவிட்டதை உறுதி படுத்த, அந்தப் புகை வழியாக மெதுவாக முன்னேறினர்.

அப்போது அந்தப் புகையில், ஒரு கருப்பு உருவம் கம்பீரமாக நின்று கொண்டு, தன் கோடாரியை வீச வருவதைப் பார்த்த ஒரு காவலன், 'அனைவரும், குனியுங்கள்..' என்று கத்தி, தரையில் படுக்க, அனைவரும் வேகமாக குனிய ஆரம்பித்தனர்.

இருப்பினும், அந்த கோடாரி ஒரு காவலனின் தோள்பட்டையில் சொருகிக்கொண்டது.

அந்த மர்ம மனிதன், வேகமாக அவர்களை நோக்கி வர, உடனே அனைவரும், தங்களின் ஆயுதங்களை தயார்ப் படுத்தி, அவனை சுட ஆரம்பித்தனர்.

ஒவ்வொருவரின் கையிலும் பெரும் பயங்கர ஆயுதங்கள். ஆனால், அந்த மர்ம மனிதனிடம் எந்த ஒரு தடுமாற்றமும் இல்லை, மிகச்சாதாரணமாக கையாலேயே காவலர்களை அடித்து நொறுக்க ஆரம்பித்தான்.

காவலர்கள், அவனை சுட்டுக்கொண்டும், இவன் அவர்களை கையாலேயே அடித்து தூக்கி வீசியும் ஒரு பெரும் சப்தத்துடன் சண்டையிட்டு கொண்டிருந்தனர்.

அப்போது ஒரு காவலன் பெரிதும் ஆத்திரம் அடைந்து, ஒரு நீளமான பெட்டியில் உள்ள இராக்கெட் லாஞ்சரை எடுத்து, அதை வேக வேகமாக பொருத்தி, தன் தோளில் வைத்து, அந்த மர்ம மனிதனை நோக்கி நீட்டினான்.

அவன், 'அனைவரும் விலகுங்கள்..' என்று கத்த, அங்கு உள்ள காவலர்கள், வேக வேகமாக அங்கிருந்து ஓட ஆரம்பித்தனர்.

அப்போது அந்த மர்ம மனிதன், ஒரு காவலனின் உடலில் சொருகி இருந்த தன் கோடாரியை பார்க்க, அதை எடுக்க ஒரு அடி எடுத்து வைக்கும் போது, அந்த காவலன், அவனை நோக்கி அந்த இராக்கெட் லாஞ்சரை ஏவினான்.

ஆனால், அதை அறிந்து கொண்ட, அந்த மர்ம மனிதன், அது அருகில் வரும் போது, சாதாரணமாக கையால் தட்டிவிட, அது அவனை தாக்காமல், அவனை கடந்து சென்று, ஒரு சுவற்றில் பாய்ந்தது வெடித்து சிதறியது.

அதைப் பார்த்த அனைவரும் அதிர்ந்து போயினர்.

அந்த மர்ம மனிதன், அந்தக் கோடாரியை வேகமாக சென்று எடுக்க, அந்த காவலன், வேறு ஒரு இராக்கெட் லாஞ்சர் வெடிகுண்டை பொருத்தி, தாக்க தயாராக இருக்கும் போது, அவனின் வயிற்றில் அந்த மர்ம மனிதனின் கோடாரி பாய்ந்தது.

அவன் அப்படியே தரையில் சாய்ந்தான்.

அதைப் பார்த்து பெரும் கோபம் அடைந்த மற்ற காவலர்கள், வேக வேகமாக அவனை சுற்றி வளைக்க ஆரம்பித்து, அவன் அந்த காவலர் வயிற்றில் உள்ள கோடாரியை எடுக்காமல் இருக்க முயற்சித்தனர்.

அனைவரும், அவனை தாறுமாறாக சுட்டுகொண்டே இருந்தனர்.

பெரும் துப்பாக்கிகள் சுடப்படும் சப்தமும், அதனால் உருவான பெரும் புகையும், அந்த இடம் சேதம் அடையவதால் ஏற்படும் தூசுகளும், புகையும், அந்தக் கட்டிடத்தையே மூழ்கடித்தன. அவர்களின் துப்பாக்கிகளின் சப்தங்கள் அந்த இடத்தையே அதிரச்செய்தன.

அப்போது, மெக்கானேவும், டாக்டரும், ஒரு அறையில் பரபரப்பாக சில பொருட்களை எடுத்து வைத்து கொண்டிருந்தனர்.

மெக்கானே, 'டாக்டர், இதற்கு மேல் வழி இல்லையே, நாம் எப்படி தப்பிப்பது. அவன் நிச்சயம் வந்துவிடுவான்.' என்று பெரிதும் பதறினார்.

டாக்டர், 'கவலை வேண்டாம். அந்தக் காவலர்கள் அவனின் நேரத்தை வீண-டித்து கொண்டிருக்கிறனர். நமக்கு இப்போது தேவை தப்பிக்கும் வழி அல்ல, நேரம் தான்.' என்றார்.

மெக்கானே அதிர்ச்சியுடன், வேலையை தொடர்ந்தார்.

அப்போது காவலர்கள், அந்த மர்ம மனிதனை சுட்டு கொண்டிருந்தாலும், அவன் தன் கைகளாலேயே காவலர்களை பறக்க விட்டு கொண்டிருந்தான்.

அதில் அவன், ஒரு காவலரை, தன் இரு கைகளாலும் தூக்கி இரண்டாக பிய்த்து, எறிந்த காட்சி, அனைவரின் ஈரக்குலையையும் நடுநடுங்க செய்தது.

அப்போது ஒருவன், பெரும் கொபம் கொண்டு, மீண்டும் அந்த இராக்கெட் லாஞ்சரை எடுத்து, அந்த மர்ம மனிதனின் முதுகு பகுதியில் குறிவைத்து, அருகில் உள்ள காவலர்கள் பற்றி கவலை கொள்ளாமல், இராகெட் லாஞ்சரை ஏவினான்.

அந்த இராக்கெட் வெடிகுண்டு, அவனின் முதுகை தாக்கிய அடுத்த நொடி, அவன் முன்னோக்கி வீசி எறியப்பட்டு, அந்த கட்டிடத்தின் முன் பக்க வாசலை உடைத்து கொண்டு, சாலையில் நிறுத்தப்பட்டிருந்த அந்த கண்டைனர் லாரியினை பிளந்து கொண்டு, உள்ளே சொறுகிக்கொண்டான். அந்த மோதலில், அந்த கண்-டைனர் லாரி அப்படியே கவிழ்ந்தது.

இந்த தாக்குதலால் மூன்று காவலர்கள் இறந்தே போயினர்.

மீதம் உயிருடன் இருக்கும் எட்டு காவலர்கள், அதிகமாக அடிப்பட்டு, எழ முடியாமல் வலியில் துடித்துக் கொண்டிருந்தனர்.

அந்த இராக்கெட் லாஞ்சரை ஏவியவன், மூச்சுவாங்க உடலில் இரத்தக் காயங்களுடன், மெதுவாக அந்த இடத்தின் நிலையைப் பார்த்தான். எங்கும் ஒரே தூசுகளும், புகை மண்டலங்களுமே காணப்பட்டன. இதனால் அருகில் உள்ளவர்-களே தெரியவில்லை.

அந்த இடமே பெரும் சேதம் அடைந்து, ஆங்காங்கே இரத்தமும், காவலர்க-ளின் சடலங்களுமே காணப்பட்டன.

அவன் மெதுவாக அங்கிருந்து வெளியே வந்து, அந்த மர்ம மனிதனின் நிலை குறித்து அறிய, கையில் இராக்கெட் லாஞ்சரை எடுத்துக் கொண்டே சென்றான்.

அங்கு அந்த கண்டைனர் லாரி கவிழ்ந்து கிடப்பதை பார்த்ததும், அவன் 'ஹோலி ஜீசஸ்.' என்று அதிர்ச்சியுடன் கூறி மூச்சை பலமாக விட்டான்.

அவன் மனதில், 'இதில் நிச்சயம் அவன் இறந்திருக்க வேண்டும்.' என்று எண்ணி முடிக்க, அந்த கண்டைனர் லாரியிலிருந்து சில சப்தங்கள், அந்த காவ-லர் பெரிதும் பதற்றம் அடைந்து, வேகமாக உள்ளே சென்று, இராக்கெட் லாஞ்சர் வெடிகுண்டை அதில் பொருத்தி, மீண்டும் வெளியே வந்து, அந்த லாரியை சுட தயாராக நின்றான்.

அப்போது அந்த மர்ம மனிதன், அந்த கண்டனர் லாரியினுள் நுழைந்ததால் உருவான, துளை வழியாக மெதுவாக வெளியே வர, அந்த காவலன் அதிர்ந்து போனான்.

அவன் கோபத்தில், 'நீ இறந்தாக வேண்டும்..' என்று கத்தி, அந்த இராக்கெட் லாஞ்சரை அந்த கண்டைனர் லாரியின் பெட்ரோல் டேங்க்கை குறிவைத்து தாக்கிய அடுத்த நொடி, அந்த கண்டைனர் லாரி வெடித்து சிதறியது.

அதிக உயரத்திற்கு நெருப்புடனும், பலத்த சப்தத்துடனும் வெடித்து சிதறியதில், அந்த காவலன், சற்று பின்னோக்கி பறந்து சென்று விழுந்தான்.

அந்த இடமே போர்க்களம் போல் ஆனது. அந்த சப்தம், உள்ளே இருக்கும் மெக்கானேவிற்கும் டாக்டருக்கும் ஒரு பெரிய வெடிகுண்டு வெடித்து போன்று இருந்தது. இருவரும் பதற்றத்துடன், வியர்த்து போய் ஒருவரை ஒருவர் பார்த்து கொண்டனர்.

அந்த காவலன், பறந்து சென்று விழுந்ததில், அவனுக்கு தாறுமாறாக அடிப்பட்டு, வலியில் துடித்துக் கொண்டிருந்தான்.

அமிலியா அனுப்பிய சிறப்பு விசாரணை காவலர்களில் பாதி பேர் இறந்துவிட்டனர். இன்டர்போல் அதிகாரிகளில் மூவர் மட்டுமே உயிருடன் இருந்தனர்.

அப்போது ஒரு சிறப்பு விசாரணை காவலர், தன் கையை வலியில் பிடித்து கொண்டே, அந்த லாஞ்சரை ஏவிய இன்டர்போல் காவலன் அருகில், வந்து, 'நீங்கள் நலம் தானே?' என்று கேட்க, அந்த இன்டர்போல் காவலன், 'பேக் அப் (Back up), பேக் அப் ற்கு தகவல் கொடு.' என்று வலியில் துடித்தவாறே கத்தினான்.

உடனே அந்தக் காவலனும் வேகமாக தன் வாக்கி டாக்கியில், 'நாங்கள் தாக்கப்பட்டுள்ளோம். எங்களுக்கு பேக் அப் உதவி தேவை.' என்று அதை மீண்டும் மீண்டும் மூன்று முறை கூறினான்.

பின்னர் அவன் மெதுவாக வெளியே வந்துப் பார்த்தான். அந்த கண்டைனர் லாரி பெரும் தீப்பிளம்பில், அதிக அனலுடன், பெரும் வெளிச்சத்தில் எரிந்து கொண்டிருந்தது.

அந்தக் காவலன், 'இவன் மனிதனாக இருக்க வாய்ப்பில்லை. இவன் ஒரு சைத்தான்..' என்று பெரும் அதிர்ச்சியுடன் கூறினான்.

அப்போது, மெக்கானேவும், டாக்டரும், தன் வேலைகளை முடித்து விட்டு, வேகமாக அங்கிருந்து சென்றனர்.

அப்போது மெக்கானே, 'டாக்டர், இதெல்லாம் என்ன பெட்டிகள், இதை ஏன் நாம் எடுத்து இந்த குப்பைகளை போடும் துளைக்குள் போட்டுகொண்டிருக்கிறோம்?' என்று குழப்பத்துடன் கேட்டார்.

டாக்டர், 'இவை அனைத்தும் என் ஆராய்ச்சிக்கான ஆதாரங்கள். இதை என்னால் இழக்க இயலாது.'

மெக்கானே, 'இதை தான் உள்ளே பேக் செய்து கொண்டிருந்தீர்களா? அப்படி என்றால், நாம் எப்படி இந்த மர்ம மனிதனிடம் இருந்து தப்பிப்பது?'

அவர், 'கவலை வேண்டாம், வெளியே நிலைமை எவ்வாறு உள்ளது என்று பார்த்து விட்டு, அதற்குத் தகுந்தார் போல் தான் செயல் பட வேண்டும். நான் முன்பே கூறினேனே, நமக்கு தேவை நேரம் மட்டும் தான்.' என்றார்.

மெக்கானே, ஒன்றும் புரியாமல், பெரும் குழப்பத்தில் இருக்க, டாக்டர், 'சரி, நாம் வேகமாக செல்லவேண்டும்.' என்று கூறி, தன் நடையின் வேகத்தை அதிகரித்தார்.

மெக்கானே, 'இந்தப் பெட்டிகளை ஏன் இந்த குப்பை துளை வழியாக..?' என்றதும், அவர், 'கீழே குப்பை தொட்டி இல்லை. அதற்கு பதிலாக என் கார் தான் உள்ளது. நாம் அதன் மூலமாகவே தப்பிக்க உள்ளோம்.' என்றதும், அப்போது தான் மெக்கானேவிற்கு நிம்மதியே வந்தது.

உடனே இருவரும் அங்கிருந்து, வாசலை நோக்கினர்.

அப்போது சண்டை நடந்த பகுதியில், அவர்கள் அந்த இடத்தின் நிலையைப் பார்த்ததும், அதிர்ச்சியில் உறைந்து போயினர்.

மெக்கானே, 'ஹோலி மோலி (Holy molly)' என்று அதிர்ந்தவாறு கூறி, அங்காங்கே சிதறிக்கிடந்த காவலர்களின் சடலங்களையும், சிலர் வலியில் துடித்தவாறு இருப்பதையும் பார்த்ததும், அவரின் இதயம் வெடித்து விடும் அளவிற்கு வேகமாக துடிக்க ஆரம்பித்தது.

இது நாள் வரையில் எந்த ஒரு குற்றவாளிக்கும் பயம் கொள்ளாத அவர், முதல் முறையாக இந்த மர்ம மனிதனை நினைத்து பயம் கொள்ள ஆரம்பித்தார்.

அப்போது டாக்டர், 'அவனை கொன்றுவிட்டார்கள் போல் தெரிகிறது' என்று கூறி, வேகமாக வாசலை நோக்கினார்.

இருவரும், வாசலிற்கு வந்ததும், அந்த லாரி எரிவதைப் பார்த்து பெரிதும் அதிர்ந்தனர்.

அப்போது அங்கு இருந்த அந்த சிறப்பு விசாரணை காவலர், 'டிடக்டிவ், அவன் இறந்து விட்டான் போல் தெரிகிறது. நீங்கள் இங்கிருந்து சென்று விடுங்கள். எங்களை மீட்க பேக் அப் பிற்கு கூறியுள்ளேன்.' என்றான்.

மெக்கானே நிம்மதி அடைந்து, மூச்சை பலமாக விட்ட அந்த சமயத்தில்....

அந்த கண்டைனர் லாரியிலிருந்து ஒரு சிறிய பகுதி மட்டும் எரிந்து கொண்டே, பிடுங்கிக்கொண்டு பறந்து வானத்தை நோக்கியது.

அதைப் பார்த்த மூவரும், அதிர்ச்சியில் அப்படியே உறைந்து போய் நின்றனர்.

22

சதுரங்க ஆட்டம்

சிட்னி நகருக்கு, சில கிலோமீட்டர்கள் தொலைவில் உள்ள ஒரு காட்டுப்பகுதியில் மறைவாக உள்ள ஒரு சிறிய மைதானத்தில், அமைக்கப்பட்ட இன்டர்போல் இரகசிய கூடாரம்...

அங்கு அமிலியா, சில காவலர்களுடம் பேசிக்கொண்டே, சார்ஜன்ட் இருக்கும் கூடாரத்தை நோக்கினாள்.

அப்போது அமிலியா, 'டாக்டர் டி வான் ஆய்வகத்தில், முப்பது காவலர்கள் இருந்தும், பேக் அப் உதவி தேவைப்படுகிறது என்றால், நிச்சயம் அந்த மர்ம மனிதன் பெரும் பலத்துடன் இருக்க வேண்டும். நான் அவனை குறைவாக எடைப் போட்டுவிட்டேன்.' என்று கூறி, சற்று யோசித்தவாறு நிடப்பதை நிறுத்தி,

பின்னர், 'சரி, நான் கூறுவது போல் செய்யுங்கள். நிச்சயம் அந்த மர்ம மனிதன் சிக்குவான்.' என்று, அவளின் திட்டத்தை கூற ஆரம்பித்தாள்.

கடைசியாக அவர்களிடம், 'தாமஸையும் டாக்டரையும் நாம் பாதுகாத்தால் போதும், அதோடு கொலையாளிகளுக்கு பாதுகாப்பாக இருக்கும், இவனையும் நாம் பிடித்துவிட்டால், நம் பலம் அதிகமாகும்.' என்றாள்.

அவர்கள் ஆச்சரியமாக அவளைப் பார்த்தனர். அப்போது ஒரு அதிகாரி, 'இது சாத்தியம் தானா?' என்று சந்தேகத்துடன் கேட்டார்.

அவள், 'முயற்சி செய்வோம். எனக்கு நம்பிக்கை உள்ளது. சீக்கிரம் செயல்படுங்கள்.' என்று கூறி அங்கிருந்து வேகமாக சென்று, ஒரு கூடாரத்திற்குள் நுழைந்தாள்.

அந்த கூடாரத்தினுள், சார்ஜன்ட் லாரன்ஸும், அவருடன் சில அதிகாரிகளும் பேசிக்கொண்டிருந்தனர்.

அங்கு அமிலியா வந்ததைப் பார்த்த, சார்ஜன்ட் சற்று பரபரப்பாக, 'மிஸ் அமிலியா, செயற்கைகோள் பதிவிலிருந்து ஒரு தகவல் கிடைத்துள்ளது. டாக்டர் ஆய்-

வகத்தில் ஒரு பெரிய வெடி விபத்து நிகழ்ந்துள்ளது.'

அவள் விழித்தவாறு, 'அப்படி என்றால், அங்கு உள்ள காவலர்களின் நிலை?' என்று கேட்க, சார்ஜன்ட், 'நிலைமை மிகவும் மோசமாகியுள்ளது. தாமஸ் மற்றும் டாக்டர் டி வான் என்ன ஆனார்கள் என்றும் தெரியவில்லை.' என்று படபடத்-தார்.

அவள், 'எனவே தான் பேக் அப் உதவியை நாடியுள்ளனர்.' என்ற போது, சார்ஜன்ட், 'மிஸ் அமிலியா...' என்று சற்று தயங்கினார்.

அவள் விழித்தவாறு அவரைப் பார்க்க, அவர், 'பிரதமர், இராணுவத்தின் உதவியுடன் செயல் பட கூறுகிறார்.' என்றார்.

அவள், எரிச்சல் அடைந்து, 'அதற்கு அவசியம் இல்லை. இப்போது அவர்கள் இங்கு வந்தால், அனைத்தும் சொதப்பிவிடும்.'

சார்ஜன்ட், 'நமக்கு, இரண்டு நாட்கள் மட்டுமே நேரம் கொடுத்துள்ளார். அதற்-குள் நிலைமை கட்டுக்குள் வர வில்லை என்றால், இங்கு இராணுவம் வந்துவி-டும்.' என்றார்.

அவள் கோபம் கொண்டு, 'இப்போது பிரதமருக்கு என் மீதும் நம்பிக்கை இல்-லையா?'

அவர், 'மிஸ் அமிலியா, அப்படி அல்ல, நாம் காவலர்களை இழந்து கொண்-டிருக்கிறோம். டாக்டர் ஆய்வகத்தில் இப்போது என்ன நடந்தது? எத்தனைப் பேர் அங்கு வந்து, நம் காவலர்களை தாக்கியுள்ளனர்? தாமஸிற்கும், டாக்டர் டி வானிற்கும் என்ன ஆனது என்று ஒன்றும் தெரியவில்லை?' என்று பதற்றமாக கூறினார்.

அவள், சற்று மூச்சை இழுத்து விட்டு, 'அங்கு வந்தது ஒருவன் தான். அவனால் தான் இவ்வளவு பெரிய விபரீதமும்' என்றாள். அனைவரும் ஆச்சரிய-மாக அவளைப் பார்த்தனர்.

பின்னர் அவள், 'கவலை வேண்டாம். அதற்கு தான், நான் சில திட்டங்களை தீட்டியுள்ளேன். நிச்சயம் அது வெற்றி பெரும்... வெற்றி பெற வேண்டும்..' என்று உறுதியாக கூறினாள்.

சார்ஜன்ட், 'மிஸ் அமிலியா உங்கள் மீது எங்கள் அனைவருக்கும் நம்பிக்கை உள்ளது. ஆனால் எதுவாக இருந்தாலும்....' என்று கூறும் போது, அவள், 'எனக்கு புரிகிறது. சரி, நெல்சன் எங்கே?' என்று கேட்க,

அவர், 'மிஸ் அமிலியா...' என்று தயங்கினார்.

அவள், 'என்னை, என் வேலையை செய்ய விடுங்கள்.' என்று கூறி லேசான கோபத்துடன் அவரைப் பார்க்க, சார்ஜன்ட், 'நெல்சன் மூன்றாம் எண் கூடாரத்தில் உள்ளான்.' என்றார்.

சில நிமிடங்களுக்குப் நிமிடங்களுக்குப் பிறகு...

அந்த எரிந்து கொண்டிருக்கும் கண்டைனர் லாரியிலிருந்து ஒரு சிறு பகுதி மட்டும் பிடிங்கிக்கொண்டு வானத்தை நோக்கியது.

அதைப் பார்த்து அதிர்ச்சியில் உறைந்த மூவரும், என்ன நடக்கிறது என்று புரியாமல் நின்று கொண்டிருந்தனர்.

அப்போது, அந்த மர்ம மனிதன், அவன் அணிந்திருந்த உடைகள் மட்டும் எரிந்தவாறு வெளியே வந்து நின்றான்.

மூவரும், நெருப்பிலிருந்து எழுந்து வரும் அந்த மர்ம மனிதனையே கண்கள் பிதுங்கியவாறு, உறைந்து போய் அவனைப் பார்த்துகொண்டிருந்தனர்.

நெருப்பினால், அவன் உடலில் இருந்த கருப்பு துணிகள், அவனின் முகமுடி, தொப்பி அனைத்தும் எரிந்து போய், அவன் முகத்தையும் உடலையும், அந்த வெளிச்சத்தில் தெளிவாக காட்டியது.

அவனின் முகத்தையும், கண்களையும் பார்த்த மெக்கானேயின் தலை சுற்ற ஆரம்பித்தது.

அவனின் முகம் ஆட்டின் முகம் போன்றும், தலையில் இரு சிறிய கொம்புகளும், அவனின் கண்கள் அடர் சிகப்பு நிறத்திலும் இருந்தன.

உடல் முழுவதும் கருமை நிற முடிகளால் சூழ்ந்து, அவனின் கால்கள் ஆட்டின் கால்களை கொண்டு, ஒரு கோரமான பயங்கர மிருகத்தின் தோற்றத்தில் மிகவும் கம்பீரமாக நின்று கொண்டிருந்தான். அந்த நெருப்பு அவனை துளியும் எரிக்க வில்லை.

அப்போது டாக்டர், ‘அடக்கடவுளே, இது சைத்தானின் மறு உருவாக்கம். (The resurrection of satan)’ என்று கூறுவதை கேட்ட மெக்கானே, அதிர்ச்சியுடன், ‘சரி சரி, நாம் செல்ல வேண்டும்..’ என்று கத்தி கொண்டு, அங்கிருந்து ஆய்வகத்திற்கு இடது பக்கம் உள்ள சிறிய சந்தின் வழியாக, பின் பக்கத்தை நோக்கி ஓட ஆரம்பித்தார்.

அவர் பின் டாக்டரும், அந்த காவலனும் ஓட ஆரம்பித்தனர்.

அப்போது அந்த மிருக மனிதன், அங்கிருந்த ஒரு எரிந்து கொண்டிருக்கும் இரும்பு துரும்பை ஆயுதமாக எடுத்துக் கொண்டு, அவர்களை துரத்திச் சென்றான்.

நெல்சன், ஒரு கூடாரத்தில், கையில் விளங்கு மாட்டப்பட்ட நிலையில், ஒரு மேஜை முன் அமர்ந்திருந்தான்.

அமிலியா அவன் முன் நின்று, அவனை விசாரிக்க ஆரம்பித்தாள்.

நெல்சன், 'நீங்கள் பெரும் தவறு செய்துவிட்டீர்கள். இதனால் விளைவுகள் மேலும் மோசம் ஆகும்.'

அவள், 'ஏற்கனவே மோசமான விளைவுகளை தான் சந்தித்துக்கொண்டிருக்கிறோம். சரி நீ யாரை சந்தித்தாய்? உன்னிடம் பேசியது யார்?'

அவன், கண்ணீருடன், 'என் குடும்பத்தை கொலை செய்துவிடுவர்.' என்று கதறினான்.

அவள், 'நெல்சன், உன் குடும்பத்தினர் பாதுகாப்பாகவே உள்ளனர். அவர்கள் குறித்து கவலை கொள்ளாதே. நடந்ததை மட்டும் கூறு.'

அவன் ஆச்சரியமாக, 'எப்படி? அவர்களை கடத்தியதாக கூறினரே?'

அவள், 'இல்லை, அவர்கள் எங்களின் பாதுகாப்பில் நலமாகவே உள்ளனர்.' என்று கூறி, அவனிடம் ஒரு வீடியோ பதிவை காட்டினாள். அதில் அவனின் குடும்பத்தினர், ஒரு அறையில் இன்டர்போல் காவலர்களிடன் பாதுகாப்பில் இருந்தனர்.

அவன் பெரிதும் நிம்மதி அடைந்து, 'எப்படி தெரிந்து கொண்டீர்கள்?'

அவள், 'அதெல்லாம் பிறகு பேசலாம்... என்ன நடந்தது? யார் உன்னிடம் தொடர்பு கொண்டது?'

அவன், 'தெரியவில்லை. வழக்கம் போல் மற்றவர்களிடம் தொடர்பு கொள்வது போல் தான் என்னிடமும் பேசினர். டிடக்டிவ் என்னை சில்வியா வீட்டில் பாதுகாப்பிற்காக இருக்க கூறிய அன்று இரவு, ஒரு பன்னிரெண்டு மணி இருக்கும், எனக்கு ஒரு அழைப்பு வந்தது. அது ஒரு கட்டண அழைப்பு பேசி எண், நான் அதை ஏற்ற அடுத்த நொடி அழைப்பு துண்டிக்கப்பட்டது. அப்போது, வீட்டின் வாசல் கதவு தட்டப்பட்டது. என்னுடன் இருக்கும் காவலர்களும் வேறு வேறு இடத்தில் இருந்தனர். நான் வாசலை திறந்து பார்க்க, அங்கு யாரும் இல்லை. தரையில் ஒரு கடிதம் மட்டும் இருந்தது. நான் அதைப் படித்து பார்த்த பிறகு, டிடக்டிவ் மெக்கானேவிடம் கூறலாம் என்று எண்ணி, அதை பிரித்து பார்த்தேன்.

அதனுள் ஒரு காகிதமும் சில புகைப்படங்களும் இருந்தன. அந்த புகைப்படங்களில் என் குடும்பத்தினர் இருப்பதைப் பார்த்ததும் எனக்கு பெரும் அதிர்ச்சியாக இருந்தது. நான் அந்த காகிதத்தை பிரித்து பார்த்தேன். அதில், இப்போது என் குடும்பம் அவர்கள் கையில் உள்ளது என்றும், அவர்கள் கூறுவது போல் நான் செய்தால், என் குடும்பமும் நானும் நலமாக இருக்கலாம் என்றும், ஒரு வேலை ஏதேனும் தவறு நடந்தால், நாங்கள் அனைவரும் அந்தப் பிணப்பையில் தான் இருப்போம் என்றும் இருந்தது. மேலும் அதில் சில திட்டங்களும், நான் என்ன செய்ய வேண்டும் என்பது குறித்தும் இருந்தது.

எனவே, நானும் வேறு வழி இன்றி, அதன் படி டிடக்டிவின் ஒவ்வொரு திட்டங்களையும், அவரின் அசைவுகளையும் கடிதங்கள் மூலம் அவர்களுக்குத் தெரி-

யப்படுத்தி கொண்டே வந்தேன். அவர்கள் எனக்கு ஒரு தவறிய அழைப்பு மட்டும் கொடுப்பர். அப்போது மட்டும் கடிதத்தை எழுதி, நம் காவல் நிலையத்தில் வேலை பார்த்த ஜான்சன் என்பவனிடம் கொடுத்துவிடுவேன். அவன் தான், டிடக்டிவ் மெக்கானே, உங்களுக்கு அனுப்பிய ஃபாக்ஸை திருடினான். மேலும் நான், டிடக்டிவிடம் இருந்த உண்மையான கட்டுரையை திருடி எரித்து விட்டேன். என்னால் தான் டிடக்டிவ் தோற்று விட்டார். அந்த பாழ் அடைந்த கட்டிடத்திற்கு அந்த மர்ம மனிதன் வர காரணமும் நான் தான்.

டிடக்டிவ் திட்டம் சரியாக நடந்திருந்தால், சில்வியாவும் கடத்தப்பட்டிருக்க மாட்டாள். கொலையாளிகளின் இருப்பிடமும் தெரிந்திருக்கும். இந்த குற்ற விசாரணையும் முடிவிற்கு வந்திருக்கும். ஆனால்...' என்று தலைகுனிந்தான்.

அப்போது அமிலியா, 'அவர்களுக்கு, தாமஸ் பற்றி நன்றாக தெரிந்ததால் தான், நம்பிக்கையான உன்னை அவர்கள் பயன்படுத்தியுள்ளனர். சரி கவலை கொள்ளாதே. நீ சில மணி நேரங்களின் உன் குடும்பத்தை சந்திப்பாய்.' என்று கூறி சற்று யோசித்து, பின்னர், 'இப்போது அந்த ஜான்சனுக்கு என்ன ஆனது? அவன் கண்கள் சிவப்பு நிறத்தில் இருப்பதை கவனித்தாய் அல்லவா?'

அவன், 'ஆம், இப்போது அவன் இறந்திருக்க வாய்ப்பு உள்ளது. அவன் வேலை இப்போது முடிந்து விட்டதால், அவனை கொலை செய்திருப்பர். இப்படி சிவப்பு நிற கண்கள் கொண்டவர்கள் நிச்சயம் இறந்து தான் போவர்.'

அவள், 'அது எப்படி உனக்கு தெரியும்?'

அவன், 'அந்த கடித்ததில் தான் அவர்கள் கூறினர். வேலை முடிந்தால் அவர்கள் அவர்களின் ஆராய்ச்சி சோதனைக்கு உட்பட்டு கொல்லப்பட்டுவர் என்று...'

அவள், 'சரி, அந்த கடிதத்தில் இருந்த, கையெழுத்து நினைவில் உள்ளதா?'

அவன், 'இல்லை, அது டைப் ரைட் (Type write)செய்யப்பட்டிருந்தது.'

அவள் எரிச்சல் அடைந்து, அவள் மனதில், 'பெரிதும் சாமர்த்தியமாக செயல்படுகிறனர். அப்படி என்றால், நாமும் அவ்வாறே செயல்பட வேண்டும். இந்த குற்ற விசாரணை ஒரு சதுடங்க ஆட்டத்தை போல் தான் நகர்த்தி செல்ல வேண்டும்.' என்று எண்ணிக்கொண்டிருந்தாள்.

அதே நேரத்தில், மெக்கானேவும், டாக்டரும், அந்தக் காவலனும் பெரும் பதற்றத்துடன் காரில் ஏறினர். மெக்கானே ஓட்டுனர் இருக்கையில் அமர, அவர் அருகில் டாக்டர் அமர்ந்து கொண்டார்.

ஆனால், அந்த காவலன், காரில் ஏறாமல் யோசித்தவாறே நின்று கொண்டிருந்தான். டாக்டர், அவனிடம், 'என்ன ஆனது? சீக்கிரம் காரில் ஏறு..' என்று கத்தினார்.

ஆனால் அவன், 'நீங்கள் செல்லுங்கள், நான் அவனை திசை திருப்புகிறேன்.' என்று கூற, இருவருக்கும் பெரும் அதிர்ச்சி.

மெக்கானே, ‘நீ முதலில் வண்டியில் ஏறு..’ என்று கோபத்தில் கத்தினார்.

அவன், ‘இல்லை, இல்லை, நீங்கள் செல்லுங்கள், நான் அவனை திசை திருப்புகிறேன்.’ என்று கூறி, வேகமாக அங்கிருந்து ஓடினான்.

மெக்கானே எரிச்சல் அடைந்து காரை வேகமாக இயக்கினார்.

அப்போது அந்த மிருக மனிதன், அந்த காவலன் வெளியே ஓடி வருவதைப் பார்த்து, அவனை நோக்கி முன்னேறினான்.

அந்த காவலன், தன் பையில் உள்ள துப்பாக்கியை எடுத்து, அவனை சரமாறியாக சுட ஆரம்பித்தான்.

ஆனால், ஏதோ ஒரு பாறையை சுட்டது போல், தோட்டாக்கள் அவன் உடலினுள் செல்லாமல் கீழே விழுந்தன.

அதைப் பார்த்த அந்தக் காவலன் பெரிதும் பயந்தவாறு, சுட்டுக் கொண்டே இருந்தான்.

அப்போது கோபம் அடைந்த, அந்த மிருக மனிதன், தன் கையில் இருந்த அந்த இரும்பு துரும்பை அவன் மீது வீச, அவன் விலக முயற்சித்து, அது அவனின் காலில் உரசி சென்றது.

அப்போது மெக்கானே, மிகவும் வேகமாக காரை, சக்கரத்தை தேய்த்துக் கொண்டு வளைத்து, அந்த சாலைக்குள் வந்து, காரை வேகமாக ஓட்ட ஆரம்பித்தார்.

அதைப் பார்த்த அந்த மிருக மனிதன், அவர்களை துரத்தி, ஓட ஆரம்பிக்க, அந்த காவலன், அந்த மிருக மனிதன் மீது தாவினான்.

ஆனால், அவன் சாதாரணமாக அந்த காவலனின் கழுத்தைப் பிடித்து, அவன் உடலில் இருந்து அவன் தலையை பிய்த்து தூக்கி எறிந்துவிட்டு, அந்த இரும்பு துரும்பை எடுத்துக் கொண்டு, வேகமாக அந்த காரை நோக்கி ஓட ஆரம்பித்தான்.

மெக்கானே பெரும் பதற்றத்துடன் பின்னேயும் முன்னேயும் பார்த்தவாறு, காரை வேகமாக ஓட்டினார். அப்போது டாக்டர் பின்னே திரும்பி பார்க்க, அவர், ‘கடவுளே, இவன் இப்படி வேகமாக வருவதைப் பார்த்தால், நம்மை பிடித்துவிடுவான் போல் தெரிகிறதே?’ என்று பதறிப்போய் கத்தினார்.

மெக்கானே, கியரை மாற்றி, மிகவும் வேகமாக செல்ல ஆரம்பித்தார்.

அப்போது, அந்த மிருக மனிதன் அந்த இரும்பு துரும்பை, அவர்களை நோக்கி வீச, அது நேராக, இருவருக்கும் நடுவில் காரின் கண்ணாடியை உடைத்து கொண்டு, முன்னே சென்று விழுந்தது.

அதில் அதிர்ச்சி அடைந்த மெக்கானே, காரை லேசாக உலட்ட ஆரம்பித்தார். டாக்டர், ‘கடவுளே, இந்த சைத்தானிடமிருந்து எங்களை காப்பாற்றுங்கள்.’ என்று வானத்தைப் பார்த்து கத்தினார்.

சில நொடிகளில், மெக்கானே, எப்படியோ காரை கட்டுப்பாடுக்குள் கொண்டு வந்து, காரின் வேகத்தை முடிந்தவரை அதிகப்படுத்தினார்.

ஆனால், அந்த மிருக மனிதன் துரத்தியவாறே இருந்தான்.

மெக்கானே, 'இவனை எப்படி தடுத்து நிறுத்துவது. இவனுக்கு அழிவே இல்லையா?' என்று கேட்க, அதற்கு டாக்டர், 'தெரியவில்லை, கடவுள் தான் நம்மை காப்பாற்ற வேண்டும்.' என்று பயந்து போய் கூறினார்.

மெக்கானே பெரும் பயத்தில், கண்ணாடி வழியாக, அந்த மிருக மனிதனைப் பார்க்க, அவன் அதிவேகத்தில், துரத்தி வந்து கொண்டிருந்தான்.

அவன் ஓடுவதால், அந்த சாலையில் குழிகள் விழுந்தவாறு, பெரும் அதிர்வுகளுடன் இருந்தன.

பத்து நிமிடங்கள் செல்ல...

அமிலியா பெரும் யோசனைகளுடன், அங்கும் இங்கும் நடந்தவாறு இருக்க, அப்போது சார்ஜன்ட் லாரன்ஸ், அவளிடம், 'மிஸ் அமிலியா, என்ன செய்ய உள்ளாய்? பிரதமருக்கு என்ன பதில் கூற இருக்கிறாய்?' என்று பதற்றமாக கேட்டார்.

அவள், 'என்னிடம் ஒரு திட்டம் உள்ளது. ஆனால் பிரதமர் சற்று பொறுமையாக இருக்க வேண்டும்.' என்றாள்.

அவர், 'சரி, என்ன திட்டம்?' என்று கேட்டதும், அவள், 'நான் கூறுவது போல், இன்டர்போல் காவலர்களை செய்ய கூறுங்கள்.' என்று கூறி, தன் திட்டத்தை கூற ஆரம்பித்தாள்.

அதே நேரத்தில், நான்கு ஹெலிக்காப்டர்கள், டாக்டர் டி வான் ஆய்வு கூடத்தை நெருங்கிக்கொண்டிருந்தது.

அப்போது ஒரு காவலன், தொலை நோக்கி வழியாக அந்த இடத்தைப் பார்த்து, 'அடக்கடவுளே, என்ன ஆனது இங்கு?' என்று ஆச்சரியமாக கூறினான்.

அந்த இடம் முழுவதும், நெருப்பின் வெளிச்சமும், புகை மண்டலமுமாக காணப்பட்டது.

அவன், தன் நுண்அழைப்பானில், 'டாக்டர் டி வான் ஆய்வு கூடம் பெரும் சேதம் அடைந்துள்ளது.' என்றான்.

கூடாரத்திலிருந்து அமிலியா, 'நான் கூறிய படி செய்யுங்கள். நிச்சயம் அவன் அங்கு தான் இருப்பான். டாக்டரும், தாமஸும் உயிருடன் இருக்கவேண்டும்.. ஜாக்கிரத்தை..' என்றாள்.

அவர்களும், 'காப்பி தட் (Copy that)' என்று கூறி முன்னேறினர்.

அப்போது மெக்கானே, அந்த மிருக மனிதனின் வேகத்தைப் பார்த்து, 'இன்று தான் நமக்கு கடைசி நாளாக இருக்குமா?' என்று பயத்தில் புலம்ப ஆரம்பித்தார்.

சில நொடிகள் செல்ல, அந்த மிருக மனிதனின் ஓட்டத்தின் வேகம் மேலும் அதிகரித்தது. அப்போது டாக்டர், 'இவன் நம்மை கொலை செய்யாமல் விடமாட்-

டான் போல் தெரிகிறதே?' என்று பயத்தில் பெரிதும் கத்த ஆரம்பித்தார்.

மெக்கானேவும் முடிந்தவரை வேகமாக சென்றார்.

அது ஒரு பிரதான சாலை மற்றும் 144 தடை உத்தரவு இருப்பதால் சாலையில் ஒரு வாகனம் கூட செல்ல வில்லை.

அப்போது அந்த மிருக மனிதன், காரிற்கு மிக அருகில் வந்துகொண்டிருந்-தான். மெக்கானே, முடிந்தவரை வேகமாக செல்ல முயற்சித்தார். ஆனால் அவன் தன் கையை நீட்டி, அந்த காரின் பின் பக்கத்தை பிடித்து, காரை நிறுத்த முயற்-சித்தான்.

அதற்காக, அவன் தன் வேகத்தை அதிகரித்து, அந்த காரை நோக்கி ஒரு பெரிய பாய்ச்சலில் தாவ, அதைப் பார்த்த மெக்கானேயின் கண்கள் பிதுங்கின.

அந்த மிருக மனிதன், தன் இடது கையை நீட்டிக்கொண்டு, அந்த காரின் பின் பக்கத்தை பிடித்து, காரை நிறுத்த வரும் போது,

அந்த மிருக மனிதனின் மார்பில் ஒரு இராக்கெட் லாஞ்சர் பாய்ந்தது, அவன் அப்படியே சாலையின் இடது பக்கமாக, தூக்கி வீசப்பட்டான்.

இதனால், அவன் தாறுமாற்றாக உருண்டு, ஓரளவிற்கு அடர்ந்த மரங்களை கொண்ட காட்டிற்குள், மரங்களை உடைத்து சாய்த்துக் கொண்டு, ஒரு இடத்தில் சென்று விழுந்தான்.

நடந்ததை பார்த்த டாக்டர், 'கடவுள் தான் நம்மை காப்பாற்றினார்.' என்று வானத்தைப் பார்த்தவாறு நிம்மதியாக கூறினார்.

மெக்கானே, அந்த அதிர்ச்சியில் இருந்து மீள இயலாமல், மூச்சு வாங்க, அதே வேகத்திலே சென்று கொண்டிருந்தார்.

அப்போது ஹெலிக்காப்டரில் இருந்து, 'இலக்கு (Target) தாக்கப்பட்டது. மீண்டும் கூறுகிறேன் இலக்கு தாக்கப்பட்டது.' என்றனர்.

அதைக்கேட்டதும், அமிலியா நிம்மதி அடைந்து, 'சீக்கிரம், அவனை எப்ப-டியாவது சிறைபிடிக்க வேண்டும். அனைத்தையும் தயாராக வையுங்கள். சரியாக ஒரு நிமிடத்தில் தரை இறங்கியிருக்க வேண்டும்.' என்று அடுத்து அடுத்து அறி-வுரைகளை கூற ஆரம்பித்தாள்.

அவர்களும் வேகமாக தரை இறங்க ஆரம்பித்தனர்.

அமிலியாவின் திட்டப்படி, நான்கு ஹெலிகாப்டர்களில், மூன்று ஹெலிகாப்டர்-கள் அந்த மிருக மனிதனைப் பிடிக்கவும், ஒரு ஹெலிகாப்டர் மூலம், ஆய்வுகூ-டத்தில் உள்ளவர்களை மீட்கவும் சென்றனர்.

அவள் கூறியபடி, ஒரு நிமிடத்தில், மூன்று ஹெலிகாப்டர்களும், சாலையி-லேயே தரை இறங்கி, அதிலிருந்து வேக வேகமாக துப்பாக்கிகளையும், சில ஆயு-தங்களையும் எடுத்துக்கொண்டு, ஒரு ஹெலிகாப்டரிலிருந்து எட்டு பேர் வீதம், சுமார் இருபத்து நான்கு காவலர்கள் அந்தக் காட்டிற்குள் சென்றனர்.

அவர்கள், மரங்கள் வரிசையாக சாய்ந்து கிடப்பதைப் பார்த்து, ஒருவரை ஒருவர் குழப்பத்தில் பார்த்து கொண்டு முன்னேறினர்.

அனைவரும், இருளில் பார்க்க உதவும் கண்ணாடியும், நச்சுபுகை தடுப்பான் மாஸ்கையும், தலையில் கேமிரா பொருத்தப்பட்ட தலைக்கவசமும், கையில் மயக்க மருந்து லோட் செய்யப்பட்ட துப்பாக்கிகளும், பல விச வாயு வெடிகுண்டுகளும், வைத்துக் கொண்டு மிகவும் பாதுகாப்பாக முன்னேறினர். அதில், நான்கு காவலர்களிடம் மட்டும், வலை ஏய்யும் துப்பாக்கிகள் இருந்தன.

அப்போது, லேசான மழை வேறு பொழிந்து கொண்டிருந்தது. அனைவரும், அந்த இருளில், துளி வெளிச்சமும் இல்லாமல், சிறிய சப்தமும் இடாமல், அமைதியாக முன்னேறினர்.

அப்போது ஒரு இடத்தில், ஒரு பெரிய குழி போல் ஏற்பட்டிருந்தது. அவர்களில் ஒருவன், 'நிச்சயம் அவன் இங்கு தான் விழுந்திருக்க வேண்டும். எங்கே சென்றிருப்பான்?' என்று கூற, அப்போது சில மரங்கள் ஆடும் சப்தங்கள் கேட்க ஆரம்பித்தன.

உடனே அனைவரும், சப்தம் வரும் திசையில் துப்பாக்கியை நீட்டினர். அப்போது அமிலியா, அனைவரின் தலையிலும் இருக்கும் கேமரா மூலம், அந்த மிருக மனிதன் இருக்கும் திசையை பதற்றமாக தேட ஆரம்பித்தாள். அவளின் இதயம் மிகவும் வேகமாக துடிக்க ஆரம்பித்தது.

அப்போது அவர்களுள் ஒருவன், 'இலக்கு இன்னும் சாகவில்லை. மீண்டும் கூறுகிறேன் இலக்கு இன்னும் சாகவில்லை.'

அப்போது அமிலியா, ஒன்றை கவனிக்க, அவள், பதற்றத்துடன், 'அவன், உங்களுக்கு இடது புறம் தான் வந்து கொண்டிருக்கிறான்.' என்று கூறிய அடுத்த நொடி, அனைவரும் இடது பக்கம் திரும்பி, அவனைப் பார்த்ததும், சரமாறியாக சுட ஆரம்பித்தனர்.

எந்த ஊசியும், அவன் உடலில் சொறுக வில்லை. உடனே அமிலியா, 'விசவாயு குண்டுகளை வீசுங்கள். அவனை சுற்றி வளைத்து நாலா புறமும் நில்லுங்கள். அவன் உங்கள் யாரையும் பிடித்துவிடாமல் பார்த்துக் கொள்ளுங்கள்.' என்று மிகவும் பராபரப்பாக கூறினாள்.

அவள் கூறிய படியே அனைவரும் செய்ய ஆரம்பித்தனர்.

அனைவரும், நான்கு புறமாக பிரிந்து, அவன் மீது விசவாயு குண்டுகளை வீசியவாறே, அங்கும் இங்கும் ஓட ஆரம்பித்தனர். அந்த மிருக மனிதன் நடப்பதை புரிந்துகொள்ள முடியாமல், குழப்பத்தில், அவர்களை சுற்றி சுற்றி பார்த்தவாறு அப்படியே நின்றான்.

அப்போது அமிலியா, ஒன்றை புரிந்துகொண்டாள். அந்த மிருக மனிதனால் இருளிலும் நன்றாக பார்க்க முடியும் என்று..

அப்போது காவலர்கள் அவனை சுற்றி வளைத்ததும், அவன் மீது, மேலும் பல விசவாயு குண்டுகளை எறிய ஆரம்பித்தனர்.

இதனால், அந்த இடமே பெரும் புகை மண்டலமாக மாறியது.

அப்போது, அமிலியா, உடனே அந்த நான்கு காவலர்களிடம், 'வலையை வீசுங்கள்.' என்று கூற, நால்வரும் ஒரே நேரத்தில், அவனை நோக்கி வலையை வீச ஆரம்பித்தனர்.

இதனால், அந்த மிருக மனிதன், வலையிலும், அந்த விசயாவு புகையிலும் நன்றாக சிக்கிக்கொண்டான்.

அப்போது அமிலியா, 'அற்புதம், பத்து பேர் அவனை நான்கு இன்ச் தோட்-டாக்களால் தாக்குங்கள். பத்து பேர், அவனின் கை கால்கள் மற்றும் கண்களை பிடித்து கட்ட முயற்சி செய்யுங்கள்.' என்று கூற, அனைவரும் வேக வேகமாக செயல் பட ஆரம்பித்தனர்.

இதனால், அந்த மிருக மனிதன், செய்வது அறியாது, பெரிதும் கத்த ஆரம்பித்தான். அவனின் அந்த கர்ஜனை அந்த காட்டையே அதிரச்செய்தது. அவனால் ஏதும் செய்ய முடியவில்லை. அவனின் கைகளும், கால்களும் அந்த வலையில் நன்றாக சிக்கிக்கொண்டது.

காவலர்கள், அவன் அந்த வலையை கிழித்துவிடுவானோ என்று பயந்து, மேலும் மேலும் அவன் மீது வலையை ஏய்த ஆரம்பித்தனர்.

அமிலியா பெரும் பதற்றத்துடன் நடப்பதை பார்த்து கொண்டிருந்தாள்.

ஒரு கட்டத்தில், அவனின் கையை பின் புறமாக, நான்கு காவலர்கள் இருக்-கமாக பிடித்துக்கொண்டு, பெரிய இரும்பினால் ஆன சங்கிலியால் இழுத்து கட்ட ஆரம்பித்தனர்.

அவன் சிறைபட்டத்தை உறுதிபடுத்திய அமிலியா, அவர்களிடம், 'இதுவே சரி-யான நேரம், மருந்தை செலுத்துங்கள்.' என்று கூற, பெரிதும் துடித்து கொண்டி-ருந்த, அந்த மிருக மனிதனின் கையில், சுவரில் ஓட்டை போட உதவும் இயந்-திரம் (driller) கொண்டு, ஒரு துளையிட்டு, அதன் வழியாக மயக்க மருந்தை கொடுத்தனர்.

அப்போது ஒருவன், 'கடவுளே, இவனுக்கு உலோகங்களால் ஆன தோல்....' என்றதும், அமிலியா சற்று வியந்தாள்.

சில நொடிகளில், அந்த மிருக மனிதன் உடலை தளர்வு படுத்தி, அப்படியே மயங்கினான். அதைபார்த்த அமிலியா, பெரும் நிம்மதி அடைந்து, சார்ஜன்ட்டைப் பார்த்தாள்.

அவர் பெரும் மகிழ்ச்சியுடனும், 'உன் திறமையை யாராலும் சந்தேக்கிக்க முடி-யாது.. சரி யார் இவன்? எப்படி இவ்வளவு பலமாக உள்ளான்?' என்று கேட்க, அவள், 'அதை தான் நாம் அறிய வேண்டும்..' என்று கூறி, அந்த காவலர்களி-

டம், ‘அற்புதமாக செயல்பட்டீர்கள். விரைவில் நான் கூறிய இடத்திற்கு அவனை எடுத்து வாருங்கள்.’ என்றாள்.

பின்னர், அவள் மனதில், ‘அவர்களின் பாதுகாவலன் வீழ்த்தப்பட்டான். இனி நம் ஆட்டம் தான்.’ என்று எண்ணிக்கொண்டிருக்க, அப்போது சார்ஜன்ட், ‘இப்போது அடுத்து என்ன செய்ய உள்ளாய்?’ என்று கேட்டார்.

அவள், ‘இப்போது என் கண் முன் சில வழிகள் தோன்றியதைப் பார்க்கிறேன். இப்போது தான் நான் அவர்களுக்கு எதிரான முதல் காயை (Coin) நகர்த்த உள்ளேன்.’ என்று கூறி, அவரை சிரித்தவாறு பார்த்தாள்.

23

மர்ம முடிச்சு

இரவு 10 மணி, சிட்னியிலிருந்து முந்நூறு கிலோ மீட்டர்கள் தொலைவில் உள்ள, ஆஸ்திரேலியாவின் தலைநகரான கேன்பரா நகரம் (Canberra city),

டைலர், அந்த நகருக்குள் நுழைந்ததும் பெரும் நிம்மதி பெருமூச்சுவிட்டு, அங்குள்ள மக்கள் நடமாட்டத்தையும், வாகனப்போக்குவரத்தையும் பார்த்த பிறகு தான், தாம் உயிருடன் உள்ளோம் என்பது போல் உணர்ந்தான்.

வரும் வழி எல்லாம், எங்கு அந்த மர்ம மனிதன் வந்து விடுவானோ என்ற மரண பயத்திலேயே வந்து கொண்டிருந்தான்.

அப்போது அந்த கண்டைனர் லாரி, ஒரு ஆளில்லா இடத்தில் நின்றது. அந்த இடத்தில் ஒரே ஒரு வீடு மட்டும், அதுவும் பயன்பாட்டில் இல்லாமல் ஆங்காங்கே பாசிகளும், தூசிக்கரைகளும் படர்ந்தவாறு காணப்பட்டன. வீட்டிற்கு வெளியே ஒரே குப்பைகளும், துருபிடித்த இரும்பு பொருட்களும், உடைந்த பிளாஸ்டிக் பொருட்களுமாக கிடந்தன.

டைலர், 'இந்த இடம் தானா?' என்று சந்தேகமாக அருகில் உள்ள ஓட்டுனர் காவலரிடம் கேட்டான்.

அதற்கு அவர், 'ஆம்.. நாம், டாக்டர் இங்கு வருவதற்குள் வேலையை முடித்-தாக வேண்டும்.' என்று கூறி, வேகமாக கண்டைனர் லாரியை விட்டு இறங்கினார்.

டைலர், வாகனத்தை விட்டு இறங்கியதும், அவர்களின் பாதுகாப்பிற்காக பின் தொடர்ந்து வந்த இரு இன்டர்போல் காவலர்கள் கார்கள் அந்த லாரி பின் வந்து நின்றன.

டைலர், பயணக்களைப்பில் உடலை நெலித்துக்கொண்டு, சற்று மூச்சை பலமாக விடும் அந்த சமயத்தில், லேசாக மழைத்தூறல், அப்போது, அவன் முகத்-தில் விழுந்த அந்த மழைத் துளியை தொட்டுப்பார்க்க, அவனுக்கு அது ஒரு புதிய உணர்வாக இருந்தது.

இப்போது டைலருக்கே, ஏதோ ஒரு நரகத்தில் இருந்து தப்பித்தது போன்ற ஒரு உணர்வு ஏற்பட்டது.

அப்போது, சில காவலர்கள், கண்டைனர் லாரியில் இருக்கும் சடலங்களை, அந்த வீட்டிற்குள் எடுத்து செல்ல ஆரம்பித்தனர்.

அதைப் பார்த்து கொண்டே டைலர், ஒரு சிகரெட்டை எடுத்து பற்றவைத்தான்.

அதே நேரத்தில், மெக்கானேவும் டாக்டரும், ஏதோ ஒரு பெயர் தெரியாத பாலைவனம் போல் இருக்கும் இடத்தில் உள்ள ஒரு சிறிய உணவகத்தில் (High way restaurant) அமர்ந்திருந்தனர்.

அப்போது மெக்கானே, கையில் ஒரு கிளாஸ் சூடான டீயை வைத்துக் கொண்டு, பெரும் யோசனையுடன், 'டாக்டர், அவர்களை எப்படி தான் கண்டு பிடிப்பது? இப்போது இந்த தொடர்கொலைகளை யார் செய்கிறார்கள் என்று அறிந்து கொண்டோம். ஆனால் எப்படி அவர்களை பிடிப்பது?' என்று பெரும் குழப்பத்துடன் கேட்டார்.

டாக்டர், அவர் கையில் இருக்கும் டீயை குடித்தவாறு, 'அது மிகவும் கடினமான ஒன்று தான். ஒரு முறை தொல்லியல் அறிஞர் மெலான், அவர்களை எதிர்க்க சில திட்டங்களை இட்டார். அப்படி அவர் சேகரித்த சிறிய தகவல் தான் அந்த கட்டுரை. ஆனால் கடைசிவரையில் அவரின் எண்ணம் நிறைவேறவில்லை. ஏனெனில் அவர்கள் தங்களைப் பற்றி யாரும் அறியக்கூடாது என்பதிலும் யாரும் அவர்களைப் பார்த்துவிட கூடாது என்பதிலும் உறுதியாக இருப்பவர்கள். அவர்கள் இருக்கும் இடம் நிச்சயம் இரகசியமாகவே இருக்கும். எனவே அவர்களை அறிவது என்பது மிகவும் கடினம்.'

மெக்கானே சலித்தவாறு, 'அதற்காக, இதை அப்படியே விட்டுவிட முடியாது அல்லவா? நம்மிடம் அரசாங்கமே உள்ளது. அவர்கள் வெறும் பதிமூன்று பேர் தான்..'

அவர் சிரித்தவாறு, 'எத்தனை பேர் என்பது முக்கியம் அல்ல.. அவர்கள் யார் என்பது தான் முக்கியம். அவர்களின் புத்தி கூர்மைக்கு முன், நம் இராணுவம் சாதாரணமான ஒன்று தான். அவர்களால் நம் இராணுவத்தைவிட பல மடங்கு பலம் கொண்ட படையை உருவாக்க இயலும். அந்த மிருக மனிதனைப் பார்த்தீர்கள் அல்லவா, அவனை எந்த ஒரு ஆயுதங்களாலும் ஒன்றும் செய்ய முடியவில்லை. இது போல் அவர்களால் பலரை உருவாக்க முடியும் என்றால் இந்த உலகத்தின் நிலையை பாருங்கள்.'

மெக்கானே அவர் கூறியதை ஏற்க முடியாமல், மூச்சை பலமாக விட்டு, தலை குனிந்தார்.

சில நொடிகள் யோசனைக்கு பிறகு, டாக்டர் டீ வான், 'எனக்கும் அவர்களைப் பற்றி இன்னும் பல விசயங்கள் புரியவில்லை. எனக்கு சில தகவல்கள் கிடைக்க

வேண்டியுள்ளன.' என்று கூறி சற்று யோசித்தார்.

பின்னர் அவர் 'ஒரு வேலை, நமக்கும் அவர்களைப் போலவே ஒரு சக்தி கிடைத்தால், அவர்களை நம்மால் எதிர்க்க முடியும் அல்லவா!!'

மெக்கானே, ஆச்சரியமாக அவரைப் பார்த்தார்.

சிட்னி நகரில் அடை மழை பொழிந்தது கொண்டிருந்தது... இன்டர்போல் இரகசிய கூடாரத்தில்...

அங்கு, வரிசையாக ஆறு காவலர்கள் நின்று கொண்டிருந்தனர். அவர்களில் இரு பெண்களும் அடங்குவர்.

அமிலியா அவர்கள் முன் நின்று, 'இப்போது கான்பெராவில் உள்ள நமது காவலர்களிடம் தொடர்பு கொள்ள வசதி இல்லை. அதோடு தாமஸ் மற்றும் டாக்டர் டீ வானின் பாதுகாப்பும் உறுதி இல்லாமல் இருக்கிறது. நீங்கள் விமானம் மூலம், வேறு ஒரு தனி நபர் அடையாளத்தில் கான்பரா செல்ல உள்ளீர்கள். ஏனெனில் நீங்கள் செல்ல இருப்பது மிகவும் இரகசியமான இடம். எனவே ஆறு பேரும், கவனமாக செயல் படவேண்டும். முக்கியமான விசயம்... உங்களிடம் கொடுக்கப்போகும், இந்த தகவல் தொடர்பு இயந்திரங்கள், ஆயுதங்கள், அனைத்தையும், டிடக்டிவ் தாமஸ் மெக்கானேயிடம் மட்டுமே கொடுக்க வேண்டும். நீங்கள் அறு பேரும் தனி தனியாக வேறு வேறு நேர இடை வெளிகளில் தான் அவரை சந்திக்க உள்ளீர்கள். முக்கியமாக இந்த சந்திப்பு மிகவும் இரகசியமாக இருக்க வேண்டும். அவர் உங்களுக்காக, நான் கூறிய இடத்தில் காத்து கொண்டிருப்பார். நிச்சயம் எதிரிகளுக்கு இன்டர்போல் மீது கவனம் வந்திருக்கும். எனவே அவர்கள் நாடு முழுவதும் இன்டர்போல் காவலர்கள் இருக்கும் இடங்களை தேடிக்கொண்டிருப்பர். எனவே எந்த காரணம் கொண்டும் உங்களின் உண்மையான அடையாளத்தை யாரிடமும் கூறிவிடாதீர்கள்.' என்று கூறி, அனைவருக்கும் ஒரு சிறிய பெட்டியை கொடுத்தாள்.

அவள், 'இதில், மிகவும் பாதுகாப்பான செல்போன் உள்ளது. இதன் மூலம் நீங்கள் எங்களுடன் மட்டுமே தொடர்பு கொள்ள முடியும். ஏதேனும் ஆபத்து, முக்கிய தகவல் என்றால் மட்டும் இதை பயன் படுத்துங்கள்.' என்றாள்.

பின்னர், ஆறு பேரும் அவளுக்கு சல்யூட் செய்து விட்டு வேகமாக அங்கிருந்து சென்றனர்.

அப்போது, சார்ஜன்ட் லாரன்ஸ், 'இவர்களின் பாதுகாப்பிற்கு என்ன செய்ய உள்ளாய்?'

அவள், 'ஏதும் இல்லை. இவர்களை இவர்கள் தான் பாதுகாத்து கொள்ள வேண்டும். இந்நேரம் அந்த பதிமூன்று பேர் கொண்ட கும்பல், நாம் இருக்கும்

இடத்தை அறிவதற்கான முயற்சியில் ஈடுபட்டு கொண்டிருப்பர். மேலும் அந்த மிருகமனிதனை நாம் பிடித்து வைத்திருப்பதால் அவர்கள் பெரும் கோபத்தில் இருப்பர்.'

அவர், 'மிஸ் அமிலியா, தாமஸ் குறித்தும், டாக்டர் குறித்தும் செயற்கைகோள் தகவல்கள் ஏதும் இல்லை. ஆனால், டைலரும் காவலர்களும் அந்த சடலங்களை, டாக்டர் டி வானின் கேன்பரா ஆய்வு கூடத்திற்கு கொண்டு சென்றுவிட்டனர்.'

அவள், 'கவலை வேண்டாம். டாம் மீதும் டாக்டர் மீதும் நம்பிக்கை உள்ளது. அவர்கள் நலமாகவே இருப்பர்.'

சார்ஜன்ட் சற்று கவலையுடன், 'மெனாய் ஆய்வு கூடத்திலிருந்து, முப்பது பேரில் ஆறு பேர் மட்டுமே உயிருடன் திரும்பியுள்ளனர். மற்ற காவலர்கள் கோரமான முறையில் இறந்துள்ளனர்.' என்றார்.

அப்போது, அமிலியா கைகளை கட்டிக்கொண்டு, கணினித்திரையில் அந்த மிருக மனிதனின் முகத்தைப்பார்த்தவாறு, சற்று மூச்சை இழுத்துவிட்டு, 'நாம் இவனை வைத்து தான் அவர்களை பிடிக்க வேண்டும்.' என்றாள்.

சிட்னி நகரம், இப்போது போர்கள நகரமாக மாறியது. உள்ளூர் காவலர்கள் மட்டும் தெருக்களில் வலம் வந்தவாறே இருந்தனர்.

இருப்பினும், போராட்டகாரர்களின் அராஜகம் தலைதூக்க ஆரம்பித்தது. சிறப்பு விசாரணை காவல் நிலையத்தில் வெறும் பத்து காவலர்கள் மட்டுமே இருந்தனர். அந்த பரிசோதனை செய்பவரையும், அமிலியா வேலைக்கு வர வேண்டாம் என்று கூறிவிட்டு தான் அங்கிருந்து சென்றிருந்தால்...

காவலர்கள் குறைவாக இருப்பதால், சில கலவரக்காரர்கள், காவல் நிலையத்திற்குள்ளும் புகுந்து, அங்கு உள்ள பொருட்களை எல்லாம் அடித்து உடைக்க ஆரம்பித்தனர். அங்கு இருந்த காவலர்களால், அவர்களை கட்டுப்படுத்த முடியாமல், துப்பாக்கி சூடு நடத்த ஆரம்பித்தனர்.

சாலைகளில் பொருட்கள் எரிக்கப்பட்டன, கடைகள் சூரையாடப்பட்டன, மக்கள் பீதியில் வீடுகளிலேயே முடங்கினர். சிலர் உணவு இல்லாமல் பெரிதும் தவித்தனர்.

சிட்னி எல்லை மூடப்பட்டதால், பணக்காரன் ஏழை என்ற பாகுபாடு மறைந்து, பலரும் சிட்னி எல்லையில், தவித்துக்கொண்டிருந்தனர். அனைவருக்கும் இப்போது ஒரே நிலையே ஏற்பட்டது.

சிட்னி அரசாங்கம் பின் வாங்கியது. பத்திரிக்கைகள் அரசாங்கம் குறித்து மிகவும் மோசமாக விமர்சித்தும், பிரதமரின் மெத்தனமே இதற்கு காரணம் என்றும் மோசமாக சாடினர்.

அதே நேரத்தில்.....

பிரதமர் தன் மாளிகையில், சிட்னியின் நிலவரத்தை தொலைக்காட்சியில் பார்த்தவாறு, தலையில் கைவைத்துக் கொண்டு, செய்வது அறியாமல் தவித்து கொண்டிருந்தார். அதோடு அவருக்கு உலக தலைவர்களிடம் இருந்து, அழைப்புகளுக்கு மேல் அழைப்புகள் வந்து கொண்டே இருந்தன.

உலக அளவில் சிட்னி நகரம் குறித்து பேச ஆரம்பித்தனர்.

பிரதமருக்கு, சிட்னியில் ஏற்பட்டது போல் மற்ற மாநிலங்களிலும் நடந்து விடுமோ என்ற பெரும் பயம் வேறு அதிகமாக இருந்தது.

எனவே அவர் ஒரு முடிவெடுத்து, அருகில் இருந்த பாதுகாப்பு தலைவரிடம், 'உடனே சிட்னிக்கு இராணுவத்தை அனுப்புங்கள். கலவரக்காரர்களை கட்டுப்படுத்த வேண்டும். அங்கு எல்லையில் தவிக்கும் மக்களையும், வெளியேறிய மக்களையும் பாதுகாக்க வேண்டும். இரவுக்குள் அனைத்தும் நடந்தாக வேண்டும்.' என்று கோபமாக கூறினார்.

முப்பது நிமிடங்களுக்குப் பிறகு, கேன்பரா நகரம்...

அந்த கண்டைனர் லாரியில் இருந்து அனைத்து சடலங்களையும், அந்த வீட்டிற்குள் வைத்தனர்.

டைலர், அந்த வீட்டிற்குள் சுற்றி சுற்றி பார்த்துவிட்டு, 'இது ஆய்வுக் கூடம் போல் தெரியவில்லையே. இங்கு எப்படி டாக்டர் ஆராய்ச்சியை தொடர்வார். நாம் சரியான இடத்திற்கு தான் வந்துள்ளோமா?' என்று சந்தேகத்துடனே இருந்தான்.

அவன் அடிக்கடி மணியைப் பார்த்தவாறே இருந்து கொண்டிருந்தான். அவன் மனதில், 'நேரம் ஆகிக்கொண்டிருக்கிறது, இன்னும் ஏன் டிடக்டிவ் இங்கு வரவில்லை.' என்று பதற்றமாக அங்கும் இங்கும் சுற்றி கொண்டிருந்தான்.

அப்போது ஒரு காவலன், 'அனைத்தையும் கொண்டு வந்துவிட்டோம்.' என்றதும், அவன் சற்று மூச்சை இழுத்துவிட்டு, மிண்டும் மணியைப் பார்த்தான்.

இன்டர்போல் இரகசிய கூடாரம்..

அமிலியா, தன் கூடாரத்தில் சில கோப்புகளை வைத்துக் கொண்டு, கணினியில் தட்டச்சு செய்துகொண்டிருந்தாள். அப்போது அங்கு ஒரு அதிகாரி வந்து, 'மிஸ் அமிலியா, அவர்கள் வந்துவிட்டனர்.' என்றார்.

அவள் ஆர்வமாக, 'இதோ வருகிறேன்.' என்று கூறி, வேகமாக எழுந்து அங்கிருந்து சென்றாள்.

அப்போது, அமிலியா செல்லும் வழியில், நாதனும், அவனுடன் இரு காவலர்களும் நின்று கொண்டிருப்பதைப் பார்த்ததும், அவள் நாதனிடம், 'நாதன், நீ தயார் தானே? உன்னால் முடியும் அல்லவா?' என்று கேட்க, அவன், 'நிச்சயமாக, நெல்சனை பிடித்தது போல், இதையும் வெற்றிகரமாக செய்து முடிக்கிறேன்.' என்று

நம்பிக்கையுடன் கூறினான்.

அவள், 'நல்லது, மூவரும் தயாராக இருங்கள். சரியான சமயம் வந்ததும், நான் கூறும் போது புறப்படுங்கள்.' என்று கூறி வேகமாக அங்கிருந்து ஒரு ஜீப்பில் ஏறி சென்றாள்.

அது ஒரு குகை, இன்டர்போல் கூடாரம் இருக்கும் இடத்திலிருந்து, ஆறு கிலோமீட்டர்கள் தொலைவில் இருந்தது. அமிலியாவும் அவளுடன் மூன்று காவலர்களும், அந்த குகை முன் வந்து நின்றனர்.

அவள், மெதுவாக அந்த குகைக்குள் செல்ல, அப்போது இரண்டு காவலர்கள் அந்த குகையிலிருந்து வெளியே வந்து கொண்டிருந்தனர்.

அவர்கள் அமிலியாவைப் பார்த்ததும், 'மிஸ் அமிலியா, அவன் இன்னும் மயக்கத்தில் தான் உள்ளான். நீங்கள் கூறிய படி ஒவ்வொறு மணி நேரத்திற்கும் ஒரு முறை மயக்க மருந்து கொடுக்கப்படுகிறது.' என்றனர்.

அவள், நடந்து கொண்டே, 'நல்லது, இன்டர்போல் ஆராய்ச்சியாளர்கள் இன்னும் முப்பது நிமிடங்களில் இங்கு வர வேண்டும்.'

அந்த காவலன், 'அவர்கள் வந்து கொண்டிருக்கின்றனர்.' என்று கூற, அப்போது, அமிலியா அங்கு ஒன்றைப் பார்த்ததும், பெரும் ஆச்சரியத்துடன், மெதுவாக முன்னேறினாள்.

ஒரு பெரிய இரும்பு கூண்டில், அந்த மிருக மனிதன் மயக்க நிலையில், அடைத்து வைக்கப்பட்டிருந்தான்.

அவள், மெதுவாக அந்த கூண்டு அருகே சென்று, அவனை அருகில் பார்த்து, லேசான பதற்றத்துடன் எச்சிலை விழுங்கினாள்.

அதே நேரத்தில்....

மெக்கானேவும், டாக்டரும், காரில் சென்று கொண்டிருந்தனர்.

அப்போது மெக்கானே, 'டாக்டர், நீங்கள் கூறுவது உண்மைதானா? என்னால் இதை நம்பவே முடியவில்லை. இந்த உலகில் இப்படியும் சக்திகள் உள்ளனவா?' என்று ஆச்சரியமாக கேட்டார்.

அவர், 'ஆம், உங்கள் அறிவிற்கு இது பற்றிய அறிமுகம் இல்லாததால் தான், இதை நம்ப மறுக்கின்றீர்கள். நான் இது குறித்து பல ஆராய்ச்சிகள் செய்துள்ளேன். நமக்கு சிலரின் உதவிகள் தேவை. அவர்களை நாம் நிச்சயம் சந்திக்க வேண்டும்.'

மெக்கானே, 'சரி, அப்படி என்றால், நம்மால் அந்த பதிமூன்று பேரையும் அழிக்க முடியும் அல்லவா?'

அவர், 'ஆம், அதற்கு வாய்ப்புகள் உள்ளன. ஆனால் அது மிகவும் கடினமான ஒன்று. நிச்சயம் பல உயிர்களை இழக்க நேரிடும். நீங்கள் அவர்களை எதிர்க்க முடிவெடுத்தால், அனைத்திற்கும் தயாராக இருக்க வேண்டும். எதன்

மீதும் பற்றில்லாமல், பாசம், நேசம், உறவு அனைத்தையும் மறந்து செயல் பட வேண்டும். இது ஒரு போர், இறப்பவர்கள் பற்றி கவலை கொள்ள கூடாது.'

மெக்கானேவிற்கு அவர் கூறிய விசயம், பெரும் பதற்றத்தை ஏற்படுத்தியது.

சில நொடிகள் மௌனத்திற்குப் பிறகு, மெக்கானே, 'இதில் ஒற்றுமையாக செயல்பட்டால், நம்மால் வெற்றி பெறமுடியும் அல்லவா?'

அவர், 'ஆம், அந்த பதிமூன்று பேரும் அப்படி தான் செயல் படுகிறனர். அவர்கள் புத்தி மற்றும் மனதால் ஒன்று பட்டு செயல்படுவதால் தான் வெற்றி பெறுகிறனர். அது போல் நமக்கும் சில தைரியமான ஆட்கள் தேவை.'

மெக்கானே, 'அப்படி யார் நமக்கு உதவுவர்?'

'தெரியவில்லை, ஆனால் நாம் தேடி செல்ல வேண்டும். நிச்சயம் சிலர் இந்த பதிமூன்று பேரை எதிர்க்க வேண்டும் என்ற உணர்வுடனும், அவர்கள் பற்றி அதிகம் அறிந்த சிலரும் இருப்பர். நாம் அவர்களை தேடி தான் செல்ல வேண்டும்.' என்றார் டாக்டர் டீ வான்.

மெக்கானே சற்று மூச்சை இழுத்து விட்டு, குழப்பத்துடன் 'அவர்களை கண்டுபிடிப்பதற்குள்... இவர்கள் ஆஸ்திரேலியாவையே அழித்துவிடுவர் போல் தெரிகிறது...'

டாக்டர் ஏதும் கூறாமல் அமைதியாக இருந்தார்.

சில நொடிகள் செல்ல, மெக்கானே, 'அந்த பதிமூன்று பேர் கும்பலுக்கு என்ன பெயர்? அவர்களுக்கு பெயரெல்லாம் இல்லையா?'

டாக்டர், 'ஆம், உள்ளது.... தி கோர்ட் அஃப் சாடோஸ் (The Court of Shadows), சைத்தானின் தூதுவர்கள்.'

அதைக்கேட்டதும், மெக்கானே அவரை பதற்றத்துடன் பார்த்து எச்சிலை விழுங்கினார்.

24

ஆராய்ச்சிகள்

ஒரு மர்மமான இடம், தீப்பந்தங்களின் வெளிச்சத்தில், அந்தப் பெரிய இடம் லேசான வெளிச்சத்தில் ஒளிர, அங்கு அறுபது வயது நிரம்பிய ஒருவர், பெரும் கோபத்தில் ஒரு சிறை போன்று இருக்கும் அறையை பார்த்தவாறு நின்று கொண்டிருந்தார்.

அப்போது அவருக்கு பின் ஒருவன் மெதுவாக வந்து, 'பார்ட்னர்....' என்று ஒரு வித தயக்கத்துடன் கூற,

அவர், அந்த அறையைப் பார்த்தவாறே, கோபத்துடன், 'இன்னும் ஏன் அவன் இங்கு வர வில்லை. என்ன நடந்தது?'.

அதற்கு அவன் சோகமான குரலில், 'அவனை சிறை பிடித்துவிட்டனர். அந்தப் பிணங்கள், மெக்கானே மற்றும் டி வான் குறித்தும் எந்த தகவலும் இல்லை. அந்த ஆய்வுக் கூடத்தில் தான் பிணங்கள் உள்ளன. ஆனால் அங்கு காவலர்கள் அதிகமாக இருப்பதால் நம் ஆட்களை அங்கு அனுப்ப முடியவில்லை.'

அவர் மேலும் கோபமடைந்து, 'இதற்கு வாய்ப்பே இல்லை. அவனை சிறை பிடிப்பது இயலாத ஒன்று.... எப்படி இது நடந்தது?'

அவன், 'அது.... அமிலியா தான் இதை செய்திருக்க வேண்டும். இப்போது இன்டர்போல் அவளுக்கு உதவி செய்து கொண்டிருக்கின்றது. ஆனால், நம் ஆட்கள் அவர்கள் இருக்கும் இடத்தை அறிய முயற்சி செய்து கொண்டிருக்கின்றனர்.'

அவரின் கண்கள் கோபத்தில் சிவந்தன, 'அமிலியா, அமிலியா... அவள் சீக்கிரம் சாக வேண்டும். மெக்கானே எங்கே? தேடுங்கள் அவனை... முக்கியமாக அந்த டாக்டர்... அவன் நமக்கு பெரும் இடையூராக உள்ளான். நாம் அவர்களை கொலை செய்வதற்கு முன் அவர்களுக்கு ஒரு மரண பயத்தை காட்ட வேண்டும்.' என்று கூற,

அதற்கு அவன், 'சரி, ஆனால் இதை உடனே செயல்படுத்த முடியாதே?'

அவர் கோபத்துடன், அவனைப் பார்த்து, 'பிளான் சி (Plan C) யை செயல்படுத்துவதற்கான நேரம் வந்துவிட்டது..' என்று கூறியதும், அவன், 'புரிந்தது.. சந்திப்பிற்கு ஏற்பாடு செய்கிறேன்.' என்று கூறி வேகமாக அங்கிருந்து சென்றான்.

இரவு பன்னிரெண்டு மணி....

மெக்கானேவும், டாக்டர் டீ வானும், கான்பராவில் உள்ள அந்தக் கைவிடப்பட்ட வீட்டிற்கு வந்தனர்.

மெக்கானே, 'இந்த இடம் தானா?' என்று சந்தேகத்துடன் கேட்க, அவர், 'ஆம், இங்கு தான், நான் சில ஆண்டுகளுக்கு முன்பு ஆராய்ச்சி செய்து கொண்டிருந்தேன்.'

மெக்கானேவும், சரி என்று தலையசைக்க, அங்கு திடீரென, நான்கு காவலர்கள், அவர்களின் காரை சுற்றி வளைத்து, 'யார் நீங்கள்? உங்கள் கார் ஏன் உடைந்துள்ளது?' என்று துப்பாக்கியை நீட்ட, மெக்கானே 'கடவுளே, இருளில் நான் யார் என்றே தெரியவில்லையா இவர்களுக்கு.' என்று எண்ணி, கையை மேலே உயர்த்தியவாறு வெளியே வந்தார்.

அந்த காவலர்கள் மெக்கானே என்று அறிந்ததும், நிம்மதி அடைந்து துப்பாக்கியை கீழே இறக்கினர்.

அப்போது, டைலர் சிகரெட் பிடித்து கொண்டே அந்த வீட்டிலிருந்து வெளியே வர, அவன் கண்களுக்கு மெக்கானே தெரியவும், அவனுக்கு கடவுளையே பார்த்தது போல் இருந்தது.

அவன் பெரும் மகிழ்ச்சியில், வேகமாக, 'டிடக்டிவ், டிடக்டிவ்...' என்று கூறி கொண்டே அவரை நோக்கி வந்தான்.

மெக்கானே டைலரைப் பார்த்ததும் மகிழ்ந்தார். டைலர், பெரும் நிம்மதி அடைந்து, 'நீங்கள் நலம் தானே? டாக்டர் எங்கே அவரும் நலம் தானே?' என்று பதற்றமாக கேட்டான்.

அவர், 'ஆம், நலம் தான்.. சரி அனைத்தும் தயார் தானே?' என்று கேட்க, அவன், 'ஆம், எல்லாம் தயார்.' என்று மகிழ்ச்சியாக கூறினான்.

அப்போது ஒரு குரல், 'டிடக்டிவ் டைலர், நாங்கள் வரமாட்டோம் என்று பயந்துள்ளீர்கள் போல் தெரிகிறதே?' என்று... அது டாக்டர் டி வான்.

டைலர் பெரும் மகிழ்ச்சியில் அவருக்கு கைகொடுத்து, 'உங்களை மீண்டும் சந்தித்ததில் மகிழ்ச்சி.. உள்ளே வாருங்கள்.' என்று கூற, அனைவரும் அந்த வீட்டை நோக்கினர்.

பின்னர் அனைவரும் உள்ளே வந்ததும், டாக்டர் டீ வான் அந்தப் பிணப்பைகளைப் பார்த்தார்.

அதில் ஒரு பையை திறந்து, கண்களை மட்டும் திறந்து பார்க்க, அவை சிவப்பு நிறத்தில் இருந்தன.

பின்னர் அவர், 'உடனே அனைத்து சடலங்களையும், அதிக குளிர் கொடுக்கும் அறையில் பதப்படுத்த வேண்டும்.' என்றதும், டைலர், 'டாக்டர், இங்கு அப்படி ஏதும் அறை இருப்பது போல் தெரியவில்லையே!! இங்கு தான் உங்கள் ஆராய்ச்சி கூடம் இருந்ததா? தேவையான கருவிகள் எல்லாம் இனி தான் வரவேண்டுமா?' என்று பெரும் சந்தேகத்துடன் கேட்டான்.

அவர் சிரித்துகொண்டே, 'இங்கு தான் இப்போதும் உள்ளன.' என்றதும், அவன் பெரிதும் விழித்தவாறு, 'இங்கா? எங்கே?' என்று கேட்க, அப்போது டாக்டர், அங்கு ஹாலில் குளிர் காய்வதற்காக அமைக்கப்பட்ட ஒரு சிம்னிக்கு அருகே வந்தார்.

அங்கு, அவர் ஏதோ ஒன்றை தேட ஆரம்பித்தார். அப்போது அங்கு ஒரு இரகசிய பொத்தான் கண்களுக்கு தெரியாமல் மறைந்திருந்தது. அவர் அதை அழுத்தியதும், அந்த ஹாலின் இடது பக்கத்தில் இருக்கும், ஒரு புத்தகம் வைக்கும் அலமாறிக்கு அருகில், கைரேகை பதிவு செய்வதற்கான ஒரு கண்ணாடி பலகை திறந்தது.

அவர் சற்று வேகமாக அங்கு சென்று, அந்த பலகையில் தன் இடது கையை, நன்றாக பதியும் படி வைத்தார்.

அப்போது, அந்த பலகை பச்சை நிறத்தில் ஒளிர, அந்த அலமாறியின் உள் பக்கம் ஏதோ சில சப்தங்கள் கேட்க ஆரம்பித்தன.

அப்போது டாக்டர், 'டிடக்டிவ் டைலர், உங்கள் கேள்விக்கான விடை இப்போது கிடைக்கும்.' என்று கூறி, மெக்கானேயிடம், 'நான் கூறும் போது, காவலர்களை பிணங்களை எடுத்துவர கூறுங்கள்.' என்றார்.

டைலர் நடப்பதைப் பார்த்து, பெரும் ஆச்சரியத்துடன் நின்றுகொண்டிருந்தான்.

அப்போது, டாக்டர் டி வான், அந்த அலமாறியை மெதுவாக உள் பக்கமாக தள்ள, அது ஒரு கதவு போல் திறக்க ஆரம்பித்தது.

பின்னர், டாக்டர் மெதுவாக உள்ளே சென்றதும், ஒரு குரல், 'நல்வரவு டாக்டர் டி வான்.' என்று... அது ஒரு ஏற்கனவே பதிவு செய்யப்பட்ட ஆடியோ பதிவு..

அங்கு, கீழ் பக்கமாக சில படிகட்டுகள் சென்றன. டாக்டர் அதில் இறங்க ஆரம்பித்ததும், வெள்ளை நிற மின் விளக்குகள் தானாக எரிய ஆரம்பித்தன.

டாக்டரை பின் தொடர்ந்து, மெக்கானேவும், டைலரும் மெதுவாக அந்தப் படிகளில் இறங்க ஆரம்பித்தனர்.

அந்தப் படிகட்டுகளின் முடிவில், ஒரு கதவு தென்பட்டது. அதன் அருகில் ஒரு எண் பலகை..

டாக்டர், அதில் சில எண்களை தட்டச்சு செய்ய, அந்தக் கதவு திறந்தது. அப்போது அருகில் இருந்த ஒரு விசவாயு மாஸ்கை, டாக்டர் இருவரிடமும் கொடுத்து அணியுமாறு கூறி, தானும் ஒன்றை அணிந்து கொண்டார்.

இருவரும் விழித்தவாறு அதை அணிந்து கொண்டனர். பின்னர் டாக்டர் கதவை திறந்து, மூவரும் உள்ளே சென்றதும், அவர்கள் மீது, வெள்ளை நிறத்தில் ஒரு புகை அடிக்க ஆரம்பித்தது.

டைலர் சற்று பயந்தவாறு, 'என்ன இது?' என்று பதற, டாக்டர், 'காற்றிலும், நம் உடையிலும் உள்ள கிருமிகளை அழிப்பதற்காக, இந்த எதிலின் ஆக்ஸைடு வாயு (Ethylene oxide gas) செலுத்தப்படுகிறது.'

டைலர், சற்று நிம்மதியடைந்து, 'நான் முதன் முதலாக ஒரு ஆராய்ச்சி கூடத்திற்குள் நுழைவதால் எனக்கு ஒன்றும் புரியவில்லை. இந்த வாயுவிற்காக தான் இந்த மாஸ்க் கொடுத்தீர்களா?'

அவர், 'ஆம், இதை நாம் முகர்ந்தால் மயக்கம் ஏற்படும்.' என்றார்.

பின்னர் மூவரும் உள்ளே வந்ததும், அந்த வாயு நிறுத்தப்பட்டது. மூவரும் அந்த மாஸ்க்கை கழட்டி ஓரமாக வைத்தனர்.

அப்போது மெக்கானே, 'இது எத்தனை ஆண்டுகளாக மூடப்பட்டுள்ளது?' என்று ஆர்வமாக கேட்டார்.

அதற்கு டாக்டர் டீ வான், 'எப்படியும் பத்து ஆண்டுகளுக்கு மேல் இருக்கும்..'

டைலர் ஆச்சரியமாக, 'எப்படி இத்தனை வருடங்களுக்குப் பிறகும், அனைத்தும் செயல்படுகின்றன..' என்று கூறும் போது, அவன் அந்த இடத்தைப் பார்த்ததும், வாயைப் பிளந்து கொண்டு, அப்படியே நின்று ஆச்சரியமாக சுற்றி சுற்றி பார்த்தான்.

மெக்கானே, 'ஹோலி ஜீசஸ்... தரைக்கு அடியில் இவ்வளவு பெரிய ஆராய்ச்சி கூடமா?' என்று ஆச்சரியத்தில் அவருக்கு மெய்சிலித்து போய் உறைந்து போனார்.

டாக்டர், அவர்களிடம் சிரித்தவாறு, 'எனது ஆராய்ச்சி கூடத்திற்கு உங்களை வரவேற்கிறேன்.' என்று கூறி, உள்ளே சென்றார்.

இரவு 1 மணி, இன்டர்போல் இரகசிய கூடாரம்...

அங்கிருந்து ஆறு கிலோமீட்டர்கள் தொலைவில் உள்ள ஒரு குகையில், ஒரு பெரிய இரும்பு கூண்டில் அடைத்து வைக்கப்பட்ட அந்த மிருக மனிதனை, சில வெள்ளை நிற கோட் அணிந்த ஆராய்ச்சியாளர்கள் அங்கும் இங்கும் நடந்தவாறு, பரபரப்பாக ஆராய்ச்சி செய்து கொண்டிருந்தனர்.

அந்த மிருக மனிதன் மயங்கிய நிலையில், இரும்பு சங்கிலியால் கட்டப்பட்டு தரையில் வீழ்ந்து கிடந்தான்.

அவன் உடலில், சில குழாய்கள் இணைக்கப்பட்டு, அவை சில இயந்திரங்களுடன் இணைக்கப்பட்டிருந்தன. அதன் மூலம் அவனுக்கு சீரான இடைவெளியில் மயக்க மருந்துகள் கொடுக்கப்பட்டு கொண்டிருந்தன. அதோடு, அவன் உடலில் இருந்து இரத்த மாதிரிகள், திசு பயாப்சி (Tissue biopsy) என்று மாதிரிகளை எடுத்த வண்ணம் இருந்தனர்.

அதோடு, ஆங்காங்கே கணினிகளும், ஆராய்ச்சிக்கு தேவையான அனைத்து கருவிகளும் பொருத்தப்பட்டு, அதிலிருந்து, 'கிய்ங்க் கிய்ங்க்' என்ற சப்தங்கள் கேட்ட வண்ணம் இருந்தன.

அங்கு அமிலியா, கைகளை கட்டிகொண்டு, அந்த மிருக மனிதனையே பார்த்து கொண்டிருந்தாள்.

அப்போது ஒரு ஆராய்ச்சியாளர், 'மிஸ் அமிலியா, இவனைப் பற்றிய அனைத்து தகவலும், நாளை மதியம் கிடைக்கும்.' என்றார்.

அவள், 'சரி நானே, இங்கு வருகிறேன். இவனைப் பற்றிய எந்த ஒரு தகவலும் வெளியே செல்ல கூடாது. எதுவாக இருந்தாலும் என்னிடம் மட்டுமே கூறுங்கள். ஒரு வேலை, சிக்கலான விசயம் ஏதேனும் இருந்தால், உங்கள் சக ஆராய்ச்சியாளர்களிடம் கூறுவதற்கு முன் என்னிடம் கூறிவிடுங்கள். மேலும் இவனிடம் கவனமாக இருங்கள். எக்காரணம் கொண்டும் இவன் மயக்கத்திலிருந்து எழகூடாது. அதோடு இவன் சாகவும் கூடாது.' என்று கூறி, அந்த மிருக மனிதனைப் பார்த்து லேசாக சிரித்தாள்.

விடியற்காலை 4.30 மணி,

பல இராணுவ ஹெலிகாப்டர்கள் வானத்தில் பறந்து கொண்டும், ஐம்பதுக்கும் மேல் இராணுவ வாகனங்களும், நூற்றுக்கணக்கான இராணுவ வீரர்களும், சிட்னி நகரின் சாலைகளில் வலம் வந்து கொண்டிருந்தனர்.

சிட்னி சிறப்பு காவல் நிலையத்தை, இராணுவத்தினர் தங்கள் வசம் கொண்டு வந்தனர்.

சாலைகளில் திரிந்து கொண்டிருந்த கலவரக்காரர்களை அடக்கி, கைது செய்ய ஆரம்பித்தனர். சாலைகளில், சில காவலர்கள் வாகனம் மூலம், 'மக்கள் அனைவரும் வீட்டிற்குள்ளேயே இருங்கள். உங்களுக்கு தேவையான பொருட்களை நாங்களே உங்கள் வீட்டிற்கு கொண்டு வந்து தருகிறோம். யாருக்கும் இனி சிட்னி நகரத்தை விட்டு வெளியேற அனுமதி இல்லை. எனவே அனைவரும் வீடுகளில் பாதுகாப்பாக இருங்கள்.' என்று கூறிக்கொண்டே வலம் வந்து கொண்டிருந்தனர்.

இதனால் சிட்னி நகரம் இராணுவத்தின் முழு கட்டுப்பாட்டின் கீழ் செயல்பட ஆரம்பித்தது.

காலை 6 மணி.....

அப்போது ஒரு காரில், மூவர் வேகமாக ஒரு இடத்தை நோக்கி சென்று கொண்டிருந்தனர்.

அதில் ஒருவனுக்கு ஒரு அழைப்பு, அதில், 'நாதன், அங்கு சென்றதும், அங்கு உள்ள நிலவரத்தை ஒன்று விடாமல் கூறுங்கள். அனைத்தும் எதார்த்தமாக நடக்க வேண்டும். பத்திரிக்கையாளர்கள் கவனம் உங்கள் மீதே இருக்க வேண்டும். அவர்கள் தான் நமக்கு இப்போது முக்கியமான ஆயுதம்.' என்று அமிலியா, நாதனிடம் கூறிக்கொண்டிருந்தாள்.

அவன், 'இன்னும் பதினைந்து நிமிடங்களில் அங்கு சென்று விடுவோம்.' என்றதும், அழைப்பை துண்டித்தனர்.

அதே நேரத்தில், கான்பெராவில் உள்ள டாக்டர் டி வானின் ஆய்வு கூடத்தில்...

அங்கு அவர் மூன்று சடலங்களை வரிசையாக வைத்துக்கொண்டு, மும்முரமாக ஆராய்ச்சியில் ஈடுபட்டு கொண்டிருந்தார்.

அவர் அருகில் மெக்கானேவும், டைலரும் ஆர்வமாக நின்று பார்த்து கொண்டிருந்தனர்.

டாக்டர், அந்த சடலங்களில் இருந்து சில மாதிரிகளை எடுத்து, அதை சோதனை குழாய்களில் போட்டு, சில இயந்திரங்களில் கொடுத்து ஏதேதோ செய்து கொண்டிருந்தார்.

அப்போது டாக்டர் கணினியில் ஏதோ ஒன்றைப் பார்த்து குழப்பத்துடன், யோசித்தவாறே இருந்தார். அதைப் பார்த்த டைலர், 'டாக்டர், என்ன ஆனது? ஏதேனும் தகவல் கிடைத்ததா?' என்று ஆர்வமாக கேட்டான்.

அவர், 'ஆம், ஆனால் இது சாத்தியம் தானா என்று தான் புரியவில்லை?'

மெக்கானே, 'என்ன சாத்தியம்? சற்று தெளிவாக கூறுங்கள்.' என்று கேட்டார்.

அவர், 'இந்த சிவப்பு நிற கண்கள் உருவான விதம், ஆச்சரியமாக உள்ளது. அதோடு இவர்களின் நினைவாற்றல் இழந்த விதம் தான் குழப்பமாக உள்ளது.' என்று கூறி, தன் நெற்றியை தேய்த்தவாறு, பெரும் யோசனையில் அமர்ந்திருந்தார்.

பின்னர் அவர் வேகமாக எழுந்து, மெனாய் நகரில் இருந்து கொண்டு வந்த கோப்புகளை வேக வேகமாக புரட்ட ஆரம்பித்தார்.

டைலரும் மெக்கானேவும் முகத்தை முகத்தை பார்த்து நின்று கொண்டிருந்தனர்.

அப்போது, ஒரு காவலன் அங்கு வந்து, 'டிடக்டிவ் மெக்கானே, உங்களை பார்க்க ஒருவன் வந்துள்ளான். அவன் காவலன் என்று கூறிகொண்டிருக்கிறான்.' என்றான்.

உடனே மெக்கானே, டைலரிடம், 'அவர்கள் வர ஆரம்பித்துவிட்டனர். டைலர், நீ இங்கேயே, டாக்டருக்கு உதவியாக இரு. நான் வர தாமதமாகும்.' என்று கூறி வேகமாக அங்கிருந்து சென்றார்.

வெளியே ஒருவன், சுற்றுலா பயணிகள் அணியும் உடையை அணிந்து கொண்டு, தோளில் ஒரு பையை மாட்டிகொண்டு, நின்று கொண்டிருந்தான்.

அவன் முன் இரு காவலர்கள், அவனை சந்தேகத்துடன் பார்த்தவாறே நின்று கொண்டிருந்தனர்.

அப்போது மெக்கானே வேகமாக அங்கு வந்து, அவனைப் பார்த்தார்.

பின்னர் அவர், தன் பையில் இருந்து, டாக்டர் கொடுத்த கடிதத்தை எடுத்து, அதில் உள்ள ஒரு வார்த்தையை வாசித்தார். அவர், 'Code 308.' என்றார்.

அவன், 'Prime 1' என்றான்.

மெக்கானே சற்று நிம்மதி அடைந்து, அவனிடம், 'பேக்கேஜ்..' என்று கேட்க, அவன், தான் அணிந்திருந்த பையை மெக்கானேவிடம் கொடுத்து விட்டு, அங்கிருந்து சென்றான்.

மெக்கானே அதை வாங்கிக்கொண்டு, வேகமாக வீட்டிற்குள் வந்து, அங்கிருந்த ஒரு மேஜை மேல் அந்தப் பையை வைத்து, அதை பிரித்து பார்த்தார்.

அதில் ஒரு கருப்பு நிற சிறிய பெட்டி மட்டும் இருந்தது.

அவர் ஆர்வமாக அதை எடுத்து திறந்து பார்க்க, அதில் ஒரு கைப்பேசியும், மூன்று நுண் அழைப்பான்களும், ஒரு சிறிய காகிதமும் இருந்தன.

அந்த காகிதத்தில், ஒரு ஆறு இலக்க எண் இருந்தது. உடனே அவர் அந்த அழைப்பு பேசியில் அந்த எண்களை தட்டச்சு செய்து, அழைப்பு கொடுத்தார்.

மறுமுனையிலிருந்து...

ஒரு குரல்: டாம்... இது நீங்கள் தானே?

மெக்கானே (பெரிதும் நிம்மதி அடைந்து): அமிலியா.. நான் தான்..

அமிலியா (மகிழ்ச்சியான குரலில்): இப்போது தான் நிம்மதியாக உள்ளது. டாக்டர் எவ்வாறு உள்ளார்? எப்போது அங்கு சென்றீர்கள்?

மெக்கானே: நாங்கள் இரவே வந்துவிட்டோம். சரி அங்கு என்ன நிலவரம்.. அந்த மிருக மனிதனை நீங்கள் தான் தாக்கினீர்களா?

அமிலியா: ஆம், அதோடு அவனை சிறைப்படுத்தியும் வைத்துள்ளோம். அவன் மீது ஆராய்ச்சிகள் நடந்து கொண்டிருக்கிறன.

மெக்கானே (பெரும் ஆச்சரியத்துடன்): எப்படி அது சாத்தியமானது? அவன் பெரும் பலம் வாய்ந்தவன் அல்லவா?

அமிலியா: டாம், நாங்கள் இன்டர்போல்... எங்களால் முடியாத காரியம் எதுவும் உள்ளதா என்ன?

மெக்கானே: ஆம், ஆம்.. சரி..

அமிலியா: நீங்கள் உயிருடன் இருப்பதில் மகிழ்ச்சி..

மெக்கானே (ஆச்சரியமாக): அமிலியா...

அமிலியா: நான் டாக்டரையும் சேர்த்து தான் கூறினேன். உங்களை மட்டும் அல்ல.. தவறாக ஏதும் எண்ண வேண்டாம்..

மெக்கானே: சரி சரி... டாக்டர் இங்கு அவரின் ஆராய்ச்சியை தொடர்ந்து-விட்டார். அதோடு, அந்த கும்பலிற்கு பெயர் தி கோர்ட் ஆஃப் சேடோஸ், ஆம்.. அவர்களை பிடிக்க, நமக்கு நம்பிக்கையான ஆட்கள் தேவை என்று டாக்டர் கூறுகிறார்..

அமிலியா: நல்லது.. அங்கு உங்களால் என்ன செய்ய முடியுமோ அனைத்தை-யும் செய்யுங்கள். என்னால் முடிந்த வரை நானும் முயற்சி செய்கிறேன். கிடைக்-கும் தடயங்களை வைத்து தான், நாம் முன்னேறி செல்ல வேண்டும்.

மெக்கானே: ஆம், அமிலியா..

(அவரின், சில நொடிகள் தயக்கத்திற்கு பிறகு..)

மெக்கானே: அமிலியா.... நீ வந்த பிறகு தான் எனக்கு நம்பிக்கை வந்துள்-ளது. அதோடு என்னை மன்னித்து விடு...

அமிலியா: டாம்... நான் பிறகு பேசுகிறேன்...

(அழைப்பு துண்டிக்கப்பட்டது)

அவர் சற்று வேதனை அடைந்து, 'இவளை சமாதானம் செய்ய முடியாது போலவே..' என்று எண்ணி, கவலையாக அங்கிருந்த ஒரு நாற்காலியில் அமர்ந்-தார்.

25

அதிர்ச்சிகளும், முடிவுகளும்

'வாழ்வில் நாம் எடுக்கும் ஒவ்வொறு முடிவுகளும், முன்பே தீர்மானிக்கப்பட்டவை. காலம் செல்லும் போக்கோடு நாம் செல்லும் போது, நமக்கு பிடித்த வாழ்வை நாம் இழக்கிறோம். அதுவே காலத்தின் போக்கோடு செல்லாமல், அதை மாற்றி நம் விருப்பப்படி வாழ முயன்றால், தவறான முடிவுகளால் துன்பப்படுகிறோம். பிறகு எதற்கு இந்த வாழ்க்கை, இயற்கையின் விதிகளுக்கு கட்டுப்பட்டு, இறைவனுக்கு அடிமையாக வாழ்வதா வாழ்க்கை.... இதை மாற்ற வேண்டும். நமக்கு பிடித்த வாழ்வை வாழ வேண்டும். இதற்கான சக்தியை யாரிடம் கேட்பது. ஹா ஹா ஹா... ஒருவன் மட்டுமே உள்ளான். இறைவனின் எதிரியான சைத்தான்...' என்று மனதில் எண்ணிக்கொண்டு, அறுபது வயது நிரம்பிய ஒருவர், தன் நாற்காலியில் அமர்ந்திருந்தார்.

அவர் முன்பு பன்னிரெண்டு பேர், முகமுடி அணிந்தவாறு அமர்ந்து கொண்டு, முணுமுணுத்தவாறு பேசிக்கொண்டிருந்தனர்.

அப்போது அவர்களில் ஒருவன், 'உங்களின் அமைதிக்கு என்ன காரணம்? இந்நேரம் அவர்களுக்கு, நமது சில இரகசியங்கள் தெரிய வந்திருக்கும்.'

அவர், ஏதும் பேசாமல் அனைவரையும் பார்த்தார். சில நொடிகள் அமைதிக்குப் பிறகு, அவர், 'உங்களுக்கு பயம் எழுந்துவிட்டதா?' என்று கேட்க, ஒருவன், 'இல்லை.. ஆனால் குழப்பமாக உள்ளது.' என்றான்.

அவர், 'உங்கள் குழப்பத்திற்கான காரணத்தை நன்றாக அறிவேன். கவலை வேண்டாம்... நான், இப்போது உருவாகியிருக்கும் சிக்கலை தீர்ப்பதற்கான திட்டத்தை தயாராக வைத்துள்ளேன்.' என்று கூறும் போது, ஒருவன், 'பிளான் - சி யை செயல் படுத்த உள்ளீர்களா?' என்று கேட்க,

அவர், 'ஆம், அதோடு வேறு ஒரு திட்டத்தையும் செயல்படுத்த உள்ளேன். இதனால் அமிலியாவின் வாழ்க்கை நரகமாக மாற உள்ளது.'

மற்றொருவன், 'அவளை நாம் உயிருடன் விட்டு வைப்பது நமக்கு தான் ஆபத்து.'

அவர், 'அவள் அவ்வளவு எளிதாக சாகக்கூடாது..'

அப்போது ஒருவன், 'என்ன செய்ய உள்ளோம். இந்த பிளான் சி யை யார் செயல்படுத்த உள்ளனர்?' என்று கேட்க, அவர் சிரித்தவாறு, 'அதை விரைவில் நீங்களே தெரிந்து கொள்வீர்கள்..' என்று கூறி ஆணவமாக சிரித்தார்.

காண்பெரா நகரம், காலை 7.45 மணி, அங்கு மெக்கானேவிற்கு வர வேண்டிய ஆறு பேக்கேஜ்களும் வந்து சேர்ந்தன.

ஒவ்வொறு பைகளிலும் பல நவீன கருவிகள், தேவையான மடிக்கணினிகள், அழைப்பு பேசிகள், நுண் அழைப்பான்கள், சில துப்பாக்கிகள், ட்ரான்ஸ்மீட்டர்கள், சில ஹாக்கிங் கருவிகள் (Hacking devices) என அனைத்தையும் ஒரு மேஜை மேல் பரப்பி வைத்து கொண்டு, மெக்கானே அங்கிருந்த காவலர்களிடம், 'நீங்கள் எட்டு பேரும், இங்கேயே இருங்கள். உங்களுக்கு நுண் அழைப்பான்கள் கொடுக்கப்படும். அது எப்போதும் உங்கள் காதிலேயே இருக்க வேண்டும். இங்கு எப்போது என்ன வேண்டுமானாலும் நடக்கலாம். எனவே ஜாக்கிரதையாகவே இருங்கள்.' என்று கூறி, நுண் அழைப்பான்களை அவர்களிடம் கொடுத்தார்.

பின்னர் அவர், 'இனி என்னை தேடி இங்கு யாரும் வர மாட்டார்கள். அப்படி வந்தால் அவர்களை உள்ளே அனுமதிக்காதீர்கள், கைது செய்து விடுங்கள். கவனமாக இருங்கள். டாக்டரின் ஆராய்ச்சி தடைபட்டு விட கூடாது.' என்று கூறி, அங்கிருந்த சில நவீன கருவிகளை எடுத்துக் கொண்டு, டாக்டரின் ஆய்வு கூடத்திற்குள் சென்றார்.

அங்கு டைலர் கண்கள் பிதுங்கியவாறு, பெரும் அதிர்ச்சியில் அமர்ந்திருந்தான். டாக்டர் செய்வது அறியாது தலையில் கைவைத்தவாறு பெரும் யோசனையில் நின்று கொண்டிருந்தார்.

அவர்களின் நிலையைப் பார்த்ததும், மெக்கானே பெரும் குழப்பத்துடன், 'என்ன ஆனது?' என்று கேட்க, டைலரின் தொண்டை, பயத்தில் அடைத்துக்கொண்டது, அவனால் ஏதும் பேச முடியவில்லை.

டாக்டர், 'டிடக்டிவ் மெக்கானே.... இதை நீங்கள் எப்படி எடுத்துகொள்வீர்கள் என்று புரியவில்லை. ஆனால் இதை உங்களிடம் கூறுவது என் கடமையாகும்.' என்று கூறி, அவர், பெரும் கவலையுடன், 'இவர்கள் வித்தியாசமான முறையில் கொலை செய்யப்பட்டுள்ளனர். ஆனால் அது எப்படி என்று என்னால் உறுதியாக

அறிய முடியவில்லை.'

மெக்கானே பெரும் குழப்பத்துடன், அவரை பார்த்தார்.

டாக்டர், சற்று மூச்சை இழுத்து விட்டு, ஒரு சடலத்திற்கு அருகில் வந்து நின்று, 'டிடக்டிவ் இதை பாருங்கள்.' என்று கூறி, அந்த சடலத்தின் திறக்கப்பட்ட கபாலத்தை காட்டி, 'மூளை என்றாலே நினைவாற்றல் மற்றும் பதிவுகளுக்காகவே உள்ள முக்கியமான உறுப்பு... ஆனால்..' என்று கூறி, அந்த மூளையின் மேல் பாகத்தை சற்று ஆழமாக திறக்க, அந்த மூளையிலுள், சிறிய ஒரு இயந்திரம் பொருத்தப்பட்டிருந்தது.

அதைப் பார்த்ததும், மெக்கானேவிற்கு பெரும் அதிர்ச்சி.. அவரின் வார்த்தை-கள் தடுமாறின.

அப்போது டாக்டர், 'இது, அனைவரின் மூளையிலும் பொருத்தப்பட்டுள்ளது. இந்த கருவி, மூளையில் உள்ள நியூரான்கள் (neuron) ஏற்படுத்தும் மின் தூண்டல்களால் (Electric pulse) இயங்குகிறது. இந்த இயந்திரம், இவர்களின் மூளையை தன் கட்டுபாட்டில் வைத்துக் கொள்வதால், அனைத்து பதிவுகளும் இந்த இயந்திரத்தில் தான் பதிவாகின்றன. இந்த கருவி பொருத்தப்பட்ட பிறகு, மூளைக்கு எந்த வேலையும் இல்லை... மூளையின் முழுவேலையும் இந்த கருவி தான் செய்கிறது. இதனால் மூளையில் எந்த ஒரு பதிவுகளும், நினைவுகளும் இருக்காது. இது ஒரு கணினி போல் இயங்கும். தேவை என்றால் நினைவுகளை வைத்து கொள்ளலாம், தேவை இல்லாத போது அதை அழித்தும் கொள்ளலாம். அதோடு இந்த கருவி முன்பே புரோக்ராம் (Programme) செய்யப்பட்டுள்ள-தால், இந்த இயந்திரம் கொடுக்கும் கட்டளைகள் படியே இவர்கள் செயல்பட்டுவர். அவ்வாறே செயல்பட்டுள்ளனர்.' என்றார்.

மெக்கானேவின் மனம் பெரும் போராட்ட களமாக மாறியது, அவர், 'ஏன் இவ்வாறு செய்யவேண்டும்? எப்படி இவர்கள் இறந்துள்ளனர்? இந்த இயந்திரத்தை எப்படி தடயமே இல்லாமல் பொருத்தியிருப்பர்?' என்று குழப்பத்தில் கேள்விகளை அடுக்க ஆரம்பித்தார்.

அவர், 'அதற்கு காரணம், அந்த கும்பல் ஏதோ ஒன்றை கண்டுபிடித்துள்ளது. அதன் மூலமே இவர்கள் இறந்திருக்க வேண்டும். ஆனால் அது என்ன என்பது குறித்து என்னால் அறிய முடியவில்லை. அது என்ன என்று அறிய, சில நாட்கள் ஆகும் போல் தெரிகிறது. அதோடு இந்த இயந்திரத்தை மூக்கின் நாசி வழியா-கவே செலுத்தியிருக்க வேண்டும். அதை தவிர வேறு வழி இல்லை.'

மெக்கானே அதிர்ச்சியுடன், சில்வியா கூறிய ஒன்றை நினைவுபடுத்தி பார்த்-தார். அவள் கூறிய, 'அது ஒரு புராஜெக்ட்.... அதன் மூலமாகவே மக்கள் இறக்-கின்றனர்..'

அவர் கண்களை மூடிக்கொண்டு, 'இப்போது தான் அனைத்தும் புரியவருகிறது.' என்று கூறி, 'இந்த சிவப்பு நிற கண்களுக்கு என்ன காரணம்?'.

அவர், 'நான் முன்பே கூறியது தான்... இது வெறும் அடையாளம். ஆனால் இதை எப்படி கொண்டுவந்துள்ளனர் என்று நீங்கள் தெரிந்து கொண்டால், உங்கள் தலை சுற்ற ஆரம்பித்துவிடும்.'

அவர், அதிர்ச்சியுடன், 'எப்படி?' என்று கேட்க, டாக்டர், 'பொதுவாக ஒரு மனிதனின் கண்ணின் நிறத்திற்கு காரணம், மெலானின் (Melanin) என்னும் புரதம், அதிக அளவு மெலானின் கண்ணில் இருந்தால், அவர்களின் கண்கள் நிறம் கருப்பு அல்லது பளுப்பு நிறத்தில் காணப்படும். அதுவே, குறைவாக இருக்கும் போது தான் நீலம், பச்சை, சிலருக்கு வெள்ளை நிறத்திலும் என்று நிற வேற்றுமை ஏற்படும். ஆனால் இவர்களின் கண்களில், மனித மெலானின் புரதத்திற்கு பதிலாக, இங்கிலாந்தில் பரவலாக காணப்படும், அட்டர் (Adder) என்னும் கொடிய விச தன்மை கொண்ட பாம்புகளின் கண்களில் உள்ள மெலானின் புரதமே உள்ளது.' என்று கூறி, அந்த பாம்பின் புகைப்படத்தை காட்ட, மெக்கானேவிற்கு பெரும் அதிர்ச்சி, அதன் கண்கள் சிவப்பு நிறத்தில் இருந்தன.

அப்போது டாக்டர், 'பொதுவாக பாம்புகளுக்கு தெளிவான பார்வை கிடையாது, ஆனால் இருளில் அவைகளால் நன்றாக பார்க்க முடியும், எனவே தான் பாம்புகள் இரவு நேரங்களில் இரையை வேட்டையாட செல்லும். இதில், அந்த பாம்புகளின் கண்களுக்கான DNA வை மனித கண்களுக்கான DNA வுடன் இணைக்கும் போது, மிகவும் தெளிவாக இருளிலும் பார்க்க கூடிய, சிவப்பு நிற கண்களை மனிதர்களுக்கு உருவாக்கி விடுகிறது. இதை 1965ல் ஜெர்மானிய ஆராய்ச்சியாளரான ஈடித் (Eddith) என்பவர் கண்டுபிடித்துள்ளார். ஆனால் சில காரணங்களுக்காக ஜெர்மன் அரசாங்கம் இவரின் இந்த ஆராய்ச்சியை வெளியிட தடை விதித்துள்ளது. ஆனால், இப்போது அந்த ஆராய்ச்சியை, இவர்கள் பயன்படுத்தி கொண்டிருக்கிறனர்.'

அதைக்கேட்டதும், மெக்கானேவிற்கும் டைலரைப் போல், தொண்டை அடைத்து கொண்டு மூச்சு விடவே கடினம் கொண்டார்.

டாக்டர் மூச்சை பலமாக இழுத்துவிட்டு, 'இவர்களை நாம் தடுக்க வில்லை என்றால், நிச்சயம் உலகத்தையே அழித்துவிடுவர்.'

மெக்கானே, அவரை அதிர்ச்சியுடன் பார்த்தவாறு, வாயடைத்து நின்று கொண்டிருந்தார்.

டாக்டர், 'நிச்சயம் அவர்களுக்கு நம் மீது பெரும் கோபம் ஏற்பட்டிருக்கும். நம்மை பழி தீர்க்க பெரும் திட்டத்துடன் வருவர். நிச்சயம் அந்த திட்டம் சில வருடங்களுக்கு முன்பே இடப்பட்டதாகவே இருக்கும். எனவே, இனியும் நாம் தாமதிக்கும் ஒவ்வொறு நொடியும், நமக்கு ஆபத்து தான். எப்படியும் அவர்கள் இந்த

இடத்தைக் கண்டறிய வாய்ப்புகள் உள்ளன.'

மெக்கானே, 'இதை நாம் எப்படியாவது முடிவிற்கு கொண்டுவரவேண்டும். அதற்கு ஒரே வழி அவர்கள் பற்றி முழுவதுமாக அறிந்துகொள்வது மட்டும் தான். அப்போது தான் அவர்களை அழிக்கும் வழியும் மேலும் அவர்களை அழிப்பதற்கான சரியான பலமும் எதுவென்று, நம்மால் அறிந்து செயல்பட முடியும்.' என்று கூறி, சற்று மூச்சை இழுத்துவிட்டு, 'நான், இவர்களை எதிர்த்து செயல்படுகிறேன். இதில் என் உயிர் போனாலும் கவலை இல்லை. எனக்கென்று யாரும் இல்லை. இருந்தவர்களும் விட்டு சென்றுவிட்டனர். எனவே இதை நான் செய்வது தான் சரியான ஒன்று.'

டாக்டரும், டைலரும், அதிர்ச்சியுடன் ஆச்சரியமாக அவரைப் பார்த்தனர்.

டாக்டர், 'டிடக்டிவ், இது சாதாரண விசயம் அல்ல... இதனால், உங்கள் நெருக்கமானவர்களையும் நீங்கள் இழக்க வாய்ப்புகள் உள்ளன.'

அவர், கண்களில் கண்ணீருடன், 'நான் ஏற்கனவே அனைத்தையும் இழந்துவிட்டேன். இதற்கு மேல் இழக்க என் உயிர் மட்டுமே உள்ளது.' என்று தலைகுனிந்து சோகமாக கூறினார்.

டாக்டர் சற்று மனவேதனை கொண்டு, வார்த்தைகளின்றி அமைதியாக நின்றார்.

அப்போது டைலர், 'அப்படி என்றால், நானும் டிடக்டிவுடன் பணியாற்றுவேன்.' என்றான். டாக்டர், டைலரை ஒரு கவலையான முகத்துடன் பார்த்தார்.

மெக்கானே, 'சரி, இப்போது நான் என்ன செய்யவேண்டும்?' என்று கேட்க, டாக்டர், சில நொடிகள் யோசனைகளுக்குப் பிறகு, 'சரி, நான் கூறும் ஒருவரை நீங்கள் இருவரும் சந்திக்க வேண்டும். அவர் உங்களுக்கு தேவையான அனைத்து விசயங்களையும் கூறுவார்.'

டைலர், 'இப்போதே புறப்படுகிறோம். அவர் யார்? எங்கே இருப்பார்?' என்று ஆர்வமாக கேட்டான்.

டாக்டர், இருவரிடமும் சில விசயங்கள் கூற ஆரம்பித்தார். அவர் கூறுவதைக்கேட்ட இருவருக்கும் பெரும் குழப்பமும், ஆச்சரியமுமாக இருந்தது.

உடனே மெக்கானே, 'சரி, நான் இன்றே புறப்படுகிறேன்.' என்று ஒருமையில் கூறியதைக் கேட்ட, டைலர் குழம்பியவாறு, 'டிடக்டிவ் நானும் உங்களுடன் வருகிறேன்.' என்று கூற, அவர், 'இல்லை, நீ டாக்டருக்கு இங்கு உதவியாக இரு... இதை நான் தனியாகவே செய்கிறேன்.' என்றார்.

ஆனால் அவன், 'இல்லை, என்னால் இதை ஒப்புகொள்ள முடியாது..' என்று பிடிவாதமாக இருந்தான். ஆனால் மெக்கானே மறுத்தார்.

அப்போது டாக்டர், 'டிடக்டிவ் மெக்கானே, டைலர் உங்களுடன் வரட்டும். நிச்சயம் உங்களுக்கு இவரின் உதவி தேவைப்படும். நான் முன்பே கூறியது தான்.

உங்கள் ஒருவரால் மட்டும் இதை செய்ய இயலாது.' என்றார்.

அவர் சற்று யோசித்தவாறு டைலரைப் பார்த்தார். பின்னர் சரி என்று தலையசைத்தார்.

சிட்னி நகரம், காலை 6.20 மணி...

சிட்னி கிரிக்கெட் மைதானத்தில், இராணுவ வீரர்கள் கூடாரம் அமைக்க ஆரம்பித்தனர். அங்கு அவர்கள் பாதிக்கப்பட்ட, சிட்னி நகரை விட்டு வெளியேற முடியாமல் தவித்த மக்களுக்கு அடைக்கலம் கொடுத்து, உணவு பொருட்கள், தங்க இடம் வழங்கினர்.

அப்போது, மூவர் இன்டர்போல் உடை அணிந்து கொண்டு, அந்த மைதானத்தின் வாசலில் வந்து நின்றனர். அங்கு சில இராணுவ வீரர்கள் நின்று கொண்டு, ஆச்சரியமாக இவர்களைப் பார்த்தனர்.

அப்போது ஒரு இராணுவ அதிகாரி, 'நீங்கள் இன்டர்போல் என்றால், இங்கு உங்களுக்கு எந்த உதவியும் கிடைக்காது.'

அந்த மூவரில் ஒருவனான நாதன், 'நாங்கள் இராணுவ படைத்தளபதியான கர்ணல் அலெக்சாண்டரை சந்திக்கவே இங்கு வந்தோம்.'

அந்த வீரர்கள், ஒருவரை ஒருவர் குழப்பத்தில் பார்த்தவாறு, 'நீங்கள் அவரை சந்திக்க வாய்ப்பில்லை. சென்றுவிடுங்கள்.'

நாதன், 'அப்படியா? இப்போது நாங்கள் அவரை சந்திக்கவில்லை என்றால், நிச்சயம் சிட்னி பெரும் அழிவை சந்திக்கும்... இதற்கு உங்களுக்கு விருப்பம் என்றால், நாங்கள் சென்றுவிடுகிறோம்.' என்றான்.

அவர்களில் மற்றொருவன், 'என்ன விசயம்? ஏன் அவரை நீங்கள் சந்திக்க விரும்புகிறீர்கள்?' என்று கேட்டான்.

அதற்கு நாதன், 'மிஸ் அமிலியா, இதை கர்ணலிடம் கொடுக்க கூறினார்.' என்று கூறி, ஒரு பாலித்தீன் பையில் உள்ள, ஒரு வீடியோ டேப்பை (Video tape) அவர்களிடம் காட்டினான்.

அவர்கள் விழித்தவாறு, முகத்தை முகத்தைப் பார்த்துகொள்ள... அவர்களில் ஒருவன், நுண் அழைப்பான் மூலம், ஒருவரிடம் பேசினான்.

பின்னர், 'சரி, மூவரும் உள்ளே செல்லுங்கள்.' என்று கூற, அந்த இராணுவ வீரர்கள், கதவைத் திறந்து மூவரையும் உள்ளே அனுமதித்தனர்.

காலை 8.30 மணி... இன்டர்போல் இரகசிய கூடாரம்..

அங்கு, அதிகாரிகள் பலரும் கணினி முன் பெரும் பரபரப்பாக வேலை செய்துக்கொண்டிருந்தனர்.

அமிலியாவிடம், பலரும் ஏதோ ஒரு தகவலை கூறியவாறே இருந்தனர். அப்போது ஒரு அதிகாரி, 'மிஸ் அமிலியா உங்களுக்கு ஒரு அழைப்பு, அது டிடக்டிவ் மெக்கானேயிடம் இருந்து...'

அவள் சற்று சலித்துகொண்டு, 'பிறகு பேசுகிறேன் என்று கூறுங்கள். நான் வேலையாக இருக்கிறேன்..' என்று மறுத்தாள்.

ஆனால் அந்த அதிகாரி, 'அவர், முக்கியமான விசயம் என்கிறார்..'

அவள் எரிச்சலுடன், 'சரி, அழைப்பை என் கைப்பேசிக்கு இணைப்பு கொடுங்கள்.' என்று கூறி, தன் கைப்பேசியை காதில் வைத்தாள்.

அமிலியா: என்ன டாம் என்ன விசயம்?

மெக்கானே: அமிலியா, நான் ஒரு முக்கிய காரணங்களுக்காக, ஐரோப்பிய கண்டம் செல்ல இருக்கிறேன். என்னை பற்றி நீ கவலை கொள்ளமாட்டாய் என்று நான் நன்றாக அறிவேன். இருப்பினும் கடைசியாக ஒரு சில வார்த்தைகள் பேச எண்ணினேன்.

அமிலியா (குழப்பத்துடன்): என்ன உலறிக்கொண்டிருக்கிறீர்கள்? ஏன் இப்போது அங்கு செல்கிறீர்கள்?

மெக்கானே: அமிலியா, இப்போது அதற்கு நேரம் இல்லை. நீ உன்னால் முடிந்தவரை செயல்படு, தடயங்களை சேகரி..

அமிலியா (எரிச்சலுடன்): டாம், எதுவாக இருந்தாலும் தெளிவாக கூறுங்கள்

மெக்கானே: அமிலியா, நான் இப்போதும் உன்னை நேசிக்கிறேன். ஆனால் இனி என்னால் உன்னை பார்க்க முடியுமா என்று தெரியவில்லை. ஒருவேலை இதுவே, நான் உன்னிடம் பேசும் கடைசி தருணமாக கூட இருக்கலாம். நான் இப்போது சென்றாகவேண்டும். என்னிடம் வேறு எதுவும் கேட்காதே.

அமிலியா (மூச்சை இழுத்துவிட்டு): ஏதோ செய்யுங்கள்... டாக்டருக்கு யார் பாதுகாப்பில் உள்ளனர்?

மெக்கானே: அவர் பாதுகாப்பாகவே உள்ளார்... அவர் குறித்து கவலை கொள்ளாதே.. உன் திட்டப்படி இங்கு எல்லாம் சரியாக நடந்துகொண்டிருக்கிறது.

அமிலியா: சரி, பார்த்துகொள்ளுங்கள்.. எதுவாக இருந்தாலும் தகவல் கொடுங்கள்..

மெக்கானே: சரி நான் செல்ல வேண்டும்...

சில நொடிகள் தயக்கத்திற்கு பிறகு....

மெக்கானே: அமிலியா... நான் உன்னை நேசிக்கிறேன்...

அவள் எரிச்சல் அடைந்து அழைப்பை துண்டித்தாள்.

பின்னர் அவள், மெக்கானே குறித்து சற்று யோசிக்க ஆரம்பித்தாள். அவள் மனதில், 'ஏன் அங்கு செல்கிறார்? காரணமும் கூற மறுக்கிறாரே?' என்று எண்ணிக்கொண்டிருக்க,

அப்போது ஒரு அதிகாரி அவளிடம், 'மிஸ் அமிலியா, அந்த மிருக மனிதன் பற்றிய சில விசயங்களை ஆராய்ச்சியாளர்கள் உங்களிடம் கூற விரும்புகின்றனர்.

அவளும் சரி என்று தலையசைத்து, மெக்கானே குறித்து, சற்று குழப்பத்துடனே அங்கிருந்து சென்றாள்.

26

இரண்டாம் தடயம்

'வாழ்வில் அனைவரும் ஏதோ ஒரு விதத்தில் தவறுகள் செய்துவிடுகின்றனர். பின்னர் அதற்கான பலனை அனுபவிக்கும் போது தான், அந்த தவறை உணர ஆரம்பிக்கின்றனர். அதன் பின் உணர்ந்து என்ன பலன். சுயநலத்திற்கும், சுய தேவைக்கும் என்ன வித்தியாசம்? தான் முன்னேறுவதற்குத் தேவையானவற்றை செய்வது தவறா? அது தவறு என்றால், இந்த வாழ்க்கை எதை நோக்கி செல்கிறது. ஆனால் வாழ்க்கை ஏதோ ஒரு விதத்தில் அனைவருக்கும் ஒரு முக்கிய பொறுப்பை கொடுத்து, பயணிக்க தான் வைக்கிறது. ஏன் யாரும் வாழ்வின் போக்கில் செல்ல மறுக்கின்றனர்?' என்று மெக்கானே விமானத்தில், தன் இருக்கையில் தளர்வாக சாய்ந்தவாறு யோசித்து கொண்டிருந்தார்.

அப்போது ஒரு அறிவிப்பு, 'விமானம் இப்போது ஆசிய கண்டத்தின் மேல் பறந்து கொண்டிருக்கிறது. இன்னும் எட்டு மணி நேரங்களில், ஜெர்மனி சென்றடைவோம்.' என்று...

அவர், அதை கேட்டதும் மூச்சை பலமாக விட்டு, சற்று உறங்க முயற்சித்தார்.

அப்போது, சில இருக்கைகளுக்கு தொலைவில் அமர்ந்திருந்த டைலர், நன்றாக உறங்கிகொண்டிருந்தான்.

சிட்னி கிரிக்கெட் மைதானம்...

காலை 6.30 மணி, அங்கு நாதனும் அவனுடன் இரு காவலர்களும், ஒரு கூடாரத்திற்குள் வந்தனர்.

அங்கு ஒரு எழுபது வயது நிரம்பிய கர்ணல் அலெக்ஸாண்டர், மேஜை மேல் சிட்னி நகரின் நில வரைபடத்தை வைத்துக் கொண்டு சக அதிகாரிகளிடம் பேசிக்கொண்டிருந்தார்.

அவர், மூவரையும் பார்த்ததும், 'உங்களுக்கு என்ன வேண்டும்? உங்கள் தலைவி அமிலியா எங்களை நிராகரித்து விட்டாள். எங்கள் உதவி தேவையில்-

லாத போது இங்கு என்ன செய்கிறீர்கள்?' என்று கனத்த குரலில் கேட்டார்.

நாதன், 'உங்கள் உதவியை நிராகரித்தோம் என்று கூறவில்லையே.. இப்போது தேவை இல்லை என்றே அவர் கூறினார்.'

அவர் கைகளை பின்னே கட்டி கொண்டு, சற்று கண்களை சுருக்கியவாறு நாதனைப்பார்த்து, 'என்ன விசயம்?' என்று கேட்டார்.

அவன், அந்த வீடியோ டேப் ஐ, அவரிடம் காட்டி, 'இதில் உள்ளதை நீங்கள் பார்த்தால், உங்களுக்கே அனைத்தும் புரியவரும். இது மிகவும் இரகசியமாகவும் இருக்க வேண்டும்.' என்று கூறி, அதை அந்த மேஜை மேல் வைக்க, அவனுடன் வந்த இரு காவலர்களில் ஒருவன், ஒரு பெட்டியை அந்த மேஜை மேல் வைத்தான்.

பின்னர் நாதன், 'இதில் உள்ளதை மட்டும் நீங்கள் சரியான சமயத்தில் உபயோகிக்க வேண்டும்.' என்றான்.

கர்ணல், 'எனக்கு உத்திரவிட அவள் யார்?' என்று கோபமாக கேட்டார்.

நாதன், 'இப்போது இந்த சிவப்பு நிற கண்கள் குற்ற விசாரணையை அவர் தான் விசாரித்துகொண்டிருக்கிறார். பிரதமரின் உத்தரவின் படி, நீங்கள் அவர் கூறுவதை கேட்டு தான் ஆக வேண்டும்.' என்றான்.

கர்ணல் சற்று யோசித்தார். பின்னர் தன் இரகசிய சிறப்பு கைப்பேசி மூலம், பிரதமருக்கு தொடர்பு கொண்டு பேசினார்.

சில நொடிகளுக்குப் பிறகு, அழைப்பை துண்டித்து, நாதனிடம், 'சரி, நாங்கள் இதை செய்கிறோம். இப்போது உங்களுக்கு என்ன தேவை?' என்று கேட்டார்.

நாதன், 'அனைத்தும் இந்த வீடியோ பதிவில் உள்ளன. அது படி நீங்கள் சரியாக செய்தாலே போதுமானது... நாங்கள் புறப்படுகிறோம்.' என்று கூற, மூவறும் அங்கிருந்து சென்றனர்.

நாதன் மைதானத்தை விட்டு, வெளியே வந்ததும், தன் நுண்அழைப்பான் மூலம், 'மிஸ் அமிலியா, அவர்கள் ஒப்புக்கொண்டனர். பத்திரிக்கையாளர்கள் சரியான நேரத்தில் இங்கு வந்துவிடுவர். நான் கண்காணிப்பு பணியை தொடர்கிறேன்.' என்று கூறி தன் காரில் ஏறினான்.

அமிலியா, அதைக்கேட்டதும், உடனே அங்கு உள்ள அதிகாரிகளிடம், 'சீக்கிரம், அனைவரும் வேலையை துவங்குங்கள். எனக்கு இன்டர்போலின் இரகசிய ஹாக்கிங் கருவிகளை (Hacking devices) இயக்குவதற்கான அனுமதியும், அதோடு செயற்கைகோளை சுதந்திரமாக உபயோகிக்க அனுமதியும் தேவை. அதுவும் எனக்கு பன்னிரெண்டு மணி நேரத்திற்குள் வேண்டும்...' என்றாள்.

அப்போது ஒரு அதிகாரி குழப்பத்துடன், 'ஆனால், அது சாத்தியம் அல்லவே, இது மிகப்பெரிய செயல்பாடு (Process) எப்படியும் 48 மணி நேரங்கள் ஆகிவிடும்.'

அவள், 'ஆம், ஆனால், இப்போது அதற்கு நேரம் இல்லை. பிரதமரின் அவசர உதவி அமைப்பின் கீழ் அனுமதி கேளுங்கள். நிச்சயம் முடியும்..' என்று கூறி வேகமாக அங்கிருந்து சென்றாள். அந்த அதிகாரியும் வேறு வழி இன்றி வேலையை துவங்கினார்.

அவள் கூடாரத்தை விட்டு வெளியே வந்ததும், அங்கிருந்த ஒரு ஜீப்பில் ஏறி, அந்த குகையை நோக்கினாள்.

அந்த குகையில்...

அமிலியா வேகமான நடையில் அந்த குகைக்குள் நுழைந்தாள். அங்கு ஆராய்ச்சியாளர்கள் பரபரப்பாக வேலைப் பார்த்து கொண்டிருந்தனர்.

காவலர்கள் ஆங்காங்கே நடந்தவாறே இருந்தனர்.

அப்போது, அவள், 'என்ன விசயம்?' என்றதும், ஒரு ஆராய்ச்சியாளர், அமிலியாவிடம் வந்து, 'மிஸ் அமிலியா உங்களுக்காக தான் காத்து கொண்டிருக்கிறோம். என்னுடன் வாருங்கள்.' என்று கூறி, அந்த மிருக மனிதன் இருக்கும் பகுதிக்கு அழைத்து சென்றார்.

அமிலியா, அந்த மிருக மனிதனை, பார்த்தவாறு நின்றுகொண்டிருக்க, அந்த ஆராய்ச்சியாளர், ஆச்சரியமாக, 'இவனின் குரோமோசோம்கள் (Chromosomes) மனித குரோமோசோம்களுடன் ஒத்துபோகின்றன.' என்றதும், அவள் ஆச்சரியமாக அவரைப் பார்த்தாள்.

அவர், அங்கிருந்த ஒரு கணினி முன் அமிலியாவை அழைத்து வந்து, 'மிஸ் அமிலியா, இவன் ஒரு பெண்ணின் கருவிலிருந்தே பிறந்துள்ளான். அதுவும் தொப்புள் கொடியுடன். ஆனால், செயற்கையான முறையில்....... எங்களுக்கு இன்னும் சில தகவல்கள் வர வேண்டியிருந்தாலும், இதுவரையில் கிடைத்த தகவல்களே எங்களுக்கு பெரும் அதிர்ச்சியாக உள்ளன.'

அவள், நெற்றியை சுழித்தவாறு, குழப்பத்துடன், 'என்ன தகவல்?'

அவர், சற்று மூச்சை இழுத்து விட்டு, அந்த கணினியில், 'இது இவனின் குரோமோசோம் பதிவுகள், இதில், ருமேனியாவில் உள்ள ஆடுகளின் பல ஜீன்களும் (Gene), அட்டர் என்னும் விசப் பாம்பின் கண்ணின் ஜீன்களும் உள்ளன. அதோடு...' என்று சற்று தடுமாறினார்.

அமிலியா அவரின் வார்த்தைகளை எதிர்ப்பார்த்து அவரைப் பார்க்க, அவர் பதற்றத்துடன், 'இவன் முழுவதுமாக செயற்கையான முறையில், இயற்கையாக பிறந்துள்ளான். இவன் பிறந்த பிறகு, இவனின் தோலின் அடியில் திசு மறு உருவாக்க தொழில் நுட்பம் மூலம், உலகிலேயே மிகவும் கடினமான உலோகமான டங்ஸ்டன் (Tungsten)மற்றும் டைட்டானியம் (Titanium) கலவையை இவனுடைய தோல் திசுக்களில் கலந்துள்ளனர்.

இதனால் இவனது உடலில் எந்த ஒரு ஆயுதத்தை கொண்டு தாக்கினாலும், இவனை ஏதும் செய்ய இயலாது. அதோடு, பொதுவாக டங்ஸ்டன் 1500 டிகிரிக்கும் மேல் வெப்ப நிலையையும் தாங்கும் தன்மையுடையது... அப்படி என்றால், இவனை நெருப்பு எளிதில் எரித்துவிடாது. அதோடு, இவனின் ஒவ்வொறு தசைகளும் மிகவும் பலமானவை, இவன் உடலில் சுமார் இருபது மனிதர்களின் பலம் உள்ளது. இவனின் ஒவ்வொறு செல்களும் மிக ஆரோக்கியமாக செயல்படுகிறன. ஆனால்... இவனால் அனைத்து உயிர்களைப் போன்றும், இனப்பெருக்கம் செய்யமுடியாது.'

அமிலியா பெரும் அதிர்ச்சியுடன் அவரைப் பார்த்தாள்.

அவள், 'அப்படி என்றால்... இவனை போன்று குளோனிங் முறையில் பலரை உருவாக்க இயலும் அல்லவா!!!' என்றதும், அவர், மூச்சை இழுத்துவிட்டு, 'ஆம், அதற்கு நூறு சதவீதம் வாய்ப்புகள் உள்ளன.' என்றார்.

அமிலியா, சற்று பதற்றமாக மூச்சை இழுத்துவிட்டாள். பின்னர் அவர், 'மேலும், இப்போது இவனுக்கு 17 வயது இருக்கலாம்.'

அவள் அதிர்ச்சியுடன், 'இது பெரும் சிக்கல் தான். அப்படி என்றால், இவனை நாம் வெளியே விடுவது சிக்கல் அல்லவா?'

அவர், 'ஆம், இவனை கொலை செய்துவிடுவது தான் சிறந்தது.'

அவள், 'அப்படி செய்தால், அவர்களை பிடிக்க இயலாது....' என்று கூறி யோசிக்க ஆரம்பித்தாள்.

சில நொடிகள் யோசனைக்குப் பிறகு, அவள், 'சரி, இவனை எப்படி, எதை கொண்டு அழிக்க இயலும் என்று பாருங்கள். இவனைப் பற்றி ஒன்று விடாமல் அறிந்துகொள்ளுங்கள். அதோடு, இவன் உடலில், ஆராய்ச்சிகள் செய்த எந்த ஒரு தடயமும் இருக்க கூடாது. இங்கு எப்படி வந்தானோ அப்படியே இருக்க வேண்டும்.'

அவர், 'மிஸ் அமிலியா, எங்களுக்கு அதிக நேரம் தேவைப்படும், இவனின் உடல் அமைப்பு மிகவும் சிக்கலாக உள்ளன. அதோடு இவன், சாதாரண உயிர்களைப்போல் உணவு எடுத்து கொண்டு உயிர்வாழ்வது போல் தெரியவில்லை. ஏனெனில், இவனின் செரிமான உறுப்புகள் இன்னும் வளர்ச்சியடையாமல் உள்ளன. ஆனால்...' என்று பெரும் குழப்பத்துடன், வார்த்தைகளை விழுங்கினார்.

பின்னர் அவர், 'ஒரு பேட்டரியால் இயங்கும், இயந்திரத்திற்கு எப்படி மின்சாரம் வழங்கி, சார்ஜ் (Charge) செய்து இயங்க வைப்பார்களோ, அது போல் தான் இவனும் இயங்கிக்கொண்டிருக்கிறான். இவனை ஏதோ ஒரு பெரிய காரியத்திற்காகவே உருவாக்கியுள்ளனர்.'

அமிலியா பெரும் யோசனையுடன், 'இவனை, அழிக்க கூறினால், எப்படி அழிப்பீர்கள்?'

அவர், 'நாங்கள் சயனைடு விசயத்தை தான் கொடுக்க உள்ளோம். ஆனால் அது வேலை செய்யுமா என்று தான் சந்தேகமாக உள்ளது..'

அவள், 'ஏன், அதன் மூலம் இவன் சாகமாட்டானா?'

அவர், 'தெரியவில்லை, ஆனால் இவனால் எந்த ஒரு கொடிய விசத்தையும் எதிர்க்க முடியும்.'

அவள், சற்று மூச்சை இழுத்துவிட்டு, 'இவனை கொலை செய்வது முடியாத காரியம் என்று கூற வருகிறீர்கள்.... சரி, விரைவில் எப்படியாவது இவனைப் பற்றி முழுவதுமாக அறிந்து கொள்ளுங்கள், அதோடு இவனை எப்படி கொல்வது என்று முக்கியமாக தெரிந்துகொள்ளுங்கள். ஏதேனும் தகவல் என்றால் தெரிவியுங்கள்... நான் வருகிறேன்..' என்று கூறி, வேகமாக அங்கிருந்து சென்றாள்.

அவள் மனம் பெரும் கலவரமாக இருந்தது. அவள் மனதில், 'இது பெரும் சிக்கல் தான்... எதற்காக இவனை உருவாக்கியிருப்பர்...?' என்று எண்ணி, தன் நுண் அழைப்பான் மூலம், 'நாதன், அங்கு என்ன நிலவரம்?' என்று கேட்டாள்.

அவன், 'அனைத்தும் சீராக சென்று கொண்டிருக்கிறது. பத்திரிக்கையாளர்கள் எங்களை பின் தொடர்ந்து வந்தது போல் செய்துவிட்டோம். இப்போது சில பத்திரிக்கையாளர்கள் மட்டும் மைதானத்திற்கு வெளியே நின்று கொண்டிருக்கின்றனர்.

அவள், 'நல்லது, இன்னும் பலர் அங்கு வரட்டும், அதன் பிறகு கர்ணலிற்கு தகவல் கொடுங்கள். நாம் இதில் வெற்றி பெற்றாக வேண்டும்...' என்றாள்.

கான்பரா நகரில் டாக்டர் டீ வான், பல ஆராய்ச்சிகளை செய்து பல தகவல்களை திரட்டி கொண்டிருந்தார். அதே நேரத்தில் விமானத்தில் மெக்கானேவும், டைலரும் தளர்வாக உறங்கிகொண்டிருந்தனர்.

இன்டர்போல் அதிகாரிகள் இரவும் பகலும் என்று பாராமல், உறக்கம் இன்றி உழைத்து கொண்டிருந்தனர்.

ஆஸ்திரேலிய இராணுவத்தினர், சாலைகளிலும், தெருக்களிலும், வலம் வந்தவாறே இருந்தனர்.

மக்கள் பலரும் வீடுகளில், பெரும் பயத்துடன் தொலைக்காட்சியில் நிலைமை சரியாகி விட்டது என்ற செய்திக்காக பெரும் ஏக்கத்துடன் தன் குடும்பங்களுடன் பதற்றமாக அமர்ந்திருந்தனர்.

உலக மக்கள் மத்தியில், சிட்னி நகரம் குறித்து பெரிதளவில் பேசப்பட ஆரம்பித்தது. சமூக வலைதளங்கள், உலக செய்திகள் என்று அனைத்திலும் சிட்னி மக்களின் நிலை குறித்து, அங்கு நடப்பது குறித்தும் பெரும் பரபரப்பாக பேசிக்-

கொண்டிருந்தனர்.

காலை பத்து மணி பிரதமர் மாளிகை...

பிரதமர், பெரும் பதற்றத்துடன், செய்வது அறியாது அமர்ந்திருந்தார்.

அவர், 'அமிலியாவிடம் இப்போதே நான் பேச வேண்டும். அவளுக்கு இணைப்பு கொடுங்கள்.' என்று பயத்தில் கத்தினார்.

சில நொடிகள் செல்ல, ஒருவன் அங்கு வந்து, 'அமிலியா அழைப்பில் காத்துகொண்டிருக்கிறார்...' என்றான்.

பிரதமர் அருகில் உள்ள அழைப்பு பேசியை வேகமாக எடுத்து, 'அமிலியா... அங்கு என்ன தான் நடந்து கொண்டிருக்கிறது? ஒவ்வொறு நொடியும் நிலைமை பெரும் மோசமாகிக் கொண்டிருக்கிறது.' என்று கோபத்தில் கத்தினார்.

அவள், 'பிரதமர், கவலை வேண்டாம்... நாங்கள் சிறப்பாக செயல்பட்டு கொண்டிருக்கிறோம். நீங்கள் சற்று பொறுமையாக இருக்க வேண்டும்.'

அவர், 'இன்னும் எத்தனை நாட்கள் பொறுமையாக இருப்பது. நீ அங்கு சென்று இப்போதே ஒரு வாரம் கடந்து விட்டது. ஆனால் இன்னும் நிலை கட்டுக்குள் வர வில்லை. இராணுவ வீரர்கள் அங்கு இருக்கும் வரை, எனக்கு உலக தலைவர்களால் பெரும் தலைவலியாகவே இருக்கும்.'

அவள், 'எனக்கு புரிகிறது... எங்களுக்கு இன்னும் மூன்று நாட்கள் தேவைப்படுகிறது. அதற்குள் நிலை கட்டுக்குள் வந்துவிடும். நான் உறுதி கூறுகிறேன்.'

அவர், 'அமிலியா, உன்னை நான் பெரிதும் நம்புகிறேன். ஆனால் நீயும் உன் கனவனைப் போல் சொதப்பிவிட்டால், நிச்சயம் நான், இந்த விசாரணையை இராணுவத்திடமும், CIA விடமும் ஒப்படைத்து விடுவேன். இதனால், உனக்கு தான் அவமானம், அதை மனதில் வைத்துகொள்.'

அவள், எரிச்சலுடன், 'சரி...' என்றாள்.

அவர், 'அமிலியா... மூன்று நாட்களில் நிலைமை கட்டுக்குள் வர வேண்டும்...' என்று கூறி, அழைப்பை துண்டித்தார்.

அங்கு அமிலியா, பெரும் கோபத்துடன், அங்கிருந்த ஜீப்பின் டயரை எட்டி உதைத்து கத்தினாள்.

அப்போது, ஒரு அதிகாரி லேசான பயத்துடன், 'மிஸ் அமிலியா..... டாக்டர் டீ வானிடமிருந்து அழைப்பு வந்துள்ளது..' என்றார்.

அவள், 'இவர் இப்போது என்ன அதிர்ச்சியை கொடுக்கப்போகிறார் என்று புரியவில்லையே....' என்று எண்ணி, அந்த அதிகாரியிடம், 'சரி, வருகிறேன்.' என்றாள்.

ஒரு கூடாரத்தில் உள்ள அழைப்பு பேசியில்...

அமிலியா: கூறுங்கள் டாக்டர்..

டாக்டர்: அமிலியா, முக்கிய தடயம் கிடைத்துள்ளது. உனக்கு சில தகவல்கள் அனுப்பியுள்ளேன். அது நிச்சயம் உனக்கு மிகவும் உதவியாக இருக்கும்.

அமிலியா: எது குறித்த தகவல்?

டாக்டர்: அது, இறந்தவர்கள் பற்றிய விசயம்... அமிலியா இது சிக்கலானது மட்டும் அல்ல, மனித இனத்திற்கே வந்திருக்கும் பெரும் ஆபத்தாகும். இதை நாம் நிறுத்தியாக வேண்டும்.

அமிலியா: சரி டாக்டர், உங்கள் தகவலை பார்க்கிறேன்.

டாக்டர்: அமிலியா, அந்த தகவலில் உனக்கு தேவையான மிக முக்கிய தடயங்கள் உள்ளன அதன் மூலம், அவர்கள் இருக்கும் இடத்தை உன்னால் கணிக்க முடியும்.

அமிலியா (ஆச்சரியமாக): நல்லது, நான் உடனே பார்க்கிறேன்.

(அழைப்பு துண்டிக்கப்பட்டது)

அமிலியா வேகமாக தன் மடிக் கணினியை திறந்து டாக்டர் அனுப்பிய தகவலை பார்க்க ஆரம்பித்தாள். அதைப் பார்க்க பார்க்க, அவளின் முகத்தில் நிம்மதியும், லேசான சிரிப்பும் தோன்ற ஆரம்பித்தது.

சில நொடிகளில் அவள் அதைப் பார்த்து முடித்ததும், உடனே தன் நுண் அழைப்பான் மூலம், 'நாதன், இதுவே சரியான சமயம், கர்ணலிற்கு அழைப்பு கொடு..' என்றாள்.

அவன், 'இங்கு பத்திரிக்கையாளர்கள் வந்து கொண்டிருக்கின்றனர்... சில நொடிகள் செல்லட்டும்' என்று கூற, அவள் எரிச்சலுடன், 'நான் கூறியதை மட்டும் செய்..' என்றாள்.

அவன் 'சரி இதோ தகவல் கொடுத்து விடுகிறேன்.' என்று அழைப்பை துண்டித்தான்.

அமிலியா மனதில், 'உங்கள் பதிமூன்று பேரையும் விரைவில் சந்திக்கிறேன்.' என்று கூறி சிரித்தாள்.

27

வெற்றிக்கான முதல் படி

ஒரு இருளான இடம், அங்கு ஒரே ஒரு மஞ்சள் நிற மின் விளக்கு, அதன் அடியில் சில்வியா ஒரு நாற்காலியில், கண்களை அகலமாக திறந்தவாறு, அமைதியாக அமர்ந்திருந்தாள்.

அங்கு, சில்வியாவின் தந்தையும், அவருடன் அந்த அறுபது வயது நிரம்பிய ஒருவரும் வந்தனர். சில்வியாவின் தந்தை, 'சப்ஜக்ட் 56, உனக்காக பணி என்ன என்று அறிவாய் அல்லவா?' என்று கேட்க,

அவள், 'ஆம், அதை செய்வது என் கடமை.' என்று கூறி, மெதுவாக இருவரையும் பார்த்த அடுத்த நொடி, அவளின் கை, கால்கள் உதற ஆரம்பித்தன. அவளின் உடல் பெரும் அதிர்வுற்று, அவளின் சிவப்பு நிற விழிகள் மேலே எழும்பின. பின்னர் அவள் உடல் அமைதியான பிறகு, மீண்டும் பழைய நிலைக்கு வந்து, கண்களை மூடிக்கொண்டாள்.

சில நொடிகள் கழித்து, கண்களை மெதுவாக திறந்து இருவரையும் பார்த்தாள்.

அப்போது அந்த வயதானவர், 'இப்போது உன் பெயர் என்ன?' என்று கேட்டார்.

அவள், குரலே மாறி போய் சற்று கோரமான குரலுடன், 'என் பெயர் லுசிபர்.... என்னை நீங்கள் வணங்க வேண்டும். ஏனெனில் நானே நரகத்தின் தலைவி...' என்று ஒரு இராஜ பார்வையில் கூறினாள்.

அந்த வயதானவர் சிரித்தவாறு, சில்வியாவின் தந்தையிடம், 'இவள் இப்போது தயாராகிவிட்டாள். இவளை வைத்து தான் நாம் நம் காரியத்தில் வெற்றி பெற உள்ளோம்.'

சில்வியாவின் தந்தை கவலையான முகத்துடன், தன் மனதில் 'என்னை மன்னித்துவிடு சில்வியா, உன்னை இவர்கள் இதற்காக தேர்ந்தெடுப்பார்கள் என்று நான் துளியும் எதிர்ப்பார்க்கவில்லை.' என்று எண்ணிக்கொண்டிருக்கும் போது,

அந்த வயதானவர், சில்வியா முன் ஒரு காலில் மண்டியிட்டு, 'எங்கள் கடவுளான லுசிபர்... உங்களை வணங்குகிறேன். உங்களுக்கு தேவையான சக்திகளை நாங்கள் தருகிறோம். அதற்கு கைமாறாக எங்களுக்கு ஒரு சக்தியை தாருங்கள்.' என்றார்.

சில்வியா, அவரை அந்த சிவப்பு நிற கோரமான கண்களுடன், கடவுளின் பார்வையில், 'நீ என் மகனாவாய், உனக்கான சக்திகள் உனக்கு வந்து சேரும்... எனக்கான சடங்குகளை துவங்குங்கள். எனக்கு பெரும் வேட்டை காத்திருக்கிறது.' என்று கோரமான குரலில் கூற, சில்வியாவின் தந்தை பெரிதும் பயந்தவாறு, அவளின் அந்த நிலையை பார்த்து மனவேதனை அடைந்தார்.

சிட்னி கிரிக்கெட் மைதானம், காலை 10.30 மணி...

கர்ணல் பத்திரிக்கையாளர்களிடம், 'நான் கர்ணல் அலெக்சாண்டர்... இன்டர்போல் அதிகாரிகளிடம் இருந்து வந்த தகவல் படி, அவர்களுக்கு எங்களின் உதவியும் இப்போது தேவைப்படுகிறது. எனவே சிட்னி மக்கள் யாரும் அச்சம் கொள்ள வேண்டாம். நிலைமை இப்போது இராணுவத்தின் கட்டுபாட்டிலேயே உள்ளது. அதோடு இன்டர்போல் இப்போது தோற்று கொண்டிருப்பதால், இந்த குற்ற விசாரணையை CIA விடம் கைமாற்றுகின்றனர். டிடக்டிவ் மெக்கானே குறித்து தகவல் இல்லை. அவர் இறந்திருக்கலாம் என்று வதந்திகள் பரவுகின்றன. அதோடு அவரின் மனைவியான அமிலியாவும் சொந்த ஊர் திரும்பியதாகவும் தகவல் வந்துள்ளது.

ஆனால், இந்த குற்ற விசாரணை இன்னும் கைவிடப்படவில்லை என்பதை அனைவரும் நினைவில் கொள்ளுங்கள். இந்த விசாரணையை முடிவிற்கு கொண்டு வராமல் ஆஸ்திரேலிய அரசாங்கம் ஓயாது.' என்று மிகவும் அதிர்ச்சியான தகவலை கூறிவிட்டு, அங்கிருந்து மீண்டும் மைதானத்திற்குள் சென்றார்.

அங்கு பத்திரிக்கையாளர்கள் மத்தியில் பெரும் அதிர்ச்சியும், நேரலையில் தொலைக்காட்சி வழியாக பார்த்த மக்களின் மன நிலையும் பெரும் நிற்கதியானது. செய்வது அறியாது மக்கள் பீதியில் அல்லாடினர்.

அப்போது நாதன், 'மிஸ் அமிலியா, கர்ணல் கூறியபடி சரியாக செய்துவிட்டார். நாங்கள் இப்போது பத்திரிக்கையாளர்கள் பார்வைக்கு செல்கிறோம்.'

அவள், 'நல்லது, ஜாக்கிரதை... அங்கு கலவரக்காரர்கள் இருக்க வாய்ப்புகள் உள்ளன.' என்று எச்சரித்தாள்.

அவன் சற்று மனதை தைரியப்படுத்திக்கொண்டு, பத்திரிக்கையாளர்கள் அவர்கள் இருக்கும் காரை பார்க்கும் வரை காத்திருந்தான்.

சில நொடிகளில், சில பத்திரிக்கையாளர்கள், சற்று அருகில் ஒரு இன்டர்-போல் காவலர் வாகனம் மெதுவாக நகர்ந்து, அங்கிருந்து செல்ல இருப்பதை பார்த்ததும், வேகமாக அந்த காரை வளைத்து பிடித்து நிறுத்தினர்

நாதன், செய்வது அறியாது தவிப்பது போல் நடித்து, காரை விட்டு வெளியே வந்தான்.

அப்போது ஒரு பத்திரிக்கையாளர், 'நீங்கள் டிடக்டிவ் நாதன் அல்லவா? கர்-ணல் கூறுவது உண்மை தானா? இன்டர்போல் காவலர்களாலும் ஏதும் செய்ய முடியவில்லையா?' என்று கேள்விகளை அடுக்க ஆரம்பித்தனர்.

அவன், 'என்னிடம் ஏதும் கேட்காதீர்கள். நான் கர்ணலிற்கு தகவல் கொடுக்-கவே வந்தேன். எனக்கு ஏதும் தெரியாது..' என்று மறுக்க, அப்போது ஒருவன், 'நீங்கள் சிறப்பு விசாரணை காவலர் அல்லவா? ஏன் இன்டர்போல் சீருடை அணிந்துள்ளீர்கள்?' என்று கேட்டான்.

அவன், 'ஆம், இன்டர்போல் எங்களை கட்டாயப்படுத்தி இதை அணிய வைத்துவிட்டது. இப்போது சிறப்பு விசாரணை குழு செயல்படவில்லை. இன்டர்-போல் தான் செயல்பட்டு கொண்டிருந்தது. ஆனால்... அவர்களும் தோல்வியை ஒப்புகொண்டு.. CIA விடமும், இராணுவத்திடமும் உதவி கேட்டுள்ளனர். இதற்கு மேல் ஏதும் கேட்காதீர்கள் என்னிடம் பதில் இல்லை...' என்று கூற,

அப்போது ஒருவன், 'டிடக்டிவ் மெக்கானே என்ன ஆனார்? உண்மையில் அவர் இறந்துவிட்டாரா? மிஸ் அமிலியா எங்கே?' என்று கேட்க,

அவன் சோகமாக அனைவரையும் பார்த்து, 'ஆம், அவர் மெனாய் நகரத்தில் நடந்த ஒரு கோர சம்பவத்தால் இறந்துவிட்டார். அவருடன் இருபத்து நான்கு காவலர்களும் இறந்துவிட்டனர். மிஸ் அமிலியா மீண்டும் கான்பெராவிற்கே, தன் இதர பணிகளை துவங்க சென்று விட்டார். அதோடு நானும் ஓய்வு பெற உள்-ளேன்.' என்று கூறி, வேகமாக காரில் ஏறினான்.

அப்போது, சிலர் கார் கண்ணாடியில் கற்களையும், சில பொருட்களையும் வீச ஆரம்பித்தனர். இதனால் பத்திரிக்கையாளர்கள் அங்கிருந்து தெரித்து ஓட ஆரம்-பித்தனர்.

நாதனும், அவனுடன் இருக்கும் இரு காவலர்களும், அந்த காரில் வேகமாக ஏறி அங்கிருந்து சென்றனர்.

நாதன் தன் இருக்கையில் தளர்வாக சாய்ந்து கொண்டு, தன் நுண் அழைப்-பானில், 'மிஸ் அமிலியா, அனைத்தும் வெற்றிகரமாக முடிந்தது.'

அவள் பெரும் நிம்மதி அடைந்து, உடனே சிட்னி மைதானத்தில் இருக்கும் கர்ணலிடம், நாதன் மூலம் அவருக்கு கொடுக்கப்பட்ட ஒரு இரகசிய கைப்பேசி மூலம், அவள், 'கர்ணல், நான் அமிலியா... அந்த வீடியோ பதிவை அழித்து விடுங்கள். இப்போது நான் கூறுவது படி செய்யுங்கள்..' என்று தனது திட்டத்தை

கூற ஆரம்பித்தாள்.

அதைக்கேட்டதும், கர்ணலிற்கு சற்று நம்பிக்கை வர ஆரம்பித்தது.

கடைசியாக அவள், 'இப்போது உங்களை நம்பி தான் உள்ளோம். இதில் நாம் வெற்றி பெற்றால் நிச்சயம், அவர்கள் இருக்கும் இடத்திற்குள் நாம் நுழைந்துவிட முடியும்.'

அவர், 'நல்லது, எங்கள் வீரர்கள் தயாராகவே உள்ளனர். உங்களின் மறு அழைப்பிற்காக காத்திருக்கிறோம்.' என்றார்.

அவள் அழைப்பை துண்டித்ததும், அங்கிருந்த அதிகாரிகளிடம், 'டிடக்டிவ் தாமஸ் மெக்கானே எங்கு உள்ளார் என்று கண்டறியுங்கள். அவரிடம் நமது கைப்பேசி, நுண் அழைப்பான் அல்லது மடிக்கணினி ஏதேனும் இருந்தால், அதை வைத்து அவர் இருக்கும் இடத்தை அறிந்து, கூறுங்கள்.' என்று பரபரப்பாக கூறினாள்.

சில நொடிகள் செல்ல, ஒருவன், 'மீஸ் அமிலியா, அனைத்து கருவிகளும், கான்பெராவில் தான் உள்ளன.' என்றதும், அவள் எரிச்சல் அடைந்து, தன் மனதில், 'என்ன செய்ய உள்ளீர்கள் டாம்... ஏன் இந்த இரகசிய பயணம்?' என்று குழப்பத்துடன் நின்றாள்.

சில நிமிடங்களுக்குப் பிறகு...

நெல்சன், கூடாரத்திற்கு வெளியே ஒரு பெரிய ஆயுதங்கள் வைக்கும் பெட்டியின் மீது அமர்ந்திருந்தான்.

அப்போது அங்கு, அவனின் குடும்பத்தினர் ஒரு காரில் வந்து இறங்குவதை, அவன் பார்த்ததும், வேகமாக எழுந்து, தன் மகனையும் மகளையும் தூக்கிக்கொண்டு பெரிதும் மகிழ்ந்தான். அவனின் மனைவி, அவனை கண்ணீருடம் பார்த்து கட்டி அணைத்தாள்.

அதைப் பார்த்த அமிலியா, மெதுவாக அவர்களிடம் வந்து, 'நெல்சன், இப்போது நீ யார் பக்கம்?' என்று கேட்க, அவன், 'நான் யார் பக்கமும் இல்லை.... நான் ஓய்வு பெற்று, வேறு வேலைக்கு செல்ல உள்ளேன்.' என்றான்.

அவள், 'நல்லது.... ஆனால் இந்த குற்ற விசாரணை முடியும் வரை நீ இங்கு தான் இருக்க வேண்டும்.' என்றாள்.

அவன், 'சரி,' என்று கூறி, தன் குடும்பத்தினரிடம், 'இவர்களுடன் செல்லுங்கள், தங்குவதற்கு இடத்தை காட்டுவார்கள்.' என்றான்.

அவர்களும் ஒரு அதிகாரியுடன் சென்றனர்.

அப்போது நெல்சன், 'உங்கள் திட்டம் குறித்து கேள்வி பட்டேன். டிடக்டிவ் மெக்கானேயின் அதே திட்டத்தை பயன்படுத்தியுள்ளீர்கள்... ஆச்சரியமாக உள்ளது.'

அவள், 'ஆம், அன்று அவர் சரியாக தான் திட்டம் இட்டிருந்தார். அவர் உன்னால் அன்று தோற்றாலும், இப்போது அதை மீண்டும் செயல்படுத்தி பார்க்க நேரம் வந்துள்ளது.'

அவன், 'உங்களுக்கு என்னால் முடிந்த உதவியை செய்ய பார்க்கிறேன்.'

அவள் சிரித்தவாறு, 'நீ நாதனிடம், நான் அந்த கொலையாளிகளின் ஆள் என்று கூறியதே பெரிய உதவி...' என்று கூறி, அங்கிருந்து சென்றாள்.

நெல்சனும் சிரித்தவாறு, சற்று நிம்மதியான மூச்சை விட ஆரம்பித்தான்.

மறு நாள், விடியற்காலை 6. 30 மணி, ஜெர்மனியில் உள்ள பெர்லின் என்னும் நகரம்,

மெக்கானேவும், டைலரும் தங்களின் புதிய பெயர் மற்றும் அடையாளங்களுடன் பெர்லின் விமான நிலையத்திலிருந்து வெளியே வந்தனர்.

டைலர், 'டிடக்டிவ், நாம்.... முதலில் எங்கு செல்ல உள்ளோம்?'

அவர், 'நமக்கு குறைவான நேரமே இருப்பதால், முதலில் டாக்டர் கூறிய, மிஸ்டர் லூயிஸ் ஐ (Mr. Louis) சந்திக்க வேண்டும்.' என்ற போது,

அங்கு ஒரு அழைப்பு ஊர்தி வர, இருவரும் அதில் ஏறி அங்கிருந்து புறப்பட்டனர்.

சில மணி நேரங்களுக்கு முன்பு....

அமிலியா பெரும் பரபரப்புடன், தன் கணினியில் தட்டச்சு செய்து கொண்டிருந்தாள். அப்போது ஒரு அதிகாரி அங்கு வந்து, 'மிஸ் அமிலியா, உங்கள் கோரிக்கை படி, செயற்கைகோள் B45ZC alpha இப்போது நம் கட்டுப்பாட்டிற்குள் வந்துள்ளது. அதோடு சில ஹாக்கிங் கருவிகளை பயன்படுத்தவும் நமக்கு அனுமதி கொடுக்கப்பட்டுள்ளது.'

அதைக்கேட்டதும் அமிலியா, 'நல்லது, மிகவும் திறமை வாய்ந்த இன்டர்போல் ஹாக்கர்ஸ் (Hacker) களை தயாராக இருக்குமாறு கூறுங்கள். அதோடு செயற்கைகோளை திறமையாக கையாளும் இருவரை தேர்தெடுத்து கொள்ளுங்கள்.' என்று கூறி, தன் மனதில், 'எனது அடுத்த சதுரங்க ஆட்ட நகர்வை தொடங்க வேண்டும்.' என்றாள்.

அதே நேரத்தில், சிட்னி நகரில் அடர் கருமேகம் சூழ ஆரம்பித்தது...

காவலர்களின் நடவடிக்கையால் பெரும் அதிர்ப்தியும், நம்பிக்கையும் இழந்த மக்கள், செய்வது அறியாமல் வீட்டிற்குள் முடங்கி கிடந்தனர்.

சாலைகளில் உள்ளூர் காவலர்கள், இராணுவத்தினர் தவிர வேறு எந்த ஒரு சாதாரண மக்களின் நடமாட்டமும் இல்லை. அனைவரின் தகவல் தொடர்புகளும் துண்டிக்கப்பட்டன. தொலைக்காட்சிகள், மின்சார இணைப்புகள் மட்டுமே இயங்-

கிகொண்டிருந்தன.

144 தடை வலுவாக கடைபிடிக்கப்பட்டது.

அப்போது கர்னல் அலெக்சாண்டர், மீண்டும் ஒரு பத்திரிக்கையாளர்கள் சந்திப்பை ஏற்படுத்தி மக்களிடம் சில தகவல்களை கூற ஆரம்பித்தார்.

அவர், 'சிட்னி மக்களின் வாழ்வாதாரம் இன்று சில மிருகத்தனமான மனிதர்களால் பெரிதும் பாதிக்கப்பட்டுள்ளது. நிலைமை இன்னும் கட்டுக்குள் வர வில்லை. இந்த குற்றத்தை யார் செய்கிறார்கள் என்று ஓரளவே அறிய முடிந்தது. நாங்கள் இரவும் பகலும் பாராமல், உழைத்து கொண்டு வருகிறோம். மக்கள் ஆகிய நீங்கள் செய்ய வேண்டியது.. யாரும் வீட்டை விட்டு வெளியே வர வேண்டாம். உங்கள் கைப்பேசிக்கு மர்ம அழைப்புகள் வந்தால் அதை ஏற்க வேண்டாம். அனைத்து தரை வழி தொலைப்பேசி இணைப்புகளும் துண்டிக்கப்பட்டுவிட்டன. வீடுகளுக்கும் செல்ல முடியாமல், சிட்னியை விட்டும் வெளியேற முடியாமல் யாரேனும் இருந்தால், உடனே சிட்னி கிரிக்கெட் மைதானத்திற்கு காவலர்கள் உதவியுடன் வந்து விடுங்கள். இந்த நிலை சில காலம் மட்டுமே••• பின்னர் அனைத்தும் சீராகிவிடும் என்று வாக்கு கொடுக்கிறோம்.' என்று சில தகவல்களை கொடுத்துவிட்டு, மைதானத்திற்குள் சென்றார்.

அப்போது இன்டர்போல் கூடாரத்திலிருந்து, கர்ணலின் வார்த்தைகளை கேட்ட சார்ஜன்ட் லாரன்ஸ், அமிலியாவிடம், 'உன் திட்டம் தான் என்ன? ஏன் இவ்வாறு செய்து கொண்டிருக்கிறாய்?' என்று பெரிதும் பதறினார்.

அவள் சிரித்தவாறு, 'நேரம் செல்ல உங்களுக்கே அது புரியவரும்.' என்றதும், அவர் ஏதும் புரியாமல் குழப்பத்துடன் நின்று கொண்டிருந்தார்.

சில நிமிடங்கள் செல்ல, அமிலியாவிடம் ஒரு அதிகாரி, 'மிஸ் அமிலியா, ஆராய்ச்சியார்கள் அனைவரும் உங்களையும் சார்ஜன்டையும் சந்திக்க விரும்புகின்றனர்.' என்றதும், அவள் சார்ஜன்டை பார்த்தாள்.

சார்ஜன்ட் லாரன்ஸ் யோசித்தவாறு, அந்த அதிகாரியிடம், 'சரி, இன்னும் சில நிமிடங்களில் ஒரு சந்திப்பிற்கு ஏற்பாடு செய்யுங்கள். அதுவும் அந்த குகையிலேயே இருக்கட்டும்.' என்றார்.

அந்த அதிகாரி சென்ற பிறகு, அமிலிலா, 'சார்ஜன்ட், நேரம் வந்துவிட்டது••••' என்று கூற, அவர் சற்று மூச்சை இழுத்துவிட்டு, பதற்றமாக தலையசைத்தார்.

அந்த குகையில்•••..

ஒரு ஆராய்ச்சியாளர், 'மிஸ் அமிலியா••• எங்களுக்கு கிடைத்த சில தகவல்கள் படி, இவன் ஒரு மனித கருவில் இருந்து, Recombinant தொழில் நுட்ப முறையில் செயற்கையாக உருவாக்கப்பட்டுள்ளான். ஆனால் இந்த தொழில் நுட்பம் மூலம், இவனைப் போன்று பலரை உருவாக இயலும்.'

அப்போது அவர்களில் ஒருவர், 'இவனின் ஒரு துளி இரத்தம் கிடைத்தாலும், இவனை போல் மற்றொருவனை குளோனிங் (Cloning) முறையில் 100% உருவாக்க முடியும். அதோடு இவனின் இரத்த மாதிரிகள், திசு மாதிரிகளை நாங்கள், சில ஆராய்ச்சிகளுக்காக சேகரித்து வைத்துள்ளோம். அதை அமெரிக்காவில் வாசிங்டன் டிசி யில் உள்ள மாதிரி சேகரிப்பு நிலையத்தில் கொடுக்க உள்ளோம்.' என்றார்.

அப்போது சார்ஜன்ட், 'இவனை அழிப்பது குறித்து ஏதேனும் கண்டறிந்தீர்களா?'

அவர்களில் ஒருவர், 'ஆம், ஆனால், அது மிகவும் சிக்கலான விசயம்.... இதனால் விபரீத விளைவுகள் ஏற்படும்.'

அமிலியா ஆர்வமாக, 'என்ன அது?' என்று கேட்டாள்.

அவர், 'இவனை ஒரே ஒரு ஆயுதத்தால் மட்டுமே அழிக்க முடியும். அது... 4000 டிகிரி வெப்பத்தில் வெடிக்க கூடிய புளுட்டோனியம் அணுவாயுதம் (Plutonium atomic bomb)'

சார்ஜன்ட் குழப்பத்துடன், 'இவனுக்கு அவ்வளவு பெரிய ஆயுதம் தேவையா? அப்படி என்ன இவனிடம் உள்ளது?'.

அவர்களில் ஒருவர், 'இவனை சாதாரணமாக எண்ணாதீர்கள். இவனின் தோலை தாண்டி எந்த ஒரு கூரிய ஆயுதங்களும் செல்ல இயலாது. இவனுக்கு வலியுணர்வும் கிடையாது. இவன் உடலில் மனித இரத்தம் ஓடுவதால் தான், இவன் உடலில் மயக்க மருந்து வேலை செய்கிறது. இருப்பினும், இவன் உடலில் சயனைடு விசம் துளியும் வேலை செய்ய வில்லை. நாங்கள் அனைத்து விதமான விசங்களையும் பயன்படுத்தி விட்டோம். இவனை எந்த ஒரு விசத்தாலும், சாதாரண ஆயுதங்களாலும் அழிக்க இயலாது. இவனை அழிக்க ஒரே வழி, அணுவாயுதம் மட்டும் தான்.'

சார்ஜன்ட், 'அடக்கடவுளே... ஹிரோசிமா சம்பவத்திற்குப் பிறகு யாரும் அணுவாயுதங்களை பயன்படுத்தவில்லை. இதுவரையில், சோதனைக்காகவே பயன்படுத்தியுள்ளனர். நாம், இதை பயன்படுத்த அமெரிக்க அதிபர், இங்கிலாந்து இராணியின் அனுமதியை பெற வேண்டும். ஏனெனில் நமக்கு சொந்தமான அணுவாயுதங்கள் அவர்களிடமே உள்ளன.' என்று கூறி, பெரிதும் யோசித்தார்.

அப்போது அமிலியா, 'நாம் ஒரு பாலைவனத்தில், அணுவாயுதம் கொண்டு, இவனை கொலை செய்தாலும், இவனுடன் சேர்த்து அந்த இடமும் நாசம் ஆகிவிடுமே, அதோடு அதன் கதிர்வீச்சுகள் மக்களை தாக்கும் அபாயமும் உள்ளது.'

அவர்கள், 'ஆம், அப்படி இல்லை என்றால், இவனை இப்படி சிறையில் தான் அடைத்து வைக்க வேண்டும். ஒரு வேலை இவனின் மயக்கம் தெளிந்தால், சிறையை உடைத்து கொண்டு தப்பிக்கும் திறனும் இவனிடம் அதிகமாக உள்ளன.

உலகிலே மிகவும் பலமான இரும்பு கம்பிகளால் ஆன சிறையில் இவனை அடைத்தாலும் இவன் தப்பிக்க அதிக வாய்ப்புகள் உள்ளன. ஏனெனில் இவன் உடலில் இருப்பதே உலகில் மிகவும் கடினமான உலோகம்.'

அப்போது சார்ஜன்ட், 'இவனை எப்படி? இந்த அளவிற்கு பலம் உடையவனாக உருவாக்கினர். இது உண்மையில் சாத்தியம் தானா?'

அவர்கள், 'எங்களுக்கும் இது புரியவில்லை... அவன் எங்கள் அறிவிற்கு அப்பாற்பட்டவனாக உள்ளான். இன்னும் எங்களுக்கு இவனைப் பற்றிய பல விசயங்கள் தெளிவு படவில்லை.' என்று கூறியதும், அமிலியா பெரும் குழப்பத்துடன் சார்ஜன்டை பார்த்தாள்.

28

வரலாற்று சம்பவங்கள்

ஜெர்மனியில் உள்ள பெர்லின் நகரம், காலை 8 மணி,

மெக்கானேவும் டைலரும், டாக்டர் டி வான் கொடுத்த ஒரு முகவரிக்கு எப்படியோ தேடி கண்டுபிடித்து, ஒரு வீட்டின் முன் வந்து நின்றனர். அது ஓரளவிற்கு பெரிதான வீடு.

டைலர் வாசல் கதவை தட்டினான். நான்காவது தட்டலில், கதவு திறக்கப்பட்டது. உள்ளிருந்து ஒரு எண்பது வயது நிரம்பிய ஒரு வயதானவர், இருவரையும் குழப்பத்துடன் பார்த்து, 'யார் நீங்கள்? என்ன வேண்டும்?' என்று வினவினார்.

மெக்கானே, 'நாங்கள் மிஸ்டர் லூயிஸை, சந்திக்க வேண்டும்...' என்றார்.

அவர், 'நான் தான் அது? எனக்கு உங்களை அடையாளம் தெரியவில்லையே?'

மெக்கானே சற்று நிம்மதி அடைந்து, 'மிஸ்டர் லூயிஸ், எங்களை டாக்டர் டி வான் அனுப்பினார்.'

அவர் இருவரையும் அதிர்ச்சியான பார்வையில் பார்த்து, 'அந்த டி வான் இன்னும் உயிருடன் தான் உள்ளானா? உங்களுக்கு இங்கு அனுமதி இல்லை சென்றுவிடுங்கள்.... அவனால் நான் பெரிதும் நஷ்டம் அடைந்துவிட்டேன்.' என்று கூறி, கதவை மூட, மெக்கானே அதிர்ச்சியுடன், கதவை பிடித்து கொண்டு, 'மிஸ்டர் லூயிஸ், புரிந்து கொள்ளுங்கள். எங்களுக்கு உங்கள் உதவி தேவை...'

அவர், 'அவன் என்னை பாதியிலேயே விட்டு சென்றவன். இப்போது எங்கு ஒளிந்து கொண்டிருக்கிறான். அவனை நம்பாதீர்கள்.' என்று கதவை மூட சற்று பலம் கொடுக்க,

மெக்கானே, 'தயவு செய்து சற்று பொறுமையாக இருங்கள். நாங்கள் டாக்டருக்காக வர வில்லை. சிட்னி மக்களுக்காக வந்துள்ளோம். புரிந்து கொள்ளுங்கள்.' என்று கத்தினார்.

அவர் சற்று குழப்பத்துடன், 'நீங்கள் யார்?' என்று கேட்க, மெக்கானே, 'என் பெயர் தாமஸ் மெக்கானே, இவன் டைலர்... நாங்கள் சிட்னி சிறப்பு விசாரணை காவலர்கள்.. உங்களின் உதவியை தேடி இங்கு வந்தோம்.' என்றார்.

அவர், குழப்பத்துடன் இருவரையும் பார்த்து சற்று யோசித்து, பின்னர், 'சரி, உள்ளே வாருங்கள்.' என்று இருவரையும் உள்ளே அனுமதித்தார்.

அதே நேரத்தில், அந்த குகையில்....

அமிலியா மற்றும் சார்ஜன்ட் பார்வையில், அந்த மிருக மனிதனின் உடலில் இருந்து, மயக்க மருந்துக்கான குழாய்களை தவிர மற்ற குழாய்களை அகற்றி-விட்டு, அவன் உடலில், ஆராய்ச்சிக்காக ஏற்படுத்தப்பட்ட காயங்களை, திசு மறு-உருவாக்க தொழில் நுட்பம் மூலம் மறைக்க ஆரம்பித்தனர்.

அப்போது ஒரு காயத்தினுள், ஒரு ட்ரான்ஸ் மீட்டரை வைத்து, அதன் மேல் திசுக்களை உருவாக்க ஆரம்பித்தனர்.

அப்போது சார்ஜன்ட், 'அமிலியா, இது சரியான யோசனை தானா?' என்று சந்தேகமாக கேட்டார்.

அவள், 'நமக்கு வேறு வழி இல்லை. இவன் ஒருவனுக்கு தான் அவர்களின் இடம் குறித்து நன்றாக தெரியும்.'

அவர், 'நாம் மீண்டும் இவனை அவர்களிடம் அனுப்புவதால், வேறு ஏதேனும் விபரீதங்கள் ஏற்பட வாய்ப்புகள் உள்ளன அல்லவா?'

அவள் சிரித்தவாறு, 'அதற்குள், கர்ணல் அலெக்சாண்டரின் இராணுவப்படை அந்த பதிமூன்று பேரையும் பிடித்துவிடும்.'

அவர், 'ஆனால், இந்த மிருக மனிதன் அதற்கு அனுமதிப்பானா. நிச்சயம் இவன் இராணுவத்தை துவம்சம் செய்துவிடுவான்.'

அவள், 'அதற்காகவே ஒரு திட்டம் வைத்துள்ளேன்.' என்று கூறி, அவரை சிரித்தவாறு பார்க்க, அவர் ஆச்சரியமாக அவளைப் பார்த்தார்.

மர்மமான இடம்... தீப்பந்தகளின் வெளிச்சத்தில், சில்வியா ஒரு வெள்ளை நிற துணியை உடலில் சுற்றி கொண்டு, ஒரு அகலமான அறையில், கருங்கல்லால் ஆன தரையில், ஒரு பெரிய வட்டத்தினுள், நட்சத்திரம் வரையப்பட்டு, அதன் நடுவில் நிமிர்ந்தவாறு அமர்ந்திருந்தாள்.

அவள் முன் பதிமூன்று பேரும், கருப்பு நிற உடை அணிந்து, உடலை முழு-வதுமாக மறைத்து கொண்டு, ஒரு காலில் மண்டி இட்டி, அவர்களின் இடது கையை தரையில் முன்பக்கமாக ஊன்றி, வலது கையை தங்களின் மார்பில் வைத்து கொண்டு, தலை வணங்கியவாறு, கருப்பு மந்திர வார்த்தைகளை உச்ச-ரித்து கொண்டிருந்தனர்.

சில்வியா கண்களை மூடியவாறு, அவர்களின் வார்த்தைகளை கேட்டு கொண்டிருந்தாள்.

சில நிமிடங்கள் செல்ல, சில்வியா மெதுவாக எழுந்து, அனைவரிடமும், ‘உங்களின் மரியாதை ஏற்றுகொள்ளப்பட்டது... எனக்கான உயிர் எங்கே?’ என்று கேட்டதும்,

அந்த அறுபது வயது நிரம்பியவர், ‘எங்கள் கடவுளே... உங்களுக்கான உயிர் காத்திருக்கிறது...’ என்று கூற, அவர்கள் அருகில் ஒரு பெரிய இயந்திரம் இயங்கிக்கொண்டிருந்தது.

அப்போது சில்வியாவின் தந்தை, ஒரு சிறுவனை அங்கு அழைத்து வந்தார். அது சில்வியாவின் தம்பியான பிரண்டன்.

சில்வியாவின் தந்தை பெரும் மன வேதனையுடன், அவனை அங்கு அழைத்து வந்து, அனைவரின் முன்னும் நிறுத்தினார்.

அந்த பதிமூன்று பேரும், மெதுவாக எழுந்து அவர்களின் கை கட்டை விரலை லேசாக கீறி, அதிலிருந்து வரும் இரத்தத்தை, பிரண்டனின் முகத்தில் தடவிவிட்டு, அவர்களின் இடத்தில் வந்து நின்றனர்.

அப்போது அவர்களில் ஒருவன், ‘எங்கள் கடவுளே, சடங்குகள் அனைத்தும் முடிந்தன... உங்களுக்கான உயிரை ஏற்று கொள்ளுங்கள்.’ என்றான்.

சில்வியாவின் தந்தை, பெரும் மனவேதனையுடன், பிரண்டனை அந்த இயந்திரத்திற்குள் படுக்க வைத்து மூடினார்.

பின்னர், அவர் சில்வியாவின் தலையில், ஒரு கருவியை மாட்டிவிட்டு, அந்த இயந்திரத்தில் ஏதேதோ சில பொத்தான்களை அழுத்த ஆரம்பித்தார்.

அவன், கண்கலங்கியவாறு செய்வது அறியாமல் கடைசியாக ஒரு பொத்தானை அழுத்த, அந்த பெட்டியில் சில அதிர்வுகள் ஏற்பட ஆரம்பித்தன.

அதைப் பார்த்த அந்த பதிமூன்று பேரும், ‘Hail Lucifer...Hail Satan....’ என்று முழங்க ஆரம்பித்தனர்.

பெர்லின் நகரம்....

மெக்கானேவும் டைலரும், லூயிஸின் வீட்டிற்குள் வந்து ஆச்சரியமாக சுற்றி சுற்றி பார்த்தனர்.

அவர் வீட்டை மிகவும் சுத்தமாக அழகாக வைத்திருந்தார். அங்கு ஒரு வித பூவின் நல்ல மணம் வீசிக்கொண்டே இருந்தது.

அப்போது அவர், ‘உங்களுக்கு டீ எடுத்து வருகிறேன்.’ என்று கூறி உள்ளே சென்றார்.

அப்போது டைலர் மெக்கானேயிடம், 'இவர் வயதானவராக இருந்தாலும் வீட்டை நன்றாகவே வைத்துள்ளார்.' என்று ஆச்சரியமாக கூறினான்.

சில நொடிகள் செல்ல...

மூவரும், கையில் ஒரு கப் டீயை வைத்துகொண்டு, இருக்கைகளில் அமர்ந்துகொண்டனர்.

அப்போது லூயிஸ் சிரித்து கொண்டே, 'என் பேத்தி கல்லூரிக்கு சென்றுள்ளாள்.. எனவே நானே டீ போட்டு கொண்டு வந்துள்ளேன். சுமாராக தான் இருக்கும்.' என்றார்.

இருவரும் சற்று சிரித்து கொண்டு, டீயை குடிக்க ஆரம்பித்தனர்.

அப்போது மெக்கானே, 'மிஸ்டர் லூயிஸ், உங்களுக்கு சிட்னியின் நிலைமை பற்றி தெரியுமா என்று தெரியவில்லை. ஆனால் இப்போது சிட்னி, மிகவும் ஆபத்தான பதிமூன்று பேரின் கையில் சிக்கி தவித்துகொண்டிருக்கிறது.' என்றார்.

அதற்கு அவர், 'பதிமூன்று பேரா? அது கோர்ட் ஆஃப் சாடோஸ் ஆயிற்றே...' என்று கூறியதும், மெக்கானே, 'ஆம், அவர்கள் தான்... அவர்களை பற்றி அறியவே இங்கு வந்தோம்.' என்றார்.

அவர் சற்று மூச்சை இழுத்துவிட்டு, 'பதிமூன்று பேர் மீண்டும் வந்துவிட்டனர் போல் தெரிகிறது...'

மெக்கானே குழப்பத்துடன், 'மீண்டும் வந்துவிட்டனர் என்றால்... என்ன அர்த்தம்...? இதற்கு முன்பும் இவர்கள் இருந்துள்ளனர்களா?' என்று வினவ, அவர், 'ஆம்.. அது ஒரு பெரிய வரலாறு...' என்றார்.

டைலர், 'சிட்னியில் நடப்பது குறித்து ஏதும் உங்களுக்கு தெரியாதா?'

அவர், 'நான் செய்தித்தாள்கள், தொலைக்காட்சி ஏதும் பார்ப்பதில்லை... புத்தகங்களுடனே என் கடைசி காலம் நகர்கிறது.' என்று கூறி மெதுவாக எழுந்து, 'என்னுடன் வாருங்கள்.' என்றார்.

இருவரும், குழப்பத்துடன் அந்த டீயை டீபாய் மேல் வைத்துவிட்டு எழுந்தனர். அப்போது அவர், ஒரு பெரிய அறைக்குள் நுழைந்தார். அந்த அறை முழுவதும், ஒரே புத்தகங்கள்... பல அலமாறிகளில், ஆயிரக்கணக்கான புத்தகங்கள் அடுக்கி வைக்கப்படிருந்தன.

அதைப் பார்த்த டைலர், 'இது என்ன நூலகமா?' என்று ஆச்சரியமாக கேட்டான்.

அப்போது லூயிஸ், 'இவை அனைத்தும் எனது சேமிப்புகள். பத்து ஆண்டுகளுக்கு முன்பு வரை, நான் தொல்லியல் ஆராய்ச்சியாளனாக இருந்தவன். அதுவரையில் சேகரித்த புத்தகங்கள் தான் இவை. மேலும் நான் இன்று வரையிலும் அரிய புத்தங்களை தேடி செல்வதில் ஆர்வமாகவே உள்ளேன். ஆனால் என் கால்கள் ஒத்துழைக்க மறுக்கின்றன.' என்று கூறிக்கொண்டே, ஒரு பெட்டியை

தூசி தட்டி ஒரு அலமாறியிலிருந்து எடுத்தார்.

டைலர் அவருக்கு உதவி செய்து, அந்த பெட்டியை தூக்கி, அங்கிருந்த ஒரு மேஜை மேல் வைத்தான்.

பின்னர் லூயிஸ், படிப்பதற்காக வைத்திருந்த ஒரு மூக்கு கண்ணாடியை, தன் பையில் இருந்து எடுத்து மாட்டிக்கொண்டார்.

மெக்கானே, 'இதில்....' என்றதும், லூயிஸ், 'இதில் எனது முக்கிய சேகரிப்புகள் உள்ளன..' என்று கூறி அந்த பெட்டியை திறந்தார்.

அதில் இரண்டு புத்தகங்களும், சில பழங்கால காகித மடிப்புகளும் இருந்தன.

அவர் மெதுவாக, அதில் உள்ளவற்றை வெளியே எடுத்து வைத்தார். இருவரும் ஆர்வமாக அதில் உள்ளவற்றை பார்க்க ஆரம்பித்தனர்.

அப்போது அவர், 'இதில் உள்ளவை அனைத்தும், அந்த கோர்ட் ஆஃப் சாடோஸ் பற்றிவை..' என்று கூறி, அதிலிருந்து ஒரு புத்தகத்தை எடுத்தார்.

அதன் தலைப்பை பார்த்ததும், மெக்கானேவிற்கு பெரும் அதிர்ச்சியாக இருந்தது. அதில், 'சைத்தானின் தூதுவர்கள்' என்ற தலைப்பில், அதற்கு கீழ், ஒரு அரைவட்டத்தின் மேல் இரு கொம்புகள் இருக்கும் குறியீடும் இருந்தது.

டைலர், 'இது அதே குறியீடுகள்!!' என்று ஆச்சரியமாக கூற, லூயிஸ், 'இது சைத்தானின் குறியீடு...' என்று கூறி, அந்த புத்தகத்தை திறந்து, சில விசயங்களை கூற ஆரம்பித்தார்.

அவர், 'ஆயிரம் ஆண்டுகளுக்கு முன்பு, நான்கு மிகவும் திறமையான மந்திரவாதிகள் சொர்க்கம் நரகம் குறித்து அறிய பெரும் முயற்சிகள் எடுத்தனர். அந்த சமயம், கிறித்து கத்தோலிக்க மதம் தலைநிமிர்ந்து வாழ்ந்த காலம்... கத்தோலிக்க மதத்தினர், இயேசுவை வணங்குவதே சொர்க்கம் செல்லும் பாதை, இல்லை என்றால் நரகம் தான் என்று நம்பி வந்தனர். ஆனால், இந்த நான்கு மந்திரவாதிகளும் அதை ஏற்க மறுத்தனர். இதனால், அவர்கள் கத்தோலிக்க மதத்தை எதிர்க்கவும் ஆரம்பித்தனர். கத்தோலிக்கத்தினரின் நம்பிக்கையை பொய்யாகவே இவர்கள் சில விசயங்களை கண்டுபிடித்தனர்.' என்று கூறி ஒரு பக்கத்தை புரட்ட, அதில் உள்ள வரைபடத்தைப் பார்த்து, இருவரும் எச்சிலை விழுங்கினர்.

அப்போது அவர், 'இதுவே சொர்க்கம் மற்றும் நரகத்தின் வாசல்... இந்த நால்வரும் இரு மந்திரங்களை உருவாக்கினர். அதுவே கருப்பு மந்திரங்கள் மற்றும் வெள்ளை மந்திரங்கள். அதாவது சுவர்க்கம் மற்றும் நரகத்தை அடைவதற்கான குறுக்கு வழி...'

அப்போது டைலர், 'இது உண்மையில் சாத்தியம் தானா? இதை நம்பவே முடியவில்லையே?'

அவர் சிரித்தவாறு அடுத்த பக்கத்தை புரட்டினார். அதில் உள்ள எழுத்துக்களும் ஓவியங்களும் டைலரை வாயடைக்க செய்தது.

அப்போது லூயிஸ், 'இதில் கதவு என்பது மரணத்தை குறிக்கும். நீ எவ்வாறு இறக்க வேண்டும் என்பதை இயற்கையே முடிவு செய்யவேண்டும். ஆனால் இவர்களின் மந்திரத்தின் மூலம், நாமே அதை முடிவு செய்து கொள்ளலாம்.'

மெக்கானே ஆச்சரியமாக அதைப் பார்த்து, 'மரணத்திற்குப் பிறகு வரும் இரண்டு கதவுகள்…' என்று கூறி மூச்சை இழுத்து விட, அவர், 'ஆம், இதை பைபிளிலும் குறிப்பிட்டுள்ளனர்….'

பின்னர் சில வினாடிகள் மௌனத்திற்கு பிறகு, அவர், 'ஆனால், இவர்கள் இந்த இரு வாசல்களையும் கண்டறிந்த பிறகு, அவர்களுக்குள் ஒரு குழப்பம் தோன்றியது. முதலில் எதனுள் நுழையலாம் என்று, இதனால், அவர்கள் இருவர், இருவராக பிரிந்து கொண்டனர். முதல் இருவர் வெள்ளை மந்திரங்கள் மூலம், சொர்க்கத்தின் வாசலை நோக்கினர். அடுத்த இருவர் கருப்பு மந்திரங்கள் மூலம் நரக வாசலை நோக்கினர்.

அப்போது தான் ஒரு சிக்கல் ஏற்பட்டது.

அந்த வாசலிற்குள் சென்ற நால்வராலும், சொர்க்கம் மற்றும் நரகத்தினுள் நுழைய முடியவில்லை. ஏனெனில் இயற்கையால் ஆன உடல் அவர்களை தடுத்தது. சொர்க்கம், நரகம் இரண்டிலும் நுழைய பல கட்டுப்பாட்டு விதிகள் இருந்தன. அதன் படி, அவர்களின் ஆயுட்காலம் முடியும் முன்னர், அவர்களால் அந்த வாசல்களினுள் நுழைய இயலாது. எனவே, சொர்க்கத்தில் இருந்த நேர்மறையான விசயங்கள், அந்த இருவரையும் தெளிவுபடுத்தி, அந்த வாசலை விட்டு வெளியேற்றி, அவர்கள் உயிரை, அவர்கள் உடலுடன் சேர உதவியது. ஆனால், நரக வாசலிற்கு சென்ற அந்த இருவர், அங்கிருந்த எதிர் மறையான விசயங்களால், மிகவும் மோசமானவர்களாக மாறினர். அப்போது தான் அவர்கள் நரகத்தின் இராணியான லூசிபரை சந்தித்தனர்.' என்று கூறி ஒரு பக்கத்தை திருப்பினார்.

அதில், ஒரு பெண் வெள்ளை நிற துணியை சுற்றி கொண்டு, கையில் ஒரு தீப்பந்தத்தை மேல் நோக்கி உயர்த்தியவாறு, கம்பீரமாக நின்று கொண்டிருந்தாள். அதோடு அவளுக்கு பாதுகாவலனாக மிருக முகம் கொண்ட சைத்தானும், அவளுக்கு இடது பக்கம் சிவப்பு நிற கண்களுடன் நின்று கொண்டிருந்தான்.

மெக்கானே, 'அடக்கடவுளே.. லூசிபர் என்றால், தன்னை அமைதியின் இராணி என்று பொய் கூறி, போண்டியஸ் பீலேத்தின் (Pontius Pilate) மனதை மாற்றி, இயேசுவை கொலை செய்ய வைத்தாளே அவளா?' என்று கேட்க, அவர், 'ஆம், அவளே… நரகத்தின் கடவுள்… இந்த இருவரும் நரகத்தின் வாசலில் இருந்து கொண்டு, லூசிபருடன் ஒரு ஒப்பந்தம் செய்துகொண்டனர்.' என்று கூறி, அடுத்த பக்கத்தை திருப்பினார்.

இருவரின் இதயத்துடிப்புகளும் மிகவும் அதிகமாயின…மெக்கானேவிற்கு சற்று வியர்க்க ஆரம்பித்தது.

அப்போது லூயிஸ், 'அந்த ஒப்பந்தப் படி, லுசிபர் அவள் கேட்கும் சில விசயங்களை மனிதர்கள் யார் செய்கிறார்களோ, அவர்களுக்கு, அவர்கள் கேட்கும் அனைத்து சக்திகளையும் தருவதாகவும், அதோடு, விருப்பப்படும் நேரங்களில் பூமிக்கு வந்து மனித உயிர்களை வேட்டையாடி, நரகம் அழைத்து செல்ல உதவவும் கோரினாள். அதோடு அதற்கு சில சலுகைகளையும் அவள், அவர்களுக்கு தருவதாகவும் வாக்கு கொடுத்தாள். இவர்களும் அவளின் மயக்கும் சலுகைகளுக்கு மயங்கி ஒப்புக்கொண்டு, அவர்களின் ஒரு கண்களை கொடுத்து அந்த ஒப்பந்தத்தை ஏற்றுகொண்டனர். அப்படி உருவானது தான், பூமிக்கும், நரகத்திற்குமான ஒரு பாலம்.... எப்போதெல்லாம் இந்த பதிமூன்று பேர் உருவாகிறார்களோ அப்போதெல்லாம் அதற்கான வாசல் திறக்கப்படும். லுசிபர் பூமிக்கு வந்து மனிதர்களை வேட்டையாடி நரகத்திற்கு கொண்டு செல்வாள்.' என்றார்.

டைலருக்கு தலையே சுற்றுவது போல் ஆனது, அவன் ,'உண்மையில் இது நடந்த சம்பவமா? இதெல்லாம் சாத்தியம் தானா?'

அவர் சிரித்தவாறு, 'இந்த புத்தகம், ஆயிரம் ஆண்டுகள் பழமையானது, இதில் உள்ள ஓவியங்கள் வரையப்பட்டவை அல்ல. மந்திரங்களால் உருவாக்கப்பட்டவை.' என்றார்.

அப்போது மெக்கானே, 'அப்படி என்றால் இதை எழுதியது... அந்த நரக வாசலிற்கு சென்ற இருவர்களா?'

அவர், 'ஆம்... இது போல் மொத்தம் நான்கு புத்தகங்கள் உள்ளன. அதில் ஒன்று என்னிடம் உள்ளது. மீதம் எங்கு உள்ளது என்று தெரியவில்லை... '

டைலர், 'இது எப்படி உங்களுக்கு கிடைத்தது?' என்று கேட்டான்.

அவர், 'இதை நான் நாற்பது வருடங்களுக்கு முன்பு, இத்தாலியில் மேற்கொண்ட, ஒரு தொல்லியல் ஆராய்ச்சியின் போது தான் கிடைத்தது.' என்று கூறி, அந்த பெட்டியில் இருந்து மற்றொரு புத்தகத்தையும் எடுத்தார். அதில், 'கருப்பு மந்திரங்கள்' என்ற தலைப்பில் இருந்தது.

அவர், 'அவர்கள் ஆளுக்கு ஒரு புத்தகம் என்று, இரண்டு புத்தகத்தை உருவாக்கியுள்ளனர். ஒன்று, அவர்களுக்கு எப்படி இந்த சக்திகள் கிடைத்தன என்றும், மற்றொன்று, லுசிபர் கற்று கொடுத்த சில கருப்பு மந்திரங்களும் உள்ளன. எனவே மொத்தம் எட்டு புத்தகங்கள்...' என்று கூறி, அந்த பெட்டியிலிருந்து, ஒரு காகித மடிப்பை எடுத்து மெதுவாக விரித்து, அவர்களிடம், 'இது 1760 களில் எழுத்தப்பட்ட ஒரு உடன்படிக்கை.' என்று கூறி, அதை மேஜை மேல் வைத்தார்.

அவர், அவர்களிடம், 'இந்த புத்தகத்தைப் பற்றி தெரிந்துகொண்ட, சிலர் ஒரு குழுவை அமைத்தனர். அதாவது, லுசிபர் இந்த உலகிற்கு வர வேண்டும் என்றால், அதற்கு சில விதிமுறைகள் உள்ளன. அதன் படி அவர்கள் பதிமூன்று பேர் கொண்ட குழுவாக, 1763 ல் முதன் முதலில் உருவாகினர். அப்போது அவர்-

கள், லுசிபரின் கொள்கைகளை பின்பற்றுவோம் என்று ஏற்படுத்திய உடன்படிக்கை தான் இது. இதனால், அவர்கள் இரகசியமாக பல காரியங்களை செய்து, லுசிபரை பூமிக்கு கொண்டு வர பல முயற்சிகள் எடுத்தனர். ஆனால் அவர்களுக்கு அதில் தோல்வியே மிஞ்சியது.'

மெக்கானே, 'ஏன் அவர்கள் லுசிபரின் கொள்கைகளை மீறிவிட்டனரா?'

அவர், 'இல்லை, அவர்களுக்கு ஒரு குறை ஏற்பட்டுவிட்டது...' என்று கூறி, அந்த பெட்டியில் இருந்து மற்றொரு காகித மடிப்பை எடுத்தார்.

அவர் அதை பிரித்து, காட்டியதும், மெக்கானே அதிர்ச்சியில் உறைந்து போனார்.

லூயிஸ், 'அது ஒரு ஊடகம்... லுசிபர் ஒரு கடவுள், அவள் பூமியில் செயல்பட, பூமியில் உள்ள இயற்கையின் கட்டுப்பாட்டு விதிக்கு கீழ் படிந்து செயல்பட்டால் மட்டுமே அவளால் பூமிக்குள் உயிர்களை வேட்டையாட முடியும்... அதாவது ஒரு தூய்மையான மனம் கொண்ட பெண்ணின் உடல் வேண்டும். அதுவும் அவள் மனப்பூர்வமாக லுசிபருக்காக தன்னை அற்பணிப்பவளாகவும் இருக்க வேண்டும். இந்த பலமான கட்டுப்பாட்டால், அவர்களுக்கு அப்படி ஒரு பெண் அப்போது கிடைக்கவில்லை. அது மட்டும் இல்லாமல் லுசிபரின் பாதுகாவலனாக சைத்தானும் பூமிக்கு வர அவர்களிடம் போதுமான சக்திகளும் தொழில் நுட்பங்களும் இல்லை. இதனால், லுசிபர் அவர்களை கைவிட்டாள். அந்த கும்பலும் மறைந்து போனது.' என்றார்.

அப்போது டைலர், 'லுசிபர் அப்படி என்ன சலுகை தருவதாக கூறினாள்?'

அவர், 'உலகை ஆளும் மகா சக்தி.... பல மடங்கு ஆயுட்காலம், மரணத்திற்கு பின் நரகத்தில் லுசிபரின் முக்கிய பணியாளன் என்ற பொறுப்பு.'

இருவருக்கும், கண்கள் பிதுங்கின. மெக்கானே அதிர்ச்சியுடன், 'அடக்கடவுளே.... இதனால் தான் இவ்வளவு கடினப்பட்டு லுசிபரை பூமிக்கு கொண்டுவரப் பார்க்கின்றனர் அல்லாவா?'

அவர், 'ஆம்.... அனைவருக்கும் இந்த ஆசை இருக்க தானே செய்யும்..' என்று கூறியதும், டைலர், 'சரி, அந்த பதிமூன்று பேர் என்ன ஆனர்கள்?'

அவர், 'அவர்கள் அழிந்துவிட்டனர்... ஆனால், மீண்டும் 1900 ஆம் ஆண்டுகளில் மற்றொரு பதிமூன்று பேர் கொண்ட கும்பல் உருவானது. ஆனால் உலகபோரின் காரணமாக அவர்களும் வலுவிழந்து போயினர். இப்போது நீங்கள் கூறுவதைப் பார்த்தால், அந்த பதிமூன்று பேர் மீண்டும் உருவாகியுள்ளனர் போல் தெரிகிறது.'

மெக்கானேவிற்கு இப்போது தான் பல விசயங்கள் தெளிவானது...

டைலர், 'இவர்களை எப்படி அழிப்பது?' என்று ஆர்வமாக கேட்டான்.

அவர், 'இவர்கள், ஒரு வேலை லுசிபரின் விதிமுறைகளை சரியாக செய்தால், இவர்களை அழிப்பது மிகவும் கடினம். அதோடு லுசிபர் பூமிக்கு வந்துவிட்டாள் என்றால், இவர்களை நெருக்க கூட இயலாது......' என்று கூறி சற்று யோசித்தார்.

பின்னர், 'இருப்பினும், இவர்களை அழிக்க ஒரு வழி உள்ளது.' என்று கூறி இருவரையும் பார்த்தார்.

மெக்கானேவும், டைலரும் ஆச்சரியமாக அவரைப் பார்த்தனர்.

29

இரண்டாம் பொறி

'காலம், அது அனைத்திற்கும் பதிலாய் இருக்கும். ஆனால் பதிலுக்காக காலத்தை நம்பி காத்திருக்க இயலாது. நம் செயல்கள் நம்பிக்கையை கொடுத்தாலும், ஒரு சிறிய தவறால் ஏற்படும் பயம், ஒரு கட்டத்தில் நம் நம்பிக்கையை உடைத்துவிடுகிறது. எனில் எதை நம்புவது, காலத்தையா? நம் செயலையா? ஆம் இரண்டுமே... நாம் இரண்டின் மீதும் நம்பிக்கையுடன் செயல்பட்டால் மட்டுமே வெற்றி பெற முடியும். காலத்தின் கட்டாயத்தை மறுக்க இயலாது, நம் செயல்களினால் ஏற்படும் விளைவுகளையும் தவிர்க்க இயலாது, எனில் நமது ஒவ்வொறு நொடியிலும் நாம் கவனமாக செயல்பட்டால், எதிரி முன் கம்பீரமாக நின்று, நீ கைது செய்யப்படுகிறாய் என்று கூறமுடியும்...' என்று அமிலியா, கைகளை கட்டிக்கொண்டு அந்த மிருக மனிதனைப் பார்த்தவாறு யோசித்துகொண்டிருந்தாள்.

அப்போது சார்ஜன்ட், 'அமிலியா... ஒரு வேலை உனது இந்த திட்டம் சொதப்பினால், ஏதேனும் மாற்று திட்டம் உள்ளதா?' என்று கேட்க, அதற்கு அவள், 'இல்லை, மாற்று திட்டத்திற்கு வாய்ப்பில்லை, ஒன்று இதில் வெற்றி பெறவேண்டும். இல்லை என்றால் அனைவரும் மடியவேண்டும்.' என்றாள்.

சார்ஜன்ட், 'அமிலியா.... இதில் பலரின் உயிர் அடங்கியுள்ளது. அதோடு பிரதமர் மற்றும் சிட்னி மக்களின் நம்பிக்கையும் அடங்கியுள்ளது.'

அவள், 'நமக்கு இன்னும் ஒரு நாள் மட்டுமே கால அவகாசம்... அதற்குள் நான் அவர்களை பிடித்தாகவேண்டும். அதற்காக நான் எதையும் செய்வேன்.' என்று கூறி, அவரைப் பார்த்து, 'சார்ஜன்ட், எனக்கு என் மீது நம்பிக்கை உள்ளது. இதை நான் நிச்சயம் செய்து முடிப்பேன்.'

பெர்லின் நகரம்....

மெக்கானேவும், டைலரும் செய்வதறியாது, லூயிஸ் கூறிய விசயங்களால் தவித்தவாறு இருந்தனர்.

அப்போது மெக்கானே, ‘நீங்கள் கூறிய படி எல்லாமே நடந்துவிட்டன. மிருகம் போல் ஒருவன், பார்க்க சைத்தான் போலவே இருக்கிறான். சிவப்பு நிற கண்களுடன் சாலைகளில் சடலங்கள், அவர்களின் புராஜெக்ட் வெற்றி பெற்றதாக சில்வியா கூறினாள்.’

அப்போது டைலர், ‘ஆம், அப்படி என்றால், அவர்கள் இதில் வெற்றி பெற 90% வாய்ப்புகள் உள்ளன. சரி, லுசிபரை வரவழைக்க யாரின் உடலை பயன்படுத்துவர். அப்படி யார் உள்ளனர்?’

அப்போது லூயிஸ், ‘அவர்கள் இவ்வளவு தூரம் செயல்பட்டிருகின்றனர் என்றால், நிச்சயம் இந்நேரம், லுசிபருக்கான பெண்ணை தேர்வு செய்து, அதற்கான பணியிலும் ஈடுபட்டிருப்பர். மேலும் நீங்கள் வேறு, அந்த சைத்தான் போல் உள்ளவனை சிறை பிடித்து, அவர்களின் கோபத்தை அதிகமாக்கிவிட்டீர்கள்.’

மெக்கானே மூச்சை இழுத்துவிட்டு, ‘நமக்கு வேறு வழி இல்லை. நிலைமை கை மீறி சென்றுவிட்டது.’ என்று கூறி, லூயிஸிடம், ‘நீங்கள் கூறிய அந்த நடுநிலையாக்கல் விதி படி எப்படி செயல்படுவது... என்னால் அதை சரியாக புரிந்துகொள்ளமுடியவில்லையே.’

அவர் சிரித்தவாறு, ‘அது பற்றி கூறுவதை விட, நீங்களே பார்த்து தெரிந்துகொள்ளுங்கள்.’ என்று கூறி, ஒரு அறைக்குள் சென்றார். இருவரும் குழப்பத்துடன் நின்றுகொண்டிருந்தனர்.

சில நொடிகள் கழித்து, அவர் ஒரு சிறிய அழைப்பு அட்டையை (Visiting card), எடுத்து கொண்டு வெளியே வந்தார்.

அவர், மெக்கானேயிடம், ‘இந்த முகவரிக்கு சென்று, இவரை சந்தியுங்கள். உங்களுக்கு தேவையான அனைத்து உதவிகளும் கிடைக்கும். உங்களுக்கு நேரம் இல்லை, எனவே விரைவில் செயல்படுங்கள்.’ என்றார்.

மெக்கானே அந்த அழைப்பு அட்டையை வாங்கிப் பார்த்தார்.

அவர், ‘கிளாரா மெலான் (Clara mallan)....?’ என்று குழப்பத்துடன் கேட்டார்.

லூயிஸ், ‘தொல்லியல் அறிஞர் மெலான் குறிந்து அறிந்திருப்பீர்கள், அவரின் மகள் தான் இவள்....’

டைலர் ஆச்சரியமாக மெக்கானேயைப் பார்த்தான்.

ஒரு நீளமான மேஜையை சுற்றி பதிமூன்று பேர் அமர்ந்துக்கொண்டு, மது அருந்தி கொண்டிருந்தனர்.

அப்போது, ஒருவன், ‘லுசிபர் பூமிக்கு வந்த பிறகு, சிட்னி நகரை தானே முதலில் தாக்குவதாக கூறினீர்கள்? ஏன் இப்போது பிஸ்பேனை (Brisbane) தாக்க திட்டம் இட்டுள்ளீர்கள்?’

அந்த அறுபது வயது நிரம்பியவர், 'ஆம், சிட்னியில் இப்போது நாம் எதிர்ப்பார்த்த நிலைமை இல்லை. அமிலியாவும், மெக்கானேவும் நமக்கு எதிராக சிறப்பாக செயல்பட்டு கொண்டிருக்கின்றனர். எனவே அங்கு செல்வது வீண். நமக்கே அது ஆபத்தாக முடியலாம்.' என்றார்.

அப்போது ஒருவன், 'நம் பாதுகாவலன் இல்லாமல் எப்படி லுசிபர் செயல்படுவாள்?'

அவர், 'கவலை வேண்டாம், அமிலியாவே அவனை இங்கு அனுப்புவாள். அவள் நிச்சயம் அவன் உடலில் ட்ரான்ஸ்மீட்டரை பொருத்தி நாம் இருக்கும் இடத்தை அறிய முயற்சி செய்வாள்.'

மற்றொருவன், 'ஆனால், அவள் இப்போது இந்த குற்ற விசாரணையில் இல்லை என்றல்லவா கூறினர். CIA தானே இப்போது விசாரணை செய்கிறது!!'

அவர் சிரித்தவாறு, 'அந்த முட்டாள் மெக்கானேயின் திட்டத்தை, இவள் மீண்டும் செயல்படுத்தி பார்க்கிறாள். அனைத்தும் நாடகம் தான். நிச்சயம் மெக்கானேயும் உயிருடன் தான் இருப்பான். நம்மை பற்றி அறிவதில் மும்முரமாக தேடிக் கொண்டிருப்பான். ஆனால் அது பலன் அளிக்காது...'

ஒருவன், 'பிளான் சி, எப்போது செயல்பட உள்ளது?'

அவர், 'நம் பாதுகாவலன் இங்கு வந்ததும், செயல்பட துவங்கும்...'

மற்றொருவன், 'சரி, உங்களின் இன்னொறு திட்டம் என்ன? நாங்கள் என்ன செய்ய வேண்டும்?'

அவர் சிரித்தவாறு, 'உங்களுக்கு அதிக வேலைகள் காத்திருக்கின்றன. நம் பாதுகாவலன் இங்கு வந்ததும், நம் படையை தயார்ப்படுத்த துவங்குங்கள். ஒரு பெரும் யுத்தம் லுசிபரின் தலைமையில் காத்திருக்கிறது.'

அனைவரும், சிரித்தவாறு அவரைப் பார்க்க, அவர், தன் மதுபான கோப்பையை உயர்த்தி, 'லுசிபருக்காக...' என்றதும், அனைவரும், 'லுசிபருக்காக....' என்று கோப்பையை உயர்த்தினர்.

பெர்லினில் இருந்து சில கிலோமீட்டர்கள் தொலைவில் உள்ள, லுட்விக்ஸ்ஃப்ல்டே (Ludwigsfelde) என்னும் நகரம்...

மெக்கானேவும், டைலரும், லூயீஸ் கொடுத்த, அந்த முகவரிக்கு அழைப்பு ஊர்தி மூலம் வந்து சேர்ந்தனர்.

அது ஒரு பிரம்மாண்டமான வீடாக இருந்தது. சுற்றிலும் சில மீட்டர்கள் தொலைவில் காடு... அந்தக் காட்டிற்கு மத்தியில் ஒரு அழகான அரண்மனை போன்ற ஒரு மாளிகை....

இருவரும், சாலையில் நின்று கொண்டு, அந்த வீட்டின் நுழைவுவாயில் கேட்டைப் (Entrance gate) பார்த்து ஆச்சரியமாக நின்றுகொண்டிருந்த போது, வாயில் காவலன், அவர்களிடம், 'யார் நீங்கள்? உங்களுக்கு என்ன வேண்டும்?' என்று ஜெர்மன் மொழியில் கூறினான்.

இருவரும் குழம்பியவாறு நின்றனர். டைலர் அவரிடம், 'கிளாரா மெலானை சந்திக்க வேண்டும்..' என்று கூறி, லூயிஸ் கொடுத்த அந்த அழைப்பு அட்டையை காட்டினான்.

அவனும் அதைப் பார்த்துவிட்டு, குழப்பத்துடன் இருவரையும் பார்த்து, பின்னர் அங்கிருந்த, ஒரு அழைப்பு பேசியில் யாரிடமோ பேசிவிட்டு, பின்னர் அவர்களிடம், 'உள்ளே செல்லுங்கள்.' என்று உள் நோக்கி கை நீட்டினான். இருவரும், ஆச்சரியமாக அவனைப் பார்த்துகொண்டு உள்ளே சென்றனர்.

அந்த வாயில் கேட்டில் இருந்து, அந்த வீட்டின் வாசல் வெகு தூரம் இருந்தது.

அப்போது டைலர், 'இது என்ன.... வீடு மாதிரி தெரியவில்லையே? இவ்வளவு தூரம் நடக்க வேண்டி உள்ளதே? இந்த மெலான் பெரிய ஆளு தான்.' என்று கூற, அப்போது ஒருவன் வேகமாக இருவரிடமும் வந்து, 'வணக்கம், என்னுடன் வாருங்கள், மிஸ் கிளாரா உங்களுக்காக காத்திருக்கிறார்.' என்று கூறு கூறி, இருவரையும் அழைத்து சென்றான்.

இருவரும் ஆச்சரியமாக அவனுடன் முன்னேறினர்.

மதியம் 2.30 மணி, இன்டர்போல் கூடாரம்....

அமிலியாவின் திட்டப்படி எல்லாம் சரியாக நடந்து கொண்டிருந்தன.

அப்போது அவள், தன் அழைப்பு பேசியில், 'கர்ணல் அலெக்சாண்டர்... தயாராக இருங்கள். நேரம் வந்துவிட்டது.' என்று கூறி, அழைப்பைத் துண்டித்து விட்டு அனைவரையும் பார்த்தாள்.

அதைக்கேட்ட அங்குள்ள அனைவரும், சற்று பதற்றத்துடன் ஒருவரை ஒருவர் பார்த்து கொண்டனர்.

அப்போது சார்ஜன்ட் லாரன்ஸ், அனைவரிடமும், 'அனைவரும் தைரியமாக செயல்படுங்கள்... முழு கவனத்துடன் இருங்கள். நாம் இதில் வெற்றி பெறுவோம்.' என்று நம்பிக்கையுடன் கூறினார்.

மாலை 5.30 மணி, கான்பெரா நகரம், டாக்டர் டி வான் ஆய்வு கூடத்தில்....

டாக்டர் டீ வான், அந்த சடலங்கள் மூலம் ஒவ்வொரு விசயத்தையும் ஆராய ஆராய, அவருக்கு பெரும் அதிர்ச்சியாகவும், அதிக பயமும் தோன்ற ஆரம்பித்தது.

அவர், 'எப்படி அவர்கள் இவ்வளவு அற்புதமாக யோசித்துள்ளனர்?' என்று பிரம்மித்துக் கொண்டிருக்கும் போது, ஒரு காவலன் வேகமாக அங்கு வந்து, 'டாக்டர், நமக்கு ஆபத்து, சீக்கிரம் நாம் இங்கிருந்து செல்ல வேண்டும்.' என்று பதற்-

றமாக அங்கு வந்தான்.

அவர் அதிர்ச்சி அடைந்து, ‘கடவுளே அவர்கள் என்னை கண்டுபிடித்துவிட்டனர். அப்படி என்றால், மெக்கானே குறித்தும் அறிந்திருப்பர்...’ என்ற பெரும் அச்சத்துடன் வேக வேகமாக தன் கணினியில் சில தட்டச்சுகளை செய்ய ஆரம்பித்தார்.

அந்தக் காவலன், ‘டாக்டர் நேரம் இல்லை, பல ஹெலிகாப்டர்கள் வீட்டின் மேல் பறந்து கொண்டிருக்கின்றன.’

அவர், ‘ஒரு நிமிடம்...’ என்று கூறி, பெரும் பரபரப்பானர்... அப்போது அவர் ஒரு பொத்தானை அழுத்தியதும், உடனே அந்த கணினிகளை போட்டு உடைத்துவிட்டு, வேகமாக அங்கிருந்து சென்றார்.

அவர் படி கட்டுகளில் ஏறும் போது, அங்கு ஒரு சிவப்பு நிற வட்டவடிவ பொத்தான் ஒரு கண்ணாடி பெட்டி போன்ற அமைப்பில் இருந்தது.

அவர் அதை உடனே உடைத்து, அந்தப் பொத்தானை அழுத்தியதும், ஆய்வகத்திற்குள் ஒரே சப்தம், ‘கியாங்க் கியாங்க்....’ என்று,

உள்ளே ஒரு வித வெள்ளை நிற அடர் புகை பரவ ஆரம்பித்து, மெதுவாக அங்கு உள்ள பொருட்கள் எல்லாம் எரிய ஆரம்பித்தன. அதனுடன், அந்த இருபத்து ஓர் சடலங்களும் எரிந்து போயின.

கிளாரா மெலானின் மாளிகை....

மெக்கானேவும், டைலரும் ஒரு பிரம்மாண்ட ஹாலில் உள்ள சோபாவில் அமர்ந்து கொண்டிருந்தனர்.

அப்போது அங்கு ஒரு முப்பது வயது நிரம்பிய இளம் பெண் அங்கு வந்தாள். இருவரும் எழுந்து நின்று, மரியாதையுடன், அவளுக்கு கைக்கொடுத்தனர்.

அவள், ‘நான் கிளாரா... என் தந்தை போல் நானும் ஒரு தொல்லியல் ஆராய்ச்சியாளர் தான்.’

மெக்கானே மகிழ்ச்சியுடன், ‘நல்லது, என் பெயர்...’ என்றதும், அவள், ‘ஆம், பேராசிரியர் லூயிஸ் என்னிடம் உங்களைப் பற்றி அனைத்தையும் கூறினார். சரி என்னுடன் வாருங்கள்.’ என்று கூறி, ஒரு இடத்தை நோக்கி முன்னேறினாள்.

மெக்கானே விழித்தவாறு, டைலரைப் பார்த்தார்.

பின்னர் கிளாரா, ஒரு அறையின் வாசல் கதவு முன் வந்து நின்றாள். அதன் அருகில் இருந்த ஒரு தட்டச்சு பலகையில் சில எண்களை தட்டச்சு செய்ய, அந்தக் கதவு திறந்தது.

அப்போது அவள், ‘இது என் தந்தையின் அறை..’ என்று கூறி, உள்ளே செல்ல, இருவரும் அந்த இடத்தைப் பார்த்து மிரண்டு போயினர்.

அது ஒரு பிரம்மாண்டமான, வட்ட வடிவ அறை, சுற்றிலும், முப்பது அடி உயரத்திற்கு புத்தகங்கள் அலமாறிகளில் வரிசையாக அடுக்கி வைக்கப்பட்டிருந்தன. இடை இடையில் அற்புதமான பழங்கால ஓவியங்கள், அழகான கலை நயத்துடன் அமைக்கப்பட்ட தூண்கள், அந்த அறையின் மேல் சுவரை தாங்கிக்கொண்டிருந்தன.

அப்போது கிளாரா, அங்கிருந்த ஒரு பெரிய மர மேஜையிலிருந்து ஒரு புத்தகத்தை எடுத்துக் கொண்டு அவர்களிடம் வந்தாள். மூவரும், அங்கிருந்த ஒரு சிறிய வட்டமான மேஜையை சுற்றி அமர்ந்து கொண்டனர்.

கிளாரா, 'பேராசிரியர் லூயிஸ் என்னிடம் உங்களை பற்றி கூறியதுமே, உங்களுக்கு தேவையானவற்றை எடுத்து வைத்துவிட்டேன். முதலில் நீங்கள் சில முக்கியமான விசயங்களை அறிந்து கொள்ள வேண்டும்.' என்று கூறி, இருவரையும் ஆச்சரியமாக பார்த்து, 'நடுநிலையாக்கல் கொள்கையை (The law of neutralization) நீங்கள் அறிய விரும்புகிறீர்கள் என்றால், நிச்சயம் நீங்கள் லூசிபரை எதிர்க்க விரும்புகிறீர்கள் என்றே அர்த்தம்...' என்றாள்.

மெக்கானே, 'லூசிபரையா? இல்லை அந்த பதிமூன்று பேரையே எதிர்க்க விரும்புகிறோம்.'

அவள் சிரித்தவாறு, 'அவர்களுக்கு சக்தியே, சைத்தானிடமிருந்தும், லூசிபரிடமிருந்தும் தான் கிடைக்கின்றது. நீங்கள் லூசிபரை தோற்கடித்தால் தான், அந்த பதிமூன்று பேரும் பலம் இழந்து தானாகவே அழிந்துவிடுவர்.'

டைலர் குழப்பத்துடன், 'லூசிபர் நரகத்தின் கடவுள் ஆயிற்றே, அவளை எப்படி..?'

அவள், 'அதற்காக உருவாக்கப்பட்ட கொள்கை தான் இந்த நடுநிலையாக்கல் (Neutalization).'

மெக்கானே மூச்சை இழுத்துவிட்டு, 'அப்படி என்றால், லூசிபர் பூமிக்கு வருவதை தடுக்க முடியாதா?'

அவள், 'அவள் பூமிக்கு இம்முறை நிச்சயம் வந்து தான் ஆக வேண்டும். நம்மால் அவள் இங்கு வருவதை தடுக்க இயலாது.'

டைலர் குழப்பத்துடன், 'எனக்கு ஒன்றும் புரியவில்லை.. ஏன்?'

அவள் சிரித்தவாறு, 'சரி, நான் நடுநிலையாக்கல் விதிகளை கூறுகிறேன். இது புரிந்தால், நிச்சயம் ஏன் என்ற காரணம் உங்களுக்கே புரிந்து விடும்.' என்று கூறி, அந்த புத்தகத்தை திறந்தாள்.

அந்த பக்கத்தில் ஒரு ஓவியம், அதில் ஒரு வட்டத்தினுள் ஒரு நட்சத்திரம் வரையப்பட்டு, அதன் நடுவில் ஒரு சிறிய வட்டம் வரையப்பட்டிருந்தது.

அவள், 'இது உலகின் மகா இரகசியம்... இயற்கையின் விதிகளை நம் கட்டுப்பாட்டுக்குள் கொண்டு வரும் ஒரு யுக்தி, அதுவே நடுநிலையாக்கல் கோட்பா-

டுகள். இந்த வட்டம், வாழ்வின் காலச் சக்கரத்தை குறிக்கும். அதாவது, ஏற்ற இறக்கம், கர்மா வினைகள், வெற்றி தோல்வி இது பற்றிய விசயங்களை குறிக்-கும்.' என்று கூறி,

ஒரு வெற்று காகிதத்தை எடுத்து, அதில் ஒரு வட்டத்தை வரைந்தாள். அந்த வட்டத்தின் மேல் முனையில் ஒரு X அடையாளம் இட்டு, இருவரிடமும், 'இப்-போது இந்த X ஒரு மனிதன் என்று வைத்து கொள்வோம். இவன் இப்போது புக-ழின் உச்சியில் இருக்கிறான். இப்போது காலத்தின் சக்கரம் நகரும் போது, அவன் புகழ் இழந்து, வட்டத்திற்கு கீழ் வந்ததும், அவன் தன் புகழை இழக்கின்றான். அதோடு அவனைப் பற்றி யாருக்கும் தெரியாமல் போகிறது. இது இயற்கையின் ஒரு விதி. இன்று வெற்றி பெறுபவன் நாளை தோற்றுதான் ஆகவேண்டும். அதே போல், வட்டம் தொடர்ந்து சுழலும் போது அவன் மீண்டும் புகழ் உச்சிக்கே வரு-கிறான். அப்படி என்றால், ஒரு மனித வாழ்வில், ஏற்ற இறக்கம் இயற்கையின் விதி, ஆனால்...' என்று கூறி, அந்த வட்டத்தினுள் ஒரு நட்சத்திரத்தை, அதன் கரங்கள் அந்த வட்டத்தை தொடுவது போல் வரைந்தாள்.

இருவரும் ஆர்வமாக அவளின் வார்த்தைகளை நோக்கினர்.

அவள், அந்த நட்சத்திரத்தின் ஒவ்வொரு கரத்தின் முனையிலும், X குறிகளை இட்டு, 'இப்போது, இந்த X குறிகள், அனைத்தும் ஒரு மனிதனை தான் குறிக்-கின்றன. இப்போது வாழ்கை சக்கரம் சுழல்கிறது. நன்றாக பாருங்கள்... இந்த வட்-டத்தை எப்படி சுழற்றினாலும், நட்சத்திரம் ஒரே போல் தான் உள்ளது, அதோடு இந்த மனிதனும் வட்டத்தின் மேல் தான் ஒவ்வொறு சுழற்றலிலும் உள்ளான்.'

அதைப்பார்த்ததும் மெக்கானேவிற்கு பெரும் ஆச்சரியம், டைலர் ஆச்சரியத்-தில் கையால் வாயை மூடினான்.

அப்போது அவள், அந்த நட்சத்திரத்தின் நடுவில் ஒரு சிறிய வட்டம் இட்டு, அந்த வட்டத்துடன் நட்சத்திரத்தின் ஒவ்வொறு கரத்தையும், கோடுகள் மூலம் இணைத்தாள்.

கிளாரா, 'இப்போது ஒவ்வொறு X குறியீடும், இந்த வட்டத்தை சுழற்றும் மையத்துடன் இணைகிறது. அப்படி என்றால், காலத்தை சுழற்றும் இயற்கை, நம் கட்டுப்பாட்டில் உள்ளது என்று அர்த்தம். வெற்றியோ தோல்வியோ, இங்கு அது முக்கியம் இல்லை.... வெற்றி என்றும் வெற்றியாகவே உள்ளதா என்பது தான் முக்கியம். இதை தான் அந்த பதிமூன்று பேரும் கடைப்பிடிக்கின்றனர். இப்படி தான் ஒவ்வொறு முறையும் வெற்றி மட்டுமே பெறுகின்றனர். இது தான் இந்த புத்தகத்திலும் உள்ளது. இந்த கொள்கை பல ஆயிரம் ஆண்டுகளுக்கு முன்பே உருவாக்கப்பட்டது. ஆனால் இது பற்றி 1950 களில் தான் ஆராய்ச்சி செய்து வெளிகொண்டுவந்தனர். எனவே தான் இதற்கு முன்பு உருவான பதிமூன்று பேரும் தோல்வியுற்றனர். ஆனால் இம்முறை அப்படி அல்ல, இப்போது உருவான பதி-

மூன்று பேரும், நடுநிலையாக்கலை உபயோகிப்பதால் தான் பாதுகாப்பாக உள்ளனர். அதோடு கருப்பு மந்திரங்கள் மூலம், சைத்தானின் உதவியுடன் சக்திகள் பெற்று, பாதுகாப்பாக, அந்த கருப்பு மந்திரத்தின் எதிர்வினையிலிருந்து தப்பிக்கின்றனர்.'

டைலர், 'இயற்கையின் விதி நம் கட்டுப்பாட்டில் வந்துவிட்டால், உலகையே ஆளக் கூடிய சக்தி கிடைக்கும் அல்லவா?'

அவள், 'ஆம், அதற்காகவே அவர்கள் லுசிபரின் உதவியை நாடுகின்றனர்.'

மெக்கானே தலையில் கைவைத்து, மூச்சுவிட முடியாமல் தவித்தார்.

அப்போது டைலர், 'எனவே தான், அவர்கள் லுசிபரை பாதுகாப்பாக பூமிக்கு அழைக்க உள்ளனர். நாம் இந்த சக்கரத்தை உடைத்தால் லுசிபர் தோற்றுவிடுவான்... அவர்களும் அழிந்துவிடுவர், அல்லவா?'

அவள், 'நன்றாகவே புரிந்து கொண்டீர்கள்...' என்றாள்

மெக்கானே, 'இப்போது நாங்கள் என்ன செய்ய வேண்டும்?'

அவள், சற்று மூச்சை இழுத்துவிட்டு இருவரையும் பார்த்தாள்.

30

நம்பிக்கையின் பலன்

கிளாரா மாளிகையில்.....

மெக்கானே, அவர் வாழ்வில் இதுவரையில் சந்திக்காத புதுமையான விசயத்தை சந்தித்துக்கொண்டிருப்பதை உணர ஆரம்பித்தார்.

அனைத்தும் மனித இனத்திற்கு அப்பாற்பட்டவை.... நரகத்தின் கடவுளிடம் போராடிக்கொண்டிருப்பதை உணர்ந்ததும், அவரின் இதய துடிப்புகள் வேகமாகவே துடித்துக் கொண்டிருந்தன.

அப்போது கிளாரா, 'இப்போது உள்ள பதிமூன்று பேரும், பெரும் புத்திசாலிகள், முக்கியமாக ஆராய்ச்சியாளர்கள், அறிவியல் தொழில் நுட்பத்தை வேறுவிதமாக பயன்படுத்தி வருகின்றனர். இவர்கள் 1970 களிலேயே உருவாகிவிட்டனர். எனவே இவர்கள் அப்போது உள்ள காலகட்டத்திலிருந்து இப்போது வரைக்குமான அனைத்து பொருட்களையும், தொழில் நுட்பங்களையும் பயன்படுத்தி பெரும் பலம் கொண்டவர்களாகவே உள்ளனர். அதோடு, 1975 லிலிருந்தே, பல ஆராய்ச்சியாளர்களின் தடை செய்யப்பட்ட ஆராய்ச்சிகள் திருடப்பட்டு கொண்டிருக்கின்றன. அப்போது தான் என் தந்தை முதல் முதலாக இந்த பதிமூன்று பேர் குறித்து அறிய ஆரம்பித்தார்.

பல ஆண்டுகள் முயற்சிகளுக்குப் பிறகு, யாரும் அறியாத பல விசயங்களை கண்டறிந்தார். அதோடு லுசிபரை எதிர்ப்பதற்கான வழியையும் அறிந்து, அந்த பதிமூன்று பேரையும் அழிக்க திட்டம் இட்ட போது தான், அவர்கள் என் தந்தையை கொலை செய்து விட்டனர். அவர்களை, என் தந்தை சற்று குறைத்து எடை போட்டுவிட்டார். அதோடு நடுநிலையாக்கல் கொள்கையில் சில தவறுகள் செய்துவிட்டார்...' என்று கூறி சோகமானாள்.

மெக்கானே, 'மன்னித்துவிடுங்கள்... ஆனால், நாங்கள் கவனமாக இருப்போம்.'

கிளாரா, 'ஆம், நீங்கள் கவனமாகவே இருக்க வேண்டும். அவர்களின் பலம் இப்போது அதிகமாகவே உள்ளது. எனவே அவர்களைப் போலவே நீங்களும், பலமானவர்களாகவே இருக்க வேண்டும். அவர்கள் பதிமூன்று பேர் செயல்படுபது போல், நல்ல சக்திகளுக்காக பதினோர் பேர் செயல்பட வேண்டும்.'

டைலர், 'ஏன் குறிப்பாக பதினோர் பேர்?' என்று குழப்பத்துடன் கேட்டான்.

அவள் சிரித்தவாறு, 'என்னுடன் வாருங்கள்... நீங்கள் என்ன செய்ய வேண்டும் என்று கூறுகிறேன். பின்னர் அனைத்தும் நீங்களே புரிந்துகொள்வீர்கள்.' என்று கூறி, வேகமாக எழுந்தாள். இருவரும், குழப்பத்துடன் அவள் பின் சென்றனர்.

இன்டர்போல் கூடாரம்,

அமிலியாவிற்கு டாக்டர் டி வானிடமிருந்து அவசர அழைப்பு வந்தது..

அவள், 'டாக்டர் அங்கு நிலவரம் எப்படி உள்ளது?'

அவர், 'அமிலியா... என்னை மன்னித்துவிடு, ஆனால் என் வேலையை நான் செய்து முடித்துவிட்டேன். உனக்கு தேவையான அனைத்தையும் நான் உனக்கு கொடுத்துவிட்டேன்.... அவர்கள் எங்களை, எப்படியும் கொலை செய்துவிடுவர்.' என்று ஒரு வித பதற்றமாகவே கூறினார்.

அமிலியா, 'டாக்டர், என்ன கூறுகிறீர்கள்? அங்கு என்ன ஆனது?' என்று பதறினாள்.

அவர், 'அவர்கள் எங்களை கண்டுபிடித்துவிட்டனர்... உன் கனவருக்கு ஆபத்து... அவர் மிக முக்கிய பணியில் உள்ளார். அவரை எப்படியாவது கண்டுபிடித்து பாதுகாப்பு கொடு.' என்ற போது, அழைப்பு துண்டிக்கப்பட்டது.

அவள் பெரும் பயம் கொண்டு, 'டாக்டர்... டாக்டர்....' என்று கத்தினாள்.

உடனே அவள், கர்ணல் அலெக்சாண்டருக்கு அழைப்பு கொடுத்து, விசயத்தை கூறி, அங்கு இராணுவத்தினரை அனுப்புமாறு கோரினாள்.

அவரும் அதற்கு ஒப்புக்கொண்டு செயலில் இறங்கினார்.

அப்போது சார்ஜன்ட் லாரன்ஸ், 'அமிலியா, கான்பெராவில் உள்ள டாக்டர் டி வானின் ஆய்வுக் கூடம் தாக்கப்பட்டுள்ளது... அங்கு உள்ளவர்கள் என்ன ஆனார்கள் என்ற தகவல் இல்லை...'

அவள் பதற்றத்துடன், 'எப்படி அறிந்துகொண்டார்கள்?' என்று கேட்க, சார்ஜன்ட், 'நீ மெக்கானேவிற்கு தகவல் தொழில் நுட்ப கருவிகளை, ஆறு காவலர்களை அனுப்பி, கொடுக்க கூறினாய் அல்லவா?'

அவள் அதிர்ச்சியுடன், 'ஆம்...' என்றதும், அவர், 'அவர்களில், ஐவர் மட்டுமே திரும்பியுள்ளனர். கடைசி ஆள் இன்னும் திரும்பவில்லை.... நடந்த சம்பவங்களால் அவனை அனைவரும் மறந்துவிட்டனர்.'

அவள் தலையில் கைவைத்து, 'அடக்கடவுளே.... அவனை பிடித்துவிட்டனர் போல் தெரிகிறதே, எப்படி சிக்கினான்?'

சார்ஜன்ட், 'அமிலியா, இப்போது என்ன செய்ய உள்ளாய்?'

அவள் பெரிதும் கோபம் அடைந்து, 'அவர்கள் என்னை அதிகமாக கோபமடையச் செய்கின்றனர். நம் திட்டத்தில் எந்த மாற்றமும் இல்லை. டாக்டரை மீட்க, இராணுவம் சென்றுள்ளனர். நாம் இன்னும் ஒரு மணி நேரத்தில் நம் திட்டத்தை செயல்படுத்தியாக வேண்டும்.' என்றாள்.

சார்ஜன்ட், 'சரி, அனைத்தும் தயாராக உள்ளன. கர்ணல் அலெக்சாண்டரின் இராணுவ படைகளும் தயாராக இருப்பதாக தகவல் வந்துள்ளது.'

அமிலியா, 'நல்லது... அந்த மிருக மனிதனை, இடமாற்றத்திற்கு ஏற்பாடு செய்யுங்கள்.'

சார்ஜன்ட், 'அமிலியா... எதற்கும் மீண்டும் ஒரு முறை நன்றாக யோசித்து பார்...'

அவள், 'இல்லை, இதில் மாற்றம் இல்லை...' என்று கூறி, அவரைப் பார்க்க, அவர் சரி என்று தலையசைத்து, தன் நுண் அழைப்பான் மூலம், 'அனைத்தையும் தயார்ப் படுத்துங்கள். இன்னும் ஒரு மணி நேரத்தில், திட்டம் செயல்பட வேண்டும்.' என்றார்.

பின்னர் அவர், அமிலியாவை கவலையுடன் பார்த்து அங்கிருந்து சென்றார்.

கிளாரா மாளிகை,

அங்கு மெக்கானேவும் டைலரும், ஒரு அறையில் சுற்றி சுற்றி பார்த்தவாறு காத்து கொண்டிருந்தனர்.

அப்போது டைலர், 'டிடக்டிவ், இப்படி இன்னும் எத்தனை பேரை தான், நாம் சந்திக்க உள்ளோம். எனக்கு ஒவ்வொறுவரையும் சந்திக்க சந்திக்க பயம் தான் அதிகமாகிறது.'

அவர் சற்று யோசித்தவாறு, 'எனக்கும் அப்படி தான் உள்ளது. ஆனால் நமக்கு வேறு வழி இல்லை. நாம் இந்த பிரச்சனைக்கு ஒரு முடிவு கட்டியாக வேண்டும்.' என்று கூறி கொண்டிருக்கும் போது, ஒரு குரல், 'மிஸ்டர் மெக்கானே... இவர்கள் தான் இறை தூதர்கள்..' என்று... இருவரும் மெதுவாக திரும்பி பார்க்க,

அங்கு பதினோர் பேர், வெள்ளை நிறத்தில் பழங்கால ரோமனியர்களின் உடை அணிந்து கொண்டு, இருவரின் முன் வந்துகொண்டிருந்தனர்.

இருவரும் அவர்கள் வருவதை ஆச்சரியமாக பார்த்து நின்றுகொண்டிருந்தனர்.

அப்போது கிளாரா, 'பேராசிரியர் லூயிஸ், உங்களிடம் அந்த நான்கு மந்திரவாதிகள் குறித்து கூறியிருப்பார். அந்த நால்வரில் சுவர்க்கம் சென்ற இரு மந்திரவாதிகள் எழுதிய வெள்ளை மந்திரம் படித்து, இறைவனுக்கு சேவை செய்பவர்கள்

தான் இந்த பதினோர் பேரும். அந்த பதிமூன்று தீய குணம் கொண்டவர்களை கட்டுப்படுத்துவதே இவர்களின் பணி, என் தந்தை, இருபது ஆண்டுகளுக்கு முன்பு, உலகின் பல இடங்களுக்கும் சென்று இவர்களை ஒன்று திரட்டியுள்ளார்.'

அப்போது டைலர், 'நம்பவே முடியவில்லை.... அடக்கடவுளே.' என்று ஆச்சரியமாக, அவர்களைப் பார்த்தான்.

அப்போது கிளாரா, 'நல்ல சக்திகள் என்றாலே, பதினோறு நல்ல குணங்கள் அடங்கிய ஒன்று... இவர்கள் ஒவ்வொறுவரும் ஒவ்வொறு நல்ல குணங்களின் அடையாளம். இவர்களுக்கு தனி திறமைகளும் சக்திகளும் உள்ளன. அதே போல் கெட்ட சக்திகள் என்றாலே பதிமூன்று தீய குணங்கள் அடங்கியது. அந்த பதிமூன்று பேரும் ஒவ்வொறு கெட்ட குணங்களின் அடையாளம். இப்படி இந்த எண்ணிக்கை சரியாக இருந்தால் மட்டுமே சடங்குகள் பூர்த்தியாகும். அவர்களின் மந்திர உச்சரிப்புகளுக்கான பலன் கிடைக்கும்.'

டைலர், 'எனவே தான்.....' என்று கூறி வார்த்தைகளில் தடுமாறினான்.

மெக்கானே, 'நல்லது... இவர்களுடன் சேர்ந்து தான் நாங்கள் லுசிபரை எதிர்க்க உள்ளோமா?'

அவள், 'ஆம், ஆனால், இவர்கள் உங்களுடன் வர மாட்டார்கள். இவர்கள் இங்கிருந்து கொண்டே உங்களுக்கு உதவுவர். இன்னும் இரண்டு மணி நேரங்களில் நீங்கள் இங்கிருந்து புறப்பட வேண்டும் என்று இவர்கள் எச்சரிக்கின்றனர். அதற்குள் உங்களுக்கு சில முக்கியமான தேவைகளை, இவர்கள் உங்களுக்கு வழங்குவார்கள். அதை வைத்து தான் நீங்கள் லுசிபரை எதிர்த்து போராட வேண்டும்.'

மெக்கானே நிம்மதி அடைந்து, 'நிச்சயமாக நாங்கள் இதை செய்கிறோம்.' என்று நம்பிக்கையான குரலில் கூறினார்.

இரவு 7 மணி....

இன்டர்போல் இரகசிய கூடாரத்திலிருந்து இருபது கிலோமீட்டர்கள் தொலைவில் உள்ள ஒரு காட்டுப்பகுதி...

அங்கு ஒரு ஹெலிகாப்டர் பறந்தவாறே, அந்த மிருக மனிதனை கூண்டோடு அவிழ்த்துவிட்டது. அது அந்த காட்டிற்குள், ஒரு இடத்தில் விழுந்தது.

அப்போது கூடாரத்தில், அமிலியா, 'கர்னல், அனைவரையும் தயாராக இருக்குமாறு கூறுங்கள்... அவன் கண்விழித்ததும், புறப்படவேண்டும்.' என்று தன் நுண் அழைப்பானில் கூறினாள்.

அமிலியாவிற்கும், சார்ஜன்டிற்கும் நேரம் செல்ல செல்ல, பெரும் பதற்றமாகவே இருந்தது.

சில நொடிகள் செல்ல, அந்தக் காட்டுப்பகுதியில் உள்ள வீரர்களுக்கு ஒரு சப்தம்... அப்போது ஒரு வீரன், 'அந்த மிருகம், எழுந்துவிட்டது. கூண்டை உடைத்து வெளியேற முயற்சி செய்து கொண்டிருக்கிறது.' என்றான்.

அதைக்கேட்டதும், அமிலியா பதற்றத்தின் உச்சிக்கே சென்றாள். அவள் மனதில், 'இதில் வெற்றி பெறவேண்டும்.' என்று எண்ணி கொண்டிருக்க,

அந்தமிருக மனிதன், கூண்டை உடைத்துகொண்டு பெரும் கர்ஜனையுடன் வெளியே வந்து, பெரும் குழப்பத்தில் சுற்றி சுற்றி பார்த்தான்.

அப்போது அமிலியா, அங்கிருந்த அதிகாரிகளிடம், 'அவன் நகர்ந்ததும், நான் கூறியபடி செய்யுங்கள்...' என்றாள். அவர்கள் அனைவரும் நம்பிக்கையுடன் தயாராக இருந்தனர்.

அப்போது அந்த மிருக மனிதன், தன் மூக்கால் அந்த இடத்தை சுற்றி சுற்றி மோப்பம் பிடித்து, நின்று கொண்டிருந்தான்.

அப்போது அமிலியா, வீரர்களிடம், 'அனைவரின் பார்வையும் அவன் மீதே இருக்கட்டும்.' என்று கூறிய அடுத்த நொடி, அந்த மருக மனிதன், கிழக்கு நோக்கி செல்ல ஆரம்பித்தான்.

அமிலியா, 'அவனை பின் தொடருங்கள், விட்டு விடாதீர்கள்..' என்று கத்தி-னாள்.

அவளால், அந்த மிருக மனிதனின் உடலில் உள்ள ட்ரான்ஸ்மீட்டர் மூலம் அவன் செல்லும் திசையை எளிதாக அறிந்துகொள்ள முடிந்தது.

அப்போது அவள், கூடாரத்தில் உள்ள அதிகாரிகளிடம், 'கவனமாக இருங்-கள்... நான் கூறும் போது, பிளான் இரண்டை துவங்குங்கள்.' என்று அமைதி-யான குரலில் கூறினாள்.

அந்த மிருக மனிதனின் வேகம், மிகவும் அதிகமாக இருந்தது. இராணுவ வீரர்கள், வேக வேகமாக ஓடினர். காடுகளில் செல்ல உதவும் கார்கள் மூலமும், ஹெலிகாப்டர்களை ஒலியடக்கி உதவியுடன் சப்தம் இல்லாமலும் அவனை பின் தொடர்ந்தனர்.

அப்போது ஹெலிகாப்டரில் இருந்து ஒரு வீரன், 'அவன் கடற்கரையை நோக்கி சென்று கொண்டிருக்கிறான்.'

உடனே அவள், 'கடற்படை இராணுவத்தை தயாராக இருக்க கூறுங்கள். இடையில் எந்த ஒரு அசம்பாவிதங்களுக்கும் இருக்க கூடாது.' என்றாள்.

அப்போது அவள், அருகில் கணினி முன் உள்ள அதிகாரிகளிடம், 'பிளான் இரண்டு துவங்கட்டும்...' என்று கூறிய அடுத்த நொடி, அவர்கள் கணினியில் வேக வேகமாக தட்டச்சு செய்ய ஆரம்பித்தனர்.

அப்போது சார்ஜன்ட் அங்கு வேகமாக வந்து, 'அமிலியா, என்ன நிலவரம்? பிரதமர் உன் திட்டம் பற்றிய தெளிவான விளக்கம் கேட்கிறார். அதோடு அணு-

வாயுதத்திற்கும் ஒப்புதல் கிடைத்துவிட்டது.' என்றார்.

அவள் ஆச்சரியமாக அவரைப் பார்த்து, 'சரி, ஆனால் அணுவாயுதம் தேவை இல்லை என்று நான் முன்பே கூறினேனே?'

அவர், 'ஆம், இருப்பினும் ஒரு பாதுகாப்பிற்கு தான்...'

அவள் முறைத்தவாறு, 'என் திட்டம் சொதப்பினால், அதை பயன்படுத்த உள்ளீர்கள் அல்லவா, புரிந்துவிட்டது... இதில் நான் வெற்றி பெற்று காட்டுகிறேன்.' என்று கூறி, தன் நுண் அழைப்பானின், 'இதுவே சரியான நேரம், அவனை தாக்க ஆரம்பியுங்கள். அவன் நம்மிடமிருந்து, தப்பித்து ஓடுவது போல் இருக்க வேண்டும்.' என்றாள்.

ஹெலிகாப்டரில் உள்ளவர்கள், காடுகளில் கார்களில் வரும் வீரர்கள், காலாட்படை வீரர்கள் அனைவரும், அந்த மிருக மனிதனை பயங்கர துப்பாக்கிகளால் சுட ஆரம்பித்தனர்.

அவன் அதை எல்லாம் பொருட்படுத்தாமல் வேகமாக ஓட ஆரம்பித்தான். இடையில் வரும் மரங்களை அடித்து சாய்த்துக் கொண்டு முன்னேறினான்.

ஹெலிகாப்டரிலிருந்து, அந்த மரங்கள் சாய்வதை வைத்தே அவனின் அசைவை கவனித்தனர்.

அப்போது கூடாரத்தில், ஒரு அதிகாரி, 'மிஸ் அமிலியா... கிடைத்துவிட்டது. இனி அவனின் ஒவ்வொறு அசைவும், செயற்கைகோள் மூலம் நமக்கு காணொளியாக கிடைக்கும்.' என்றார்.

அவள் பெரிதும் நிம்மதி அடைந்து, அவர்களிடம், 'சீக்கிரம் அவன் செல்ல இருக்கும் இடத்தை கணிக்க முயற்சி செய்யுங்கள்.' என்று பெரும் பதற்றத்துடன் கூற, சார்ஜன்ட் குழப்பத்துடன், 'என்ன நடக்கிறது இங்கே?'

அதற்கு அமிலியா, 'அவர்கள் இருக்கும் இடத்திற்குள் நுழைவதற்கான வழியை தேடுகிறோம்.' என்றாள்.

அவர், 'அப்படி என்றால், அவர்கள் இருக்கும் இடம் உனக்கு முன்பே தெரியுமா?.'

அவள், 'ஆம், ஆனால் துல்லியமாக தெரியவில்லை. அவர்கள் கடலிற்கு அடியில் ஒரு மர்மமான இடத்தில் உள்ளனர்.' என்றாள்.

அவர், 'எப்படி உறுதியாக கூறுகிறாய்?'

அவள், 'டாக்டர் டீ வான், அந்த பிணங்களை கொண்டு கணித்துள்ளார். அதோடு டாம் முன்பு சில்வியாவை வைத்து அவர்களை பிடிக்க முயன்ற போது, அவர்களின் ட்ரான்ஸ்மீட்டர் கடல் மேல் சென்றதாக நினைத்தனர். ஆனால் அவர்கள் கடலினுள், வேறு ஒரு வாகனம் மூலம் சென்றுள்ளனர். எனவே தான் அந்த கடலிலுள் சென்றதும், ட்ரான்ஸ்மீட்டர் வேலை செய்யவில்லை. ஏனெனில் எந்த ஒரு ட்ரான்ஸ்மீட்டரும் நூறு மீட்டர் கடல் ஆழத்திற்குள் சென்றால், வேலை

செய்யாது. இதை வைத்தே நானும், டாக்டர் கண்டுபிடித்ததை உறுதிபடுத்தினேன்.'

அவர், 'ஹோ... அமிலியா... ஏன் இதை முன்பே கூறவில்லை?' என்று கேட்க, அவள், 'ஒரு காரணமாக தான்...' என்றாள்.

அவர் மூச்சை இழுத்துவிட்டு நிற்க, அப்போது அவளுக்கு வீரர்களிடமிருந்து ஒரு தகவல், அவர்கள், 'அந்த மிருகம் கடற்கரையில் தான் நின்று கொண்டிருக்கிறது.' என்றதும், அவள், 'ஹெலிகாப்டர்களை திரும்ப வருமாறு கூறிவிடுங்கள்...' என்று கத்தினாள்.

அப்போது கூடாரத்தில் உள்ள ஒரு அதிகாரி, 'அவன் ஏன் அப்படியே நின்று கொண்டிருக்கிறான்?' என்று கூற, சார்ஜன்டும், அமிலியாவும் விழித்தவாறு கணினியைப் பார்த்தனர்.

அப்போது அங்கு உள்ள அனைத்து கணினிகளும், விட்டு விட்டு இயங்க ஆரம்பித்தன. அனைவரும் குழம்பியவாறு பார்க்க, அப்போது அங்கு உள்ள அனைத்து கணினி திரைகளிலும், அதோடு சிட்னியில் உள்ள அனைத்து வீடுகளிலும் உள்ள தொலைக்காட்சிகளிலும், கைப்பேசிகளிலும், சிட்னி கிரிக்கெட் மைதானத்தில் உள்ள பெரிய திரையிலும், ஒரு பெண் தோன்றினாள்.

அதைப் பார்த்த அமிலியா பெரும் அதிர்ச்சியுடன், 'இவள் சில்வியா ஆயிற்றே..' என்று குழப்பத்துடன் சார்ஜன்டைப் பார்த்தாள்.

31

எச்சரிக்கை

கிளாரா மாளிகை...

மெக்கானேவும், டைலரும் அந்த பதினோர் பேர் முன்னும் மிகவும் மரியாதை-யுடன் நின்று கொண்டிருந்தனர்.

அப்போது அவர்களில் ஒருவர், 'நீங்கள் இறைவனின் ஆசியை ஒவ்வொறு நொடியும் பெறுவீர்கள். உங்களுக்கு தேவையான உதவிகள் தானாக இறைவனிடம் இருந்து கிடைக்கும். நீங்கள் தேவையான நேரத்தில் தேவையானவற்றை கேட்டால் போதுமானது. உங்கள் மனம் புத்தி ஒன்று படவேண்டும். நாங்கள் கூறியபடி தெளி-வான மனதுடன் செயல்படுங்கள்...' என்று கூறி, இருவருக்கும் மரத்தால் ஆன ஒரு சிறிய பெட்டியை கொடுத்து, 'இதை லுசிபர் முன்னும் சைத்தான் முன்னும், மட்டும் தான் பயன்படுத்த வேண்டும். அதோடு..' என்று கூறி,

தன் அருகில் உள்ளவரிடமிருந்து மற்றொரு பெட்டியை வாங்கி, அதை மெக்-கானேயிடம் கொடுத்து, 'உங்களுக்கு மற்றொருவரின் உதவி, காலத்தின் கட்டா-யத்தால் தேவையாக இருக்கும். உங்களுக்கு அப்படி அவசரகாலத்தில் உதவும் அந்த மனிதருக்கு, இந்தப் பெட்டியை கொடுங்கள். நாங்கள் உங்களின் வெற்றிக்-காக இறைவனை நோக்கி பிராத்தனை செய்கிறோம். வெற்றியுடன் வாருங்கள்...' என்றார்.

மெக்கானே பெரும் நம்பிக்கையுடன், 'நிச்சயமாக...' என்று கூறி, அந்த பெட்-டியை வாங்கிக்கொண்டு, அவர்களிடம், 'நாங்கள் புறப்படுகிறோம்.' என்று மரியா-தையுடன் கூறி, இருவரும் அங்கிருந்து சென்றனர்.

சிட்னி நகரம்...

அனைவரின் கவனமும் திரைகளின் மீதே இருந்தன...

சிட்னியில் உள்ள அனைத்து திரைகளிலும், இன்டர்போல் கூடாரத்தில் உள்ள அனைத்து கணினிகளிலும், சில்வியா கண்களை மூடியவாறு தோன்றினாள்.

அமிலியா பெரும் குழப்பத்துடன் அவளை பார்த்து கொண்டிருந்தாள். அப்போது சில்வியா, தன் கண்களை திறக்க, அனைவரும் அவளின் கண்களைப் பார்த்து பெரிதும் பயந்தனர்.

அப்போது, சில்வியா, 'நான் லுசிபர்... நரகத்தின் கடவுள்....' என்று கோரமான குரலில் கூறினாள். அனைவரும் குழப்பத்தில் தலையை சொரிந்தனர்.

அப்போது சில்வியா, 'இந்த இரவு அனைவருக்கும் இறுதியாகும்..... வெளிச்சம் மறைய, நரகம் பூமியில் உருவாகும்... நான் லுசிபர், உங்களை வேட்டையாட வருகிறேன்... நரகத்தில் உங்களுக்கான இடம் காத்துக்கொண்டிருக்கிறது. தயாராக இருங்கள். என் பாதுகாவலன் எனக்காக வந்து கொண்டிருக்கிறான்.' என்று கூறி கோரமாக சிரிக்க, மீண்டும் திரைகள் விட்டு விட்டு இயங்க ஆரம்பித்ததன...

பின்னர், அனைத்து திரைகளில் இருந்தும் அவள் உருவம் மறைந்து பழைய நிலைக்குத் திரும்பியது. மக்கள் அனைவரும், இருக்கும் பயத்தில் மேலும் பயம் கொள்ள ஆரம்பித்தனர்.

அப்போது கூடாரத்தில், ஒரு அதிகாரி பெரும் அதிர்ச்சியுடன், 'இப்போது என்ன நடந்தது? அவள் தன்னை லுசிபர் என்றா கூறினாள்.'

அமிலியா, பெரும் பதற்றத்துடன், 'அந்த மிருக மனிதன் எங்கே....?' என்று கத்தினாள்.

உடனே அனைவரும் அவனை தேட ஆரம்பித்தனர்.

அப்போது ஒரு தகவல், ஒரு அதிகாரி, 'மிஸ் அமிலியா, அவன் கடலின் ஆழத்தை நோக்கி சென்றுகொண்டிருக்கிறான். அவனை கடற்படை அதிகாரிகள் பின் தொடர்ந்து சென்றுகொண்டிருக்கின்றனர்.' என்றார்.

அவள் சற்று நிம்மதி அடைந்து, 'தொடர்ந்து கண்காணியுங்கள்.' என்றாள்.

அப்போது, அந்த மிருக மனிதன் நூறு மீட்டர் ஆழத்தை அடைந்ததும், ட்ரான்ஸ்மீட்டர் வேலை செய்வது நின்றது.

ஒரு அதிகாரி, 'ட்ரான்ஸ்மீட்டர் வேலை செய்ய வில்லை. இப்போது ஒரு நீர் மூழ்கி கப்பல், ஒரு கிலோமீட்டர் இடைவெளியில் அவனை பின் தொடர்கிறது.' என்றார்.

அப்போது பெரும் இடி முழங்க, பகல் போன்ற வெளிச்சத்தில் மின்னல்கள் வெட்டி அடை மழை பொழிய ஆரம்பித்தது. அந்த இடி சப்தத்துடன், அமிலியாவின் இதயமும் அந்த சப்தத்திற்கு இணையாக வேகமாக துடிக்க ஆரம்பித்தது.

அப்போது, அங்கு உள்ள அதிகாரிகளின் முகம் பெரும் கலவரமாக இருக்க, அப்போது அந்த மிருக மனிதன், அந்த நீருக்குள்ளும் ஒரு பெரிய கர்ஜனை இட, அப்போது ஒரு பெரிய சுழல் அவனை நோக்கி வர ஆரம்பித்தது.

அதை, அந்த நீர்மூழ்கி கப்பலில் உள்ளவர்கள் பார்த்து, கூடாரத்திற்கு தகவல் அனுப்பினர்.

அமிலியா பெரும் குழப்பத்துடன், 'என்ன நடக்கிறது அங்கே?' என்று பதற்றமாக கூறி, அவர்களிடம், 'வேகத்தை அதிகரித்து, அந்த சுழலில் அவன் சிக்காமல் இருக்க ஏதேனும் செய்யுங்கள்.' என்று கத்தினாள்.

ஆனால், அவர்கள், 'நேரம் கடந்துவிட்டது. அந்த மிருகம் காணவில்லை... அது, அந்த சுழலில் மறைந்து விட்டது.' என்றனர்.

அமிலியா, பெரும் அதிர்ச்சியில், 'சரி சரி, அந்த இடத்தில் ஒரு அடையாள குறியீடு வையுங்கள்.. சீக்கிரம்....' என்று பரபரப்பானாள்.

அவர்களும், அந்த சுழல் உருவான மற்றும் மறைந்த இடத்தில், ஒரு இரும்பு போன்ற பொருளை அடையாளமாக விட்டனர். அது கடல் அடியில் சென்று பதிந்து கொண்டது.

அவர்கள், 'அடையாளம் பதிக்கப்பட்டது... நாங்கள் அங்கு சென்று பார்க்கிறோம்.' என்று கூறி, அந்த இடத்தில் நீர்மூழ்கி கப்பலை நிறுத்தி, அதிலிருந்து சில காவலர்கள், சிறிய இரக நீர்மூழ்கி இயந்திரங்கள் மூலம், கேமரா மற்றும் மின் விளக்குகள் உதவியுடன் தேட ஆரம்பித்தனர்.

அதை அமிலியா கணினிகளில் பார்த்து கொண்டிருந்தாள். சார்ஜன்ட் சற்று பதற்றத்துடன், நிமிர்ந்தவாறு கையை கட்டிக்கொண்டு கணினியைப் பார்த்தார்.

அப்போது அமிலியா, 'அது எவ்வளவு ஆழம்?' என்று கேட்க, ஒரு அதிகாரி, 'சரியாக 600 மீட்டர்கள்....' என்றார்.

அப்போது சார்ஜன்ட், 'இது குறைவான ஆழம் தான்... நீ கூறிய படி, அங்கு தான் எங்கோ உள்ளே செல்வதற்கான வாசல் இருக்க வேண்டும்.'

அப்போது அமிலியா, 'எப்படி சுழல் அங்கு உருவானது? எதார்த்தமாக வந்தது போல் தெரியவில்லையே?'

அப்போது ஒரு அதிகாரி, 'அவர்களின் வாசல் தெரிய கூடாது என்பதற்காக செயற்கை சுழலை உருவாக்கியிருப்பர். அதன் மூலம் அந்த மிருக மனிதனை அவர்கள் உள்ளே கொண்டு சென்றிருக்கலாம்... இது தான் நடந்திருக்கும்..'

அமிலியா குழப்பத்துடன், 'எப்படி உறுதியாக கூறுகிறாய்?'

அப்போது சார்ஜன்ட், 'ஆம், அதற்கு டர்பைன் (Turbine fans) காற்றாடிகளை பயன்படுத்துவர். இந்த டர்பைன் முறையை, 1980 களில் அமெரிக்க கடற்படை அதிகாரிகள் சிலரால் தான் உருவாக்கப்பட்டது.' என்றார். அமிலியா பதற்றத்தில், பெருமூச்சுவிட்டவாறு கணினியைப் பார்த்தாள்.

கிளாரா மாளிகைக்கு பின் புறம்...

மெக்கானேவும், டைலரும் அந்தப் பெரிய மாளிகைக்கு பின் புறத்தில், ஒரு விமானம் நிற்பதைப் பார்த்து வியந்தவாறு அப்படியே நின்றனர்.

அது கிளாராவின் சொந்த விமானம், அப்போது கிளாரா இருவரிடமும், 'இதில் தான் நீங்கள் சிட்னி செல்ல உள்ளீர்கள். உள்ளே உங்களுக்குத் தேவையான அனைத்தையும் வைக்க கூறியுள்ளேன். வாழ்த்துக்கள்.' என்றாள்.

மெக்கானே, 'உங்களின் உதவியை என்றும் நினைவில் வைத்திருப்போம். உங்கள் தந்தை குறித்தும், உங்கள் குறித்தும் பெருமைப்படுகிறேன். நாங்கள் வருகிறோம்.' என்று கூறி, விமானத்தை நோக்கினார்.

அவளும் மகிழ்ச்சியுடன் இருவரையும் வழியனுப்பினாள்.

இருவரும் விமானத்தில் ஏறி, அங்கு உள்ள இருக்கையில் கச்சிதமாக அமர்ந்துகொண்டனர். அங்கு இவர்களின் உதவிக்காக, மூன்று வேலையாட்கள் நியமிக்கப்பட்டிருந்தனர்.

சில நொடிகளில் விமானமும் புறப்பட்டு, அங்கிருந்து சென்றது...

இன்டர்போல் கூடாரம்...

அமிலியாவிற்கு கர்ணல் அலெக்சாண்டரிடம் இருந்து அழைப்பு வந்தது. அவர், 'அமிலியா.... யார் அந்த பெண்? அவள் கூறுவது உண்மையா?'

அவள், 'அது குறித்து தான் விசாரித்து கொண்டிருக்கிறோம்... அதோடு அவர்கள் இருக்கும் இடமும் நன்றாக தெரிந்துவிட்டது.'

அவர், 'நல்லது... அவர்கள் இருக்கும் இடம் துல்லியமாக தெரிந்ததும், நான் என் படைகளை அங்கு அழைத்து சென்று விடுவேன். ஏதேனும் தவறு நடந்தால், அணுவாயுதம் கொண்டு, அந்த இடத்தை அழிப்பதை தவிர வேறு வழியில்லை... நாங்கள் மக்களை வேறு இடங்களுக்கு மீட்பு படைகள் மூலம் இடம் மாற்றி கொண்டிருக்கிறோம்.'

அவள், சற்று மூச்சை இழுத்துவிட்டு, 'சரி, அவ்வாறே செய்யுங்கள்...' என்று கூறி, அழைப்பை துண்டித்ததும், சார்ஜன்ட் இடம், 'பிரதமருக்கு என் மீது நம்பிக்கை குறைந்துவிட்டது... மக்களை வெளியேற்றுகின்றனர்.' என்றாள்.

சார்ஜன்ட், 'அமிலியா, இது நம்பிக்கை பற்றிய விசயம் அல்ல, இது மாற்று வழிக்கான திட்டம்... ஒரு வேலை நீ வெற்றி பெற்றால், அதை செயல்படுத்த மாட்டார்கள். கவலைகொள்ளாதே நாம் கிட்ட தட்ட வெற்றியின் விழிப்பில் இருக்கிறோம்.'

அவள் நம்பிக்கையுடன் தலையசைத்து, அதிகாரிகளிடம், 'ஏதேனும் தகவல் கிடைத்தால் கூறுங்கள்..' என்று கூறி, கூடாரத்தை விட்டு வெளியே வந்தாள்.

வெளியே அடை மழை பொழிந்து கொண்டிருந்தது...

அவள் மழையைப் பார்த்தவாறு, மனதில், 'டாக்டர் ஏன் அப்படி கூறினார்? டாம் எங்கு சென்றிருப்பார்? அப்படி என்ன முக்கியமான காரியமாக இருக்கும்?

ஒன்றும் புரியவில்லையே? இந்த சில்வியாவிற்கு என்ன ஆனது? தன்னை லுசிபர் என்று கூறிக்கொண்டிருக்கிறாள்...? டாம் சென்ற விசயத்திற்கும், சில்வியா கூறுவதற்கும் ஏதோ சம்பந்தம் இருக்க வேண்டும். அப்படி என்றால் நிச்சயம் நாளை இரவு ஏதோ பெரிய விபரீதம் நடக்க உள்ளது.' என்று எண்ணிக்கொண்டிருக்க, அவளுக்கு டாக்டர் குறித்து நினைவு வந்தது.

உடனே அவள் வேகமாக உள்ளே சென்று, அதிகாரிகளிடம், 'டாக்டர் டி வான் என்ன ஆனார்? அவர் மீட்கப்பட்டாரா?' என்று பதற்றமாக கேட்டாள்.

அனைவரும் சற்று சோகமாக அவளைப் பார்த்தனர்...

அப்போது சார்ஜன்ட் அவளிடம், 'அமிலியா.... சற்று முன் வந்த செயற்கைகோள் தகவலின் படி, அந்த இடம் முழுவதும் தகர்க்கப்பட்டுள்ளது. அதோடு மீட்பு படையினரின் தகவல் படி, அவர்கள் டாக்டரின் சடலத்தை, மூன்று தோட்டா காயங்களுடன் மீட்டுள்ளனர்.' என்றார்.

அவள் அதைக்கேட்டதும், நிலைகுழைந்து போனாள். அவள் கண்களில் கண்ணீருடன், என்ன கூறுவது என்று புரியாமல் தவித்தாள்.

அப்படியே அருகில் இருந்த நாற்காலியில் பெரும் அதிர்ச்சியுடன் அமர, சார்ஜன்ட், 'என்னை மன்னித்துவிடு..' என்று கூறி, சோகமாக அங்கிருந்து சென்றார்.

இரவு 10 மணி....

ஒரு அதிகாரி, 'அடக்கடவுளே, சார்ஜன்ட், மிஸ் அமிலியா இதை பாருங்கள்..' என்று அதிர்ச்சியாக கூறினான்.

இருவரும் அங்கு வந்து பார்க்க, இருவருக்கும் பெரும் அதிர்ச்சி.... அது ஒரு புகைப்படம், அதில் மூவர் முகத்தில் கோணித்துணியால் ஆன முகமுடியை மாட்டிக்கொண்டு, ஆஸ்திரேலிய பிரதமரின் தலையில் துப்பாக்கியை வைத்துக்கொண்டு நிற்பது போல் இருந்தது.

அதைப் பார்த்ததும், சார்ஜன்ட் அதிர்ச்சியில் நெற்றியில் கைவைத்து, 'அடக்கடவுளே பிரதமரை கடத்திவிட்டார்களா?' என்று கூற, அமிலியாவிற்கு இது மாபெரும் அதிர்ச்சியாக இருந்தது. கண்களில் கண்ணீருடன் உறைந்து போய் நின்றாள்.

அப்போது அந்த அதிகாரி, 'அவர்கள், ஒரு ஆடியோவையும் நமக்கு அனுப்பியுள்ளர்.' என்று கூறி, அதை இயக்கினான்.

அதில்...

ஒரு கனத்த வித்தியாசமான குரல், 'அமிலியா... நீ புத்திசாலி என்று எண்ணி கொண்டிருக்கிறாய்... நீ நாங்கள் இருக்கும் இடத்தை அறிந்து கொண்டாலும் அதில் பலன் இல்லை. நீ இங்கு வருவதற்குள் நாங்கள் எங்களின் பணியில் வெற்றி பெற்றிருப்போம். நாளை ஒரு மகா யுத்தம் காத்திருக்கிறது, அதற்கு தயாராக இரு. உன் அருகில் இருக்கும் சார்ஜன்ட் லாரன்ஸும் தயாராக இருங்கள். உங்கள் அனைவரின் உயிரும் நரகத்தில் குடியேறும். நாளை இரவு லுசிபரின்

மரண வேட்டை காத்திருக்கிறது. இப்போது பிரதமர் எங்கள் கையில்... எங்கள் இடத்திற்குள் நுழைய முயற்சித்தால், நிச்சயம் பிரதமரை லுசிபருடன் நரகத்திற்கு அனுப்பிவிடுவோம், அதுவரையில் அவரை நாங்கள் ஏதும் செய்ய மட்டோம்... ஆனால் லுசிபர் அவரை நரகம் அழைத்து செல்ல தவிக்கிறாள்.' என்று கோர-மான சிரிப்புடன், அந்த ஆடியோ முடிந்தது.

அதைக்கேட்டதும், அமிலியாவால் ஏதும் கூற முடியவில்லை. அப்போது சார்-ஜன்ட், 'நம் முயற்சிகள் வீணானதா?'

அவள் ஏற்க இயலா மனதுடன், 'இல்லை.. இப்படி ஆக கூடாது... இதை நான் எதிர்ப்பார்க்க வில்லை...எதற்காக யுத்த அழைப்பை விடுகிறனர்...'

சார்ஜன்ட், 'நிச்சயம் அவர்களிடம் பெரும் படை இருக்க வேண்டும். எனவே தான் நம் இராணுவத்தை எதிர்த்து தைரியமாக யுத்த அழைப்பை விடுகின்றனர். அதோடு நிச்சயம் ஒரு பெரும் திட்டத்துடன் தான் இவ்வாறு செய்கின்றனர்.'

அமிலியா, கண்கள் பிதுங்கியவாறு, 'இதை நான் துளியும் எதிர்ப்பார்க்க வில்லை...' என்று செய்வது அறியாமல் மனம் நொந்து போனாள்.

அப்போது சார்ஜன்ட், 'மெக்கானே எங்கே? எங்கு சென்றான் அவன்?' என்று அங்கு உள்ளவர்களிடம் கத்தினார்.

அனைவரும் சோகமான முகத்துடன் தெரியவில்லை என்று தலையசைத்தனர். அமிலியா செய்வது அறியாது, பெரும் தவிப்பில் அல்லாடினாள்.

அந்த பதிமுன்று பேரின் மர்மான இடம்....

அங்கு, அந்த மிருக மனிதன் முன், அந்த பதிமூன்று பேரும் தலையை மட்-டும் குனிந்தவாறு நின்று கொண்டு, கருப்பு மந்திரங்களை உச்சரித்து கொண்டிருந்-தனர்.

சில நிமிடங்கள் செல்ல, அந்த மர்ம மனிதன், கனத்த குரலில், 'உங்கள் மரி-யாதை ஏற்று கொள்ளப்பட்டது. என் கடவுள் எங்கே....? நாம் யுத்தத்திற்கு தயா-ராக வேண்டும்.' என்றான்.

அப்போது அந்த அறுபது வயது நிரம்பியவர், 'எங்கள் பாதுகாவலரே.... லுசி-பர் கடவுள் இங்கு வருவதற்கான சடங்குகள் நடந்து கொண்டிருக்கின்றன.'

அவன், 'நாளை நிலவற்ற நாள்... நரகத்திற்கும், பூமிக்குமான பாலத்தின் வாசலை திறக்க ஏதுவான நாள்...' என்றான். அதற்கு அவர், 'ஆம்... பணிகள் முழுவீச்சில் நடக்கின்றன.' எண்றார்.

அவன், 'என் படைகள் எங்கே...?'

அவர், 'உங்களுக்காக உங்கள் படை காத்துக் கொண்டிருக்கிறது.'

அவன், தன் இருகைகளையும் பக்கவாட்டில் நீட்டி, மேல் நோக்கி பார்த்தவாறு ஒரு பெரிய கர்ஜனையிட்டான்.

அனைவரும் , 'Hail Satan' என்று கோசம் இட்டு, தலையை குனிந்தவாறு வணங்கினர்.

32

யுத்த ஏற்பாடுகள்

'ஒரு மனிதனின் அடையாளம், அவன் வாழும் வாழ்கையில் தான் அடங்கியுள்ளது. அவனின் மரணம் அந்த அடையாளத்தை எடுத்து காட்டும். இது வாழ்வா சாவா என்னும் நிலை... ஒரு மனிதனின் வாழ்க்கை உறுதியில்லாத ஒன்று, எப்போது? எப்படி? என்ன? வேண்டுமானாலும் நடக்கலாம். ஆனால் முடிவு மரணம் மட்டுமே....' என்று கண்ணீருடன் அமிலியா, அங்கு யுத்தத்திற்குத் தயாராகிக்கொண்டிருக்கும் இன்டர்போல் வீரர்களையும், ஆஸ்திரேலிய இராணுவ வீரர்களையும் பார்த்து கொண்டிருந்தாள்.

அது சிட்னி கடற்கரைக்கு சற்று தொலைவில் உள்ள சிறிய தனியார் விமானங்கள் நிறுத்துவதற்கான விமான நிலையம்.

அங்கு, அனைத்து இராணுவ வீரர்களும், வீராங்கனைகளும் ஆங்காங்கே நின்று கொண்டு, நடக்கவிருக்கும் யுத்தத்திற்காக காத்திருந்தனர்.

அப்போது மெதுவாக விடிய ஆரம்பித்தது. அமிலியா அந்த விடியலைப் பார்த்தவாறு நின்று கொண்டிருந்தாள்.

அப்போது நாதன் அங்கு வந்து அவளிடம், 'நாளை நம்மால் இந்த விடியலை பார்க்க முடிந்தால், நாம் வெற்றி பெற்றோம் அல்லவா?' என்றான்.

அவள், 'இருக்கலாம்...'

அவன், 'கடற்படையினரிடம் இருந்து ஒரு தகவல் வந்துள்ளது. அவர்கள் பாதையை கண்டுபிடித்துவிட்டனர். ஆனால் உள்ளே சென்றால் பிரதமருக்கு ஆபத்து என்பதால் பின் வாங்கியுள்ளனர்.'

அவள், 'புரிகிறது.... அந்த பதிமூன்று பேரும், அனைத்தையும் சரியாக செய்து கொண்டிருக்கின்றனர். அவர்கள் இடும் திட்டம் மட்டும் எப்படி வெற்றி பெறுகிறது?' என்று ஏற்க இயலா மன நிலையுடன் கூறினாள்.

பின்னர் அவள், நாதனைப் பார்க்க, அவள் விழித்தவாறு, 'நீயும் யுத்தத்தில் கலந்து கொள்ள உள்ளாயா?'

அவன், 'ஆம், இதற்காகவே காத்திருந்தேன். இனியாவது நிம்மதியாக இருக்கலாம் அல்லவா..' என்றதும், அவள் ஆச்சரியமாக அவனைப் பார்த்தாள்.

அவன் சிரித்தவாறு, 'எனக்கு சிறுவயதிலிருந்தே காவலன் ஆகவேண்டும் என்று பெரும் லட்சியம். ஆனால் என் பெற்றோர் என்னை ஒரு வக்கீலாக பார்க்க எண்ணினர். ஏனெனில் என் தந்தை ஒரு வக்கீல்... வேறு வழி இன்றி வீட்டை விட்டு வந்துவிட்டேன். என் நம்பிக்கையின் பலனோ என்னவோ, டிடக்டிவ் மெக்கானேயே என்னை அவரின் துணை டிடக்டிவாக தேர்ந்தெடுக்கும் அளவிற்கு உயர்ந்துள்ளேன்.' என்றான்.

அவள் சற்று சிரித்தவாறு, 'டாம் குறித்து என்ன அறிவாய்?' என்று கேட்க, அவன், 'ஒரே வரியில் கூறலாம்... வெற்றி பெற எதையும் செய்பவர்.' என்றான்.

அவள், சிரித்தவாறு, சற்று பழைய விசயங்களை எல்லாம் எண்ணி பார்த்தாள்.

அப்போது நாதன், 'ஆனால், அவர் என்ன தான் உணர்வற்றவர் போல் செயல்பட்டாலும், குடும்பம் என்று வரும்போது, அவரை விட உணர்வுள்ளவர் யாரும் இல்லையோ என்று தோன்றுகிறது.' என்றதும், அவள் ஆச்சரியமாக அவனைப் பார்த்தாள்.

அப்போது அவன், 'ஆனால், நீங்கள் அவரை விட மிகவும் திறமைசாலியாக உள்ளவர். இருப்பினும் எனக்கு அவருடன் வேலைபார்த்த போது, ஒரு வித தனி கவுரவத்தை கொடுத்தது.' என்று கூறி, யோசித்தவாறு நின்றான்.

அவள், சூரியனைப் பார்த்தவாறு, 'ஆனால், இந்த யுத்தத்தில் கலந்து கொள்ள அவர் இல்லையே..' என்றதும், அவன் சிரித்தவாறு, 'அவர் நிச்சயம் இங்கு வருவார்...' என்று நம்பிக்கையுடன் கூறி, அங்கிருந்து சென்றான்.

அவள் விழித்தவாறு, மெக்கானே குறித்து சற்று யோசிக்க ஆரம்பித்தாள்.

அந்த பதிமூன்று பேரின் மர்மமான இடம்,

சில்வியாவின் தந்தையிடம், அந்த அறுபது வயது நிரம்பியவர், 'இன்னும் நம்மிடம் எத்தனை பேர் உள்ளனர்?' என்று கேட்க, அவர், 'கடத்தப்பட்டவர்களில், பிரதமரை தவிர, எட்டு பேர் உள்ளனர்.' என்றார்.

அதற்கு அவர், 'அதில், மூவரை நம் பாதுகாவலனுக்கும், ஐவரை லுசிபரான சப்ஜக்ட் 56 ற்கும் கொடு...'

சில்வியாவின் தந்தையும், 'சரி,' என்று கூற, அவர், 'அந்த இயந்திரம் யுத்தம் முடிந்த பிறகு ஆஸ்திரேலியாவிலே இருக்க கூடாது. அதற்கான ஏற்பாடுகளை மட்டும் செய். அதோடு நம் புராஜெக்ட் மான்ஸ்டர் தன்னை சைத்தான் என்றும்

சப்ஜக்ட் 56 தன்னை லுசிபர் என்றும் முழுவதுமாக நம்ப ஆரம்பித்துவிட்டனர். இதன் மூலம் அவர்கள் லுசிபருக்கு தன்னை முழுமனதுடன் அற்பணிப்பர். நாம் பாலத்தின் வாசலை திறப்பதற்கான வேலையை துவங்க வேண்டும்.' என்றார்.

அதற்கு சில்வியாவின் தந்தை, சரி என்று தலையசைக்க, இருவரும் அவர்களுக்கு எதிரே பார்த்தனர்.

அது ஒரு நீளமான பகுதி, அங்கு பல ஆயிரக்கணக்கான ஐந்து அடி உயரம் கொண்ட சிவப்பு நிற கண்களும், மிருக முகம் கொண்ட மனிதர்கள்... பெரும் கோசமிட்டு கொண்டிருக்க, அவர்களுக்கு முன் அந்த சைத்தான் போல் இருக்கும் பாதுகாவலன், 'யுத்தத்திற்கு தயாராகுங்கள்' என்று கர்ஜனை இட்டான்.

அதைப் பார்த்த சில்வியாவின் தந்தை, 'இதில் சில்வியாவின் பங்கு என்ன?' என்று கேட்டார். அதற்கு அவர், 'லுசிபராக செயல்படுவாள்... நம் இலட்சியம் நரகத்திலிருந்து லுசிபரை கொண்டு வர வேண்டும் என்பது தான்.' என்றார்.

சில்வியாவின் தந்தை, தன் மனதில், 'சில்வியா, உன்னை நான் அன்றே கொலை செய்திருக்க வேண்டும்.' என்று எண்ணி பெரிதும் கவலை கொண்டார்.

பின்னர் அவர், 'அவர்கள் நம் இடத்திற்கான பாதையை அறிந்து கொண்டனர். இருப்பினும் பிரதமர் நம்மிடம் இருப்பதால், அவர்கள் உள்ளே வர வில்லை. திரும்பி சென்றுவிட்டனர்.'

அவர் சிரித்தவாறு, 'என் அனைத்து திட்டங்களும், சிறப்பாக செயல்பட்டுள்ளன. இப்போது அமிலியா மனதில், பிரதமர் கடத்தப்பட்டதாலும், அந்த டாக்டர் டீ வான் இறந்ததாலும், யுத்த அறிவிப்பாலும் மரண பயத்தில் இருப்பாள். நிச்சயம் யுத்தத்திற்கும் தயாராக இருப்பாள். ஆனால் அவளால் லுசிபரை ஒன்றும் செய்ய இயலாது. ஏனெனில் லுசிபர் பிரிஸ்பேன் மக்களை தாக்க உள்ளாள். ஆனால் யுத்தம் சிட்னியில் நடக்கும். இதன் மூலம் லுசிபர் பூமிக்கு வந்ததன் நோக்கம் நிறைவேறும். அதோடு நமக்கும் இந்த உலகை ஆளும் மாபெரும் சக்திகள் கிடைக்கும்.' என்று பெரும் மகிழ்ச்சியுடன் கூறினார்.

அவரின் வார்த்தைகளை கேட்டதும், சில்வியாவின் தந்தை எச்சிலை விழுங்கியவாறு, 'லுசிபர் மீண்டும் நரகம் சென்ற பிறகு சில்வியாவின் நிலை என்ன ஆகும்?'

அவர், 'லுசிபர் அவளை அழைத்து சென்றுவிடுவாள்.' என்றதும், அவர் அதிர்ச்சியுடன் அவரைப் பார்த்தான்.

தனியார் விமான நிலைய தளவாடம்....

அங்கு, பல இராணுவ பீரங்கிகள், உயர் ரக ஹெலிகாப்டர்கள், நூற்றுக்கணக்கான இராணுவ வாகனங்கள், ஆயிரக்கணக்கன வீரர்கள் என அணிவகுத்து வர ஆரம்பித்தனர்.

அப்போது அவர்கள் முன், கர்னல் அலெக்சாண்டர், சார்ஜன்ட் லாரன்ஸ், கமாண்டர் அமிலியா மூவரும் நின்று கொண்டிருந்தனர்.

அப்போது சார்ஜன்ட், 'மொத்தம் எத்தனை வீரர்கள் உள்ளனர்?' என்று கர்ணலிடம் கேட்க, கர்ணல், 'ஏழாயிரம் வீரர்கள், நூறு பீரங்கிகள், முப்பது உயர் ரக ஹெலிகாப்டர்கள்..' என்றார்.

அதற்கு அமிலியா, 'நிச்சயம் போதுமானதாக இருக்காது... அந்த மிருக மனிதனை அடக்க நமக்கு மேலும் வீரர்கள் தேவை.'

கர்ணல், 'நம் இராணுவத்திடம் இருக்கும் அனைவரும் இங்கு வந்துவிட்டனர்..'

அவள், 'உள்ளூர் காவலர்கள், மேலும் மற்ற மாநிலங்களில் உள்ள இன்டர்போல் காவலர்கள் என்று அனைவரையும் அழையுங்கள்.'

அப்போது சார்ஜன்ட், 'சரி, அதை நான் பார்த்துகொள்கிறேன்...' என்றார்.

பின்னர், கர்ணல் ஒரு அடி முன்னே எடுத்து வைத்து, வீரர்களிடம், கையில் ஒரு ஒலிப்பெருக்கி வைத்துக் கொண்டு, 'வீரர்களே, நாம் இப்போது பெரும் யுத்தத்தை எதிர் நோக்கியுள்ளோம். இந்த யுத்தம் எப்போது வேண்டுமானாலும் துவங்கலாம். எனவே அனைவரும் தயாராகவே இருங்கள். அனைவரும் முடிந்தவரை சிறப்பாக செயல்படுங்கள். நம் படைகள் மூன்றாக பிரிக்கப்பட்டுள்ளன. ஒவ்வொரு படைக்கும் ஒவ்வொறு பணிகள் கொடுக்கப்பட்டுள்ளன. அனைவரும் கட்டளைகளை சரியாக கவனித்து செயல்படுங்கள்...' என்று கூறி, 'நாம் வெற்றி பெருவோம்.' என்றதும், அனைவரும், 'நாம் வெற்றி பெருவோம்.' என்று பெரிதும் முழங்கினர்.

அமிலியா சற்று நம்பிக்கையுடன் மூச்சை இழுத்துவிட்டு, அனைவரையும் பார்த்தாள்.

மதியம் 2 மணி, அனைவரும், அவர்களுக்கான உடைகளை அணிய ஆரம்பித்தனர்.

அப்போது, அங்கு மேலும் பல காவலர்கள் சார்ஜன்ட் லாரன்ஸ் உதவியால் வர ஆரம்பித்தனர். அவர், அமிலியாவிடம், 'மேலும் மூவாயிரம் வீரர்கள் வந்துள்ளனர். அதோடு சில அதிநவீன ஆயுதங்களும் வந்துள்ளன.' என்றார்.

அமிலியா, 'நல்லது.... நமக்கு இன்னும் நான்கு மணி நேரங்களே உள்ளன. வீரர்களின் மன நிலை எவ்வாறு உள்ளது.'

அவர், 'அவர்கள் நம்பிக்கையுடனே உள்ளனர்...' என்று கூறி, அவளிடம், 'நீ நலம் தானே... உன்னால் சண்டையிட முடியும் அல்லவா?'

அவள், 'ஆம், நிச்சயம் முடியும்.' என்று கூறி அவரைப் பார்க்க, அவர், 'அமிலியா.... உன்னை போன்ற ஒரு பெண் தான் இந்த உலகத்திற்கு தேவை. நிச்சயம் உன் மனவலிமையாலேயே நாம் வெற்றி பெறுவோம்.' என்று நம்பிக்கையான வார்த்தைகள் கூறி அங்கிருந்து சென்றார்.

கிளாராவின் விமானத்தில்....

மெக்கானேவும், டைலரும் பதற்றமாகவே இருந்தனர்.

அவர்களுக்கு கிளாரா மூலம், சிட்னியில் யுத்தம் நடக்க இருப்பது தெரியவந்தது. மெக்கானே, 'நாம் அங்கு செல்ல இன்னும் ஆறு மணி நேரங்கள் ஆகும். ஆனால் அங்கு பொழுது சாய இன்னும் மூன்று மணி நேரங்களே உள்ளன.'

டைலர், 'நாம் தாமதமாக புறப்பட்டுவிட்டோம், நாம் நேரடியாக யுத்தத்தை சந்திக்க உள்ளோம். ஆனால் நம்மிடம் அதற்கான ஆயுதங்கள் இல்லையே?'

மெக்கானே, 'ஆம், கிளாராவிடம் இது பற்றி கேட்க வில்லையே?' என்று செய்வதறியாமல் தவித்தார்.

அப்போது டைலர், அவர்களுக்கு உதவியாக இருக்கும் மூவரில் ஒருவரிடம், 'எங்களுக்கு ஏதேனும் ஆயுதங்கள், இங்கு கிடைக்குமா? பிஸ்டலாக இருந்தாலும் பரவாயில்லை.' என்று கேட்டான்.

அவர், 'இல்லை, ஆனால், மிஸ் கிளாரா உங்களுக்குத் தேவையான ஆயுதங்களை இங்கு வைக்க கூறினார். சரி என்னுடன் வாருங்கள்.' என்று கூறி, இருவரையும் ஒரு பகுதிக்கு அழைத்து சென்றார்.

அங்கு இரு பெரிய கருமை நிற பெட்டிகள் இருந்தன. இருவரும் குழப்பத்துடன், அந்தப் பெட்டியைப் பார்த்து நின்றனர்.

அப்போது அந்த உதவியாளர், அந்த இரு பெட்டிகளையும் திறந்து, 'இது போதுமா என்று பாருங்கள்?' என்று கேட்க, இருவரும் ஆச்சரியமாக உள்ளே எட்டிப்பார்த்தனர்.

டைலர் மகிழ்ந்தவாறு, மெக்கானேயைப் பார்த்து, 'நாமும் யுத்தத்திற்குத் தயாராகும் நேரம் வந்துவிட்டது.' என்றான்.

அந்த பதிமூன்று பேர் இருக்கும் மர்மமான இடம்....

அங்கு அனைத்து மிருக மனிதர்களும் உடலில் கவசங்கள் மாட்டிக்கொண்டு தயாராக ஆரம்பித்தனர். அதை அந்த பதிமூன்று பேரும் மகிழ்ச்சியுடன் பார்த்தவாறு நின்று கொண்டிருந்தனர்.

அப்போது அங்கு சில்வியாவின் தந்தை வந்து, 'பார்ட்னர்... நீங்கள் கூறியபடி எட்டு பேரின் உயிரும் உறிஞ்சப்பட்டு, அதை லுசிபருக்கும், நம் பாதுகாவலருக்கும் கொடுக்கப்பட்டது. இறந்தவர்களை என்ன செய்யலாம்?' என்று கேட்க, அவர்களில் ஒருவன், 'நான் கூறுவது போல் செய்...' என்று கூறி, சிரித்தான்.

சில நிமிடங்களுக்குப் பிறகு...

அந்த மர்மமான இடத்தில், தீப்பந்தகளின் வெளிச்சத்தில் சில்வியா கண்களை மூடியவாறு, ஒரு வட்டத்தினுள் வரையப்பட்ட நட்சத்திரத்திற்கு நடுவில் அமர்ந்திருந்தாள்.

அப்போது அங்கு, அந்த பதிமூன்று பேரும் வந்து நின்றனர்.

அவர்களில் ஒருவன், சில்வியா முன் தலைவணங்கி, 'எங்களின் கடவுளே... உங்களுக்கான சக்தி இன்னும் சில மணி நேரங்களில் கிடைக்க உள்ளன. நீங்கள் அந்த சக்தியை பெற தயாராக உள்ளீர்களா?'

சில்வியா மெதுவாக கண்களை திறந்து, 'ஆம்... அதற்காகவே காத்து கொண்டிருக்கிறேன்.' என்றாள்.

அப்போது அங்கு, அந்த மிருக மனிதன், உடலில் கருப்பு நிற துணியை அணிந்து கொண்டு, கையில் ஒரு பெரிய கோடாரியுடன் வந்து நின்றான்.

அவன், சில்வியாவை பார்த்ததும், அவள் முன் ஒரு காலில் மண்டி இட்டு, 'என் தலைவியே, உங்களின் கட்டளைகளுக்காக காத்திருக்கிறேன்.' என்றான்.

அவள், 'என் பாதுகாவலனே... எனக்கு முழு பாதுகாப்பு கொடு, நரகத்திலிருந்து எனக்கு சக்திகள் கிடைக்க உள்ளன.' என்றாள்.

அப்போது அந்த மிருக மனிதன் மெதுவாக எழுந்து, அந்த பதிமூன்று பேரிடமும், 'நேரம் வந்துவிட்டது, மந்திரங்கள் மூலம் பாலத்தின் வாசலை திறக்க ஆரம்பியுங்கள்.'

அவர்கள், தலைகுனிந்து மரியாதையுடன், 'அப்படியே செய்கிறோம்.' என்றனர்.

பின்னர், அந்த பதிமூன்று பேரும், கையில் ஒரு மரச்சிலுவையை தலைகீழாக பிடித்துக்கொண்டு, சில்வியா அமர்ந்திருக்கும் வட்டத்தை சுற்றி அமர்ந்து, ஒரே குரலில், சில மந்திரங்களை உச்சரிக்க ஆரம்பித்தனர்.

மாலை 4 மணி, தனியார் விமான தளவாடம்...

வீரர்கள் அனைவரும், விமான தளவாடத்திலிருந்து, கடற்கரையை சுற்றியுள்ள சிட்னியின் எல்லை முழுவதும் பரவி நிற்க ஆரம்பித்தனர்.

அப்போது அமிலியா, ஒரு கூடாரத்தில், தன் உடலில் இரட்டை பாதுகாப்பு கவசம், தலையில் தலைகவசம், துப்பாக்கிகள், வெடிகுண்டுகள், காதில் நுண்அழைப்பான், கால்களிலும் கைகளிலும், வரிசையாக கத்திகள், என்று தேவையான அனைத்தையும் மாட்டிக்கொண்டு, யுத்தத்திற்கு தயாராகி, கூடாரத்தை விட்டு வேகமாக வெளியே வந்தாள்.

அவள் கூடாரத்திலிருந்து பெரும் கம்பீர நடையில் வெளியே வருவதை பார்த்த அங்கு உள்ளவர்கள், அவர்களை அறியாமலேயே அவளுக்கு சல்யூட் வைக்க ஆரம்பித்தனர்.

அப்போது, நாதன் அங்கு வந்து, 'கமாண்டர் அமிலியா... நம்முடன், ஒருவர் யுத்தத்தில் கலந்துகொள்ள விரும்புகிறார்.' என்றான்.

அவள் நடந்து கொண்டே, 'யார்?' என்று கூற, நெல்சன் சற்று தயங்கியவாறு, சற்று தொலைவில் நின்றுகொண்டிருப்பதைப் பார்த்தாள்.

அவள், 'நெல்சனா?' என்று கேட்க, நாதன், 'ஆம்,' என்றதும், அவள் சற்று யோசித்து, 'சரி, நம்முடன் வரட்டும்.... அவனை கடற்கரை பகுதிக்கு அனுப்புங்கள்.' என்று கூறி, அங்கிருந்த ஒரு வாகனத்தில் ஏறி, பின்னர் நாதனிடம், 'ஒரு மணி நேரத்தில், அனைத்து வீரர்களும் அவர்களின் இடத்தில் இருக்க வேண்டும்.' என்றாள்.

நாதன் சரி என்று தலையசைக்க, கார் புறப்பட்டது.

அமிலியா காரில் சென்று கொண்டிருக்கும் போது, அவள் மனதில், 'யுத்தம்.... இது எதிர்ப்பாராத ஒன்று. இது காலத்தின் கட்டாயமா அல்லது என் தவறா? ஏன் இத்தனை இழப்புகள்? ஏன் இந்த யுத்தம்? இதில் வெல்ல முடியும் என்ற நம்பிக்கை முட்டாள் தனம் போல் தோன்றுகிறது. அவர்கள் அந்த மிருக மனிதனைப் போல் அதிக அளவில் படையாக வந்தால், என்ன செய்வது?' என்று எண்ணி, அங்கு உள்ள வீரர்களைப் பார்த்து லேசாக கண்கலங்கினாள்.

33

யுத்தத்தின் ஆரம்பம்

மாலை 5.45 மணி, சிட்னி கடற்கரை, அங்கு சூரிய ஒளி மறைய ஆரம்பித்தது.

அனைவருக்கும் சூரிய ஒளி மறைய மறைய, பதற்றமும், பயமும் தோன்ற ஆரம்பித்தது. அங்கு முழுவதும் மின் விளக்கு அமைத்தும், பலரும் இருளில் பார்க்கும் கண்ணாடியும் அணிந்து கொண்டு தயாராகவே இருந்தனர்.

அமிலியா தயாராக கடலையே பார்த்தவாறு நின்று கொண்டிருந்தாள். அவளுக்கு பின் பல இராணுவ வீரர்கள் வரிசையாக நின்று கொண்டிருந்தனர்.

பத்திரிக்கையாளர்களின் ஹெலிகாப்டர்கள் சில, அவர்களை கானொளி மூலம் உலகம் முழுவதும் காட்டிகொண்டிருந்தனர். ஆனால் அவர்களுக்கும் 6 மணிக்கு மேல் அனுமதி இல்லை....

அங்கு கர்ணல் அனைத்து படைகளையும் தயாராக வைத்திருந்தார். அவர், சிட்னி நகருக்குள், வரும் எதிரிகளை தாக்குவதற்கு தயாராக இருந்தார்.

சார்ஜன்ட் ஒரு தனி படையுடன், அதிக தொலைவில், கடற்கரை எல்லையில் நின்று கொண்டிருந்தார். ஆங்காங்கே இராணுவ ஹெலிகாப்டர்கள் பயங்கர ஆயுதங்களுடன் பறந்து கொண்டிருந்தன.

கடற்படையினரும், நீர்மூழ்கி கப்பல்களிலும், பல சிறிய இரக கப்பல்களிலும் போருக்காக காத்திருந்தனர்.

சிட்னி மக்கள், நகரின் எல்லைக்கு அருகில் உள்ள கிராமங்களில் தஞ்சம் புகுந்தனர். சிலர் இராணுவ கூடாரங்களில் தங்கினர். அவர்களுக்கு ஓரிருவர் மட்டுமே பாதுகாப்பிற்கு இருந்தனர்.

சில நிமிடங்கள் சென்றன....

அமிலியா வானத்தைப் பார்த்தாள். சூரியன் முழுவதுமாக மறைந்து, கால் பாகம் மட்டும் லேசான வெளிச்சத்தில் இருந்தது. எனவே மின் விளக்குகள் இயக்கப்பட்டன.

அவள் தொலைநோக்கி மூலம், கடலை சுற்றி சுற்றி பார்த்துக் கொண்டிருந்தாள். ஒரு மாற்றமும் இல்லை.... அவள் மனம் பதற்றமாக இருந்தாலும், அதை விட அதிகமாக கோபத்தில் இருந்தாள். எப்போது அவர்கள் வருவார்கள் என்று ஆர்வமாக காத்திருந்தாள்.

சில நொடிகள் செல்ல, கடற்படையினரிடமிருந்து ஒரு தகவல், 'கடலில் சில அசைவுகள் தெரிகிறன...' என்று, அமிலியா ஆர்வமாக தொலைநோக்கி வழியாக பார்க்க, அங்கு ஒன்பது மிருகம் போன்ற மனிதர்கள், அவர்கள் தோள்பட்டையில் ஆளுக்கு ஒரு சடலப்பைகளை ஏந்திக்கொண்டு, கரையை நோக்கி வந்துகொண்டிருந்தனர்.

அவர்கள் உடலில், பாதுகாப்பு கவசமும், அவர்கள் கைகளில் ஒரு Shot gun மற்றும் ஒரு கோடாரியும் இருந்தன.

அமிலியா, நுண் அழைப்பானில், 'அனைவரும் உங்கள் நிலையில் தயாராக இருங்கள்... இப்போது யாரும் தாக்க வேண்டாம்.' என்றாள்.

அப்போது, சார்ஜன்ட், 'யார் அவர்கள்?' என்று கேட்க, அவள், 'தெரியவில்லை.... என்ன நடக்கிறது என்று பார்ப்போம்..' என்றாள்.

சில நொடிகள் செல்ல, ஒன்பது மிருக மனிதர்களும், கரைக்கு வந்தனர். அங்கு உள்ள வீரர்கள் துப்பாக்கி மீது கையை வைத்துகொண்டு, தயாராக இருந்தனர்.

அப்போது, அந்த ஒன்பது பேரும் கரையில், வரிசையாக வந்து, அமிலியா முன் சில அடிகள் தள்ளி நின்றனர். உடனே அமிலியா, 'யார் நீங்கள்? அவர்கள் தான் உங்களை அனுப்பினார்களா?' என்று கேட்டதும், அவர்கள் கையில் உள்ள சடலப்பைகளை கீழே போட்டுவிட்டு, அதில் ஒருவன் மட்டும் அமிலியாவிடம் வந்தான்.

அவன், 'நீ அமிலியா... உனக்கு ஒரு செய்தி மற்றும் எங்கள் கடவுள் சைத்தானிடம் இருந்து ஒரு யுத்த பரிசு...' என்று கூறி, அந்த சடலப்பைகளைக் காட்டினான்.

அவள் அதைப் பார்த்துவிட்டு, பின்னர் அவனிடம், 'என்ன செய்தி?' என்று கேட்டாள்.

அவன், 'யுத்தத்தை நீ தான் துவக்கி வைக்க வேண்டும் என்று எங்கள் தலைவர் விரும்புகிறார். உனக்கு இந்த யுத்தத்தில் விருப்பம் இல்லை என்றால் பின் வாங்கிவிடு, எங்கள் கடமையை முடித்து விட்டு சென்றுவிடுவோம்... இல்லை என்றால் எங்களை கைது செய்து யுத்தத்தை துவங்கு.'

அவள், அவனை முறைத்தவாறு, 'என் வாழ்வில் பின் வாங்குதல் என்ற பேச்சிற்கே இடம் இல்லை..' என்று கூறி, 'உன்னை ஏன் நான் கைது செய்ய வேண்டும்.....' என்று கோபமாக கூறி, தன் பையில் இருந்த இரு கத்திகளை எடுத்து,

சரமாறியாக அவனை தாக்கி, கடைசியாக அவன் கழுத்தை கிழித்தாள்.

அவன் அப்படியே பின் பக்கமாக சாய்ந்தான். அதைப் பார்த்த, மற்ற எட்டு பேரும் 'யுத்தம்.. யுத்தம்..யுத்தம்...' என்று கத்திகொண்டே மீண்டும் கடலுக்குள் ஓடினர்.

அவள், 'இவர்களை, நம் ஆயுதங்களை கொண்டே அழிக்க இயலும்.' என்று கூறிகொண்டே, அந்த சடலப்பையை நோக்கி வேகமாக சென்றாள்.

அவள் முதல் பையை திறந்து பார்க்க, அதில் ஒரு சிறுவன், அது பிரண்டன். அவள் மேலும் கோபம் அடைந்து, அவனின் கண்களையும் திறந்து பார்த்தாள். சிவப்பு நிறத்தில் இருந்தன.

பின்னர் அவனின் நெற்றியில் 'D' என்ற எழுத்து இருப்பதை கவனித்தாள். அவள் ஆர்வமாக, மற்ற சடலப்பைகளையும் திறந்து பார்க்க, அனைவரின் நெற்றியிலும் எழுத்துகள் இருந்தன.

அதில், 'D' 'I' 'V' 'E' 'R' 'S' 'I' 'O' 'N' என்று தனித்தனி எழுத்துக்கள் இருப்பதை, அறிந்து கொண்டு, அதை படித்து பார்க்க, அவள், 'Diversion..... என்ன கூற வருகின்றனர்?' என்று குழம்பினாள்.

அப்போது ஒரு சப்தம், அது கடற்படையினரிடமிருந்து யுத்த எச்சரிப்பான் சங்கு முழக்கம்.

அவள் அதைக்கேட்டதும், வேகமாக பின்னே வந்து, வீரர்களிடம், 'யுத்தம் துவங்கிவிட்டது.... நாம் இருளில் சண்டையிட உள்ளோம். அனைவரும் இருளில் பார்க்க உதவும் கண்ணாடிகளை அணிந்து கொள்ளுங்கள். தயாராக இருங்கள்.' என்று கூறி, மீண்டும் கடற்கரையை நோக்கினாள்.

கடலில் இருந்து, ஆயிரக்கணக்கான மிருக மனிதர்கள், வரிசையாக அணிவகுத்து வர ஆரம்பித்தனர்.

அப்போது அமிலியா, தன் கையில் இரு பயங்கர துப்பாக்கிகளை எடுத்து கொண்டு, வருபவர்களை பார்த்தவாறு, வீரர்களிடம், 'இயந்திர துப்பாக்கிகள், இராக்கெட் லாஞ்சர்கள், அனைத்தும் தயாராக இருக்கட்டும். அனைவரும் தயாராக இருங்கள்.' என்று கூறியதும், அனைவரும் தங்களின் ஆயுதங்களை, எதிரிகளை நோக்கி நீட்டியவாறு தயாராக இருந்தனர்.

அந்த மிருக மனிதர்களின் படையின், முதல் வரிசை, கரையை தொட்ட அடுத்த நொடி, அமிலியாவும், சார்ஜன்டும் ஒரே நேரத்தில், 'தாக்குங்கள்.....' என்று கத்தியதும், அனைவரும், சற்று முன்னே சென்று, அவர்கள் கரைக்குள் வராமல் இருக்க முதல் கட்ட தாக்குதலை துவங்கினர்.

அமிலியா சரமாறியாக சுட்டுக்கொண்டே முன்னேறினாள். அவர்கள், அந்த சைத்தான் மிருக மனிதனைப் போல் இல்லை, அவர்கள் உடலில் தோட்டாக்கள் பாய்ந்து இறக்க கூடியவர்களாகவே இருந்தனர்.

வீரர்களும், எதிரிகளை முடிந்த வரை வேகமாக தாக்க ஆரம்பித்தனர். அந்த மிருக மனிதர்கள் அங்கு உள்ள மின் விளக்குகளை முதலில் துப்பாக்கிகளால் தாக்கி செயல் இழக்க செய்தனர். அதன் பிறகு அவர்களின் தாக்கம் மேலும் அதிகமானது.

அந்த மிருக மனிதர்கள், வெறி பிடித்தவர்கள் போல், உடலில் தோட்டாக்கள் பாய்ந்தாலும் கோடாரியால் வீரர்களை கிழித்து எறிய ஆரம்பித்தனர்.

அப்போது அமிலியா, மிருக மனிதர்களை துப்பாக்கியால் அடித்தும், சுட்டு கொண்டும் பெரிதும் போராடினாள்.

அப்போது ஒரு மிருக மனிதன், அவளின் கழுத்தை நோக்கி கோடாரியை வீச, அவள் அதை கவனித்து, தரையில் சருகிக்கொண்டே, அருகில் இறந்து கிடந்த ஒரு மிருக மனிதனின் கோடாரியை எடுத்து, அந்த எறிந்தவன் மீது வீச, அந்த மிருக மனிதனின் தலை துண்டானது.

உடனே அவள், துப்பாக்கி மூலமும், தன் உடலில் சொருகி வைத்திருந்த கத்-திகள் கொண்டும் எதிரிகளை பெரும் கோபத்தில் பந்தாடினாள்.

ஆனால் அவள் மனதில், அந்த சைத்தான் மனிதன் எங்கே என்ற கேள்வியும், அந்த Diversion என்ற வார்த்தைக்கு என்ன அர்த்தமாக இருக்கும் என்று மட்-டுமே ஓடிக்கொண்டே இருந்தது.

அவள், நுண் அழைப்பான் மூலம், ‘சார்ஜன்ட், அந்த மிருக மனிதன் எங்கே உள்ளான்?’

அவர், ‘இல்லை, அவன் இன்னும் வர வில்லை...’ என்றதும், அவளுக்கு பெரும் சந்தேகமாக இருந்தது.

அப்போது வானத்தில், ஹெலிகாப்டர்கள் மூலம், தாக்கியவாறும் இருக்க, கப்-பல் படையினர் குண்டுகளை எதிர்கள் மீது வீசியவாறும் இருக்க, அந்த இடமே சப்தங்களும், பெரும் வெளிச்சமுமாக நிறைந்திருந்தது. எங்கும் ஒரே துப்பாக்கி-களின் சப்தமும், வீரர்கள் கத்தும் சப்தமும், எதிரிகளின் கர்ஜனையும் காற்றில் பரவின.

அமிலியா பெரும் கோபம் கொண்டு வெறி பிடித்தவள் போல் சண்டையிட்டு கொண்டிருந்தாள். எதிரிகளின் எண்ணிக்கை கரையில் அதிகமாக அதிகமாக, இராணுவ வீரர்கள் அதிக அளவில் தாக்கப்பட ஆரம்பித்தனர்.

அமிலியா, ‘ஹெலிகாப்டர்கள் தயாராக இருக்கட்டும். அவர்கள் நகருக்குள் செல்ல கூடாது.’ என்று கத்தினாள்.

அப்போது சார்ஜன்ட், ‘அமிலியா.... இவர்களை கட்டுப்படுத்த கடினமாக உள்ளது. இரண்டாம் கட்டத்திற்கு உத்தரவிடுகிறேன்.’ என்று கத்தினார்.

அவளும், நிலையை புரிந்து கொண்டு, ‘சரி..’ என்றதும், சில நொடிகளில், இராக்கெட் லாஞ்சர்கள், அங்கும் இங்குமாக ஹெலிகாப்டர்களில் இருந்து எதிரி-

களை நோக்கி, பாய ஆரம்பித்தன.

அவை, கடலிலிருந்து வந்து கொண்டிருக்கும், பல மிருக மனிதர்களை தாக்கி அழித்தன.

அப்போது கடலில் ஒரு மிகப்பெரிய சப்தம், அது கரையிலிருந்து சில மீட்டர்கள் தொலைவில், அதிக நெருப்புடன், கடல் நீர் பல அடி உயரத்திற்கு எழும்பி ஏதோ ஒன்று வெடிக்கும் சப்தம்.

அந்த சப்தம் கேட்டு அனைவரும் அதிர்ந்தனர். அமிலியா, கடற்படையினரிடம், 'என்ன ஆனது?' என்று கேட்க, அவர்கள், 'நாங்கள் தாக்கப்பட்டோம்... எங்கள் நீர்மூழ்கி கப்பல்களில் இரண்டை வெடிக்க வைத்து விட்டனர்...' என்று பரபரப்பாக கூறினர். அதை கேட்ட அமிலியாவிற்கு பெரும் அதிர்ச்சியாக இருந்தது...

உடனே அவள், 'இரண்டாம் கட்ட தாக்குதலை துவங்குங்கள்.' என்று கத்தினாள். உடனே, அங்கு உள்ள கப்பல்களில் இருந்து ஏவுகணைகள், கடலுக்குள் பாய ஆரம்பித்தன.

அவள், மனதில், 'இவர்கள் வந்து கொண்டே இருக்கின்றனரே... சமாளிப்பது கடினம் தான்..' என்று எண்ணி கொண்டே, எதிரிகளை சரமாறியாக தாக்கி கொண்டிருந்தாள்.

அமிலியாவிற்கு, கோடாரியால் கைகளிலும், கால்களிலும் சில கீரல்கள் விழுந்தன. இருப்பினும், அதை பெரிதாக எடுக்காமல், இரத்தம் சிந்த, தன் மொத்த திறமையையும் முழு வீச்சில் காட்ட ஆரம்பித்தாள்.

ஹெலிகாப்டர்களிலில் இருந்து தோட்டாக்கள் எதிரிகள் மீது பாய்ந்தவாரே இருந்தன. இயந்திர துப்பாக்கிகள் செயல்பட்டவாரே இருந்தன.

இப்படியே இந்த இரண்டாம் கட்ட தாக்குதல், இரண்டு மணி நேரத்திற்கும் மேல் நீடித்தது...

ஆனால் ஒரு கட்டத்தில் அமிலியாவாலும் தாக்குப் பிடிக்க முடியவில்லை. அவள் கண் முன்னே வீரர்கள், மடிவதை அவளால் பார்க்க முடியவில்லை.

அவள் மிகவும் மூச்சு வாங்க, தன் கையில் இருந்த துப்பாக்கியை, தோட்டாக்கள் தீர்ந்தால் தூக்கி போட்டுவிட்டு, தன் நுண் அழைப்பானில், 'சார்ஜன்ட், பிளான் எமர்ஜன்சி (Plan Emergency) யை கொண்டு வாருங்கள்...' என்று கத்தி, தன் உடலில் இருந்து, இரு விசவாயு வெடிகுண்டுகளை எடுத்தாள்.

அவள், உடலிலும் முகத்திலும் எதிரிகளின் இரத்த கரைகளுடன் அவர்களைப் பார்த்து பெரும் கோபத்துடன் நிற்க, அவளை நோக்கி சில மிருக மனிதனர்கள் துப்பாக்கியை நீட்டி அவளை சுட வரும் போது, அவள் அந்த வெடிகுண்டை, அவர்கள் மீது எறிந்த அடுத்த நொடி, அங்கு உள்ள அனைத்து இராணுவ வீரர்களும், விசவாயு குண்டுகளை அவர்கள் மீது வீசி விட்டு, அந்த இடத்திருந்து,

கடற்கரை சாலையை நோக்கி ஓட ஆரம்பித்தனர்.

அந்த வெடி குண்டு வெடித்ததில், பெரும் புகையை அங்கு முழுவதும் ஏற்படுத்தியது...

அப்போது அமிலியா, விசவாயுவை முகராமல் இருக்க, அங்கிருந்து மூச்சை பிடித்து கொண்டு ஓட ஆரம்பித்தாள்.

அப்போது சில வீரர்கள் விசவாயு காப்பான் மாஸ்க் அணிந்து கொண்டு, அந்த புகைக்குள் நுழைந்து கிரானேட் வெடிகுண்டுகளை எதிரிகள் மீது வீச ஆரம்பித்தனர்.

இதனால், எதிரிகள் மூச்சுவிடமுடியாமல் பெரிதும் தவித்து, தொண்டையைப் பிடித்துக்கொண்டு, தரையில் விழ, அவர்கள் மீது, பல கிரானெட் வெடிகுண்டுகள் பாய்ந்து வெடித்து சிதறினர்.

அப்போது வீரர்கள் சாலைக்கு வந்ததும், அவர்கள் அங்கும் தயாராகவே இருந்தனர்.

அப்போது அமிலியா, 'சார்ஜன்ட், விசவாயு நெடு நேரம் தாக்கு பிடிக்காது... நாம் உடனே மூன்றாம் கட்டத்தை துவங்கி, அவர்களை திசை திருப்ப வேண்டும்.' என்ற போது, அவளுக்கு ஒரு விசயம் தோன்றியது. அது அந்த Diversion க்கான அர்த்தம்.

அவள் அப்படியே யோசித்தவாறு நிற்க, அவள் மனதில், 'Diversion... Diversion... இது நம்மை திசை திருப்பும் முயற்சி....' என்று எண்ணி, உடனே இன்டர்போல் கூடாரத்திற்கு அழைப்பு கொடுத்து, அவர்களிடம், 'அந்த மிருக மனிதனும், சில்வியாவும் எங்கே உள்ளனர் என்று சீக்கிரம் பாருங்கள்.' என்று கூற, அவர்கள் வேக வேகமாக வேலையை துவங்கினர்.

அப்போது சார்ஜன்ட், 'அமிலியா.. இப்போது மூன்றாம் கட்டத்தை துவக்கினால், அவர்கள் நகருக்குள் நுழைந்துவிடுவர். நாம் அவர்களை இன்னும் சில மணி நேரங்களுக்கு கரையிலேயே, தாக்கு பிடித்தாக வேண்டும்.' என்றார்.

அவள், 'சரி, சரி....' என்று பதற்றமாக கூறி, பெரிதும் யோசிக்க ஆரம்பித்தாள்.

அப்போது அவள், 'சார்ஜன்ட், இருள் அதிகமாக அதிகமாக, அவர்களின் பலமும் அதிகமாகிக்கொண்டிருக்கிறது. அதோடு அவர்களுக்கு சிவப்பு நிற கண்கள் உள்ளன. அவர்களின் பார்வை இருளில் தெளிவாக தெரியும். எனவே நாம் அவர்களை திசை திருப்பியாக வேண்டும். எனவே நம் இரண்டாவது பிளான் எமர்ஜென்சியை கொண்டு வாருங்கள்... நமக்கு மேலும் சில மணி நேரங்கள் கிடைக்கும்.' என்றாள்.

அவர், 'நல்லது... இப்போதே அதற்கு உத்தரவிடுகிறேன்...' என்றார்.

விச வாயுவின் தன்மை குறைந்த பிறகு, கடலில் இருந்து மேலும் பல ஆயிரக்கணக்கான மிருக மனிதர்கள் வர ஆரம்பித்தனர்.

அதைப் பார்த்த சார்ஜன்டும் அமிலியாவும், 'ஹோலி ஜீசஸ், எங்களை எப்படியாவது இதிலிருந்து காப்பாற்றுங்கள்.' என்று அதிர்ச்சியில் அவர்களைப் பார்த்தவாறு நின்று கொண்டிருந்தனர்.

அப்போது கிளாராவின் விமானத்தில்,

மெக்கானேவும், டைலரும், அந்தக் கருப்பு நிற பெட்டியிலிருந்து, யுத்தத்திற்குத் தேவையான அனைத்தையும் உடலில் மாட்டிகொள்ள ஆரம்பித்தனர்.

பின்னர், மெக்கானே, அந்த பதினோர் பேர் கொடுத்த, அந்த சிறிய பெட்டிகளை பார்த்தார். அந்த சிறிய பெட்டியின் மேல், அந்த சக்கரம் நட்சத்திரத்துடன் வரையப்பட்டிருந்தது.

அப்போது டைலர், 'இதில் என்ன இருக்கும்?' என்று கேட்க, அவர், 'தெரியவில்லை.. ஆனால் இதை லுசிபர் முன் தான் திறக்க வேண்டும் என்றுள்ளனர்.' என்று கூறி அவனை சற்று பதற்றமாக பார்த்தார்.

டைலர், 'யுத்தம் துவங்கி இருக்கும்....' என்றதும், அவர், 'ஆம்.. நம் நோக்கம் யுத்தத்தில் சண்டையிடுவது அல்ல, லுசிபரை தடுத்து நிறுத்துவது தான். அவர்கள் கூறியவை நினைவிருக்கட்டும். நாம் நிச்சயம் இதில் வெற்றி பெறுவோம்.' என்று நம்பிக்கையுடன் கூறினார். அவனும் நம்பிக்கையுடன் தலையசைத்தான்.

யுத்த களத்தில்...

அவர்களின் அடுத்த கட்ட தாக்குதல் துவங்கியது. விசவாயுவின் அளவு குறையவும், இராணுவ வீரர்கள் அங்கிருந்து ஓட ஆரம்பித்தனர்.

அப்போது, அதைப் பார்த்து எதிரிகளும், அவர்களை துரத்தி வர, அமிலியா மனதில், 'அப்படி தான் வேகமாக வாருங்கள்...' என்று கூறி, ஒரு தருணத்திற்காக காத்திருக்க, அந்த தருணம் வந்ததும், அவள், 'இயக்குங்கள்...' என்று கத்தினாள்.

அடுத்த நொடி...

அந்தக் கடற்கரை மண்ணில் புதைத்து வைக்கப்பட்டிருந்த வெடிகுண்டுகள், ஒரே நேரத்தில் வரிசையாக வெடிக்க ஆரம்பித்தன.

இதனால், எதிரிகள் நிலைகுழைந்து போயினர். அமிலியா அதைப் பார்த்தவாறு நிற்க, அப்போது அவளுக்கு கூடாரத்திலிருந்து ஒரு அழைப்பு...

அவர்கள், 'கமாண்டர்... அந்த மிருக மனிதன் பிரிஸ்பேனை நெருங்கி கொண்டிருக்கிறான். அவனுடன் அந்த பெண்ணும், ஒரு சிறிய படையும் சென்று கொண்டிருக்கின்றனர்.' என்றனர். அதைக்கேட்டதும், அவளுக்கு பெரும் அதிர்ச்சி,

அவள், 'எதன் மூலம் செல்கின்றனர்?'

அவர்கள், 'கடல் வழியாகவே.. ஆனால் கடலினுள்...' என்றதும், அவள், 'நீர்மூழ்கி கப்பலை பயன்படுத்துகின்றனர்...' என்று கூறி, அவள் மனதில், 'என்னை இங்கு திசை திருப்பிவிட்டு... மக்கள் அதிகமாக இருக்கும் பிஸ்பேனை தாக்க சென்றுள்ளனர்.' என்று எண்ணி, உடனே, நுண் அழைப்பானில், 'சார்ஜன்ட்... நான் உடனே பிஸ்பேன் செல்ல வேண்டும். நான் கர்ணலின் ஒரு பகுதி படையை அழைத்துக் கொண்டு செல்கிறேன்.' என்றாள்.

அப்போது எதிரிகளை துப்பாக்கியால் சுட்டுக் கொண்டிருந்த சார்ஜன்ட், 'என்ன உலறுகிறாய்.. அங்கு எதற்கு செல்கிறாய்?' என்று கேட்க, அவள், 'அந்த சைத்தான் மனிதன் அங்கு தான் சென்றுள்ளான். அங்கு உள்ள மக்களை கொலை செய்ய சென்றுள்ளான். அதற்கு முன் நாம் அங்கு உள்ள மக்களை எச்சரிக்கை செய்ய வேண்டும்.'

அதைக்கேட்டதும் சார்ஜன்டிற்கு பெரும் அதிர்ச்சி, அவர், 'அடக்கடவுளே... சரி நீ ஹெலிகாப்டர் மூலம் புறப்படு. நிலை இங்கு கட்டுக்குள் வந்தால், நான் அங்கு வந்துவிடுகிறேன்.' என்றார்.

உடனே அவள், ஒரு ஹெலிகாப்டருக்கு தகவல் கொடுத்து, அங்கிருந்து வேகமாக ஓடினாள்.

பிரிஸ்பேன் கடல்பகுதி, இரவு 9.30 மணி...

ஒரு நீர்மூழ்கி கப்பல், கரையிலிருந்து சில மீட்டர்கள் தொலைவில் வந்து நின்றது.

அதனுள், அந்த பதிமூன்று பேரும், பெரும் பயத்துடனும் மரியாதையுடனும், ஒரு பெண்ணின் முன் நின்று கொண்டிருந்தனர்....

அது சில்வியாவின் ரூபத்தில் லுசிபர்.

அந்த பதிமூன்று பேரும் பூமி மற்றும் நரகத்தின் பாலத்திற்கான வாசலை வெற்றிகரமாக திறந்து, லுசிபரை சில்வியா உடலிற்குள் கொண்டுவந்துள்ளனர்.

இப்போது சில்வியாவின் முகம் முழுவதுமாக மாறி, உடல் முழுவதும் சிவப்பு நிற ஒளி படர்ந்து, வெள்ளை நிற உடையில் ஒரு அடி மேலே மிதந்தவாறு இரு கைகளையும் பக்கவாட்டில் நீட்டிக்கொண்டு, பெரும் மகிழ்ச்சியில் சிரித்து கொண்டிருந்தாள்.

லுசிபர் பூமிக்கு வந்துவிட்டாள்...

அதோடு அவள் அருகில், நரகத்தில் உள்ள சைத்தான், அந்த மிருக மனிதன் மூலம் கையில் ஒரு கோடாரியை வைத்து கொண்டு, கருப்பு நிற உடையை உடலில் சுற்றி கொண்டு கம்பீரமாக நின்று கொண்டிருந்தான்.

அப்போது அந்த அறுபது வயது நிரம்பியவர், மிகவும் மரியாதையுடன், 'எங்கள் கடவுளே... உங்கள் வேட்டைக்கான களம் காத்திருக்கிறது...' என்று கூறி,

வெளியே செல்லும் பாதையை காட்டினார்.

அவள், அந்த பாதையைப் பார்த்து பெரும் மகிழ்ச்சியில் காற்றில் மிதந்தவாறே முன்னேறினாள்.

34

மகா யுத்தம்

'வெற்றியோ தோல்வியோ இங்கு அது முக்கியம் அல்ல. எப்போதும் வெற்றி பெறுகிறோமா என்பது தான் இங்கு முக்கியம். வாழ்வில் ஏற்படும் இன்ப துன்பங்களை நாம் கட்டுப்படுத்த முடியும் என்றால், பின்னர் எதற்கு இயற்கையின் கோட்பாடுகள். மனிதனின் குணமே சுய நலம் தான்... தவறு செய்தவன், அதன் பலனை அனுபவித்து தான் ஆகவேண்டும். நடுநிலையாக்கல் சக்கரத்தை உடைக்க நரக கடவுளுடன் மோத வேண்டும், இது சாத்தியமா? இல்லையா? அது பற்றி தெரியவில்லை... ஆனால் நிச்சயம் லுசிபருடன் மோதியாக வேண்டும்.' என்று மெக்கானே விமானத்தில் பறந்து கொண்டே, ஆஸ்திரேலியாவை வானத்திலிருந்து பார்த்தவாறு, எண்ணி கொண்டிருந்தார்.

யுத்த களம்....

அமிலியா, வேகமாக ஒரு ஹெலிகாப்டரை நோக்கி சென்று கொண்டிருந்தாள். அப்போது சற்று தொலைவில், வீரர்களுடன் வீரனாக நெல்சன் சண்டையிட்டு கொண்டிருந்தான்.

உடனே அவள், அவனிடம் சென்று, 'நெல்சன், என்னுடன் நீ பிரிஸ்பேன் வர வேண்டும்... எனக்கு உன் உதவி தேவை.'

அவன் விழித்தவாறு, 'நிச்சயமாக...' என்று கூற, அவள், 'உன்னுடன் சில வீரர்களை அழைத்துக் கொண்டு, ஒரு ஹெலிகாப்டரில் அங்கு வந்து விடு. நான் அங்கு, சார்ஜன்ட் லாரன்ஸின் ஹெலிகாப்டரில் சில வீரர்களை அழைத்து கொண்டு செல்கிறேன்.'

அவனும் சரி என்று தலையசைக்க, அவள் அங்கிருந்து வேகமாக சென்றாள்.

அவள், ஹெலிகாப்டரில் சில வீரர்களுடன் ஏறும் போதே, நுண்அழைப்பானில், 'கர்ணல் அலெக்சாண்டர்... உங்களின் மீட்பு படையை சீக்கிரம் பிரிஸ்பேன் அனுப்புங்கள். அங்கு ஒரு யுத்தம் காத்திருக்கிறது...' என்றாள்.

பிரிஸ்பேன் நகரம்...

லுசிபரும், சைத்தானும் மற்றும் அவர்களுடன் பல நீர்மூழ்கி கப்பல்களில் இருந்தும் ஆயிரம் மிருக மனிதர்களும் கடற்கரையில் இருந்து, நகரத்திற்குள் நுழைந்தனர்.

அதைப் பார்த்த அங்குள்ள மக்கள், குழப்பத்தில் அலறி அடித்து ஓட ஆரம்பித்தனர்.

அப்போது லுசிபர், கடற்கரையில், தன் கால்களை பதித்ததும், 'பூமி அற்புதமாக உள்ளது...' என்று கண்களை மூடி, உணர்ந்தவாறு, நடந்து கொண்டே சாலைக்கு வந்தாள்.

அப்போது, சாலையில் வலது பக்கத்திலிருந்து, ஒரு கார் அவள் மீது மோத வந்தது.

அவள், அந்தக் காரை நோக்கி தன் வலது கையை மட்டும் நீட்டி மேல் நோக்கி தூக்க, அந்தக் கார் வானத்தை நோக்கி பறந்து எங்கோ சென்று விழுந்தது.

உடனே அவள் அருகில் உள்ள சைத்தான், அங்கு வரும் கார்களையும், இரு சக்கர வாகனங்களையும், தூக்கி வீசி துவம்சம் செய்ய ஆரம்பித்தான்.

அப்போது அவள் மெதுவாக திரும்பி, அவள் படைகளிடம், 'உங்கள் கையால் மரணிக்கும் ஒவ்வொறு உயிர்களும் எனக்குச் சொந்தமானவை. அவர்கள் நரகத்திற்கு அடிமையானவர்கள்.' என்று கூறி, ஒரு அடி உயரத்திற்கு காற்றில் மிதந்து கொண்டு தன் இரு கைகளையும் பக்க வாட்டில் நீட்டி வானத்தைப் பார்த்து கண்களை மூட, அங்கு அடர் கருமேகம் சூழ்ந்து, இடியும் மின்னலும் அதிக அளவில் உருவாக ஆரம்பித்தன.

அவளின் வார்த்தைகளை கேட்ட அந்த மிருக மனிதர்கள், அந்த இடமே அதிரும் அளவிற்கு கோசம் இட ஆரம்பித்தனர்.

அப்போது, அங்கு உள்ளூர் காவலர்கள், வேகமாக அவர்கள் முன் வந்து நின்று, துப்பாக்கிகளை நீட்டினர்.

லுசிபர், மெதுவாக அவர்களை திரும்பிப் பார்த்தாள். அப்போது சைத்தான் அவர்களை தாக்க செல்லும் போது, லுசிபர் அவனை தடுத்து நிறுத்தி, அந்த காவலர்களைப் பார்த்து சிரித்தவாறு, 'நம் முதல் விருந்தினர்களை நானே வரவேற்கிறேன்...' என்று கூறி, அந்த சிவப்பு நிற கோரமான கண்களை சுருக்கியவாறு பார்க்க, அந்தக் காவலர்களின் கார்கள் திடீரென வெடித்து சிதறின.

அந்தக் காவலர்கள் பெரும் அதிர்ச்சியில் அவளைப் பார்க்க, அவள், தன் கைகளை அவர்கள் முன் நீட்டிய அடித்த நொடி, அவர்கள் ஒவ்வொறுவரின் கழுத்தும் உடைந்து, வீழ ஆரம்பித்தனர்.

அப்போது ஒரு காவலன் பெரும் பயத்தில், தன் வாக்கி டாக்கியில், 'சீக்கிரம்... பேக் அப் அனுப்புங்கள்... ஒரு சூனியக்காரி ஊரில் புகுந்துவிட்டாள்.' என்று கூறிய அடுத்த நொடி, அவனது கழுத்தும் உடைக்கப்பட்டு வீழ்ந்தான்.

லூசிபர் பெரும் மகிழ்ச்சியில், கோரமாக சிரித்து, 'வேட்டை துவங்கட்டும்.' என்று கூறி முன்னேறினாள்.

எட்டு இராணுவ ஹெலிகாப்டர்களில், ஒரு ஹெலிகாப்டரில் ஐம்பது பேர் வீதம் நானூறு இராணுவ வீரர்களை, கர்ணல் பிரிஸ்பேன் நகரை நோக்கி அனுப்பினார்.

அமிலியா ஒரு ஹெலிகாப்டரில் முப்பது வீரர்களையும், நெல்சன் மற்றொரு ஹெலிகாப்டரில் முப்பது வீரர்களையும் அழைத்துகொண்டு பிரிஸ்பேன் நோக்கினர்...

அப்போது அமிலியாவிற்கு கூடாரத்திலிருந்து தகவல், அவர்கள், 'கமாண்டர், பிரிஸ்பேன் தாக்கப்பட்டுக் கொண்டிருக்கிறது. அங்கு ஆயிரக்கணக்கான மிருகம் போன்றவர்கள் மக்களை தாக்கிக்கொண்டிருக்கின்றனர். நிலைமை அங்கு மிகவும் மோசமாகிக்கொண்டிருக்கிறது.'

அவள் எரிச்சலுடன், 'தாமதித்துவிட்டேன். சரி நான் கூறுவது போல் செய்யுங்கள்...' என்று கூறி, அவளின் திட்டத்தை கூற ஆரம்பித்தாள்.

அப்போது மெக்கானேவும், டைலரும் ஜன்னல் வழியாக சிட்னியின் நிலைமையைப் பார்த்தனர். அவர்கள் கண்களுக்கு வெடிகுண்டுகள், இராக்கெட் லாஞ்சர்கள் வெடிக்கும் வெளிச்சத்தில் சிட்னி கடற்கரை ஓரளவிற்கு புலப்பட்டது.

அவர்கள் மனம் பதைபதைக்க ஆரம்பித்தது... அங்கு ஒரே புகையும் நெருப்புமாக காட்சி அளித்தன. அதே நேரத்தில் அவர்கள் தரை இறங்கும் நேரமும் வந்தது.

அப்போது டைலர், 'நிலைமை மிகவும் மோசமாகி விட்டது. நாம் எப்படி அவர்களுடன் தொடர்பு கொள்ள போகிறோம்..?'

அவர், 'அதற்கெல்லாம் நேரம் இல்லை. முதலில் நாம் லூசிபரை தேடி செல்ல வேண்டும். நமக்கு ஒரு கார் கிடைத்தால் போதும்...' என்றார்.

டைலர் மூச்சை இழுத்துவிட்டு, பயத்துடன் அந்த யுத்த களத்தின் நிலையைப் பார்த்தான்.

சிட்னி யுத்த களத்தில்...

சார்ஜன்டிற்கு இப்போது அமிலியாவின் படைகளையும் சேர்த்து சமாளிக்கும் நிலை வந்தது. இதனால் அவர், கர்ணலின் உதவியை நாடினார்.

அந்த மிருக மனிதர்களும், நகரத்திற்குள் வர ஆரம்பித்தனர். அங்கு துப்பாக்கி சுடுதலின் சப்தம் குறைந்த பாடு இல்லை. ஆங்காங்கே வெடிகுண்டுகள் வெடிக்கும்

சப்தம், எதிரிகளின் கத்தும் சப்தம், பாதி அளவு தகர்க்கப்பட்ட கடற்படை, கால் பாகம் வீழ்த்தப்பட்ட இராணுவம், ஆனால் வந்து கொண்டே இருக்கும் எதிரிகள்.... ஆங்காங்கே சில வீரர்கள் அடிப்பட்டு துடித்து கொண்டிருக்கும் காட்சி.

அப்போது நாதன் தன் ஒரு கையால் துப்பாக்கியை ஏந்தி சுட்டுக்கொண்டே, தன் கண் முன் இறக்கும் வீரர்களைப் பார்த்து பெரும் வேதனையுடன், பெரும் கோபம் கொண்டு கண்களில் கண்ணீர் வழிய, துப்பாக்கியால் சுட்டுக்கொண்டிருந்தான்.

அவனுக்கு சற்று தொலைவில் சார்ஜன்ட் லாரன்ஸ், உடலில் சில காயங்களுடன் எதிரிகளை எதிர்த்து பெரிதும் போராடிக்கொண்டிருந்தார்.

இரவு 10.30 மணி...

விமான நிலையத்திலிருந்து மெக்கானேவும், டைலரும் அங்கிருந்த ஒரு காரை எடுத்துக் கொண்டு வேகமாக கடற்கரையை நோக்கி சென்று கொண்டிருந்தனர்.

அப்போது ஒரு இடத்தில் சாலை மறிக்கப்பட்டு, சில இராணுவ வீரர்கள் நின்று கொண்டிருந்தனர்.

மெக்கானே எரிச்சல் அடைந்து, காரை நிறுத்தி, வேகமாக அவர்களிடம் சென்று, 'நான் தாமஸ் மெக்கானே... சிறப்பு விசாரணை காவலர்..'

அவர்கள், 'இங்கு யாரையும் அனுமதிக்க கூடாது என்று கர்ணல் உத்தரவிட்டுள்ளார்.'

மெக்கானே, 'என்னை பாருங்கள்... நானும் யுத்தத்திற்கு தான் வந்துள்ளேன்..' என்றதும், அந்த வீரன் அவரின் பாதுகாப்பு கவசத்தையும், அவர் உடையில் வைத்திருந்த துப்பாக்கிகளையும் பார்த்து சற்று யோசித்தான்.

உடனே அவன், தன் வாக்கி டாக்கி மூலம், 'கர்ணல்.... தாமஸ் மெக்கானே என்பவர் வந்துள்ளார். யுத்தத்திற்காக வந்திருப்பதாக கூறுகிறார்.' என்று தகவல் கொடுக்க, அவன் அவரிடம் பேசிவிட்டு, மெக்கானேவிடம், 'உங்களை கர்ணல் சந்திக்க விரும்புகிறார்.' என்றான்.

மெக்கானே கோபத்துடன், 'அதற்கு இப்போது நேரம் இல்லை, நாங்கள் சென்றாக வேண்டும்.' என்று பதற்றம் கொள்ள, அவன், 'இல்லை... கர்ணலின் உத்தரவு.' என்றான்.

அவர், செய்வது அறியாது, டைலரையும் அழைத்து கொண்டு, அந்த இராணுவ வீரனுடன் சென்றார்.

பிரிஸ்பேன் நகரம்...

அங்கு லுசிபரும் சைத்தானும், நகர மக்களை இரக்கம் காட்டாமல் துவம்சம் செய்து கொண்டிருந்தனர். மக்கள் அனைவரும் தலை தெரிக்க, உயிருக்குப் பயந்து பெரும் பயத்தில் ஆங்காங்கே ஓட ஆரம்பித்தனர். சிலர் வேக வேகமாக ஊரை விட்டு வெளியேறவும் ஆரம்பித்தனர்.

லுசிபர் அங்கு இரத்த மழையில் ஆனந்தமாக நினைந்து கொண்டிருந்தாள். சைத்தான் அங்கு வரும் காவலர்களை போட்டு புரட்டி எடுத்துக் கொண்டிருந்தான். அந்த மிருக மனிதர்கள், கட்டிடத்திற்குள் புகுந்து, மனிதர்களை தாக்கிக்கொண்டி-ருந்தனர்.

அந்த சைத்தான் மனிதன் முன்பை விட, இப்போது பெரும் பலம் கொண்ட-வனாக காணப்பட்டான்.

அப்போது அந்த சைத்தான் ஒரு காரை நோக்கி சென்றான். அதனுள் ஒரு குடும்பம் பெரும் பயத்தில், கதவை திறக்க முடியாமல் மாட்டிகொண்டு தவித்து கொண்டிருந்தது.

அவன், அவர்களின் காரை தூக்கி வீச வரும் போது, ஒரு ஹெலிகாப்டர், அவனை நான்கு இன்ச் தோட்டாக்களால் தாக்க ஆரம்பித்தது.

அவன் குழப்பத்தில் வானத்தைப் பார்க்க, அங்கு மூன்று ஹெலிகாப்டர்கள் அவனை சுற்றி வளைத்துக் கொண்டிருந்தன.

அவன் சிரித்தவாறு, கையில் கோடாரியுடன் ஒரே பாய்ச்சலில் ஒரு ஹெலி-காப்டரை . நோக்க, அந்த ஓட்டுனர் அதிர்ச்சியுடன், 'அனைவரும் கீழே குதித்து விடுங்கள்.' என்று கத்திகொண்டே ஹெலிகாப்டரை, விட்டு வெளியே குதித்தான். உடனே அதில் உள்ள மற்ற வீரர்கள் வேக வேகமாக குதிக்க ஆரம்பித்தனர்.

அப்போது கடைசி பத்து பேர் குதிக்க தயாராக இருக்கும் போது, அந்த சைத்-தான், அந்த ஹெலிகாப்டரை தன் கோடாரியால் பலமாக தாக்க, அது வெடித்து சிதறியது... அவன் அந்த ஹெலிகாப்டரின் முன் பக்கமாக சென்று, பின் பக்க-மாக வெளியே வந்து மீண்டும் தரைக்கு வந்து, கம்பீரமாக நின்றான்.

அதைப் பார்த்த மற்ற ஹெலிகாப்டர்கள் வேகமாக அங்கிருந்து தப்பித்து சென்றன.

அப்போது வெடித்து சிதறிய ஹெலிகாப்டரில் இருந்து குதித்த வீரர்கள் பாரா-சூட்டில் பறந்து கொண்டே, அந்த சைத்தானை சுட ஆரம்பித்தனர். அதைப் பார்த்து எரிச்சல் அடைந்த அவன், அங்கு உள்ள கார்களை, அவர்களை நோக்கி வீச ஆரம்பித்தான்.

அப்போது அமிலியா தொலைநோக்கி வழியாக லுசிபரை தேடிக்கொண்டிருந்-தாள்...

அப்போது அவள், சற்று தொலைவில் மக்களை தாக்கிக்கொண்டிருக்கும் லுசி-பரைப் பார்த்ததும், அதிர்ச்சியுடன், 'கடவுளே... அவர்கள் கூறியது உண்மை தான், சில்வியா தான் லுசிபர்...' என்று நெற்றியில் கைவைத்து பதற்றம் அடைந்-தாள்.

அப்போது இன்டர்போல் கூடாரத்திலிருந்து அவளுக்கு ஒரு தகவல், 'கமாண்-டர்... நீங்கள் கூறிய படி, இராணுவ தளவாடத்தில் உள்ள கட்டுப்பாட்டு பகுதியை

ஹாக் (Hack) செய்துவிட்டோம். அனைத்தும் தயாராக உள்ளன...' என்று...

அவள், சற்று நிம்மதி அடைந்து, மீண்டும் தொலைநோக்கி வழியாக லுசிபரைப் பார்த்தாள்.

கர்ணல் அலெக்சாண்டர் இருக்கும் கூடாரம்...

மெக்கானேவும் டைலரும், ஒரு கூடாரத்திற்குள் நுழைந்தனர். அந்த கூடாரத்தில் இருந்த கர்ணல் அலெக்ஸாண்டர், மெக்கானேயைப் பார்த்ததும், பெரும் கோபம் கொண்டு, 'எங்கே சென்றாய்? இங்கு பெரிய யுத்தமே நடந்து கொண்டிருக்கிறது...' என்றதும், அவர், 'கர்ணல், நாங்கள் இந்த யுத்தத்தை நிறுத்தவே வந்துள்ளோம்...'

கர்ணல், 'என்ன கூறுகிறாய்? எப்படி?' என்று ஆச்சரியமாக கேட்டார்.

மெக்கானே, 'ஆம், நாங்கள் உடனடியாக லுசிபரை எதிர்க்க செல்ல வேண்டும்... எங்களை யுத்த களத்திற்கு அழைத்து செல்லுங்கள்.'

அவர், 'லுசிபரையா...? நேற்று அனைத்து திரைகளிலும் தோன்றினாளே அவளா?' என்றதும், டைலரும் மெக்கானேவும் பெரிதும் குழம்பினர்.

மெக்கானே, 'திரைகளிலா? என்ன திரை?' என்று கேட்க, அவர், நேற்று இரவு நடந்த விசயங்களை கூற ஆரம்பித்தார்.

மெக்கானே பதற்றத்துடன், 'லுசிபருக்காக தேர்ந்தெடுக்கப்பட்ட பெண்.... அடக்கடவுளே..'என்று கூறி.. கர்ணலிடம், 'யார் அந்த பெண்..?'

அவர், 'அவளை சில்வியா என்று அழைத்தனர்.' என்றதும், மெக்கானேவிற்கு இதயமே வெடித்துவிடுவது போல் ஆனது. அவர் பெரும் அதிர்ச்சியுடன் டைலரைப் பார்த்தார்.

அவன், அவருக்கு மேல் அதிர்ச்சியில் உறைந்து போயி நின்றுகொண்டிருந்தான்.

அப்போது, அங்கு உள்ள ஒரு ரேடியோ சிக்னல் அமைப்பில் ஒரு குரல்.... ஒரு அதிகாரி அதைக்கேட்டு, 'கர்ணல் கமாண்டர் அமிலியா அழைப்பில் உள்ளார்.' என்றான்.

மெக்கானேவும், டைலரும் பெரும் ஆர்வத்துடன் கேட்க ஆரம்பித்தனர்.

அமிலியா, 'கர்ணல்... அனைத்து வீரர்களையும் அழைத்து கொண்டு பிரிஸ்பேன் வாருங்கள்... எங்களிடம் போதுமான வீரர்கள் இல்லை. இங்கு ஆயிரக்கணக்கான எதிரிகள் உள்ளனர்.'

கர்ணல், 'என்ன கூறுகிறாய்? இங்கு உள்ள எதிரிகளை யார் சமாளிப்பது? எதிரிகள் நகரத்திற்குள் வந்துவிடுவர்.'

அதற்கு அவள், 'அங்கு உள்ள எதிரிகள் குறித்து கவலை வேண்டாம். அவர்களை சமாளிப்பதற்கான ஏற்பாடுகளை செய்துவிட்டேன். சீக்கிரம் அனைத்து படைகளையும் பிரிஸ்பேன் வர உத்தரவிடுங்கள்.' என்றதும், அழைப்பு துண்டிக்கப்-

பட்டது.

டைலர் பெரும், குழப்பத்துடன்.. 'எதற்கு பிரிஸ்பேன்..?' என்று கேட்க, கர்ணல், 'அங்கு தான் லுசிபர் இருக்கிறாள்..' என்றார்.

மெக்கானேயின் கண்கள் பிதுங்கியவாறு உறைந்து போய் அவரைப் பார்த்தார்.

சில நிமிடங்களில், அமிலியாவின் கோரிக்கை படி, கர்ணலின் படைகள், பிரிஸ்பேன் நகரை நோக்கி, வாகனங்களிலும், ஹெலிகாப்டர்களிலும் புறப்பட்டு செல்ல ஆரம்பித்தனர்.

மெக்கானேவும், டைலரும் கர்ணலுடன் ஒரு ஹெலிகாப்டரில் ஏறி அங்கிருந்து புறப்பட்டனர்.

அப்போது சிட்னி யுத்த களத்தில், சார்ஜன்ட் லாரன்ஸ், வீரர்களை பின் வாங்குமாறு கூறிகொண்டே, அங்கு உள்ள ஹெலிகாப்டரை நோக்கினார். வீரர்கள் அனைவரும், வேகம் வேகமாக வாகனங்களை நோக்கினர்.

அப்போது சார்ஜன்ட், 'அமிலியா... இன்னும் ஐந்து நிமிடங்களில் அனைவரும் இங்கிருந்து புறப்பட்டு விடுவோம். என்ன செய்ய உள்ளாய்? உன் தான் திட்டம் என்ன?' என்று பதற்றத்தில் கத்தினார்.

அவள், 'சார்ஜன்ட் இப்போது அதற்கு நேரம் இல்லை... விரைவில் அங்கிருந்து சென்றுவிடுங்கள்.' என்றதும், அவர் வேறு வழி இன்றி ஹெலிகாப்டரில் ஏறி, அங்கிருந்து புறப்பட்டார்.

அப்போது, அமிலியா சற்று மூச்சை இழுத்துவிட்டு, இன்டர்போல் கூடாரத்திற்கு அழைப்பு கொடுத்து. 'அவை சிட்னி நகருக்கு வர எவ்வளவு நேரம் ஆகும்.?'

அவர்கள், 'சரியாக ஆறு நிமிடங்கள்.' என்றனர்.

அவள் லேசான பதற்றத்துடன், 'தாக்குதலை ஆரம்பியுங்கள்... ஒவ்வொறு ஐந்து நிமிடங்களுக்கும் ஒரு முறை சிட்னி கடற்கரை தாக்கப்பட வேண்டும்.' என்றாள்

அவர்கள் அதைக்கேட்டதும், 'கமாண்டர், இதனால் சிட்னியின் பாதி பகுதி அழிந்துவிடும், அதோடு இது மாபெரும் சட்டவிரோதம்.' என்று தயங்கினர்.

அவள் எரிச்சலுடன், 'இப்போது அதை பார்க்க நேரம் இல்லை... இப்போது பிரதமரே அவர்களின் பிடியில் சிக்கியுள்ளார். கூறுவதை மட்டும் செய்யுங்கள் நமக்கு நேரம் இல்லை.' என்று கூறியதும், அவர்களும் வேலையை ஆரம்பித்தனர்.

அப்போது ஒரு அதிகாரி, பெரும் பயத்துடன் அனைவரையும் பார்த்து, ஏற்க இயலா மன நிலையுடன், ஒரு பொத்தானை அழுத்தினான்.

ஆஸ்திரேலிய இராணுவ தளவாடம்...

அங்கு போர் கால ஏவுகணைப் பகுதி திடீரென இயங்க ஆரம்பித்தது. அதைப்பார்த்த அங்கு உள்ளவர்கள் அதிர்ச்சியில் செய்வது அறியாது, கணினிக-

ளில் மிகவும் பயத்துடன் தட்டச்சு செய்ய ஆரம்பித்தனர்.

அப்போது அங்கிருந்து பத்து ஏவுகனைகள், சிட்னி கடற்கரையை நோக்கி ஒன்றன் பின் ஒன்றாக பத்து வினாடிகளில் ஏவப்பட்டன.

அமிலியா கூறியது போல், ஒவ்வொறு ஐந்து நிமிடங்களுக்கும் ஒரு முறை, பத்து ஏவுகனைகள் ஏவ புரோகிராம் செய்யப்பட்டிருந்தது.

அங்கு உள்ளவர்களால் ஏதும் செய்ய முடியவில்லை. உடனே அவர்கள் கர்ணல் அலெக்சாண்டருக்கு தகவல் கொடுத்தனர்.

விசயம் அறிந்த அவருக்கு பெரும் அதிர்ச்சி, உடனே அவர் அமிலியாவிடம், 'அமிலியா என்ன காரியம் செய்துள்ளாய்? இதற்காக உனக்கு மரண தண்டனை கொடுப்பார்கள்.' என்று கூற,

அவள், 'இப்போது அனைவருக்கும் மரணம் தான் நிகழ்ந்து கொண்டிருக்கிறது. எனக்கும் ஏற்பட்டு விடும் போல் தான் தெரிகிறது. லூசிபரும், அந்த சைத்தானும் மக்களை வேட்டையாடி கொண்டிருக்கின்றனர். எங்களால் துளியும் கட்டுபடுத்த முடியவில்லை. எனக்கு இதை தவிர வேறு வழியும் தெரியவில்லை. நீங்கள் செய்ய வேண்டிய காரியத்தை நான் செய்ததற்கு மன்னியுங்கள். நீங்கள் ஒப்பு கொள்ள மாட்டீர்கள் என்றே இவ்வாறு செய்தேன்.'

கர்ணல் கூறுவது புரியாமல், 'அமிலியா……... சரி, முடிந்த வரை தாக்குப் பிடியுங்கள் விரைவில் நாங்கள் வந்துவிடுகிறோம்.' என்றார்.

அப்போது மெக்கானே பெரும் ஆச்சரியத்துடன் கர்ணலைப் பார்த்தார். கர்ணல் ஏற்க இயலா மன நிலையுடன், மெக்கானேயைப் பார்த்து, ஏதும் கூற முடியாமல் தவித்தார்.

சில நிமிடங்களுக்கு பிறகு…

அப்போது அமிலியா, ஹெலிகாப்டரில் இருந்து கொண்டு, செய்வது அறியாமல், கர்ணலின் படைகளுக்காக பெரும் பதற்றத்தில், அமர்ந்திருந்தாள்.

அப்போது அந்த சைத்தான், அமிலியா இருக்கும் ஹெலிகாப்டரை தாக்க முன் வந்தான்.

அதைப் பார்த்த ஓட்டுனர், 'ஆபத்து ஆபத்து..' என்று கூறிக்கொண்டிருக்கும் போதே.. ஒரு கோடாரி அந்த ஓட்டுனர் மார்பில் பாய்ந்தது.

அதை எதிர்ப்பார்க்காத அமிலியா, அனைவரிடமும், வெளியே குதித்து விடுங்கள் என்று கத்தினாள். அந்த ஹெலிகாப்டர் நிலைத்தடுமாறி, வானத்தில் சுற்றிக்கொண்டே தரையை நோக்கியது.

அமிலியா சற்று தாமதமாக குதித்ததால், வெளியே குதித்த அடுத்த நொடியே பாராசூட்டை திறந்துவிட்டாள். அப்போது அந்த ஹெலிகாப்டர் வேகமாக சுழன்று கொண்டு, அந்த சைத்தனையே நோக்கி சென்றது.

ஆனால் அவன் அந்த ஹெலிகாப்டரை சாதாரணமாக பிடித்து, பாராசூட் மூலம், தரையை நோக்கி வந்து கொண்டிருந்த அமிலியாவை நோக்கி வீசினான்.

அதைப் பார்த்த அமிலியாவின் கண்கள் பிதுங்கின••• உடனே அவள் பாராசூட்டில் இருந்து தன்னை விடுவித்து, அங்கிருந்த ஒரு காரின் மீது விழுந்தாள். இதனால் அவளுக்கு சில அடிகள் பட்டு, வலியில் துடித்துக்கொண்டிருக்கும் போது, அந்த ஹெலிகாப்டர் ஒரு கட்டிடத்தின் மீது மோதி, அது அமிலியா மீதே விழ ஆரம்பித்தது.

அவள், வலியில் துடித்தவாறு, பெரும் பதற்றத்துடன் அந்த காரிலிருந்து வேகமாக இறங்கி, அங்கிருந்து தட்டுத்தடுமாறி ஓட ஆரம்பித்தாள்.

அவள் சிறிது தூரம் செல்லும் போதே அந்த ஹெலிகாப்டர், அந்த காரின் மீது விழுந்து, பெரிய சப்ததுடன், வெடித்து சிதறியது••• அந்த அதிர்வில், அமிலியா முன்னோக்கி தூக்கி வீசப்பட்டாள்.

அதில் அவள் தாறுமாறாக, சில தூரங்கள் கட்டுப்படுத்த இயலாமல் உருண்டு சென்று விழுந்தாள். அவள் பெரிதும் வலியில் துடித்துக்கொண்டிருந்தாள். அப்போது அவள், தன் இடது முன் கையை பார்க்க, ஒரு இரும்பு துரும்பு அவளின் கையில் சொருகி இருந்தது. அவள் கண்களில் கண்ணீர் வழிய, வலியில் கத்த ஆரம்பித்தாள்.

பின்னர் பல்லை கடித்துக்கொண்டு, வலியை பொறுத்துக்கொண்டு, அந்த துரும்பை வெளியே எடுத்து, தன் பையில் இருந்த துணியை எடுத்து அதில் சுற்றி கட்டினாள்.

அவள் அப்படியே தரையில், பெரும் உடல் வலியில் சாய்ந்து கொண்டு, வானத்தைப் பார்த்தாள்.

அப்போது ஒரு சப்தம்••• அவள் மெதுவாக தன் காயம் அடைந்த கையை பிடித்து கொண்டே தலையை மட்டும் தூக்கி பார்த்தாள்.

அந்த ஹெலிகாப்டர் வெடித்து சிதறியதில், அங்கு ஒரே புகை மூட்டம்••• அந்த சைத்தான் மிருகம், அந்த ஹெலிகாப்டரின் சுழல் இறக்கையை பிடுங்கி எடுத்துக்கொண்டு, பெரும் கம்பீர நடையில் அந்தப் புகையிலிருந்து வந்து கொண்டிருந்தான்.

அமிலியா எச்சிலை விழுங்கியவாறு, மெதுவாக எழ முயற்சித்தாள்.

அவளின் காதில் இருந்த நுண் அழைப்பானும் செயல் இழந்து விட்டது••• அவளிடம் இருந்த வாக்கி டாக்கியும் கீழே விழுந்ததில் உடைந்துவிட்டது. எனவே அவளால் யாருக்கும் தகவலும் கொடுக்க முடியவில்லை.

அவள் சற்று தட்டு தடுமாறி எழுந்து நின்றாள்.

அந்த சைத்தான் மிருகம், அந்த சுழல் இறக்கையை தரையில் தேய்த்துக்கொண்டே, மிரட்டும் தொனியில், அவளை நோக்கி வந்து கொண்டிருந்தான்.

அப்போது, அமிலியா, உடனே தன் சிறிய பிஸ்டல் துப்பாக்கியை எடுத்து, அவன் முன் நீட்டி, 'உனக்கு என்ன வேண்டும்.. ஏன் இவ்வாறு செய்து கொண்டிருக்கிறாய்?' என்று கத்தினாள்.

அவளுக்கே அது ஒரு முட்டாள் தனம் என்று தெரிந்தாலும், பின் வாங்க கூடாது என்பதற்காக பிஸ்டலை வைத்து கொண்டு எதிர்த்து நின்றாள்.

அப்போது அந்த சைத்தான் மனிதன், 'உனக்கு நரகத்தில் இடம் காத்திருக்கிறது.' என்று கோரக்குரலில் கூற, அவள் ஆச்சரியத்துடன், 'நீ பேசுவாயா? என்று கூறும் போது... அந்த சைத்தான், அவளை நோக்கி அந்த சுழல் இறக்கையை எறிய முன்வந்தான்.

அவள் சற்று பதற்றம் அடைந்து, அவனை, அந்த பிஸ்டலால் சுட ஆரம்பித்தாள்

அந்த சைத்தான் மனிதன், அமிலியாவை நோக்கி அந்த ஹெலிகாப்டரின் சுழல் இறக்கையை கொண்டு தாக்குவதற்காக, வீச முன்வந்த அந்த நொடி....

நான்கு இன்ச் தோட்டாக்கள் ஹெலிகாப்டர்களில் இருந்து சரமாறியாக, அந்த சைத்தானை தாக்க ஆரம்பித்தது. இதனால் அவனின் கவனம் சிதறி, அந்த இறக்கையை வேறு பக்கமாக வீசிவிட்டான்.

இதனால் அமிலியா தப்பித்தாள்....

அப்போது அந்த சைத்தான், கோபத்துடன் அந்த ஹெலிகாப்டரை தாக்க முற்படும் போது, வேறு ஒரு பக்கத்திருந்து இரு இராக்கெட் லாஞ்சர்கள் அடுத்து அடுத்து அவனை தாக்கியதும், அவன் தூக்கி வீசப்பட்டு, ஒரு கட்டிடத்திற்குள், உடைத்துக்கொண்டு புகுந்து கொண்டான்.

உடனே அந்த ஹெலிகாப்டர்களில் இருந்து, வீரர்கள் கீழே இறங்க ஆரம்பித்தனர். அப்போது அமிலியா, சற்று நிம்மதி அடைந்து மூச்சுவிட முயற்சி செய்தாள்.

ஒருவன் வேகமாக அவளிடம் வந்து, 'கமாண்டர்... எங்களுடன் வாருங்கள்.' என்று பரபரப்பாக கூற, அமிலியா மெதுவாக யார் என்று பார்க்க, அது நெல்சன்...

அவனுடன் சில காவலர்கள், அவளை அங்கிருந்து அழைத்து சென்றனர். அப்போது அந்த சைத்தான் புகுந்துக்கொண்ட, அந்தக் கட்டிடத்திலிருந்து சில பொருட்கள் தூக்கிவீசப்பட்டு வெளியே வந்து விழுந்தன.

அதைப் பார்த்ததும், நெல்சன், 'சீக்கிரம் நாம் இங்கிருந்து சென்றாக வேண்டும்..' என்று பரபரப்பாக கூறி கொண்டு முன்னேறினான்.

அப்போது அமிலியா வலியில் துடித்தவாறு, 'இவர்களை தோற்கடிக்க முடியும் என்ற நம்பிக்கையே இல்லை...' என்று தன் காயமடைந்தக் கையை பிடித்துக் கொண்டு, தன் முழு நம்பிக்கையையும் இழந்தவளாக, கண்களில் கண்ணீருடன்

கூறினாள்.

நெல்சன், 'கமாண்டர், நாம் வெற்றி பெருவோம்... நம்பிக்கையை இழக்காதீர்கள்.' என்று அவளை தைரியப்படுத்த முயன்றான்.

அப்போது ஒரு கோரமான குரல், 'அமீலியா... நீ இறந்தாக வேண்டும். எங்கே ஒளிந்து கொண்டிருக்கிறாய்?' என்ற அந்த சைத்தானின் குரல்....

நெல்சன் கண்கள் பிதுங்கியவாறு, அமிலியாவைப் பார்த்து, 'கமாண்டர், உங்கள் பாதுகாப்பு முக்கியம்...' என்று கூறிக்கொண்டிருக்கும் போதே, அவர்கள் முன் சில மிருக மனிதர்கள் கையில் கோடாரியுடன் நின்று கொண்டிருந்தனர்.

அவர்களைப் பார்த்ததும் நெல்சன், அவர்களை நோக்கி துப்பாக்கியை நீட்டி, சக வீரர்களிடம், 'கமாண்டரை பாதுகாப்பான இடத்திற்கு அழைத்து செல்லுங்கள்.' என்று கூற, அமிலியா கோபமான பார்வையில், அந்த மிருக மனிதர்களைப் பார்த்தவாறு, 'தேவை இல்லை, நான் என் உடலில் மூச்சு உள்ள வரை இவர்களை எதிர்த்து சண்டையிட்டு கொண்டு தான் இருப்பேன். வெற்றியோ தோல்வியோ, எனக்கு அது பற்றி கவலை இல்லை. என் மரணம் வீர மரணமாக இருக்கட்டும்.' என்று, தன் உடலில் சொருகி வைத்திருந்த, இரு கத்திகளை எடுத்து கொண்டு, அவர்களை நோக்கி ஒரு அடி எடுத்து வைக்க, அந்த மிருக மனிதர்கள் அவர்களை தாக்க வந்தனர்.

நெல்சனிற்கும் என்ன செய்வது என்றே புரியவில்லை, வேறு வழியின்றி, அமிலியாவிற்கு உதவ, அவர்களை சுட ஆரம்பித்தான்.

அவனுடன் சக வீரர்களும் அவர்களை சுட ஆரம்பிக்க, அமிலியா மிகவும் கோபம் கொண்டு, வெறிபிடித்தவள் போல், வேக வேகமாக அவர்களை தாக்க ஆரம்பித்தாள்.

அவள் கண்களில் கண்ணீருடன், கோபத்தில், ஒவ்வொறு மிருக மனிதர்களையும் நிலைகுழைய செய்தாள்.

அவளின் வேகத்தையும், வீரத்தையும் பார்த்த நெல்சன், பெரும் ஆச்சரியம் கொள்ள... அவர்களுக்கும் ஒரு வித வேகமும் கோபமும் நம்பிக்கையும் வர ஆரம்பித்து, இவர்களும் சரமாறியாக எதிரிகளை தாக்க ஆரம்பித்தனர்.

இப்படியே வழியில் வரும் எதிரிகளை தாக்கிக்கொண்டே முன்னேறினர்.

அப்போது, அவர்களுடன், கர்ணலின் மற்ற வீரர்களும் இணைந்து கொண்டு, வட்டமாக நின்று, எல்லா திசைகளில் இருந்தும் வரும் மிருக மனிதர்களை தாக்க ஆரம்பித்தனர்.

அமிலியா, கையில் கிடைக்கும் ஆயுதங்களை கொண்டு, பெரும் கோபத்துடன், தன் அனைத்து திறமைகளையும் வெளிபடுத்தி, அவர்களை தாக்கி கொண்டிருந்தாள்.

அப்போது, அங்கு லுசிபரும் சைத்தானும் கம்பீரமாக அவர்களை நோக்கி வந்துகொண்டிருந்தனர்.

அப்போது அமிலியா அவர்கள் வருவதைப் பார்க்கும் போது, ஒரு மிருக மனிதன் அவளை தாக்க வந்தான். ஆனால் அமிலியா அவனின் மார்பு மற்றும் கழுத்தில் கத்தியை பல முறை மாறி மாறி இறக்கி அவனை கீழே தள்ளி, அந்த மிருக மனிதனின் கோடாரியை எடுத்துக்கொண்டு, அந்த சைத்தனையும் லுசிபரையும் பார்த்து நின்றாள்.

அப்போது அங்கு உள்ள மிருக மனிதர்கள், அவர்களை தாக்குவதை நிறுத்திவிட்டு பின் வாங்கினர்.

அனைவரின் பார்வையும், லுசிபர் மீதும் சைத்தான் மீதும் இருந்தன.

மிரட்டும் பாவனையில் கையில் ஒரு பெரிய கோடாரியுடன் சைத்தானும், ஒரு அடி உயரத்தில் மிதந்தவாறு உடல் முழுவதும் சிவப்பு நிற ஒளியுடன், கோரமான சிவப்பு நிற கண்களுடன், பெரும் மகிழ்ச்சியில் லுசிபரும் வந்து கொண்டிருந்தனர்.

அனைத்து வீரர்களும் அவர்களை நோக்கி துப்பாக்கியை நீட்டியவாறு நிற்க...

அமிலியா அனைத்து வீரர்களுக்கும் முன், அந்த இருவரையும் நோக்கி கம்பீரமாக நின்று, கோபப்பார்வையில் அவர்களைப் பார்த்துக்கொண்டிருந்தாள்.

அப்போது லுசிபர், 'அமிலியா உன் தைரியத்தைப் பார்த்து வியக்கிறேன். ஆனால் ஏதும் இப்போது பலன் அளிக்காது...' என்று கூற, அமிலியா, 'ஏன் இவ்வாறு செய்து கொண்டிருக்கிறாய்... லுசிபர்...?'

லுசிபர், சிரித்தவாறு, 'இது என் மரண வேட்டை.... என் நரகத்திற்கு அடிமைகளை கொண்டு செல்லும் நேரம் இது....'

அமிலியா கோபத்துடன், 'நீ ஒரு கோழையாவாய்... எனவே தான் அப்பாவி மக்களின் உயிரை எடுத்து கொண்டிருக்கிறாய்... முடிந்தால் எங்களுடன் மோது...' என்று துணிச்சலுடன் நிற்க, லுசிபர் மிகவும் கோரமாக சிரித்து, பின் அவளைப் பார்த்து முறைத்த, அடுத்த நொடி, அங்கு பல ஹெலிகாப்டர்கள் வரும் சப்தம்...

அவர்கள் தலைக்கு மேல் வேகமாக பறந்து சென்று கொண்டிருந்தன. இதனால் லுசிபரின் கவனம் சிதறி வானத்தைப் பார்த்தாள்...

35

இறுதி கட்ட மகா யுத்தம்

ஹெலிகாப்டரில் இருந்து, கர்னலுடன் இருக்கும் மெக்கானே, லுசிபரையும் சைத்தானையும் பார்த்து அதிர்ந்து போனார். அதோடு அவர்கள் முன், அமிலியா கையில் கோடாரியுடன் நிற்பதைப் பார்த்து, பெரும் அதிர்ச்சியில், 'அமிலியா.... கடவுளே அவளுக்கு ஆபத்து..' என்று கூறி, அவளைக் காப்பாற்ற வேண்டுமே என தவித்தார்.

அப்போது, கர்னலின் சில ஹெலிகாப்டர்களில் இருந்து, சைத்தானையும் லுசிபரையும் தாக்க ஆரம்பித்தனர்.

ஆனால் சைத்தான், லுசிபர் மேல் தோட்டாக்கள் படாமல் இருக்க, அவளை மறைத்துக்கொண்டு பாதுகாப்பு கொண்டுத்தான்.

அப்போது கர்னல், 'அமிலியாவையும் வீரர்களையும் அங்கிருந்து செல்ல கூறுங்கள்.' என்று கத்தினார்.

உடனே, ஒரு ஹெலிகாப்டரில் இருந்து ஒலிபெருக்கி மூலம். 'அனைவரும் அங்கிருந்து கடற்கரைக்குச் சென்று விடுங்கள்.' என்று கூறியதும், நெல்சன் நிம்மதி அடைந்து, அமிலியாவிடம், 'கமாண்டர் சென்றுவிடலாம்..' என்றான்.

உடனே அங்கு உள்ள அனைவரும் அங்கிருந்து வேகமாக ஓட ஆரம்பித்தனர்.

அப்போது, ஹெலிகாப்டர்கள், அந்த சைத்தானையும் லுசிபரையும் இடைவெளியே இல்லாமல் தாக்கியவாறே இருந்தனர். அதில் இராக்கெட் லாஞ்சர்களையும் ஏவ ஆரம்பித்தனர்.

அப்போது மெக்கானே, பரபரப்பாக, 'நான் அமிலியாவிடம் செல்ல வேண்டும். என்னிடம் ஒரு திட்டம் உள்ளது.' என்று கர்னல் அலெக்ஸாண்டரின் கூற, அவர்,

'சரி... நான் சார்ஜன்ட் லாரன்ஸ் உடன் படைகளை கவனித்து கொள்கிறேன்...' என்றார்.

உடனே மெக்கானே இருக்கும் அந்த ஹெலிகாப்டர் மட்டும் கடற்கரையை நோக்கியது.

அப்போது அமிலியாவும், அவளுடன் பல வீரர்களும் கடற்கரையை நோக்கி செல்ல, அப்போது அவர்களுக்கு பாதுகாப்பாக மேலும் பல கர்ணலின் வீரர்கள் வந்து, இடையில் வரும் மிருக மனிதர்களை தாக்க ஆரம்பித்தனர்.

பல கர்ணல் மற்றும் சார்ஜன்டின் ஹெலிகாப்டர்களில் இருந்து வீரர்கள் வேக-மாக தரையில் இறங்கி, சண்டை இட ஆரம்பித்தனர். அங்கு மேலும் சில வாகனங்களில், பல ஆயுதங்களுடன் வீரர்களும் வர ஆரம்பித்தனர்.

இப்போது பிரிஸ்பேன் நகரம் யுத்த களமாக மாறியது....

அமிலியா வீரர்களுடன் உடலில் ஏற்பட்ட காயங்களால் அந்த வேதனையுடன், ஓடிக்கொண்டே சுற்றிலும் பார்த்தாள். எங்கும் துப்பாக்கிகள் மற்றும் வெடிகுண்டு-கள் வெடிக்கும் சப்தம்... ஹெலிகாப்டர்கள் வானத்தில் பறக்கும் சப்தம்... வீரர்-களின் அலறல்கள்... அங்கு அமைதி என்ற ஒரு விசயமே தடயம் இல்லாமல் காணாமல் போனது... போரின் தாக்கம் பல மடங்கு அதிகமானது... உடலில் இருந்து வியர்வையுடன் கலந்த இரத்தம் வழிய, அமிலியா மனதில், 'வெற்றி வெறும் காணல் நீரே.' என்று எண்ணி, கண்ணீருடன், பெரும் கோபம் கொண்டு, வீர மரணத்திற்காக மீண்டும் சண்டை இட ஆரம்பித்தாள்.

சில நிமிடங்கள் செல்ல, மெக்கானேவும் டைலரும் ஹெலிகாப்டரில் இருந்து, கடற்கரையில் இறங்கினர்.

அப்போது டைலர், 'டிடக்டிவ்... நிலைமை மிகவும் மோசமாகிவிட்டது. லுசி-பரும் சைத்தானும்....' என்று கூற, பயத்தில் அவன் தொண்டை அடைத்து கொண்டது.

மெக்கானே பெரிதும் யோசித்து கொண்டிருந்தார். பின்னர் அவர் மூச்சை இழுத்துவிட்டு, 'டைலர், நமக்கு நேரம் இல்லை. நமக்கு அதோடு சரியான சந்-தர்ப்பம் வர வேண்டும். நான் கூறியது நினைவு உள்ளது அல்லவா... கவனமாக செயல்படு.' என்றார்.

அவன், 'சரி... இப்போதே செல்கிறேன்..' என்று கூறி, வேகமாக அங்கிருந்து ஓடினான்.

அங்கு, கடற்கரை சாலையில், கர்ணலின் சில இராணுவ வீரர்கள், நகரத்தை நோக்கி யுத்தத்திற்காக ஓடிக்கொண்டிருந்தனர். மெக்கானே வேகமாக அவர்களிடம் சென்று, 'அனைவரும் சற்று நில்லுங்கள். எனக்கு உங்கள் உதவி தேவை. நீங்கள் அனைவரும் என்னுடன் வார வேண்டும்.' என்று கத்தினார்.

ஆனால் யாரும் காதில் வாங்குவதாக இல்லை. அவர் பெரிதும் எரிச்சல் அடைந்து, தன் துப்பாக்கியை எடுத்து வானத்தைப் பார்த்து தோட்டாகள் தீரும் வரை தொடர்ந்து சுட ஆரம்பித்தார். அதில் ஒரு சில காவலர்கள் மட்டும் திரும்பிப் பார்த்தனர்.

உடனே அவர், 'எனக்கு உங்கள் உதவி தேவை. நீங்கள் அனைவரும் இப்போது என்னுடன் வரவேண்டும்.' என்று கத்தினார். அனைவரும் ஓடுவதை நிறுத்திவிட்டு, அவரை குழப்பத்துடன் பார்த்தனர்.

அவர், 'நான் தாமஸ் மெக்கானே... உங்கள் துணை கமாண்டர்...' என்றார். அப்போது, ஒருவன் அவர் முன் வந்து, 'சரி, நாங்கள் என்ன செய்ய வேண்டும்?' என்று கேட்க, அவர் சற்று மூச்சை இழுத்துவிட்டு, அனைவரையும் பார்த்தார்.

ஒரு நீர்மூழ்கி கப்பலினுள்....

அந்த பதிமூன்று பேரும், வட்டமாக நின்று கொண்டு, கருப்பு மந்திரங்களை உச்சரித்தவாறு இருந்தனர்...

அதைக் கோபத்துடனும், பெரும் மன வேதனையுடனும், பார்த்து கொண்டிருந்த சில்வியாவின் தந்தை, அந்த பதிமூன்று பேர் மீதும் அதிக கோபத்தில் இருந்தார்.

அவர், தன் வாழ்வில் நடந்த சம்பவங்களை, ஒவ்வொன்றாக நினைத்து பார்க்க ஆரம்பித்தார். மிகவும் அழகாக நகர்ந்த அவரின் வாழ்க்கையை, நரகமாக மாற்றியவர்கள் இந்த பதிமூன்று பேர் தான்....

அவர் மனதில், 'பிரண்டன்... சில்வியா... இருவரையும் என்னிடம் இருந்து நிரந்தரமாக பிரித்துவிட்டனர். இனிமேல் எனக்கு யார் உள்ளார்கள். வாழ்ந்தால் என்ன, செத்தால் என்ன...' என்று எண்ணி, கண்களில் கண்ணீர் வழிய, வேகமாக அங்கிருந்து ஒரு பகுதியை நோக்கி சென்றார்.

அதே நேரத்தில், கடற்கரை சாலையில், மெக்கானே சில வீரர்களுடன், மிகவும் பரபரப்பாக பேசிக்கொண்டிருந்தார். அப்போது அங்கு அமிலியாவுடன் சில காவலர்கள் வேகமாக வந்து கொண்டிருந்தனர்.

மெக்கானேவும் அங்கு உள்ள வீரர்களும் அவர்களைப் பார்த்ததும், சில வீரர்கள் அவர்களுக்கு உதவி செய்யவும், அமிலியாவிற்குப் பாதுகாப்பு கொடுக்கவும் வேகமாக அவர்களை நோக்கி சென்றனர்.

பெரிதும் காயம் அடைந்து, மூச்சு விட கடினப்பட்டு கொண்டிருக்கும் அமிலியாவை, வீரர்கள் பாதுகாப்பாக அழைத்து வந்து கொண்டிருக்கும் போது, அவள், சற்று தொலைவில் மெக்கானே நிற்பதைப் பார்த்தாள்.

அவள் நடப்பதை நிறுத்தி, அப்படியே நின்றாள். மெக்கானே அவளைப் பார்த்ததும், நிம்மதியடைந்து, தன் தோள்பட்டையை தளர்த்தி கொண்டு நின்றார்.

அவள், பெரும் கோபத்துடன், மெக்கானேயிடம் வேகமாக வந்த அடுத்த நொடி, அவரின் கன்னத்தில் பலார் என்று ஒரு அரை விட்டாள். அவள் கண்-

ணீருடன், 'எங்கே சென்றாய்?' என்று கூறி பெரிதும் மனம் கலங்கினாள்.

மெக்கானே அவளின் உடலில் ஏற்பட்டிருந்த காயங்களையும், கலவரமான முகத்தையும், பார்த்து, 'அமிலியா.. மன்னித்துவிடு..' என்று கூற, மேலும் ஒரு அரை அரைந்தாள்.

மெக்கானே, 'அமிலியா, சற்று பொறுமையாக இரு•••. நான் கூறுவதை கேட்டால் உனக்கே புரியவரும்.' என்று பொறுமையாக கூற, அவள் அழுதவாறு, 'இப்போது ஏன் இங்கு வந்தாய்? அப்படியே சென்றிருக்க வேண்டியது தானே••• என் பிணத்தை பார்க்க வந்தாயா?' என்று இந்த நிலையை ஏற்க இயலாமல் மிகவும் ஆரம்பித்தாள்.

அவர் கவலையுடன், 'உன் ஆதங்கம் எனக்குப் புரிகிறது•••.' என்ற போது, அவள், 'எந்த திட்டமாக இருந்தாலும் என்னிடம் கூறாதே, வேறு யாரையாவது வைத்து பார்த்துகொள், நான் செல்கிறேன்.' என்று கோபமாக கூறி, அங்கிருந்து செல்ல•••.

அவர் எரிச்சல் அடைந்து, 'அமிலியா, லுசிபரை தோற்கடிக்கும் வழி கிடைத்துவிட்டது.' என்றார்.

அதைக்கேட்டதும், அவள் அப்படியே நின்றாள். மெதுவாக திரும்பி அவரைப் பார்க்க, அவர், 'அதோடு, அந்த சைத்தான் மனிதனையும் நம்மால் வீழ்த்த முடியும்••• என்னை நம்பு...' என்றார்.

அவள், 'இந்த போர் குறித்து அறிவாயா?' என்று கேட்க, அவர், 'இல்லை••• ஆனால் இந்தப் போரை வெற்றியுடன் முடிக்க முடியும் என்று அறிவேன்.'

அவள், மெதுவாக அவரிடம் வந்தாள். அவர், 'அமிலியா•••புரிந்துகொள். நாம் ஒன்றாக இணைந்து செயல்பட்டால் மட்டுமே வெற்றி பெற முடியும்.' என்றதும், அவள் சற்று யோசித்து, பின், 'சரி••• என்ன செய்ய வேண்டும்?' என்று கேட்க, அவர் சற்று நிம்மதி அடைந்து, மூச்சை இழுத்துவிட்டார்.

அந்த பதிமூன்று பேர் இருக்கும் நீர் மூழ்கி கப்பல்•••

சில்வியாவின் தந்தை, அவர்கள் உருவாக்கிய மனித உயிர்களை உறுஞ்சும் இயந்திரத்தை, இனி அது செயல்படாதவாறு சில முக்கிய கருவிகளை பிடுங்கி ஆத்திரத்தில் உடைத்தெரிந்தார். பின்னர் அவர், அந்த நீர்மூழ்கி கப்பலின், செயல்பாட்டு அமைப்பில், சில மாறுதல்களை செய்ய ஆரம்பித்தார்.

பின்னர் கடைசியாக, ஒரு குழாய்க்கான வால்வை (Valve) பிடித்து கொண்டு, 'நீங்கள் யாரும் இதில் வெற்றி பெற கூடாது.' என்று கூறி, அதை கீழ் நோக்கி இழுக்க, அந்த நீர்மூழ்கி கப்பலினுள், தண்ணீர் நிரம்ப ஆரம்பித்தது.

இதனால் கப்பல் சற்று அதிர்வுற்று, பெரிதும் ஆட்டம் காட்டியது. அந்த நீர் மூழ்கி கப்பல், கடலில் இரு நூறு மீட்டர்கள் ஆழத்தில் எங்கோ ஒரு இடத்தில் இருந்தது.

சில்வியாவின் தந்தையின் செயலால், கடல் தண்ணீர் உள்ளே செல்ல செல்ல, நீர்மூழ்கி கப்பல் ஆழமாக செல்ல ஆரம்பித்தது.

சில்வியாவின் தந்தை, ஒரு அறையில் சென்று பூட்டிக்கொண்டு, தன் மரணத்தை எதிர்ப்பார்த்து அமர்ந்திருந்தார்.

இதனால், அந்த பதிமூன்று பேரின் சடங்கும் தடைப்பட்டு, அவர்கள் குழப்பத்தில் ஒன்றும் புரியாமல், அங்கும் இங்கும் செல்ல ஆரம்பித்தனர்.

உடனே அந்த அறுபது வயது நிரம்பியவர், 'என்ன ஆனது? யார் இப்படி செய்தது?' என்று குழம்பியவாறு, சுற்றி சுற்றி பார்க்க, அங்கு சில்வியாவின் தந்தை இல்லை...

அவர், 'துரோகி...' என்று கூறி.. அனைவரிடமும், 'நாம் இங்கிருந்து வெளியேறியாக வேண்டும். ஆபத்து கால நீர் மூழ்கி இயந்திரம் மூலமாக, பிரிஸ்பேன் கடற்கரைக்கு தான் செல்ல வேண்டும். சீக்கிரம் புறப்படுங்கள்.' என்று கூற, அனைவரும் வேகவேகமாக முன்னேறினர்.

பிரிஸ்பேன் கடற்கரை சாலை...

மெக்கானே, 'அமிலியா... நான் கூறியவை நினைவிருக்கட்டும்... விடிவதற்குள் இதை செய்து முடிக்க வேண்டும். நம்மிடம் ஆறு மணி நேரங்களே உள்ளன.' என்றார்.

அவள், 'சரி... நான் செய்கிறேன்..' என்றதும், அவர் அக்கரையுடன், 'அமிலியா... இந்த நிலையில் எப்படி...? உன் உடல் மிகவும் ரனமாக உள்ளதே.' என்று கூறி, கவலையுடன், அவளின் கண்களைப் பார்த்தார்.

அவள், 'என்னை பற்றி கவலை வேண்டாம்... வலிகள் எனக்கு பழக்கப்பட்டவை தான். நான் பார்த்துகொள்கிறேன்.' என்று கூற, அவர் கவலையுடனே தலையசைக்கவும், அவள் அங்கிருந்து சென்றாள்.

அப்போது ஒரு வீரன், மெக்கானேயிடம், 'நீங்கள் கூறியது போல், வீரர்களை அனுப்பிவிட்டோம். ஒரு மணி நேரத்தில் அனைத்தும் தயாராகிவிடும்.' என்றான்.

அவர், 'சரி, நமக்கு இன்னும் சரியான நேரம் வர வில்லை. நாம் சற்று காத்திருக்க வேண்டும்.' என்றார்.

அந்த வீரன் சற்று குழப்பத்துடன், 'எப்படி சாத்தியம்... அவர்களை எந்த ஒரு ஆயுதத்தாலும் ஏதும் செய்ய முடியவில்லை. ஆனால் நீங்கள் எப்படி...? அப்படி என்ன ஆயுதம் உள்ளது உங்களிடம்?'

அவர், 'தெரியவில்லை. பார்ப்போம்...' என்று கூற, அந்த வீரன் குழப்பத்துடன் புருவங்களை உயர்த்தியவாறு, 'இதனால் உங்கள் உயிர்...' என்று வார்த்தைகளை விழுங்கினான்.

அவர், 'ஆம்... ஆம்... ஆனால் எனக்கு நம்பிக்கை உள்ளது. நான் கூறுவதை மட்டும் செய்யுங்கள்.' என்றதும், அவனும் சரி என்று தலையசைத்து அங்-

கிருந்து சென்றான்.

மெக்கானே மனம் சற்று கலவரமாக மாறியது.

அவர் கடலைப் பார்த்தவாறு நிற்க, அப்போது அவரின் மனம், 'முட்டாள், இங்கிருந்து சென்றுவிடு...' என்றது, அப்போது அவரின் புத்தி, 'இல்லை... நாம் அனைவருக்கும் நம்பிக்கை கொடுத்துவிட்டோம், இதை செய்து தான் ஆகவேண்டும்.' அவரின் மனம், 'நீ இறந்துவிடுவாய்... யோசி..' என்றதும், அவரின் புத்தி, 'இல்லை... இல்லை அப்படி ஆகாது...'

மெக்கானே தன் தலையை தட்டிக்கொண்டு, 'எனக்கு என்ன ஆனது? என் மனம் ஏன் இப்படி என்னிடம் ஒத்துழைக்க மறுக்கிறது?' என்று குழம்பினார்.

அப்போது அந்த பதினோர் பேரில் ஒருவர் கூறிய, 'மனம் புத்தி ஒன்று பட வேண்டும்... தெளிவான மனதுடன் செயல்படுங்கள்.' என்ற வார்த்தைகள்.. அவர் மனதில் ஓட ஆரம்பித்தது.

அவர், 'தெளிவாக இரு.. தெளிவாக இரு..' என்று புலம்பி கொண்டிருந்தார்.

அப்போது அமிலியா, சில விரர்களிடம், 'எனக்கு ஒரு வேன் வேண்டும். அதில் இருபது பேர் மட்டும் ஏறிக்கொள்ளுங்கள். வேனை நான் ஓட்டுகிறேன்.' என்று கூற, ஒருவன், அவளுக்கு சல்யூட் வைத்து, 'கமாண்டர், என்னுடன் வாருங்கள்..' என்று கூறி, அவளுக்கு ஒரு வேனை காட்டினான்.

அவள், 'சரி, என்னுடன் வருபவர்கள், வெடிகுண்டுகளை அதிகமாக வைத்து கொள்ளுங்கள், முக்கியமாக விசவாயு வெடிகுண்டுகள், சில ராக்கெட் லாஞ்சர்களையும், அதிக அளவு துப்பாக்கிகளையும் வேனில் ஏற்றி கொள்ளுங்கள்...' என்று பரபரப்பாக கூறினாள். அவனும், உத்தரவை ஏற்று செயல்பட ஆரம்பித்தான்.

அவள் மனதில், 'அப்படி உங்களிடம் என்ன ஆயுதம் உள்ளது டாம்? உங்களின் இந்த நம்பிக்கைக்கு என்ன காரணம்?' என்று குழம்பினாள்.

அப்போது மெக்கானே, தன் மனதை கட்டுபடுத்த பெரும் பாடுபட்டு கொண்டிருந்தார். சில நிமிடங்கள் செல்ல, அவர் லுசிபரை எதிர்த்து நிற்க பயமும் பதற்றமும் கொள்ள ஆரம்பித்துவிட்டார்.

அவர் மனதில், 'என்ன இது? எனக்கு என்ன ஆனது? ஏன் இந்த குழப்பம்?' என்று தவித்துக்கொண்டிருந்தார்.

அப்போது அவர், மூச்சை இழுத்துவிட்டு, 'எனக்கு தெளிவான மனதை தாருங்கள். எனக்கு உதவி செய்யுங்கள்...' என்று கண்களை மூடி, தன் தேவையை இறைவனிடத்தில் கேட்க ஆரம்பித்தார்.

ஒரு மணி நேரத்திற்கு பிறகு....

பல இராணுவ வீரர்கள், சைத்தானுடனும் லுசிபருடனும் பெரிதும் போராடி, வீழ்ந்து கொண்டிருந்தனர். ஒரு கட்டத்தில், இராணுவத்தினர் தங்களின் நம்பிக்-

கையையும் இழக்க ஆரம்பித்தனர்.

கர்ணலும், சார்ஜன்டும் செய்வது அறியாமல் பெரிதும் தவித்து கொண்டிருந்தனர். இருவரும் மூச்சுவாங்க நின்று கொண்டு, தன் கண் முன்னே மடியும் தங்களின் வீரர்களைப் பார்த்து மனம் நொந்து கொண்டிருந்தனர்.

அப்போது கர்ணல், நுண் அழைப்பானில், 'தாமஸ்... வீரர்கள் நம்பிக்கையை இழக்க ஆரம்பித்துவிட்டனர். பல வீரர்களை இழந்துவிட்டோம். இன்னும் என்ன செய்து கொண்டிருக்கிறாய்?' என்று கோபத்தில் கத்தினார்.

அதற்கு மெக்கானே, 'கர்ணல்... சில நிமிடங்கள் தாக்கு பிடியுங்கள். இன்னும் சரியான நேரம் வரவில்லை.' என்றதும், அவர் மிகவும் கோபம் அடைந்து, அழைப்பை தூண்டித்து, தாக்குதலை தொடர ஆரம்பித்தார்.

அப்போது, அந்த சைத்தான், ஒரு இடத்தில் இரக்கம் காட்டாமல், வீரர்களை துவம்சம் செய்து கொண்டிருந்தான். படை பலம் குறைந்து கொண்டே வந்தன...

மற்றொரு இடத்தில், லுசிபரின் அராஜகம்.... நேரம் செல்ல செல்ல அவளின் தாக்குதலும் அதிகமாகிக் கொண்டே இருந்தது.

அப்போது, ஒரு ஹெலிகாப்டரில் இருந்து, ஒரு கனமான கயிறு, அந்த சைத்தானின் இடது கையில் சுற்றி கொண்டது. அதே போல், மேலும் இரு ஹெலிகாப்டர்களில் இருந்தும், சைத்தானின் அதே இடது கையில் கயிறுகள் சுற்றிகொள்ள, அவன் குழப்பினான்.

அவன் அந்த கயிறை பிடித்து இழுக்க வரும் போது, வேறு பக்கத்திலிருந்து, மூன்று ஹெலிக்காப்டர்களில் இருந்தும் வந்த கயிறுகள் அவனின் வலது கையில் சுற்றிக்கொண்டன.

இதனால் அவனின் கைகளை அவனால் அசைக்க முடியவில்லை. அந்தக் கயிறுகளும் அவனின் கைகளை நன்றாக பிடித்துக் கொண்டன. இதனால் அந்த சைத்தான் மிருகம் கயிறுகளை தன் கைகளால் பிய்க்க முடியாமல் தவித்தான்.

அவை, டங்ஸ்டன் முலாம் பூசப்பட்ட கயிறுகள், அது கப்பல்களை நிலையாக நிறுத்த பயன்படுத்த உதவும் கயிறுகள்.

அந்த ஆறு ஹெலிகாப்டர்களில் ஒன்றில், டைலர் பெரும் மகிழ்ச்சி கொண்டு, 'இலக்கு பிடிபட்டது' என்று கூறி, ஒலிபெருக்கி மூலம், அங்கு இருந்த அனைத்து வீரர்களிடமும், 'இங்கிருந்து சென்று விடுங்கள்.' என்று கத்தினான்.

அதன் படி அனைவரும் வேகமாக அங்கிருந்து ஓட ஆரம்பித்தனர். உடனே டைலர், 'இதுவே சரியான சமயம்.' என்று கத்தினான்.

அடுத்த நொடி...

ஆறு ஹெலிகாப்டர்களும் ஒரே நேரத்தில், ஒன்றாக மேல் நோக்கி பறக்க ஆரம்பித்தன. ஆனால், அவர்கள் அதற்கு பெரிதும் கடினம் கொண்டனர். அந்த சைத்தான் மிருகம் அவர்களை மிகவும் பலமாக கீழ் நோக்கி இழுத்து கொண்டி-

ருந்தான்.

அப்போது டைலர், 'இன்னும், மேலே இழுக்க வேண்டும். முயற்சி செய்யுங்கள்.' என்று கீழே அந்த சைத்தானை பார்த்தவாறே, ஓட்டுனர்களிடம் கூறினான்.

அவர்கள், 'அவன் மிகவும் பலமாக கீழே இழுத்து கொண்டிருக்கிறான். இப்படியே சென்றால், இஞ்சின் வெடித்துவிடும்....' என்றனர். டைலர், 'முயற்சி செய்யுங்கள்.' என்று பதற்றத்துடன் கூறினான்.

அப்போது, அந்த சைத்தானின், கால்கள் இரு அங்குலம், லேசாக தரையிலிருந்து மேலே எழ, டைலர் பதற்றத்துடன் உடனே, தன் வாக்கி டாக்கியில், 'கமாண்டர்... நேரம் வந்து விட்டது.' என்று கூறியதும், அந்த சைத்தானை சுற்றி, பல வெடிகுண்டுகள் உருண்டு வர ஆரம்பித்தன.

அந்த சைத்தான் மிருகம், அவை அனைத்தையும் பார்த்த அடுத்த நோடி, அனைத்தும் ஒவ்வொன்றாக வெடிக்க ஆரம்பித்தன.

இதனால், என்ன நடக்கிறது என்று புரியாமல் நிலை குழைந்து போன, அந்த சைத்தான் மிருகம், அந்த ஹெலிகாப்டர்களை மேலும் பெரும் பலம் கொண்டு இழுக்க ஆரம்பித்தான்.

அப்போது அமிலியா, 'விசவாயு குண்டுகளை வீசுங்கள்.' என்று கத்தினாள். உடனே அங்கு பல விசவாயு குண்டுகள் உருண்டு வந்து வெடிக்க ஆரம்பித்தன. இதனால், அவன் பார்வை பாதிக்கப்பட்டு, நடப்பது புரியாமல் நிலை தடுமாறினான்.

அப்போது அமிலியா, 'வலைகளை அவன் மீது வீசுங்கள்....' என்றதும், அடுத்து அடுத்து பல வலைகள் அவன் மீது போர்த்திகொள்ள ஆரம்பித்தன.

அங்கு முழுவதும் புகையாக இருந்ததால், டைலரால் ஏதும் சரியாக பார்க்க முடியவில்லை.

அவன் தொலைநோக்கி மூலம் சற்று உண்ணிப்பாக பார்க்க, புகை கொஞ்சம் கொஞ்சமாக விலக ஆரம்பித்தன. அப்போது அவனுக்கு லேசாக, அந்த சைத்தானின் நிலை புலப்பட்டது.

அவன், 'ஹோலி ஜீசஸ்.... அவன் மாட்டிகொண்டான்... அவன் மாட்டிகொண்டான்.' என்று மகிழ்ச்சியில் கத்தினான். அமிலியா சற்று நிம்மதி அடைந்து, 'உடனே அவனை தூக்கி செல்லுங்கள்... சீக்கிரம்..' என்றாள்.

ஆறு ஹெலிகாப்டர்களும் ஒரே நேரத்தில் மேலே எழும்பின. அந்த சைத்தான் மனிதனால் அசைய கூட முடியவில்லை. இருப்பினும் அவன் பெரிதும் துடித்தான்.

அப்போது டைலர், 'சீக்கிரம்.. நிச்சயம் அவன் இதிலிருந்து தப்பித்துவிடுவான்.' என்று பதறிக்கொண்டிருந்தான்.

டைலர் தன் வாக்கி டாக்கியை தயாராக வைத்திருந்தான். அப்போது அவன், சற்று தொலைவில் லுசிபர் இருப்பதை கவனித்தான்.

அவன், அவளைப் பார்த்து சிரித்து, 'டிடக்டிவ் மெக்கானே... நேரம் வந்துவிட்டது.' என்றதும், அவர் சற்று மூச்சை இழுத்துவிட்டு, அங்கிருந்த ஒரு பீரங்கியில் ஏறினார்.

சில நொடிகள் செல்ல...

அப்போது லுசிபர், தன் பாதுகாவலனை சிறைப்பிடித்து கொண்டு செல்வதைப் பார்த்ததும், மிகவும் கோபம் கொண்டு, அந்த ஹெலிகாப்டர்களை நோக்கி, தன் இரு கண்களையும் மூடிக்கொண்டு, தன் இரு கைகளையும் முன்னே கொண்டு வந்த, அந்த நொடி ஒரு வெடிகுண்டு அவளை வந்து தாக்கியது.

அது அவளை, சில தூரத்திற்கு தாறுமாறாக தூக்கி வீசச்செய்தது. அதை எதிர்ப்பார்க்காத அவள், பெரும் கோபத்துடன் எழுந்து, தன்னை யார் தாக்கியது என்று பார்த்தாள்.

அது ஒரு பீரங்கி, அதனுள் மெக்கானேயும் இரு இராணுவ வீரர்களும் இருந்தனர். அவர்கள் அவளைப் பார்த்து பெரிதும் ஆச்சரியம் அடைந்தனர்.

ஒருவன், 'அவளுக்கு ஒரு கீரல் கூட இல்லை...' என்று நம்ப இயலா மனதுடன் அதிர்ச்சியில் கூறினான். மெக்கானே, 'அந்த சிவப்பு நிற ஒளி தான் அவளை பாதுகாக்கிறது. அதை வலுவிழக்க செய்யவேண்டும்.. மீண்டும் தாக்குங்கள்.' என்றதும்... அடுத்த குண்டு அவளை நோக்கி சென்றது.

ஆனால் அவள், அதை சாதாரணமாக தட்டிவிட அங்கிருந்த ஒரு பேருந்தின் மீது மோதி, அந்த பேருந்து வெடித்து சிதறியது.

அவளின் கோபம் மேலும் அதிகமானது. அப்போது மெக்கானே, அதிர்ச்சியான குரலில், 'வெளியே சென்றுவிடுங்கள்... வெளியே சென்று விடுங்கள்..' என்று பதற்றத்துடன் கூற, மூவரும் வேகமாக வெளியேற ஆரம்பித்தனர்.

அப்போது அவர், 'அமிலியா.... இப்போது உனக்கான நேரம்..' என்று கூறிய அடுத்த நொடி, மெக்கானே வேகமாக அந்த பீரங்கியை விட்டு வெளியேற, லுசிபர் தன் கோபக்கண்களாலே அந்த பீரங்கியை வெடிக்க வைத்தாள்.

மெக்கானே பறந்து கொண்டு தாறுமாறாக வெளியே வந்து விழுந்தார். அவர் வலியில் துடித்து கொண்டிருக்கும் போது, லுசிபர் அவரை நோக்கி ஒரு அடி எடுத்து வைக்க, அவள் மீது ஒரு வேன் வேகமாக வந்து மோதியது.

இதனால் லுசிபர் தூக்கி வீசப்பட்டாள். அவள் மேலும் கோபம் அடைந்து எழுந்து நிற்க, அப்போது மெக்கானே, 'லுசிபர், உனக்கு தைரியம் இருந்தால் என்னை கொலை செய்...' என்று கூறி, அங்கிருந்து தட்டு தடுமாறி ஓட ஆரம்பித்தார்.

அப்போது அவர் நுண் அழைப்பானில், 'டைலர்... சீக்கிரம்... அவனை தாக்க ஆரம்பியுங்கள்.' என்று பெரும் பதற்றத்தில் கத்தினார்.

அப்போது அந்த சைத்தானை, ஒரு அகலமான திறந்த வெளியில், லேசாக கீழே இறக்கினர்.

அப்போது, அங்கு நிறுத்தப்பட்டிருந்த பீரங்கிகளால் அந்த வலைகளுக்குள் இருக்கும் சைத்தான் மிருகத்தை, அடுத்தடுத்து சரமாறியாக தாக்க ஆரம்பித்தனர்.

அப்போது லுசிபர், ஒரு நொடியில் மிகவும் வேகமாக மெக்கானே முன் நின்று அவரின் கழுத்தை பிடித்து தூக்கினாள். அப்போது, மெக்கானே அவளின் கண்களைப் பார்த்து மிரண்டு போனார்.

அப்போது லுசிபர், தன் பாதுகாவலன் தாக்கப்படுவதை உணர்ந்ததும், மெக்கானேயை கீழே போட்டு விட்டு, அங்கிருந்து செல்ல வரும் போது, மெக்கானே, அவளிடம், 'அவன் உன்னை பாதுகாக்கின்றானா? இல்லை.. நீ அவனை பாதுகாக்கிறாயா? என்ன இடம் மாறிவிட்டதா?' என்று அவளை மிகவும் கோபப்படுத்தும் வார்த்தைகளை கூற.... அவள் அப்படியே நின்றாள்.

அவள் இருக்கும் கோபத்தில், மேலும் அதிக அளவில் கோபம் அடைய ஆரம்பித்தாள். உடனே மெக்கானே தன் வலது பக்க பையில் வைத்திருந்த அந்த பெட்டியை, இடது பக்கம் உள்ளது என எண்ணி, பின்னர் அங்கு இல்லை என்றதும், வலது பக்கம் உள்ள பையில் இருந்து எடுத்து, அவளை நோக்கி அதை திறக்க வருவதற்குள், லுசிபர் மெக்கானேயை பலமாக தாக்கினாள்.

மெக்கானே தாமதித்துவிட்டார்.....

இதனால் அவர் கையில் இருந்த பெட்டி திறக்கப்படாமலே எங்கோ சென்று விழுந்தது. லுசிபர் அவரை தூக்கி வீசியதில், ஒரு காரின் மேல் அதிக வேகத்தில் சென்று விழுந்தார். இதனால் அவரின் முதுகு பெரிதும் அடிவாங்கியது.

அவள், அவரை மீண்டும் தாக்க, கோபமாக வந்தாள்.

அப்போது, அந்த சைத்தான் சிறைப்பட்டிருக்கும் வலைகள், பீரங்கி குண்டுகள் தாக்கியதால், வலுவிக்க ஆரம்பித்தன.

உடனே டைலர், ஒரு கயிறு மூலம், ஹெலிகாப்டரில் இருந்து தரைக்கு வந்து நின்ற அடுத்த நொடி, தன் வாக்கி டாக்கியில், 'கயிறுகளை அவிழ்த்துவிடுங்கள்.' என்றதும், ஆறு ஹெலிகாப்டர்களில் இருந்தும் கயிறுகள் அவிழ்த்து விடப்பட்டன.

இதனால், அந்த சைத்தான் மிருகம், பொத் என்று தரையில் விழுந்த, அடுத்த நொடி, அவன் அந்த வலையை கிழித்து வெளியே வர, தன் முழு பலத்தையும் காட்டினான்.

அப்போது, டைலர், அவன் முன், தன் பைக்குள் இருக்கும் அந்த பெட்டியின் மீது கை வைத்து கொண்டு தயாராக நின்று கொண்டிருந்தான்.

அந்த சைத்தான் மிருகம் பெரும் கோபம் கொண்டு, அந்த வலையை அதிரும் கர்ஜனையுடன் கிழித்துக் கொண்டு வெளியே வர, டைலர், 'ஹே சைத்தானே... நரகத்திற்கே சென்று விடு...' என்று கூறி அந்தப் பெட்டியை திறக்க, அந்த

சைத்தானும், குரல் வந்த திசையில் பார்க்க, அவன் சரியாக அந்தப் பெட்டியில் உள்ளதைப் பார்த்ததும், அவனின் சிவப்பு நிற கண்கள், வெள்ளை நிறத்தில் மாற ஆரம்பித்தது.

அந்த சைத்தான் பெரும் பயம் கொண்டு, 'வெளிச்சம் இருளை அழித்து விடும்..' என்று கூற, நரகத்திலிருந்து வந்த சைத்தான், அந்த மிருக மனிதனின் உடலில் இருந்து, ஒரு நொடியில் அப்படியே வாகனத்தை நோக்கி மின்னல் வேகத்தில் காணாமல் போனான்.

அதோடு டைலரின் கையில் இருந்த பெட்டியும் அவனுடனே நரகத்திற்குச் சென்றது.

இதனால், அந்த பலம் வாய்ந்த மிருக மனிதன், அப்படியே முன்பக்கம் மண்டியிட்டு, தரையில் வீழ்ந்தான்.

அப்போது மெக்கானேயின் கழுத்தை பிடித்து கொண்டிருந்த லுசிபர், 'தன் பாதுகாவலன் பாதியிலே நரகம் சென்றுவிட்டான் என்பதை உணர்ந்ததும், அவள் கோபத்தின் உச்சிக்கே சென்று, மீண்டும் மெக்கானேயை தூக்கி வீசிவிட்டு, அங்கிருந்து சென்றாள்.

அவர் சருகிக்கொண்டே ஒரு காரில் மோதி அப்படியே சாய்ந்தார். அவரின் உடல் தாறுமாறாக அடிப்பட்டு, பெரும் வலியில் துடித்து கொண்டிருந்தார்.

அப்போது லுசிபர், தன் பாதுகாவலன் இறந்து கிடப்பதைப் பார்த்ததும், தன் கோர முகத்தை காட்ட ஆரம்பித்தாள். அங்கு உள்ள அனைத்து பீரங்கிகளையும் அடித்து உடைத்து பறக்க விட்டாள்.

டைலர் தலை தெறிக்க ஓடியவாறு, வாக்கி டாக்கியில், 'டிடக்டிவ், இவள் எப்படி தப்பித்தாள், டிடக்டிவ் என்ன ஆனது?' என்று பதறினான்.

ஆனால் அவரிடம் இருந்து எந்தப் பதிலும் இல்லை, உடனே அவன், 'கமாண்டர் அமிலியா, ஒரு சிக்கல்... டிடக்டிவை காணவில்லை. லுசிபர் இன்னும் இங்கு தான் இருக்கிறாள்.' என்றதும், அவள் சற்று பதற்றம் கொண்டு, அவரை தேட ஆரம்பித்தாள்.

அப்போது சார்ஜன்டும், கர்ணலும் லுசிபரை தாக்குவதில் மும்முரமாக இருந்தனர். அப்போது அமிலியா, மெக்கானேயை தேடும் போது, அவர் ஒரு காரின் அருகில் வலியில் துடித்தவாறு சாய்ந்து கிடப்பதைப் பார்த்ததும், மிகவும் அதிர்ச்சியடைந்து, அவரை நோக்கி வேகமாக ஓடி வந்தாள்.

அவள், மெக்கானேயின் தலையை தாங்கிப் பிடித்து அமர வைத்தாள். அவர், மூச்சு விட பெரிதும் கடினப்பட்டு கொண்டிருந்தார்.

அவள் அழுதவாறு 'டாம்.. டாம்... என்ன ஆனது? அவள் எப்படி தப்பித்தாள்?' என்று கேட்க, அவர் சிரித்துகொண்டு, 'அமிலியா... உண்மையில் இது நீ தானா?'

அவள் அழுதவாறு, 'ஆம், டாம், இது நான் தான்...' என்று கூறி, தன் வாக்கி டாக்கியில், 'உதவி தேவை சீக்கிரம் வாருங்கள்.' என்று கத்தினாள்.

அவர், மெதுவாக அமிலியாவின் கன்னத்தைப் தொட்டு, 'அவர்கள் கூறியது சரி தான்... நான், அது நீயாகவே இருக்க வேண்டும் என்று விரும்பினேன்.' என்று கூற,

அவள் கண்களில் கண்ணீருடன், 'என்ன டாம்... யார் கூறினர்?' என்று கேட்க, அவர். 'அமிலியா... இதை நீ தான் செய்ய வேண்டும்...' என்று கூறி, தன் கால் சட்டை (Pant) பையில் இருந்து, அந்த மூன்றாவது பெட்டியை எடுத்து அமிலியாவிடம் கொடுத்தார்.

அவள் விழித்தவாறு, அதை வாங்கினாள். அவர், 'இது தான் அந்த ஆயுதம், இதை லுசிபர் முன் திற...' என்றார். அவள் குழப்பத்துடன், 'ஏன்? இதில் என்ன உள்ளது?' என்று கேட்க, அவர், 'தெரியவில்லை. ஆனால் அவள் முன் மட்டும் இதை திற... புரிந்துகொள்.' என்று கூறி, வலியில் துடித்தார்.

பின்னர் அவர், 'நாம் மீண்டும் ஒன்றாக வாழ வேண்டும் என்று இறைவனிடம் வேண்டுகிறேன்.' என்றதும், அவள் மெக்கானேயின் கன்னத்தைப் பிடித்து, கண்ணீருடன், 'நானும் அதையே வேண்டுகிறேன்.' என்றாள்.

அவர் ஆச்சரியமாக அவளைப் பார்க்க, அவள், அழுதவாறே வேகமாக அங்கிருந்து ஓட ஆரம்பித்தாள். அமிலியா தன் கையில் அந்த பெட்டியை இருக்கமாக பிடித்து கொண்டு லுசிபரை நோக்கி வேகமாக ஓடினாள்.

அப்போது லுசிபர், அங்கு உள்ள வீரர்களை தன் பெரும் கோப உணர்வால், அடித்து பறக்க விட்டு துவம்சம் செய்து கொண்டிருந்தாள். இதனால் வீரர்கள் நிலைகுழைந்து போயினர்.

அப்போது அவளை நோக்கி ஒரு இராக்கெட் லாஞ்சர் ஏவப்பட்டது. அது அவளின் முதுகை தாக்க, அந்த இடமே பெரும் நெருப்புடன் வெடித்து சிதறியது.

நெருப்பின் அடர்வு குறைய, அந்த நெருப்பிலிருந்து சிறு கீரலும் இன்றி, லுசிபர் வெளியே உலகையே அழிக்கும் அளவிற்கு மாபெரும் கோப அக்னியில் எரிந்து கொண்டிருந்தாள்.

அதைப் பார்த்த, அந்த இராக்கெட் லாஞ்சரை ஏய்த, நெல்சன் எச்சிலை விழுங்கி, பெரும் பயத்தில், அங்கு உள்ள வீரர்களிடம், 'ஓடிவிடுங்கள் ஓடிவிடுங்கள்.' என்று. கத்திக் கொண்டே அங்கிருந்து ஓட ஆரம்பித்தான்.

அப்போது லுசிபர், கைகளை பக்கவாட்டில் உயர்த்தியவாறு, கண்களை மூடிக்கொண்டு சில அடி உயரத்திற்கு மேலே எழும்பி மிதந்தவாறு இருக்க, அவள், தன் சிவப்பு நிற கோபமான கோரக் கண்களை திறந்த அடுத்த நொடி.... நெருப்பில்லாம் ஒரு வெடிகுண்டு வெடித்தால் எப்படி இருக்குமோ, அது போல் அங்கு உள்ள அனைத்தும், சுற்றிலும் வீசி எறியப்பட்டன.

பல வீரர்களும், அங்கு உள்ள பல வாகனகளும், பீரங்கிகளும், தூக்கி வீசப்-பட்டு, ஆங்காங்கே பறக்க ஆரம்பித்தன.

இதில் பல வீரர்கள் இறந்தே போயினர். வானத்தில் பறந்து கொண்டிருந்த ஹெலிகாப்டர்கள் சில, அந்த அதிர்வில் வெடித்து சிதறின•••

சார்ஜண்டும், கர்ணலும் தூக்கி வீசப்பட்டதால், அதிக அடிகள் ஏற்பட்டு வலி-யில் துடித்தனர்.

அப்போது லுசிபரை நோக்கி ஓடி வந்து கொண்டிருந்த அமிலியாவும், சில அடிகள் தூரம் பின்னோக்கி வீசப்பட்டு பறந்து விழுந்தாள்.

அதில் அவளுக்கு காலில் அடிபட்டு, வலியில் துடித்தவாறு, அந்த பெட்டியை இருக்கமாகவே பிடித்திருந்தாள். அவள் மெதுவாக தட்டு தடுமாறி, மீண்டும் லுசி-பரை நோக்கி வலியை பொறுத்துக்கொண்டு வேகமாக நடக்க ஆரம்பித்தாள்.

அப்போது, சற்று தொலைவில் லுசிபர் மீண்டும் தரைக்கு, இறங்கி கொண்டி-ருப்பதைப் பார்த்த அமிலியா, மேலும் வேகத்தை அதிகரித்து அவளை நோக்கி-னாள்.

சில நொடிகளில், லுசிபர் தன் அடுத்த தாக்குதலை, முழு அழிவிற்காக செயல்படுத்த தயாரானாள். அப்போது ஒரு குரல், 'லுசிபர்••••. மீண்டும் நரகம் செல்ல தயாராக இரு..' என்று, அவள் கோபத்துடன் திரும்பி பார்க்க, அது அமி-லியா•••

லுசிபர் சிரித்தவாறு, 'அது உன்னால் முடியாது•••' என்று கூறிய அடுத்த நொடி, அமிலியா அந்தப் பெட்டியை அவள் முன் நீட்டி, வேகமாக திறந்தாள்.

அதைப் பெட்டிக்குள் இருந்ததைப் பார்த்த, லுசிபரின் சிவப்பு நிற கண்கள் பிதுங்கியவாறு, 'வெளிச்சத்தில் இருள் அழிந்து தான் ஆக வேண்டும்.' என்று கூற, அவளின் சிவப்பு நிற கண்கள், வெள்ளை நிறத்தில் மாற ஆரம்பித்தன.

அவள் கண்களில், நரகத்தில் அவள் செய்யும் கொடுமையான காரியங்கள் அனைத்தும் தோன்ற ஆரம்பித்தன. நேரம் செல்ல அந்தப் பெட்டியின் எடை அதிகமாகிக் கொண்டிருந்தது. அமிலியாவால் அந்த பெட்டியை தூக்கி பிடிக்க முடியவில்லை. அந்த பெட்டியில் இருந்து அடர் வெள்ளை நிற ஒளி, லுசிபர் மீது படர ஆரம்பித்தது. அமிலியா அந்தப் பெட்டியின் எடை தாங்க முடியாமல் கத்த ஆரம்பித்தாள்.

அப்போது லுசிபர், 'இன்று என்னால் இறந்த அனைத்து மனிதர்களும், என் கட்டுப்பாட்டிலிருந்து விலகி, நரகத்திற்கும் சொர்க்கத்திற்கும் செல்வதற்கு பதிலாக, நடுநிலையான முக்தியை அடையட்டும்••• பூமி எனக்கான இடம் அல்ல..' என்று கூறிய அடுத்த நொடி, சில்வியாவின் உடலில் இருக்கும் நரகத்தின் கடவுளான லுசிபர், மின்னல் வேகத்தில் அப்படியே நரகம் நோக்கி சென்றாள். சில்வியாவின் உடல் அப்படியே தரையில் விழுந்தது.

அதோடு, அமிலியாவின் கையில் உள்ள அந்தப் பெட்டியும், லுசிபருடனே சென்றது.

அதோடு, லுசிபரின் மிருக மனிதர்கள் படையினரும், அவளுடனே நரகம் சென்றனர். இதனால் அனைவரும் அப்படியே வீழ்ந்தனர்.

அப்போது, அமிலியா வலியில் துடித்தவாறு, அப்படியே தரையில் மண்டியிட்டு கத்தினாள். பின்னர் மெதுவாக எழுந்து, சில்வியாயை நோக்கி வந்தாள்.

அவளின் முகத்தைப் பார்க்க, மீண்டும் சில்வியான் முகம் திரும்பியிருந்தது, ஆனால் அவள் இறந்துவிட்டாள். அவள் லேசான மனக்கலத்துடன், 'முக்திய-டைவாய் சில்வியா.' என்று கூறி அவளின் சிவப்பு நிற கண்களை மூடினாள்.

அப்போது வீரர்கள் அனைவரும், என்ன நடந்தது என்று புரியாமல் நிற்க, அமிலியா மெதுவாக எழுந்து அவர்களைப் பார்த்து, 'நாம் வெற்றி பெற்றோம்.' என்று, தன் வலது கையை உயர்த்தி கத்தினாள்.

அதைக்கேட்ட அனைவரும் பெரும் மகிழ்ச்சியுடன், கத்த ஆரம்பித்தனர்.

அது மெக்கானேயை பெரும் மகிழ்ச்சிக்குள்ளாக்கியது, அமிலியாவை பார்க்க வேண்டும் என்று அவரின் மனம் தவித்தது.

அப்போது அவர், இரு வீரர்கள் தன்னை தாங்கிவாறு, அமிலியாவை நோக்கி சற்று வேகமான நடையில் வந்து கொண்டிருந்தார்.

அப்போது அமிலியா, அவர் தன்னை நோக்கி வருவதைப் பார்த்ததும், பெரும் மகிழ்ச்சியில் லேசான தடுமாற்றத்துடன், அவரை நோக்கி வேகமான நடையில் வர, மெக்கானேயும் தன்னை தாங்கிக்கொண்டிருக்கும் வீரர்களை விட்டு விட்டு, வேகமாக அவளை நோக்கி வர ஆரம்பித்தார்.

இருவரும் ஓடி வந்து, மகிழ்ச்சியாக கட்டி அணைத்து கொண்டனர்.

சற்று தொலைவில், அதைப் பார்த்த டைலரும், நெல்சனும், கண்களில் மகிழ்ச்சியான கண்ணீருடன் நின்று கொண்டிருந்தனர்.

அப்போது மூன்று முறை துப்பாக்கி சுடும் சப்தம்...

அனைவரும் அதிர்ச்சியுடன் யார் சுட்டது என்று குழப்பத்துடன் சுற்றி சுற்றி பார்த்தனர். அப்போது, மெக்கானே, 'அமிலியா, நாம் வேண்டியது நிறைவேறாதோ என்று அஞ்சுகிறேன்.' என்றார்.

அவள் குழப்பத்துடன் அவரைப் பார்க்க, அவரின் வாயிலிருந்து இரத்தம் வழிய ஆரம்பித்தது. அவர் அப்படியே தரையில் சாய ஆரம்பித்தார்.

அவள் பெரும் அதிர்ச்சியில், 'என்ன ஆனது டாம்?' என்று கூற, அப்போது அவர், சிரித்தவாறு, 'இந்த தருணம் போதும்... நீ என்னை புரிந்து கொண்டாய். இப்போது தான் நிம்மதியாக உள்ளது.' என்று சிரித்தவாறு கூற, அவள் அழுத-வாறு, 'டாம்.. என்ன கூறுகிறீர்கள்?' என்று கேட்க, அப்போது மெக்கானேயின் உடலில் இரத்தம் பரவ ஆரம்பித்தது.

அதைப் பார்த்ததும், அமிலியா மிகவும் பதற்றத்தில், அதிர்ச்சியுடன், அவர் உடலைப் பார்க்க, அப்போது அவள் முன் சிலர் வந்து நிற்பதை உணர்ந்தாள்.

அவள் மெக்கானேயின் தலையை தன் மடியில் வைத்து கொண்டு, கண்களில் கண்ணீருடன் யார் என்று பார்க்க, அங்கு வரிசையாக பதிமூன்று பேர் கருப்பு நிற உடை அணிந்து கொண்டு, முகத்தை மறைக்காமல் நின்று கொண்டிருந்தனர்.

அவள் அவர்களைப் பார்த்ததும், 'அந்த பதிமூன்று சைத்தானின் தூதுவர்கள்...' என்றாள்.

அப்போது அந்த அறுபது வயது நிரம்பியவர், 'நீங்கள் லுசிபரை வீழ்த்திவிட்டீர்கள். இதனால் அவள் பாதியிலேயே நரகம் சென்று விட்டாள். அவள் இங்கு வந்த காரியம் நிறைவேற வில்லை. நாங்கள் முதல் முறையாக தோற்றுவிட்டோம். இதனால் லுசிபர் எங்களுக்கு தரவேண்டிய சலுகைகளும் பறிபோனது.' என்று கூற, அவள், 'டாம் ஐ ஏன் சுட்டீர்கள்?' என்று கோபத்துடன் கத்தினாள்.

அவர், 'நீ வாழ்நாள் முழுவதும் வேதனையை அனுபவிக்க வேண்டும். உன்னால் தான் நாங்கள் தோற்றோம்... அதோடு இவனால் தான் லுசிபர் வீழ்த்தப்பட்டாள்.' என்று கூறியதும், அவள் அதை ஏற்க இயலாமல் பெரிதும் அழ ஆரம்பித்தாள்.

அப்போது அவர், 'நாங்கள் நரகம் செல்கிறோம்.' என்று கூறிய அடுத்த வினாடி, அனைவரும் ஒரே நேரத்தில் துப்பாக்கியை தங்களின் தலையில் வைத்து கொள்ள,

அதைப் பார்த்த அமிலியா, அதிர்ச்சியுடன், 'இவர்களை கைது செய்யுங்கள்.' என்று கத்திய அடுத்த நொடி, அந்தப் பதிமூன்று பேரும், தங்களின் தலையை சுட்டுக்கொண்டு, தற்கொலை செய்துகொண்டு தரையில் வீழ்ந்தனர்.

இப்படி செய்தால் தான், நரகத்தில் லுசிபர் அந்த பதிமூன்று பேரையும் மன்னிப்பாள்.

இதே போல் தான்.... இதற்கு முன்பு, இரு முறை உருவான பதிமூன்று பேரும், தோல்வியுற்றதால் தற்கொலை செய்து கொண்டு இறந்து போயினர்.

அப்போது சில வீரர்கள் வீழ்ந்த அந்த பதிமூன்று பேரையும் நோக்கி வேமாக ஓடி சென்றனர்.

நெல்சனும், டைலரும் மெக்கானேயையும் அமிலியாவையும் நோக்கி ஓடி வந்தனர். அப்போது மெக்கானே, 'அமிலியா... என் கண் முன் அந்த பதினோர் பேரும் தெரிகின்றனர். என்னை அவர்கள் சுவர்க்கம் செல்ல கூறுவது போல் உள்ளது. நான் செல்கிறேன்.' என்று அவளைப் பார்த்தவாறே கூறினார்.

அவள் அழுதவாறு, 'அப்படி கூறாதீர்கள் டாம்... உங்களுக்கு ஒன்றும் ஆகாது.' என்று பெரிதும் தவித்தாள்.

அவர் சிரித்தவாறு, 'அமிலியா, கேசி, நீசம் இருவரையும் நான் பெரிதும் நேசிக்கிறேன். நான் இறந்த பிறகாவது அவர்களுக்கு பாதுகாப்பாக இருப்பேன்.' என்று கூற, அவள் அழுதவாறு, 'டாம்...' என்றதும், அவர், 'அமிலியா, உன்னை மிகவும் நேசிக்கிறேன்.' என்று கூற, அவர் அப்படியே கண்களை மூடினார்.

அமிலியா, பெரிதும் வேதனை அடைந்து டாம் என்று கத்தினாள்...

பிரிஸ்பேன் நகரின் கடற்கரை ஓர பகுதி, பெரிதளவில் நாசம் அடைந்து காணப்பட்டது.

ஆங்காங்கே புகைமண்டலங்களும், காயமடைந்த வீரர்களின் நடமாட்டமும், வீழ்த்தப்பட்ட மிருக மனிதர்களின் சடலங்களும், அவர்களுடன் பல இராணுவ வீரர்களின் சடலங்களும் பரவி கிடந்தன.

சார்ஜன்ட் மற்றும் கர்ணல் உடலில் சில காயங்களுடன் உயிருடன் உள்ள வீரர்களிடம், இடிபாடுகளில் சிக்கி உள்ள வீரர்களையும், பாதிக்கப்பட்ட மக்களை-யும் மீட்க கட்டளையிட்டனர். அவர்கள் பிரிஸ்பேனின் நிலையைப் பார்த்து பெரி-தும் கவலை கொண்டனர்.

அப்போது சார்ஜன்ட், 'அணுவாயுத்திற்கு வேலையில்லாமல் போனது.' என்று நிம்மதியுடன் கூறினார். அதற்கு கர்ணல், 'ஆம்... நாம் இப்போது பிரதமரை மீட்க வேண்டும். அவர், எதிரிகளின் இடத்தில் தான் உள்ளார்.'

சார்ஜன்ட், 'நான் கடற்படையினருக்கு உத்தரவிடுகிறேன்.' என்று கூறி அங்-கிருந்து சென்றார்.

கர்ணல், சுற்றி சுற்றி பார்த்தார். எங்கும் புகை மண்டலம், ஆங்காங்கே எரிந்து கொண்டிருக்கும் வாகங்கங்கள், வலியில் துடித்தவாறு நடந்து கொண்டிருக்கும் வீரர்கள்...

அவர், வெற்றி பெற்றதை உணர்ந்ததும், நிம்மதி மூச்சு விட்டார்.

எங்கு பார்த்தாலும் ஒரே வெள்ளை நிற வெளிச்சம்... ஆனால் அது மெக்-கானேயின் கண்களை கூசவில்லை.

அவர் மெதுவாக குழப்பத்துடன் எழுந்து நின்று, சுற்றி சுற்றி பார்த்து, 'என்ன இடம் இது?' என்று கூறி, தன் உடலைப் பார்த்தார். அவர் உடலில் எந்த ஒரு காயங்களும் இல்லை. அவர் ஆச்சரியமாக நிற்க...

அப்போது ஒரு குரல், 'உங்கள் கடமை இன்னும் நிறைவேறவில்லை.' என்று... அவர் மெதுவாக திரும்பி பார்த்தார். அது அந்த பதினோர் பேர்.

மெக்கானே ஆச்சரியமாக அவர்களைப் பார்த்து, 'நீங்களா? இது என்ன இடம்?' என்று கேட்க, அவர்களில் ஒருவர், 'அது முக்கியம் அல்ல. உங்கள் கடமை நிறைவேறுவதற்குள், நீங்கள் சொர்க்கம் செல்ல கூடாது.' என்றார்.

மெக்கானே குழப்பத்துடன், 'என்ன கடமை... நான் நீங்கள் கூறியது போல் செய்துவிட்டேனே?' என்று கேட்க, அவர், 'இது நாங்கள் கூறிய விசயம் அல்ல. இறைவன் உங்களுக்கு கூறிய விசயம்...' என்றார்.

மெக்கானே, 'என்ன விசயம்? எனக்கு தெரியவில்லையே..' என்று குழப்பத்துடன் கேட்க, அவர், 'நிச்சயம் அது உங்களுக்கே தெரியும்...'

மெக்கானே அது என்னவாக இருக்கும் என்று யோசித்தார்.

அப்போது அவருக்கு ஒன்று நினைவு வந்தது. உடனே அவர், 'அந்த பெட்டியில் என்ன இருந்தது?' என்று கேட்டார்.

அதற்கு அவர், 'ஒளி... இருளை அழிக்கும் ஒரே ஆயுதம் ஒளி மட்டுமே.' என்று கூறி, மெக்கானேவிற்கு பின் பக்கம் கை நீட்டி, 'அங்கு பாருங்கள்.' என்றார்.

அவரும் குழப்பத்துடன் திரும்பி பார்த்தார். அது ஒரு கதவு,

மெக்கானே, 'இது...' என்றதும், அவர், 'இது பூமிக்கு செல்லும் வாசல், நீங்கள் எங்களுடன் வந்தால், உங்களை சுவர்க்கம் அழைத்து செல்வோம். இப்போது முடிவு உங்கள் கையில், பூமிக்குச் செல்கிறீர்களா அல்லது எங்களுடன் சுவர்க்கம் புறப்படுகிறீர்களா?'

மெக்கானே மூச்சை இழுத்துவிட்டு, அந்தக் கதவையும், அவர்களையும் பார்த்தார்.

இரண்டுக்கும் நடுவில் மெக்கானே பெரும் யோசனையுடன் நின்று கொண்டிருந்தார். பின்னர் அவர் தன் கண்களை இருக்கமாக மூடி ஒரு முடிவெடுத்து, பின்னர் ஒரு பக்கம் சென்றார்.

'டாம்... டாம்...' என்ற அமிலியாவின் குரல், அப்போது, 'கியீங்க் கியீங்க்' என்ற ஒரு உபகரணத்திருந்து வரும் சப்தம்... சற்று தொலைவில் யாரோ முணுமுணுக்கும் கூச்சல் குரல்கள்...

'டாம்.. என்னை பாருங்கள்.. டாம்..' என்று அமிலியாவின் அழுகையான குரல், அப்போது மெக்கானே மூச்சை இழுத்து விட்டு, குழப்பத்துடன் வேகமாக கண்களை திறந்து பார்த்தார்.

அவரால் அசைய முடியவில்லை, பெரும் குழப்பத்துடன் கண்களை மட்டும் சுற்றி சுற்றி திருப்பி பார்த்தார். அவர் தான் ஒரு மருத்துவமனையில் இருப்பதை உணர்ந்ததும், உடலை தளர்வு படுத்தி நிம்மதியாக மூச்சு விட ஆரம்பித்தார்.

அவர் கழுத்தில் ஒரு பெரிய பேண்ட் (Band) மாட்டப்பட்டிருந்தது. அவர் உடலில் சில இயந்திரங்கள் இணைக்கப்பட்டு அவருக்கு தீவிர சிகிச்சைகள் கொடுக்கப்பட்டிருந்தன.

விடியும் தருவாய்....

பிரிஸ்பேனில், மீட்பு பணிகள் நடந்து கொண்டிருந்தன. அப்போது ஒருவன் இருமியவாறு, ஒரு சிறிய இடிபாடுகளில் இருந்து மெதுவாக எழுந்தான். தன் கையில் அடிப்பட்டிருந்ததால் மிகவும் வலியில் கத்தினான்.

பின்னர் அவன், வலியைப் பொறுத்து கொண்டு மெதுவாக, இருமியவாறு தட்டு தடுமாறி எழுந்து நின்றான். அங்கு சில வீரர்கள் நடந்து கொண்டும், சிலர் ஆங்காங்கே நின்று கொண்டும் இருந்தனர். அவன் குழப்பத்துடன் அவர்களை நோக்கி சென்றான்.

அங்கு ஒரு இன்டர்போல் காவலன், மகிழ்ச்சியாக சிகரெட் பிடித்து கொண்டு நின்று கொண்டிருந்தான்.

இவன், அவனின் தோளில் கைவைக்க, அந்தக் காவலன் குழப்பத்துடன் திரும்பி பார்க்க, அவனுக்கு ஒரே மகிழ்ச்சி, 'நாதன்! நீயா... கடவுளே நீ இறந்துவிட்டாய் என்று எண்ணினோம்.' என்று கூற, நாதன், 'என்ன ஆனது? அந்த சைத்தான் எங்கே? அந்த லுசிபர் என்ன ஆனாள்?' என்று குழம்பியவாறு கேட்டான்.

அவன் மகிழ்ச்சியுடன், 'நாதன் நாம் வெற்றி பெற்றோம். கமாண்டரும், டிடக்டிவும் சாதித்துவிட்டனர்.' என்றான்.

நாதன் ஆச்சரியத்துடன் அவனை பார்த்தான். பின்னர் சுற்றி சுற்றி பார்த்து, பின்னர் அந்த காவலனை பார்த்து சிரித்தான்.

அப்போது நாதன் ஆச்சரியமாக ஒன்றை பார்த்து நின்றான்.

அங்கிருந்து கடற்கரை நன்றாக தெரிந்தது. அங்கு சூரியன் மெதுவாக உதிப்பதை பார்த்த நாதன்... கண்களில் ஆனந்த கண்ணீருடன், அந்த சூரிய விடியலைப் பார்த்தான்.

அவன் மனதில், அமிலியாவிடம் அவன் கூறிய வார்த்தைகள் நினைவு வந்தன.

'நாளை நாம் இந்த சூரிய விடியலை பார்த்தால், வெற்றி பெற்றோம் அல்லவா?'

அவன் கண்களை இருக்கமாக மூடி, கண்ணீர் வழிய, நின்று கொண்டிந்தான்.

அதே நேரத்தில்....

மருத்துவமனையில் அமிலியா, ஒரு பால்கனியில் நின்றுகொண்டு, சூரிய விடியலைப் பார்த்து கொண்டிருந்தாள்.

அப்போது ஒரு செவிலியர் பெண், 'Mrs. மெக்கானே... உங்கள் கனவர் கண் விழித்துவிட்டார்.' என்றாள்.

அமிலியா பெரிதும் நிம்மதி அடைந்து, அந்த சூரிய விடியலைப் பார்த்து மகிழ்ந்தவாறு, அங்கிருந்து சென்றாள்.

அப்போது மெக்கானே மனதில், 'இறைவன் எனக்கு கொடுத்த கடமை... ஒரு சிறந்த குடும்ப தலைவனாக வாழ்வது.' என்று எண்ணி, நிம்மதியாக சிரித்தார்.

--------விசாரணை கோப்பு மூடப்பட்டது-------

www.ingramcontent.com/pod-product-compliance
Lightning Source LLC
LaVergne TN
LVHW040415051026
849517LV00002B/328
9798885692649